மகா மாயா

மகா மாயா

குமாரநந்தன் (பி. 1973)

இயற்பெயர் பாலமுருகன். சேலம் அருகே மல்லூரில் வசிக்கிறார். ஏற்கெனவே மூன்று சிறுகதை தொகுப்புகளும் ஒரு கவிதைத் தொகுப்பும் வெளிவந்துள்ளன.

மின்னஞ்சல் : kumaarananthan@gmail.com

கைபேசி : +91 75981 76195

குமாரநந்தன்

மகா மாயா

காலச்சுவடு பதிப்பகம்

● அன்பார்ந்த வாசகருக்கு,

வணக்கம்.

காலச்சுவடு நூலை வாங்கியமைக்கு நன்றி.

நூலின் உள்ளடக்கம், உருவாக்கம், அட்டைப்படம் இன்ன பிற அம்சங்கள் பற்றிய உங்கள் கருத்துகளையும் ஆலோசனைகளையும் காலச்சுவடு வரவேற்கிறது. தகவல், எழுத்து, வாக்கியப் பிழைகள் தென்பட்டால் கட்டாயம் தெரிவித்து உதவுங்கள். நூல் தயாரிப்பில் கடும் குறைபாடு இருப்பின் மாற்றுப் பிரதி உங்களுக்குக் கிடைக்கக் காலச்சுவடு ஏற்பாடு செய்யும்.

மின்னஞ்சல்: **publisher@kalachuvadu.com**

காலச்சுவடு நாகர்கோவில் தலைமையகத்துக்கும் கடிதம் அனுப்பலாம்.

தங்கள்
எஸ்.ஆர். சுந்தரம் (கண்ணன்)
பதிப்பாளர் — நிர்வாக இயக்குநர்

மகா மாயா ❋ சிறுகதைகள் ❋ ஆசிரியர்: குமாரநந்தன் ❋ © பாலமுருகன் ❋ முதல் (குறும்) பதிப்பு: டிசம்பர் 2022 ❋ வெளியீடு: காலச்சுவடு, 669, கே.பி. சாலை, நாகர்கோவில் 629001

காலச்சுவடு பதிப்பக வெளியீடு: 1160

mahaa maayaa ❋ Short Stories ❋ Author: Kumarananthan ❋ © Balamurugan ❋ Language: Tamil ❋ First (Short) Edition: December 2022 ❋ Size: Demy 1 x 8 ❋ Paper: 18.6 kg maplitho ❋ Pages: 272

Published by Kalachuvadu Publications Pvt. Ltd., 669, K.P. Road, Nagercoil 629001, India ❋ Phone: 91-4652-278525 ❋ e-mail: publications@kalachuvadu.com ❋ Printed at Clicto Print, Jaleel Towers,42 KB Dasan Road, Teynampet Chennai 600018

ISBN: 978-81-959781-5-1

12/2022/S.No. 1160, kcp 4247, 18.6 (1) rss

பொருளடக்கம்

1.	வெட்டுக் கத்தி	9
2.	வல்லூறின் நிழல்	24
3.	லக்கி	33
4.	ரத்தத் துளிகள்	42
5.	மகா மாயா	51
6.	புலியின் இரவு	64
7.	படுகளம்	75
8.	தோற்றப் பிழை	85
9.	தேவதையின் கதை	96
10.	சாம்பல் பொழுதுகளில் சுழலும் நாட்கள்	108
11.	கேயாஸ் தியரி	118
12.	ஈர்ப்பு விசையும் விலக்கு விசையும்	130
13.	இறந்தவர் நடமாட்டம்	141
14.	அலைச்சல்	156
15.	நிலா முற்றம்	164
16.	அந்நியன்	180
17.	ஒரு சாத்தானின் கடிதம்	192
18.	லூப்	200
19.	அறம் என்றொரு புனைவு	219
20.	மரண விளையாட்டு	231
21.	வாழ்வினிலே இரண்டு நாள்	244
22.	ஊரின் அழகான ஆண்	258

1

வெட்டுக் கத்தி

அவர்கள் வெகுநேரம் அங்கே சுற்றிக் கொண்டிருந்தார்கள். வெயில் மிதமாக இருந்தது. காலை நேரத்தின் அடையாளமாய்ச் சீருடை அணிந்தபள்ளி மாணவர்கள்,மாணவிகள் சாலையில் சென்றுகொண்டிருந்தனர்.

இவர்கள் கறிக் கடையைத் திரும்பவும் நோட்டமிட்டார்கள். இளைஞன் ஒருவன் கறி வெட்டிக்கொண்டிருந்தான்.மெல்லக் கடைப் பக்கம் நகர்ந்து சைகை காட்டினார்கள். அந்த இளைஞன் ஏறிட்டுப் பார்த்துவிட்டுக்காசுகொடு என்பதுபோலக் கையை நீட்டினான். வந்த இருவரில் வெள்ளை சட்டை அணிந்திருந்தவன் உள்பாக்கெட்டில் கைவிட்டு நூறு ரூபாய் நோட்டுகளை எடுத்து நீட்டினான். இளைஞன் பணத்தை வாங்கிக் கறி வெட்டும் கட்டைக்கு அப்பால் இருந்த பெட்டியில் வீசிவிட்டு உள்ளே போனான். வரும்போது அவன் கையில் குவாட்டர் பாட்டில்கள் இருந்தன.

மஞ்சள் சட்டையில் இருந்தவன் அதை வாங்கி இலாவகமாய் பேண்ட் பாக்கெட்டில் போட்டுக் கொண்டான். அவர்கள் முகங்கள் திருப்தியாய் இருந்தன.

அந்த இளைஞன் தொடர்ந்து கோழிக்கறியை வெட்ட ஆரம்பித்தான்.

அதே நேரம் போலீஸ் ஜீப் ஒன்று கடை வாசலில் வந்து நின்றது. அவன் தன்னிடமிருந்து நழுவிய இயல்பு நிலையைத் தாவிப் பற்றிக்கொண்டான்.

இரண்டு போலீசார் இறங்கி வந்தனர். “டேய் இங்க சரக்கு விக்கறது நீதானே” என்றார் ஒருவர். அவன் ஒன்றும் புரியாத பாவனையில் அவரைப் பார்த்தான். போலீசார் உள்ளே போக ஆரம்பித்ததும், “சார் சார் ஸ்டேஷனுக்குக் கரெக்டா காசு கொடுத்துக்கிட்டுதான் இருக்கோம்” என்றான் அவசரமாக.

கார்த்திக் எனப் பெயர் தரித்திருந்த போலீஸ்காரர் அவனை நெட்டித் தள்ளினார். இன்னும் இரண்டு போலீசார் உள்ளே போயினர்.

கடை வாசல் அசாதாரணத் தன்மையடைந்தது. கொத்துக் கொத்தாய்க் கால்கள் அங்கே நிற்க ஆரம்பித்தன. உள்ளே இருந்து பெட்டி நிறைய மது பாட்டில்களை ஒரு போலீஸ்காரர் எடுத்து வந்தார். அடுத்து வந்தவர் இன்னொரு பெட்டி, அடுத்து, அடுத்து, கூட்டம் சலசலத்தபடி நின்றது. அந்த இளைஞன் அப்படியே நின்றான்.

ஜீப் மதுப் பெட்டிகளால் நிறைந்தது.

கார்த்திக் என்ற போலீஸ்காரர் அவனை “ஜீப்புல ஏறு” என்றார். அவன் அப்படியே நின்றான். இன்னொருவர் அவன் பிடரியில் கை வைத்து ஜீப்பை நோக்கி நெட்டித் தள்ளினார்.

“சார் சார்” எனக் கத்திக்கொண்டே பைக்கில் வந்தார் ஏழுமலை. அவசரமாக ஸ்டாண்ட் போட்டு வண்டியை நிறுத்தினார். அசட்டுச் சிரிப்பால் அசாதாரணச் சம்பவங்களைக் கட்டுப்படுத்தி விட முடியும் என நினைப்பவர்போல மெல்லிய சிரிப்போடு பேசினார். “சார் நீங்க இங்க ஸ்டேஷன்ல கேளுங்க … இனிமே விக்க வேணாம்னா விட்டுர்றோம்” என்றார். அந்த இளவயது போலீஸ் “யோவ் யாருய்யா நீ” என்றான்.

“சார் நான்தான் இந்தக் கடை முதலாளி. இவன் என் பையன் காலேஜ் படிக்கிறான். அவனை விட்டுறுங்க. நான் வர்றேன். என்னைக் கூட்டிகிட்டுப் போங்க” என்றார். அவர்கள் “ஸ்டேஷனுக்கு வா” என்றுவிட்டு அவர் மகனை வண்டியில் ஏறச் சொன்னார்கள். “சரவணா நீ போ நான் பின்னாடியே வர்றேன்” என்றார் ஏழுமலை. சரவணனை ஏற்றிக்கொண்டு ஜீப் கிளம்பியது.

கூட்டம் மெல்லக் கலைய ஆரம்பித்தது.

ஏழுமலை வெட்டிய கறியை அள்ளி உள்ளே போட்டுவிட்டு, ஷட்டரை இழுத்துப் பூட்டினார். பைக்கை எடுத்துக்கொண்டு ஸ்டேஷனுக்குப் போனார். போலீஸ் ஸ்டேஷன் காம்பவுண்ட் உள்ளே இருந்த பாதாம் மரத்தடியில் ஜீப் நின்றது. ஏழுமலை பைக்கை நிறுத்திவிட்டு உள்ளே போனார். போலீஸ்காரர் பாலன் “வாங்க சார் என்ன இவ்வளவு தூரம்” என்றார். ஏழுமலைக்கு

இரத்தம் சூடேறியது. “சார் என்ன இது” என்றார். பாலன் எதுவும் பேச வேண்டாம் என்பதுபோல அவர் கையைப் பிடித்து அழுத்தினார்.

“ஒண்ணும் பயப்பட வேண்டாம். வேற யாரையாவது ஏற்பாடு பண்ணுங்க. கேஸ் எழுதித்தான் ஆவணும். பெட்டிசன் மேல பெட்டிசன் போய்க்கிட்டிருக்கு. வேற வழியில்ல” என்றார். ஏழுமலை சலிப்பாய், “சரி என்னைக் கொண்டுபோய் உள்ள வச்சுக்குங்க. நாலு ஜனங்க இருக்கிற கடைவீதியில் இப்படித்தான் காலேஜ் படிக்கிற பையனை ஜீப்ல ஏத்திக் கூட்டி வர்றதா” என்றார்.

“காலேஜ் பையனுக்குக் கறிக்கடையில என்ன வேலை. அதுவும் சரக்கு எடுத்துக் கொடுத்துக்கிட்டு இருந்தா போலீஸ் பிடிக்க மாட்டாங்களா ஏம்பா” என்றார் சரவணனைப் பார்த்து. அவன் எதுவும் பேசவில்லை. ஜன்னல் வழியே பஸ் போகும் சாலையையே பார்த்துக்கொண்டிருந்தான். “தம்பிக்குக் கோவம் போல” எனச் சிரித்தார்.

ரெய்டுக்கு வந்த போலீசார், இதற்கும் தங்களுக்கும் எந்தச் சம்பந்தமும் இல்லை என்பதுபோல உட்கார்ந்திருந்தார்கள்.

“சரி இப்ப என்ன... கேஸ் போட்டுதான் ஆகணும். ஒருத்தரை உள்ள தள்ளிதான் ஆகணும். அவ்வளவுதானே. எம்பேர்ல கேஸ் எழுதிக்கங்க. சரவணா நீ கெளம்பு” என்றார்.

“பாலன் அட நில்லுப்பா சும்மா பொரியரையே. நீ உள்ள போயிட்டா பதினைஞ்சு நாளைக்குக் கடைய யார் நடத்துவா? நீ பேசாம இரு. ஆளு யாரையாவது ரெடி பண்ணிக்கலாம்” என்றார் பாலன்.

“டீ சாப்படறீங்களா” என்று கேட்டார். இருவரும் மவுனமாக இருந்தனர். “யாரைப் போய் நான் இதுக்குப் பிடிச்சிக்கிட்டு வருவேன்” என்றார் ஏழுமலை.

“நீ இந்த பீல்டுக்குப் புதுசு அதான் ஒண்ணும் தெரியலை” எனச் சலித்துக் கொண்டார். “உங்க கடையில் கறி வெட்டிக்கிட்டு இருந்தானே செவப்பா ஒரு ஆளு. கொஞ்சம் லூசு மாதிரி இருப்பானே அவன் எங்க” என்றார்.

“அவனை நிறுத்திட்டோம். திருட்டுப் பூனை மாதிரி எப்பப் பார்த்தாலும் சரக்க எடுத்துக் குடிச்சிக்கிட்டே இருந்தான்” என்றார் ஏழுமலை. அப்போது ஒரு இளைஞன் உள்ளே வேகமாக வந்தான். ஏழுமலை அவனைப் பார்த்து “இவன் எங்க இங்க வந்தான்” என யோசித்தார். அவன் நேராக அவரிடம் வந்து “என்ன மாமா நீங்க. இதுக்குப் போய் கவலைப்படலாமா? நான் இருக்கன் மாமா. உங்களை யாரும் ஒண்ணும் பண்ண முடியாது” என்றான்.

ஏழுமலை அவனைப் பார்த்துக் கும்பிட்டு "தம்பி போயிடு" என்றார்.

"மாமா சரவணன் என் பிரண்டு மாமா. அவன இப்படி விட்டுட்டு நான் போயிடுவேன்னு நினைச்சீங்களா? முடியாது மாமா" என்றான்.

"பாலன் நீ அந்த ரியல் எஸ்டேட்காரர் மகேந்திரன் பையன் தானே? உம்பேர் என்ன?" என்றார்.

"ஆமா சார். சார் சரவணன் என் உயிர் நண்பன் அவனை விட்டுறுங்க என் உயிரை வேணா எடுத்துக்குங்க" என்றான்.

"சின்ன வயசா இருக்கு. இப்ப இருந்தே இந்த லெவல்ல இருந்தா நீ எல்லாம் எதுக்குடா ஆகப் போற" எனச் சிரித்தார்.

"சார் என்ன ஜெயிலுக்கு அனுப்புங்க நான் போறேன். என் நண்பன் அவனை விட்டுறுங்க" என்றான்.

பாலன் ஏழுமலையைப் பார்த்து, தானா வந்து மாட்டுது பாத்தியா என்பதுபோலச் சிரித்தார். ஏழுமலை "தம்பி நீ வீட்டுக்குப் போ. அம்மா வந்தா என்னைத்தான் கண்டபடி பேசும்" என்றார்.

"அம்மா வந்துட்டுப் போறாங்க மாமா. அதுக்காக என் உயிர் நண்பன விட்டுட்டு நான் போயிடுவேனா" என்றான். ஏழுமலை 'இதென்னடா ரோதனை' என முணுமுணுத்துக்கொண்டார்.

"நீங்க ஏன் பயப்படறீங்க அறியாப் பையன் ஆறுமாசம் ஜெயில்ல இருந்தாலும் தெரியாது. பதினைஞ்சி நாள் விளையாட்டு மாதிரி இருந்துட்டு வந்துருவான். பேசாம இவனையே அனுப்புங்க" என்றார்.

"சார் அவன் ஒரு பைத்தியக்காரன். அவங்கம்மா வந்து கேட்டா நான் என்ன பதில் சொல்றது. அதெல்லாம் வேணாம். ஏய் லோகு நீ போடா வீட்டுக்கு" எனக் கத்தினார்.

அவன் அங்கிருந்த பெஞ்சில் உட்கார்ந்துகொண்டான். "சார் மாமா அப்படித்தான் பேசுவாரு. அவருக்கு எம்மேல பாசம் அதிகம். நீங்க கேஸ் பைல் பண்ணுங்க. நான் கையெழுத்துப் போடறேன். மாமா நீங்க ஏன் கவலைப்படறீங்க. என் நண்பனுக்காக நான் ஜெயிலுக்குப் போகமாட்டனா" என்றான்.

பாலன் ஏழுமலையிடம் "நீ போய் உட்காருப்பா." என்றுவிட்டு மளமளவென கேஸ் எழுத ஆரம்பித்தார். எழுதி முடித்துவிட்டு, "சரி தம்பி வண்டியில ஏறு" என்றார். இவர்களைப் பார்த்து "நீங்க போங்க" என்றார்.

லோகு ஓடிப்போய் ஜீப்பில் ஏறி உட்கார்ந்துகொண்டான். ஏழுமலை பாலனிடம் "சார் அந்தச் சரக்கு" என இழுத்தார். "கஷ்டம்தான் அதப்பத்தி நினைச்சிக்கிட்டு இருக்காதீங்க. போய் ஆக வேண்டியதைப் பாருங்க" என்றார்.

"சார் ஐம்பதாயிரம் முதல் போட்டு வாங்கி வச்சிருந்தேன். இன்னும் ஒரு பெட்டி கூட ஓடலை" என்றார். போலீஸ்காரர்கள் யாரும் அதைக் காதில் போட்டுக்கொள்ளவில்லை. ரெய்டு வந்தவர்கள் வண்டியில் ஏறிக்கொள்ள ஜீப் ஸ்டேஷனை விட்டு வெளியே நகர்ந்தது.

ஸ்டேஷன் வாசலில் குழுமியிருந்தவர்கள் "ஏமாந்தவன புடிச்சி ஜெயிலுக்கு அனுப்பிட்டாங்க பாத்தியா" என, இவர் காதில் விழட்டும் என்பதுபோலப் பேசினார்கள்.

ஏழுமலைக்குத் திக்கென்றிருந்தது. லோகுவின் அம்மா நீலாவிடம் என்ன சொல்வது?

o o o

ஏழுமலை முதலில் கோழிக்கறிக் கடைதான் வைத்திருந்தார். ஊரெல்லாம் சில்லி சிக்கன் கடைகள் புற்றீசல்களைப்போல முளைக்க ஆரம்பித்தன. அவற்றின் சுவை சரியாய் இல்லை என அவர் யோசித்துக்கொண்டே இருந்தார். பிறகு கறிக் கடையிலேயே முன்னால் இருந்த ஹைவே இடத்தில் சில்லி சிக்கன் கடை போட முடிவு செய்தார். கடைக்கு அவரே எதிர்பார்க்காத அளவுக்கு வரவேற்பு இருந்தது.

சரவணன் சில்லி சிக்கன் பொறிக்கும் முறையைக் கற்றுக் கொண்டான்.

சாயந்தரம் கல்லூரி விட்டு வந்ததும் கறிக்கடையில் நின்று சில்லி போடுவது குறித்து அவன் கர்வம் அடைந்தான். அவனைப் போல் பதமாய் சில்லி கலக்குபவர்கள் அந்த வட்டாரத்திலேயே இல்லை. ஏன் சேலம் வட்டாரத்திலேயே இல்லை என்று அவன் நினைத்தான். உப்பு, காரம் எல்லாம் கோடு போட்டு நிறுத்தியதைப்போல அத்தனை கச்சிதமாய் இருக்கும். கறியை எடுத்தால், எண்ணெய் மின்னாமல், பஞ்சுபோல வெந்திருக்கும். அத்தனை கச்சிதமாய் அனல் வைத்துக் கறியை எண்ணெயில் பொரிப்பான். அவனுடைய சில்லிக்கு அங்கே ஒரு ரசிகர் கூட்டமே இருந்தது. சின்ன ஊர் என்பதால்தான் தன்னை அவ்வளவாக உலகுக்குத் தெரியவில்லை என்பது அவனுடைய எண்ணம். அது உண்மையாகக்கூட இருக்கலாம்.

முதலில் கோழிக்கறி மற்றும் சில்லிக் கடையாக இருந்தது, பின் சரக்கு கிடைக்கும் இடமாக மாறியது மிக வேடிக்கையானது.

அவன் அப்பா ஏழுமலை அதற்கு முன், போதையில் தள்ளாடிக் கொண்டு வருபவர்களைக் கடைக்கு வெளியிலேயே நிறுத்தி அனுப்பிவிடுவார். அவர்தான் இப்போது, பைக்கில் போய் பெட்டிப் பெட்டியாய்ச் சரக்கு வாங்கிக்கொண்டு வருகிறார். கோழிக்கறி வெட்டுபவன், சரக்கு விற்பவன், கல்லூரி மாணவன் என்ற இந்தக் கூட்டுச் சித்திரம் சரவணனுக்கு மிக வசீகரமாய் இருந்தது.

லோகு பார்க்கப் பணக்காரவீட்டுப் பையன் மாதிரி இருப்பான். ஒரு காலத்தில் அது உண்மைதான். ஆனால் இப்போது இல்லை. அவன் அப்பா மகேந்திரன் பிரபலமான ரியல் எஸ்டேட் அதிபர். அந்த வட்டாரத்தில் இருக்கும் பிரம்மாண்டமான பள்ளிக்கு அவர்தான் நிலம் வாங்கிக்கொடுத்தார். அந்த ஒரு வியாபாரமே அவரை எங்கோ கொண்டுபோனது. தினம் தினம் பத்து கார்களாவது அவரைத் தேடி வந்தன. ஒரே மகன் லோகநாதனை அவர் இடம் வாங்கிக்கொடுத்த பள்ளியிலேயே படிக்கவைத்தார். பள்ளி நிர்வாகம் அவரிடம் பணம் எதுவும் வாங்கவில்லை.

லோகுவுக்குப் படிக்கவேண்டும் என்ற எண்ணமே வரவில்லை. உள்ளூர் மாணவனாய் இருந்தாலும் பள்ளி ஹாஸ்டலில்தான் தங்க வேண்டும் என்பது அந்தப் பள்ளியின் சட்டம். எனவே, லோகு அங்கே தங்கினான். ஹாஸ்டலில் அரசுத் தேர்வு எழுதும் மாணவர்களை நான்கு மணிக்கே படிக்க எழுப்பி விடுவார்கள். பத்தாம் வகுப்பு படித்த இவனால் அந்த நேரத்துக்கு எழ முடியவில்லை. காவலாளியைப் பச்சைப் பச்சையாய்த் திட்டினான். அவர் கோபப்படாமல், கடமை தவறாமல் தினம் தினம் அதிகாலை நாலு மணிக்கு அவனை எழுப்பிவிட்டுக்கொண்டே இருந்தார். அவரைக் கொலை செய்ய வேண்டும் என அவன் திட்டம் தீட்டினான். பிறகு புறப்பட்டு வீட்டுக்கு வந்துவிட்டான்.

மகேந்திரன் ஏழையாய் இருந்து பணக்காரர் ஆனவர். லோகுக்கு ஏழ்மையை அவ்வளவாய்த் தெரியாது. பணக்காரப் பள்ளிக் கூடத்தில் படித்ததால் பணக்காரச் செலவுகளைத் தெரிந்து வைத்திருந்தான். பத்தாயிரம், இருபதாயிரம் என அப்பாவிடம் பணத்தை வாங்கிக்கொண்டு ஊர் சுற்றினான். பெங்களூரு மும்பை, டெல்லி எனத் தனியாகப் போய்விட்டு வந்தான். அங்குள்ள கலாச்சாரங்களைத் தன்னுடைய நடை உடை பாவனைகளில் பிரதிபலித்தான். நகரங்களில் உள்ள பிரபலமான மது விடுதிகளில் பணத்தைத் தண்ணீராய்ச் செலவு செய்தான்.

அவனுடைய பணத் தேவை பிரம்மாண்டமாய் எழுந்தது. மகேந்திரன் பயந்து போனார். இந்த அளவுக்குப் போனால் சொத்து

பெருங்காயம் மாதிரிக் கரைந்து போகுமே என மகனைக் கண்டிக்க முயன்றார். ஆனால் நிலைமை தலைக்கு மேலே வெள்ளம் போவது போலப் போய்விட்டது. அவருடைய கண்டிப்புகளை அவன் ஒரு பாமரத் தகப்பனின் பத்தாம் பசலித்தனமான புலம்பல்கள் என்பதுபோலப் பார்த்தான்.

மகனின் எதிர்காலம் பற்றிய ஓயாத பயம் அவரைப் பக்கவாத நோயில் தள்ளியது. சென்னையில் பிரபலமான மருத்துவமனையில் வைத்து வைத்தியம் பார்த்தார்கள். இருந்த நிலங்கள் எல்லாவற்றையும், நீலா மின்னல் வேகத்தில் விற்றாள். எல்லாம் எதிர்காலக் கணிப்பில் ஊர் ஓரத்தில் வாங்கப்பட்டவை. பத்து இலட்சம், ஐந்து இலட்சம் என அடிமாட்டு விலைக்குத்தான் விற்றன.

ஒரு மாதம் மருத்துவமனையில் வைத்திருந்ததில், பண மெல்லாம் மாயமாகிவிட்டது. எவ்வளவு செலவானது என அவள் கணக்குப் பார்க்க விரும்பவில்லை. இப்போதுகூட அவளுக்கு அந்தக் கணக்கு என்னவென்று தெரியாது. பக்கவாதம் கொஞ்சம்தான் குணமான மாதிரித் தெரிந்தது. தூக்கவே முடியாமல் இருந்த வலது கையைக் கொஞ்சம் தூக்கினார். மற்றபடி எந்த முன்னேற்றமும் இல்லை. எல்லா வைத்தியமும் செய்தாகிவிட்டது. இனிச் செய்வதற்கு ஒன்றுமில்லை என டாக்டர்கள் கை விரித்தனர்.

கணவரை வீட்டில் கொண்டுவந்து போட்டுக்கொண்டாள் நீலா. லோகுக்கு முன்போல் கையில் பண நடமாட்டம் இல்லை என்பது சகிக்க முடியாததாய் இருந்தது. அப்பா இவனைப் பழிவாங்க வேண்டும் என வேண்டுமென்றே நோயில் விழுந்ததைப் போல நினைத்துக்கொண்டான். அம்மா இல்லாதபோது, படுக்கை அருகில் நின்றுகொண்டு வாய்க்கு வந்தபடி திட்டினான். பீ, மூத்திரம் எல்லாம் நீலாதான் அள்ளினாள்.

ஊரிலேயே பெரிய வீடாய்க் கட்ட வேண்டும் என்ற கனவில் மகேந்திரன் சொந்த வீடு கட்டுவதைத் தள்ளிப் போட்டுக் கொண்டே வந்தார். வீடு கட்ட நேரம் கூடிவரவில்லை. ஸ்கூல் நிலம் விற்ற கமிஷனில் பெரிய வீட்டுக்குக் குடிமாறினார். கையில் பணம் புரண்டபோது எதுவும் தெரியவில்லை. இப்போது அவ்வளவு பெரிய வீட்டுக்கு வாடகை கொடுக்கச் சிரமமாய் இருந்தது. நீலா சிறியதாக வீடு பார்த்தாள். வீட்டில் இருந்த பொருட்கள் எல்லாம் கடைக்குப் போக ஆரம்பித்தன. "தம்பி எங்கியாவது வேலைக்குப் போகலாமில்ல" என மெல்ல மகனிடம் கேட்டாள். அவன் 'அதெல்லாம் முடியாது' என மறுத்துவிட்டான்.

"அப்பாவைப் போல நீயும் நிலம் விக்கிற தொழில் செய்யலாமே? கொஞ்சம் நாலு இடம் அலைஞ்சி திரிஞ்சி

தொழிலைக் கத்துக்கிட்டா பின்னாடி நல்லா இருக்கலாமே" என்று பக்குவமாய் எடுத்துச் சொன்னாள்.

"எனக்கு அந்த மாதிரியெல்லாம் பொய் பேசத் தெரியாது" என்றான்.

நீலாவுக்குக் கோபம் வந்தது. "அப்போ என்னதான் செய்வே? படிக்கவும் இல்ல. அப்பாவோட வேலையையும் கையில எடுத்துக்க மாட்டே? வேலைக்கும் போகமாட்டே. வயித்துக்கு என்ன சாணியவா திங்க முடியும்" என்றாள்.

அவளுக்கு மனம் உடைந்துவிட்டது. கதறலான அழுகை வெடித்துக்கொண்டு கிளம்பியது. அவள் ஒரு பெரிய குடும்பத்தில் பிறந்தவள். அவள் அப்பா ஒரு ஜவுளி வியாபாரி. இன்றைக்கும் அவள் அண்ணன்கள் திருப்பத்தூரில் ஜவுளி வியாபாரம் செய்துகொண்டு செல்வாக்காய் இருக்கிறார்கள். தன் விதி இப்படி ஆகிவிட்டதே என்று அன்று முழுவதும் அழுது தீர்த்தாள்.

லோகு ஒன்றும் பேசாமல் அங்கிருந்து வெளியேறினான். வீட்டை விட்டால் அவன் நேராக வருவது சரவணன் கோழிக் கடைக்குத்தான். பெரும்பாலும் அவன் கோழிக்கடையில்தான் இருந்தான். கலகலப்பாகப் பேசுவதாக நினைத்துக்கொண்டு அனைவருக்கும் எரிச்சலூட்டுவதுதான் அவனுடைய பேச்சு முறை.

சரவணனை மூச்சுக்கு முன்னூறு தடவை 'நண்பா நண்பா' எனக் கூப்பிட்டு அவன் பொறுமையைச் சோதித்தான். என்றாவது ஒருநாள் அவனைக் கறி வெட்டும் கத்தியாலேயே ஒரு காட்டு காட்டிவிட வேண்டும் எனச் சரவணன் நினைத்தான். கோழிக் கடையையே சுற்றிச் சுற்றி வருவதும், சரக்கு வாங்க வருபவர்களிடம் வழியச் சென்று பெரிய இடத்துப் பையன் மாதிரிப் பேசி, கட்டிங் தேற்றுவது அவனுடைய அன்றாட வேலை. அது நன்றாகவே போய்க்கொண்டிருந்தது.

நீலா நூல் மில்லுக்கு வேலைக்குப் போனாள். பெற்ற கடனுக்கு மகனுக்கு ஒரு பெண்ணைப் பார்த்துக் கல்யாணம் செய்து வைத்துவிட்டால் பரவாயில்லை என்று நினைத்தாள். ஏழை பாழை, வயிற்றுக்குச் சோறில்லாதது, உட்கார வீடில்லாததாய் இருந்தாலும் பரவாயில்லை கொஞ்சம் இலட்சணமாய் இருந்தால் போதும் எனப் பார்த்தாள். ஆனால் பிச்சை எடுப்பதைவிடக் கொஞ்சம் தேவலாம் என்றரீதியில் இருந்த வீட்டில்கூட இவனுக்குப் பெண் கொடுக்க மறுத்துவிட்டார்கள். அவ்வளவு தூரம் அவன் பேர் ஊரெங்கும் விளங்கியது.

நீலாவுக்கு மகனை நினைத்தாலே ஆத்திரமாய் வந்தது. சாயந்தரம் வேலை முடிந்து வீட்டுக்கு வந்ததும் படுத்துவிடுவாள்.

கொஞ்ச நேரம் தூங்கிவிட்டு எழுந்து மகனைப் பார்க்கக் கோழிக்கடைப் பக்கம் வருவாள். "இங்க என்னடா பண்ற வா வீட்டுக்கு" என்பாள். அவன் "போம்மா வர்றேன். போம்மா வர்றேன்" என்று திரும்பத் திரும்பச் சொல்லி அவளை அனுப்பிவிடுவான். காலை, மதியம், மாலை வரை சரக்கு கிடைக்கவில்லை என்றால், நீலா வருவதற்குள் வீட்டுக்குப் போய், பித்தளைப் பாத்திரம் எதையாவது தூக்கிக்கொண்டு வந்துவிடுவான். பழைய இரும்புக் கடையில் போட்டுவிட்டுக் குடிக்க ஆரம்பித்தால், இரண்டு நாட்கள் காலம் வெள்ளைக் குதிரையில் மேகங்களுக்கு இடையே போகும்.

லோகு ஜெயிலுக்குப் போனதும் கோழிக்கடை வெறிச்சென இருந்தது. எந்நேரமும் 'நண்பா நண்பா' எனச் சுற்றிவரும் அவன் இல்லாமல் கடை அடையாளத்தை இழந்திருந்தது.

சரவணன் ஜெயிலுக்குப் போயிருந்தால் அவன் எதிர்காலம் என்ன ஆகியிருக்கும் நினைக்கும்போதே ஏழுமலைக்கு என்னவோ செய்தது.

நீலா வந்து கடை வாசலில் நின்றுகொண்டு அழுதாள். "தகப்பன் இல்லாத பையன் கேக்கறதுக்கு யாரு இருக்கான்னுதானே எம்பையனை ஜெயிலுக்கு அனுப்பிட்டே. இனிமே யாரு அவனுக்குப் பொண்ணு தருவா. எங்க அவன் வேலைக்குப் போவான். உனக்கு உம்பையனைப் போலத்தானே எனக்கு எம்பையனும். அவனை இப்படி அழிச்சிட்டியே" என ஒப்பாரி வைத்தாள்.

ஏழுமலைக்கு முகத்தை எங்கே வைத்துக்கொள்வது என்றே தெரியவில்லை. "நீலா உம்பையனை நான் வேறையா நினைக்கலை. அவனுக்கு இன்னொரு கோழிக் கடை வேணும்னாலும் வெச்சி தர்றேன். நான் உம்பையனுக்குத் துரோகம் நினைக்கலை. அவனாவேதான் வந்தான். நானும் எவ்வளவோ சொன்னேன்" என வினையமாய்ச் சொன்னார்.

அவர் கூனிக் குறுகிச் சொன்ன விதத்தைப் பார்த்து நீலாவுக்கு என்னவோபோல் இருந்தது. "என்னவோ அவன் தலையெழுத்து, என் தலையெழுத்து. அவங்க அப்பா அவனை எப்படிப் படிக்க வைச்சார். எப்படித் தொழில் பண்ணினார். அப்பேர்ப்பட்ட குடும்பம் கந்தற சிந்தறையா போயிடுச்சி. இனி என்ன போனா என்ன இருந்தா என்ன" எனப் புலம்பிக்கொண்டே கூந்தலை அள்ளி முடிந்தபடி போய்விட்டாள்.

சரவணனுக்கு அதே நினைவாய் இருந்தது. விளையாட்டுப்போல ஜெயிலுக்குப் போய்விட்டான். ஒருவேளை

அவன் இல்லாவிட்டால், நான் அல்லது அப்பா யாராவது ஒருவர் போயிருக்க வேண்டும். அதை நினைக்கும்போதே நெகிழ்ச்சியாய் இருந்தது. லோகு மேல் இனம்புரியாத பாசம் ஏற்பட்டது.

அப்பாவும் மகனும் லோகுவை ஜாமினில் எடுக்கத் தவிதாயப்பட்டார்கள். கைமுதல் எல்லாம் போலீசார் கொண்டு போய்விட்டனர். பலத்த அடிதான். ஆனாலும் லோகுவை வெளியே கொண்டுவர வேண்டியது அவர்கள் கடமை அல்லவா? அதைத் தட்டிக் கழிக்க முடியுமா? பணம் புரட்டிக்கொண்டு, முன்சீப்பிடமும் தாசில்தார் அலுவலகத்திலும் நடையாய் நடந்து கையெழுத்து வாங்கி கோர்ட்டில் சமர்ப்பிக்க ஒருவாரம் ஆகிவிட்டது. அதன்பின் அப்படி இப்படி என மேலும் ஒரு வாரம் கழித்துத்தான் வெளியே விட்டார்கள்.

லோகு வெளியே வரும் நாளில் கடையை மூடிவிட்டு வாடகை கார் எடுத்துக்கொண்டு சேலம் சென்ட்ரல் ஜெயிலுக்கு இருவரும் போனார்கள். லோகு சிரித்துக்கொண்டே வெளியே வந்தான். அவனைப் பார்த்தபோது சரவணனே ஜெயிலில் இருந்து வருவதைப்போல ஏழுமலைக்கு வாஞ்சை ஏற்பட்டது. 'வாப்பா' எனக் கையைப் பிடித்துக் கூட்டிக்கொண்டு வந்தார். சரவணன் சிரித்தபடி அவன் கைகளைப் பற்றிக்கொண்டான். லோகு அவனைப் பார்த்து ஆழ்ந்து சிரித்தான். அதில்தான் எவ்வளவு பிணைப்பு. அவன் முன்போல இல்லை. ஏதோ பெரிய யூனிவர்சிட்டியில் பட்டம் பெற்றவனைப்போல நிதானமாகவும் பக்குவமாகவும் காணப்பட்டான். வண்டி நேராகச் செல்வி மெஸ்சுக்குப் போனது. 'சாப்பிடு சாப்பிடு' என வரிசையாய்க் கறிவகைகளை வரவழைத்து அவனைச் சாப்பிட வைத்தார்கள்.

ஊருக்கு வந்ததும் கடையைத் திறந்து உள் அறைக்குக் கூட்டிக் கொண்டு போனார் ஏழுமலை. "உனக்கு எவ்வளவு வேணுமோ குடிச்சிக்க லோகு" என்றார். ஜெயிலில் இருந்து வெளியே வந்து இரண்டு நாட்கள் ஆகியும் அவன் வீட்டுக்குப் போகவில்லை. நீலா வந்து வந்து பார்த்தாள். "வந்துருவாம் போம்மா" என அனுப்பிவிட்டான்.

லோகு கடைக்கு எப்போது வேண்டுமானாலும் வருவான். எவ்வளவு வேண்டுமானாலும் குடிப்பான். அப்பாவும் மகனும் எதுவும் கேட்க மாட்டார்கள். நீலாவுக்குப் பயமாய் இருந்தது.

"அண்ணே நீங்க எதாவது செய்யணும்னு நெனைச்சா வேற எதாவது செய்ங்க. இப்படி அவனை குடிக்க வெச்சி அழிச்சிறாதீங்க" என அழுதாள். ஏழுமலை சிரித்துக்கொண்டே, "நான் தராட்டாலும் அவன் இப்படித்தான் கண்டவங்ககிட்ட

வாங்கிக் குடிக்கப் போறான். அந்தப் பிரச்சினை இல்லாம நானே கொடுத்தர்றேன். அவ்வளவுதான்" என்றார்.

முதலில் இது ஒரு பிரச்சினையே இல்லை என்றுதான் தோன்றியது. ஆனால் போகப் போக அது யானையைக் கட்டித் தீனி போடுவதுபோல முடியாத காரியம் எனப் பட்டது. என்ன செய்வது என ஏழுமலை தீவிரமாக யோசித்தார். லோகு கல்மிஷமில்லாமல் ஜீப் ஏறி ஜெயிலுக்குப் போன காட்சி அவர் மனதுக்குள் திரும்பத் திரும்ப ஓடிக்கொண்டே இருந்தது.

கடைசியாக இப்படி முடிவு செய்தார். தினமும் ஒரு குவாட்டர் மட்டும் இலவசமாகக் கொடுத்துவிடுவது. லோகு எதுவும் பேசவில்லை. இரண்டு நாள் கம்மென்று வாங்கிக்கொண்டான். பிறகு, "நான் உங்களுக்காக ஜெயிலுக்குப் போனேன்" என்றான். "அங்கே வெறும் தரையில் படுத்தேன். வாயில் வைக்க முடியாத மோட்டா அரிசி சோறைத் தின்னேன். நான் எப்படிப்பட்ட குடும்பத்தில் பிறந்தவன் தெரியுமா? எங்க அப்பா இருந்திருந்தால் இப்படியெல்லாம் நடக்குமா" என விதவிதமாகப் பேசினான். அவனுடைய ஒவ்வொரு வார்த்தையும் ஏழுமலையின் நெஞ்சில் கத்திபோல் இறங்கியது. அவமானத்தில் கூனிக் குறுகிப் போனார். பிறகு இரண்டு நாள் அவனுக்கு வேண்டிய சரக்கைக் கொடுத்தார். அதற்கு மேல் அவரால் பொறுத்துக்கொள்ள முடியவில்லை. மீண்டும் அவனுக்குச் சரக்கு இல்லை ஒரு குவாட்டர்தான் எனச் சொல்லிவிட்டார்.

லோகு தினமும் கடைக்கு முன்னாலேயே எப்போதும் உட்கார்ந்திருந்துகொண்டு, வருகிறவர் போகிறவர்களிடம் எல்லாம் நியாயம் சொன்னான். "என் வாழ்க்கையவே தியாகம் செஞ்சேன். இப்ப எதுக்கும் வழியில்லாம அநாதையா நிக்கறேன்" என்றான். ஏழுமலைக்கு இப்போது அவனுடைய பேச்சு அவமானமாகத் தெரியவில்லை. ஏதோ நாய் ஒன்று வாசலில் சதா குரைத்துக் கொண்டு இருப்பதைப்போல நினைத்துக்கொண்டார்.

அப்பாவுக்கும் மகனுக்கும் இவனை எப்படி வழிக்குக் கொண்டுவருவது என்று தெரியவில்லை. பேசாமல் நாமே யாராவது ஜெயிலுக்குப் போய்விட்டு வந்திருக்கலாம் என்று இருவருக்குமே தோன்றியது. அன்று ஞாயிற்றுக்கிழமை. விடியற்காலை நேரமாக வந்து சரவணன்தான் கடையைத் திறந்தான். எங்கோ சந்துக்குள் ஒளிந்தபடி பார்த்துக்கொண்டிருந்தவன்போல உடனே அங்கே வந்தான் லோகு. விடுவிடுவென உள்ளே போய் ஒரு குவாட்டர் பாட்டிலை எடுத்து பேண்ட் பாக்கெட்டில் விட்டுக்கொண்டு வந்தான்.

சரவணனுக்குக்கண் மண் தெரியாதகோபம்வந்தது என்றாலும் கட்டுப்படுத்திக்கொண்டு, லோகு ஏதாவது சொல்லுவான் என எதிர்பார்த்தான். ஆனால் அவன் சிரித்துக்கொண்டே கடையை விட்டு வெளியே போகப் பார்த்தான். சரவணன் அவனை அழைத்து "பாட்டிலுக்குக் காசு கொடு" என்றான்.

"பணம் தானே வாங்கிக்கலாம்" என மீண்டும் சிரித்தான் லோகு. சரவணன் மீண்டும் பணம் கேட்டான். லோகு மீண்டும் சிரித்தான். "தம்பி ஞாபகம் இருக்கா? ஜெயிலுக்குப் போகப் போலீஸ் ஸ்டேஷன்ல காத்திருந்தியே? போயிருந்தா என்ன ஆகியிருக்கும் தெரியுமா? காலேஜ் போயிருப்ப?" என இளக்காரமாகச் சிரித்தான்.

"சரவணன் போகாட்டி பு... ஆச்சி" எனத் திட்டிக்கொண்டே கறி வெட்டும் கத்தியை எடுத்துக்கொண்டு அவன் தலையை வெட்டுவதைப்போலப் பாய்ந்தான்.

லோகுவின் கண்களில் ஒரு கணம் உயிர்ப் பயம் எட்டிப் பார்த்து மறைந்தது.

"வெட்றயா வெட்டு" எனச் சிரித்தான். சரவணன் கத்தியை அறை மூலையை நோக்கி வீசினான். பெருஞ்சத்தத்தோடு போய் விழுந்தது கத்தி. வெட்டுக்குத் தயாராய் இருந்த கோழிகள் இறக்கைகளைப் படபடவென அடித்துக்கொண்டன. அவன் செயல் அவனுக்கே நடுக்கமாய் இருந்தது. ஒரு விநாடியில் என்ன செய்யத்துணிந்துவிட்டேன். லோகு தலை வெட்டப்பட்டு இரத்தக் கோலமாய்க் கிடக்கும் காட்சி அவன் மனதுக்குள் துல்லியமாய் விரிந்தது. அதைப் பார்த்து அவனுக்கு உடல் சூடானது. கொஞ்ச நேரத்தில் சரியாகிவிடும் என நினைத்தான். மத்தியானமெல்லாம் ஜுரம் கொதித்தது. ஏழுமலை லோகுவைத் தேடிக்கொண்டு வீட்டுக்குப் போனார். நீலா, "நீயெல்லாம் ஒரு மனுசனா? உம் மகன் கத்தியில வெட்ட வந்தானாமே? நீங்கல்லாம் உருப்படி ஆக மாட்டீங்க. நாசமாத்தான் போவீங்க" எனச் சத்தம் போட்டாள். ஆவேசமாய் லோகு பக்கம் திரும்பி, "டேய் நீ ஒரு ஆம்பளையா இருந்தா இவன் கடை வாசலை மிதிக்கக் கூடாது" எனக் கத்தினாள்.

லோகு ஒருவாரமாய் கடைப் பக்கம் வரவில்லை. மேட்டுக் கடைக்கும் சரக்கு விற்கும் சின்னதுரை வீட்டுக்கும் போய் வந்துகொண்டிருந்தான். அங்கே உட்கார்ந்துகொண்டு சரவணனையும் ஏழுமலையையும் கெட்ட கெட்ட வார்த்தைகளால் நாள் பூரா திட்டிக்கொண்டிருப்பதாய் கேள்விப்பட்டார்கள்.

அன்று ஞாயிற்றுக்கிழமை. ஏற்கெனவே நடந்தது மாதிரியே ஜீப் ஒன்று கடை வாசலில் நின்றது. கடந்த முறை ரெய்டு வந்து இரண்டு மாதம்தான் ஆகியிருந்தது. சரவணன் சோர்வாய் உணர்ந்தான். சத்தமாய்க் காறிக் கடைக்கு வெளியே துப்பினான்.

சரியாக அந்த நேரத்தில் லோகு அங்கு வந்தான். போலீசார் சரக்கை எடுத்துக் கொண்டு போவது, தான் ஜெயிலுக்குப் போக வேண்டியிருப்பதுகூடச்சரவணனுக்குப்பெரிதாய்த்தெரியவில்லை. அந்தச் சமயத்தில் லோகு அங்கே நின்றுகொண்டு வஞ்சம் தீர்த்துவிட்ட தோரணையில் சிரித்துக் கொண்டிருந்ததைத்தான் அவனால் தாங்கிக்கொள்ள முடியவில்லை.

இந்த முறை போலீசார் ஒரு சம்பிரதாயத்தை நிறை வேற்றுவதைப்போல இயல்பாய் இருந்தார்கள். சரவணனும் கூட இயல்புக்குத் திரும்பிவிட்டான். ஏழுமலை லோகுவின் கையைப் பிடித்துக் கூட்டிக்கொண்டு தள்ளிப்போய், "லோகு நடந்ததெல்லாம் இருக்கட்டும். போன தடவை மாதிரி இந்தத் தடவையும் நீயே போயிட்டு வந்துடு. இந்த தினம் தினம் சரக்கு தர்றதெல்லாம் வேண்டாம். அது சரிப்பட்டு வராது. நான் மொத்தமா ஒரு தொகை அம்மாக்கிட்ட கொடுத்தர்றேன்" என்றார்.

லோகு என்னவென்றே அர்த்தம் செய்துகொள்ள முடியாத வகையில் சிரித்தவாறே முடியாது என்பதாகத் தலை அசைத்தான்.

ஏழுமலை மெல்ல மெல்லக் கெஞ்சும் தொனிக்கு மாறினார். அவன் ஒரே மாதிரித் தலையாட்டிக்கொண்டே அங்கிருந்து நகர ஆரம்பித்தான். அவர் "லோகு லோகு" என்றார்.

சரவணன் ஒருவேளை தான் கேட்டால் ஒத்துக்கொள்வானோ என நினைத்தவனாய், "லோகு போன தடவை சொன்னியே நான் உன்னோட உயிர் நண்பன்னு. இந்த ஒரு தடவை உதவி பண்ணு" என்றான். அவன் வார்த்தைகளில் பழைய சம்பவங்களின் சாயல்கள் உண்மையிலேயே சுத்தமாய் மறைந்துவிட்டன.

லோகு அவன் இப்படிக் கேட்க வேண்டும் என்பதற்காகவே காத்திருந்தவன்போல உதட்டை மடித்துக் கடித்துக்கொண்டு நடு விரலை நீட்டி ஆபாசமாய்ச் சைகை காட்டினான்.

சரவணனுக்கு அசிங்கத்தை மிதித்த மாதிரி முகம் ஆகிவிட்டது. அவன் பேசாமல் போய் ஜீப்பில் ஏறிக்கொண்டான்.

ஸ்டேஷனில் போய் இவர்கள் எதுவுமே பேசவில்லை. குமார் போலீஸ்தான் அவர்களை உட்காரவைத்துப் பொறுமையாகக் கேட்டார். "போன தடவை வந்தானே அந்தப் பையன் எங்கே என்றார். இவர்கள் எதுவும் பேசவில்லை." "ஏன் சரிப்பட்டு வரலியா ?" என்றார்.

ஏழுமலை தான் ஜெயிலுக்குப் போவதாய்ச் சொன்னார். சரவணன் பிடிவாதமாய் மறுத்துவிட்டு, அவனே ஜெயிலுக்குப் போனான். இன்னும் ஒரு மாதம் இருந்திருந்தால் கல்லூரிப் படிப்பு முடிந்திருக்கும். அதற்குள் இப்படி நடந்துவிட்டது. "அதனால்

என்ன படிப்பை முடிச்சிடு" என ஏழுமலை எவ்வளவோ தூரம் சொன்னார். ஆனால் சரவணன் காலேஜ் போக ஒரேயடியாய் மறுத்துவிட்டான். ஏழுமலைக்கு அப்போதுதான் இந்தச் சரக்கு வியாபாரத்தை எதற்கு ஆரம்பித்தோம் என இருந்தது. எல்லாம் முட்டாள்த்தனம் என நினைத்து அழுதார். அழுதுகொண்டே மகனிடம் கெஞ்சினார். "தம்பி படிப்பை முடிச்சிடு. எதுவா இருந்தாலும் அப்புறம் பாத்துக்கலாம். இப்ப விட்டா ஒரேயடியா விட்டுப் போயிடும். சொன்னா கேளுப்பா" என்றார். சரவணன் அசையவில்லை.

லோகு மீண்டும் கடைக்கு வரத்தான் செய்தான். மணிக் கணக்காய் கடை வாசலில் உட்கார்ந்துகொண்டு சரக்கு வாங்க வருபவர்களிடம் தொணதொணத்துக் கொண்டிருந்தான். எக்காளமிட்டுச் சிரித்தான். சரவணனோ ஏழுமலையோ எதையுமே கண்டுகொள்வதில்லை. அனைத்தையும் கடந்த ஞானிகள்போல இருந்தார்கள்.

அன்று புதன்கிழமை. சரவணன் கடையில் கறி வெட்டிக் கொண்டிருந்தான். லோகு அப்போதுதான் வீட்டிலிருந்து வந்தான். சாலையில் காலை நேரப் பரபரப்பு முடிந்து சோம்பல் படர்ந்திருந்தது.

"நண்பா ஒரு குவாட்டர் குடேன். காசு அப்புறமா தர்றேன்" என்றான் லோகு. சரவணன் எதுவும் பேசவில்லை. "நண்பா சரக்கு குடு நண்பா கையில காசு சுத்தமா இல்லை. யாராவது வந்தா கூட வாங்கித் தந்துடறேன்" என்றான். சரவணன் மௌனமாகக் கறி வெட்டிக்கொண்டிருந்தான்.

"நண்பா அடுத்த தடவை ரெய்டு வந்தா நான் ஜெயிலுக்குப் போறேன் நண்பா. பிராமிஸ்" என்றான். சரவணனின் முகம் இறுகியது. கறி வெட்டுவதை நிறுத்திவிட்டு லோகுவை ஏறிட்டுப் பார்த்தான். லோகு பயந்துவிட்டதைப்போல "ஐயோ" என்றான். நண்பா இப்ப என்ன ஆகிப் போச்சு. நான் கூடத்தான் படிக்கலை. பீஸ் கட்டியிருந்தா அஞ்சு இலட்சம் ஆகியிருக்கும். அதையே தூக்கி எறிஞ்சிட்டு வந்தேன். நீ என்னவோ இதுக்குப்போய் இப்படி பீல் பண்றியே நண்பா. வாழ்க்கைல எது வேணா நடக்கும் நண்பா. சரி சரின்னு போயிட்டே இருக்கணும். சரி சரக்கு குடு" என்றான். சரவணன் வெட்டிய கறியை அள்ளித் தராசில் வைத்தான்.

லோகு மெல்லக் கடைக்குள் போனான். சரவணன், "டேய், நில்றா" என்றான். அப்போது சரக்கு வாங்க வந்த ஒரு கும்பல் சட்டென விக்கித்துப் போய் நின்றது. சரவணனிடம், "தம்பி என்ன ஆச்சி" என்றார்கள். லோகுவைப் பார்த்து, "இந்தாப்பா இங்க என்ன கலாட்டா பண்றியா. வெளிய போப்பா" என்றார்கள்.

லோகு அவமானப்பட்டுப்போய் நின்றான். என்ன செய்வதென்று தெரியவில்லை. மெல்லப் புன்னகைக்க முயன்றான்.

சரவணன் தாவி வந்து அவன் சட்டையை வளைத்துப் பிடித்தான். பொத்தான்கள் பட் பட்டெனத் தெறித்து விழுந்தன.

கடைக்கு வந்தவர்கள் "இந்தாப்பா தம்பி" என வந்தார்கள். லோகுவின் கை அருகே கறிவெட்டும் கட்டையில் கத்தி இருந்தது. லோகுவின் கை அதைப் பற்றியது. பிறகு அங்கு ஆடு போலவும் மனிதக் குரல் போலவும் இரண்டும் கலந்த ஓலம் ஒன்று எழுந்தது. சரவணன் மரக்கட்டை மாதிரி நெட்டாக அப்படியே பின்னால் விழுந்தான். தடால் என்ற சத்தம் கொடூரமாய் எழுந்தது. அவன் கழுத்தில் ஆழமாய் வெட்டு விழுந்திருந்தது. அவனிடமிருந்து அலறல் சத்தம் எழுந்தபோதே கடைவீதியில் இருந்து மக்கள் படை படையாய் வர ஆரம்பித்தார்கள்.

கூட்ட நெரிசலில் கடையே இருண்டு போய்விட்டது. லோகுவின் கண்கள் வெறுமையாகிவிட்ட சரவணனின் கண்களை வெறித்தபடி இருந்தன.

இருபது ஆண்டுகளுக்குப் பின் அந்த ஊரில் ஒரு கொலை நடந்திருந்தது.

ஆனந்த விகடன், ஜூலை 18, 2018

2

வல்லூறின் நிழல்

நீர் நிறைந்த அல்லது காலி பிளாஸ்டிக் குடங்களோடு பிரதான சாலையில் மேகலா நடந்து கொண்டிருப்பதை, இந்தச் சிறிய நகரத்துக்கு மாலை நேரத்தில் நீங்கள் வர நேர்ந்தால் பார்க்கலாம். பல ஆண்டுகளாக இங்குள்ள உணவகங்கள், தேநீர் விடுதிகளுக்குத் தண்ணீர் எடுத்து ஊற்றும் வேலையை அவள் செய்துவருகிறாள். அவள் நடையில் ஓர் இயந்திரத்தனமான வேகம் இருந்தாலும் ஒரு குழந்தையைத் தூக்கிக்கொண்டிருப்பதைப்போல இடதுகையில் சிவப்பு, பச்சை, நீலம் என அடர்ந்த நிறமுடைய குடத்தை வளைத்துப் பிடித்துக்கொண்டு தொங்கிக்கொண்டிருக்கும் வலது கையை ஒயிலாக அசைத்தபடி செல்வதைப் புன்னகையின்றிப் பார்ப்பது கடினம்.

அந்தக் கடைவீதியிலும் ஊரின் விளிம்புப் பகுதியிலும் என, ஊரில் அந்த வாரத்தில் மூன்று திருட்டுகள் நடந்திருந்தன. முதலாவதாக, ஊரில் உள்ள ஒரே ஒரு சூப்பர் மார்க்கெட்டான கிருஷ்ணா சூப்பர் மார்க்கெட்டில், பின்புறம் உள்ள தென்னந்தோப்பை ஒட்டியுள்ள சுவரில் வைக்கப்பட்டிருந்த வெப்பம் வெளியேற்றும் மின்விசிறியை அகற்றித் திருடன் உள்ளே நுழைந்திருந்தான். (ஒருவரா பலரா தெரிய வில்லை) கடையில் பணம் எதுவும் வைக்கப் பட்டிருக்கவில்லை. பள்ளிக்கூடத்திற்கு அருகே இருக்கும் பெட்டிக் கடைக்காரரிடம் இருந்து ஐயாயிரம் ரூபாய்க்குச் சில்லறை வாங்கிக் கல்லாப்பெட்டிக்குக் கீழே வைக்கப்பட்டிருந்தது.

அந்தச் சில்லறை மூட்டையைக் காணவில்லை. முந்திரிப் பருப்புப் பாக்கெட்டுகள் உடைக்கப்பட்டிருந்தன. இன்னும் வேறு என்னென்ன திருட்டுப் போயிருக்கிறது எனக் கணக்கெடுத்தார்கள். கடைசியில் ஒரு இலட்சம் ரூபாய் அளவுக்கு மளிகைப் பொருட்கள் திருட்டுப் போயிருப்பதாகப் போலீசில் புகார் கொடுக்கப்பட்டது.

சுற்று வட்டாரத்தைச் சேர்ந்த ஏராளமான மக்கள் கடையில் வந்து குவிந்துகொண்டே இருந்ததால் அங்கு பல கதைகள் திடீர் திடீர் என உயிர்பெற்று உலவ ஆரம்பித்தன. கல்லாப்பெட்டி உடைக்கப்பட்டிருப்பதாகவும் வசூல் பணம் இலட்சக் கணக்கில் அதில் இருந்ததாகவும் உண்மையான தொகையைச் சொன்னால் கணக்குக் காட்ட வேண்டி வரும் என்பதால் பணம் எதுவும் திருட்டுப் போகவில்லை எனக் கடைக்காரர் சொல்வதாகப் பேசிக்கொண்டார்கள்.

சிலர் சில்லறை மூட்டை வைத்திருப்பதாகச் சொல்வது பொய் என்றார்கள். கடையில் சிசிடிவி கேமரா வசதி செய்யப்பட்டிருந்தது. ஆனால் கடையை மூடிவிட்டுப் போகும்போது கேமராவை அணைத்து வைத்துவிட்டுப் போவதுதான் வழக்கம் எனக் கடைக்காரர் சொன்னபோது போலீசார் நொந்து போனார்கள்.

இது முடிந்த இரண்டாவது நாள் ஞாயிற்றுக்கிழமை. கூடையில் பழம் விற்கும் கனகா வெயிலில் வீதியெல்லாம் அலைந்து திரிந்து, "ஆப்பீ. .ள் பழ. .ம் திரா. .ட்சைப் பழ...ம்" எனக் கூவிக் கூவிக் களைத்தவளாய் முதலியார் கடையில் டீ குடிக்கச் சென்றுகொண்டிருந்தாள். ஞாயிற்றுக் கிழமையின் வழக்கப்படி அன்று வியாபாரம் சொல்லிக்கொள்ளும்படி இல்லை. ஏறு வெயில் காந்தலடித்தது. பசி மயக்கத்தில் தலை சுற்றியது. (அதிகாலையிலேயே மார்க்கெட்டுக்குப் போய்விட்டு வந்து, ஒரு சுற்று வியாபாரத்தை முடித்துக்கொண்டு, மதியம் சாப்பிடுவதுதான் எப்போதுமே அவள் வழக்கம்) கைவிரல்களை விரித்து விரித்துவிட்டாலும் கொறக்களி பிடித்துக்கொண்டு மடங்கிக்கொண்டு போனது. தாங்க முடியாத வலியோடு ஒரு கை விரல்களை இன்னொரு கையால் விரித்து விட்டுக்கொண்டு போனவளை பைக்கில் வந்த இளைஞன் ஒருவன் நிறுத்தினான். "அக்கா என்னா பழம் வச்சிருக்க?"

"ஆப்பிள், திராட்சை, மாதளம்பழம் இருக்குது." அவள் கண்களில் ஒரு நப்பாசை.

"மாதளம்பழம் ஒரு கிலோ வேணும். ஐநூறு ரூபாய்க்குச் சில்லறை இருக்குதா" என்றான். அவன் பின்னால் ஒருவன் உட்கார்ந்திருந்தான். இருவரும் நல்ல உடை தரித்திருந்தார்கள். நம்பிக்கையாகவும் நெருக்கமாகவும் உணரும்படி சிரித்துக்

கொண்டிருந்தார்கள். கனகா சிரித்துக்கொண்டே சுருக்குப் பையை எடுத்துப் பணம் எவ்வளவு இருக்கிறது என நூறு ரூபாய் நோட்டுக்களை எடுத்து எண்ணிக்கொண்டிருந்தாள். முன்னால் இருந்தவன் சட்டென அவளிடமிருந்த பணத்தைப் பறித்தான். பைக் சீறிப் பாய்ந்துகொண்டு சென்றது. கனகா வெறிபிடித்தவள் மாதிரி தன்னை மறந்து அலறினாள். என்ன நடந்தது என அவளுக்கு ஒன்றும் புரியவில்லை.

அவள் தலையிலிருந்த கூடை சரிந்து விழுந்து பழங்கள் சாலையில் உருண்டன. அலறலைக் கேட்டவர்கள் யாரோ அவளைக் கத்தியால் குத்திவிட்டுப் போகிறார்கள் என்றுதான் நினைத்தார்கள். திருடர்களை விரட்டிப் பிடிக்கச் சிலர் முயன்றார்கள். ஆனால் அவர்கள் தப்பிவிட்டார்கள். கனகா அடிபட்ட விலங்கைப்போலச் சாலையில் இங்கும் அங்குமாய் நடந்தபடி வெகுநேரம் கதறிக்கொண்டிருந்தாள்.

இலட்சுமியின் வீடு மாரியம்மன் கோவில் தெரு, கெனால் தெருவைத் தாண்டித் தனியாக இருந்தது. அது அவள் கணவன் ரங்கமுத்துவின் பூர்வீக நிலம். அவன் ஒரு லாரி டிரைவர். பஞ்சாப், அசாம் எனச் சரக்குகளை வெகு தொலைவுக்கு எடுத்துச் செல்பவன். ஒருமுறை வண்டி ஏறினால் இறங்க ஒரு மாதம் ஒன்றரை மாதம்கூட ஆகும். இலட்சுமி ஒரு வாயில்லாப் பூச்சி. கணவனின் உயிரைப் பற்றியே எப்போதும் அவளுக்குக் கவலையாக இருக்கும். எங்காவது விபத்து நடந்துவிட்டால்? அவனுக்கு நல்ல சம்பளம்தான். ஆனால் எல்லாவற்றையும் குடித்தே தீர்த்துவிடுவான். குடியினால் அவன் உருக்குலைந்துகொண்டு வருகிறான். கொஞ்சம் குடித்துவிட்டுத்தான் லாரி ஓட்டுகிறான். எப்போது வேண்டுமானாலும் அவன் வேலை பறிக்கப்படலாம் என்ற நிலையில் இலட்சுமி கடைகளில் பாத்திரம் தேய்க்கப் போகிறாள்.

அவள் சின்னதாக ஒரு ஆட்டுக்குட்டி வாங்கியிருந்தாள். அடுத்த வருடம் மாசி மாதப் பண்டிகையில் கெடா வெட்டிப் பொங்கல் வைப்பதாகக் காளி கோவிலில் வேண்டிக்கொண்டு நேர்ந்துவிட்டிருந்தாள்.

கடை பாத்திரம் தேய்க்கச் சாயந்திரம் போவாள். அதுவரை இரயில் ரோட்டைத் தாண்டி உள்ள கொரங்காட்டில் ஆட்டுக்குட்டியை மேய்ச்சலுக்கு விடுவாள். கடைகளில் இருந்து கொண்டுவரும் மாவுத் தண்ணியை ஊற்றி வளர்ப்பதால் ஆடு கிடுகிடுவென வளர்ந்து வந்தது.

திமிரும் மதர்ப்பும் கொண்ட அந்த ஆட்டிடம் கெனால் தெருக்காரர்கள் வாக்குக் கேட்டார்கள். வீட்டுல ஒரே கஷ்டம்

குமாரநந்தன்

சாமி. இங்கியே இருக்கலாமா? வெளியூருக்குப் போகலாமா? இல்ல வேற ஊடு மாத்தலாமா? வாக்கு சொல்லு சாமி என்பது போன்ற முடிவுகளுக்குக் கடவுளின் மனதை அறிய வேண்டி, ஆட்டின் காலைக் கழுவிப் பூ வைத்துச் சூடம் ஏற்றி நின்றார்கள்.

வெள்ளிக்கிழமை இரவு அந்த ஆடு காணாமல் போய்விட்டது. ஆட்டை வீட்டு வாசலில் இருக்கும் புங்க மரத்தில்தான் கட்டி வைத்திருப்பாள். மழை வந்தால் அவிழ்த்து வீட்டுக்குள் விட்டுக் கொள்வாள். (அதற்குள் அது இரண்டு சட்டியையாவது உடைத்துவிடும்.)

ஊரில் ஆடு காணாமல் போவது அடிக்கடி நடந்தாலும் ஊருக்கே தெரிந்த சாமி ஆட்டை யார் திருடிக்கொண்டு போகப் போகிறார்கள் என அவள் அசட்டையாய் இருந்தாள். அன்று காலை ஆடு இருந்த இடம் சூனியமாய் இருந்ததைப் பார்த்ததும் இலட்சுமிக்குத் திக்கென்றது. சாமியாட்ட யாரு திருடிக்கிட்டுப் போயிருப்பாங்க? இனி வேண்டுதலை எப்படி முடிப்பேன். காளியின் சிவந்து தொங்கும் நாக்கு மனதுக்குள் அசைந்தது. அவள் தலையில் இரண்டு கையையும் வைத்துக்கொண்டு ஒப்பாரி வைத்து அழுதாள்.

விஷயம் கேள்விப்பட்டவர்கள், “காளியாயிக்கி நேந்துவிட்ட ஆட்டையே திருடிக்கிட்டுப் போயிட்டானுங்களா? என்ன அக்குருமம். அவனுங்க வெளங்க மாட்டானுங்க. ரத்த ரத்தமா கக்கிச் சாவானுங்க. பேதியில போயிடுவானுங்க அவன் குடும்பம் அழிஞ்சி கட்ட மண்ணாப் போயிரும். இலட்சுமி நீ வேண்ணா பாரு. இன்னும் நாளு நாளையில அவனுங்க அழிஞ்சிப் போயிட்டானுங்கன்னு உனக்குச் சேதி வரும். கண்டிப்பா நடக்கும் பாரேன். நம்ம ஊரு காளியாயிக்கி அவ்வளவு சத்தி தெரியுமா? சும்மா அழுதுகிட்டே ஒக்காந்திருக்காம போயி போலீஸ்ல கம்ப்ளெயிண்ட் குடு” எனத் துரத்திவிட்டார்கள்.

இலட்சுமி போலீஸ் ஸ்டேஷனுக்கெல்லாம் போனதே இல்லை என்றாலும் ஒருவேளை ஆடு திருடனவன எங்கியாவது பார்த்துக் கண்டுபிடிச்சி வச்சிருந்தாலும் வச்சிருப்பாங்க என்ற நினைப்பில் போனாள்.

ஸ்டேஷன் சுற்றுச் சுவர் அருகே இருந்த சீமை வாதனா மரத்தடியில் பேந்தப் பேந்த விழித்தபடி நின்றுகொண்டிருந்தாள். மரத்தில் ‘க்விக் க்விக்’ என ஏதோ ஒரு குருவி கத்திக்கொண்டிருந்தது.

நல்ல குண்டாக இருந்த போலீஸ்காரர் ஒருவர், “இந்தாம்மா உனக்கு என்ன வேணும்” என ஸ்டேஷன் நுழைவாயில் அருகே

நின்றுகொண்டு சத்தம் போட்டார். இலட்சுமி உள்ளே போய் விசயத்தைச் சொன்னாள்.

“எத்தனை ஆடு?”

“ஒரு ஆடுதாங்க, சாமிக்கு வேண்டி விட்டது.”

“ஆட்ட எங்க கட்டியிருந்த?”

“வீட்டுக்கு வெளியில தாங்க”

“தெருவுல”

“. . .”

“ஏம்மா நீயெல்லாம் ஆடு வளக்கலயின்னு யாரு அழுதா? தெருவுல கட்டி வெச்சிக்கிட்டு ஆடு வளக்கறது மாடு வளக்கறது. அப்புறம் காணாம போயிடுச்சின்னு வந்து நிக்கறது. ஏம்மா இதாம்மா எங்க வேல? அந்த ஆடு இன்னமா இருக்கும். அது இந்நேரம் எத்தன வூட்டு மசாலாவுல கொதிக்கிதோ ... போம்மா போயி உருப்பிடியா எதாவது வேலை இருந்தா பாரு” என்றார்.

இலட்சுமிக்கு அழுகையாய் வந்தது.

அப்போது இன்னொரு போலீஸ்காரர் வந்து, “சார் திருட்டுப் போன மளிகைக் கடையில பத்து நாளா சந்தேகப்படறாப்ல நடமாடிக்கிட்டிருந்தவங்களோட வீடியோவ சிசி டிவியில இருந்து எடுத்து வச்சிருக்காங்கலாம்” என்றார்.

“சரி நான் போய் பாத்துட்டு வர்றேன்” எனக் கிளம்பியவர் இலட்சுமியை மீண்டும் திரும்பிப் பார்த்து “போம்மா போம்மா” எனச் சொல்லியபடியே வெளியேறிச் சென்றார்.

பகலில் வெயில் அதிகமாக இருந்ததால் மேகலா சாயந்திரத்திற்கு மேல்தான் எல்லாக் கடைகளுக்கும் தண்ணீர் எடுத்தாள். இந்தத் திருட்டுகளுக்குப் பின்னால் போலீசார் ரோந்து அதிகமாய் இருந்தது. கடைகளை நேரமாக மூடச் சொல்லிச் சத்தம் போட்டார்கள்.

தண்ணீர் எடுக்கும் மேகலாவைப் பிரம்பைக் காட்டி மிரட்டினார் பைக்கில் வந்த போலீஸ்காரர்.

இரண்டு நாட்கள் கழித்து அவர், “ஏம்மா சொன்னா கேக்க மாட்டியா? காலையில தண்ணி எடுக்கலாமில்ல” எனப் பரிவோடு கேட்டார். “காலையில பிள்ளைய ஸ்கூலுக்கு அனுப்பனுங்க. அப்புறம் வெயிலு வந்துருது. அதனாலதாங்க.”

“உங்க ஊடு எங்க இருக்குது?”

“எதுக்குங்க”

“சும்மாதான் கேட்டேன் பத்திரமா போ” என்றுவிட்டுப் போனார்.

மேகலாவுக்கு யோசனையாக இருந்தது. இந்தப் போலீஸ்காரன் எதுக்கு இப்பிடி மோப்பம் பிடிச்சிக்கிட்டு அலையறான். அவருக்குத் தெரிஞ்சா என்னையில்ல போட்டு மிதிப்பாரு என யோசித்தாள். அவள் வீட்டுக்காரன் ராசு சின்ன சரக்கு வண்டி ஓட்டிக் கொண்டிருந்தான். அதில் ஒருமுறை பன்றிகளை ஏற்றிக்கொண்டு போக மற்ற வாடகைகள் நின்றுபோய்விட்டன. சந்தையில் பன்றிக்கறி போடுபவர்கள் ரெகுலராக அவன் வண்டியை வாடகைக்குப் பேசுவதால் அவனும் சரி என்று விட்டுவிட்டான். இதனால் அவன் பெயர் பன்னி வண்டி ராசு என்றாகிக் கடைசியில் பன்னி வண்டி என்று நிற்கிறது (அக்கம்பக்கத்தில் அவனைப் பன்னி ராசு அல்லது பன்னி என்றுதான் அழைக்கிறார்கள்).

பன்னி ராசுவும் குடிகாரன்தான். குடித்துவிட்டு வந்து குத்திக் கொன்னுடுவேன் கொடலை உருவிப் புடுவேன் எனப் பயங்கரமாய் கத்துவான். உண்மையில் மிகுந்த பயந்த சுபாவம் உடைய அவன் இதுவரை யாரையும் ஒரு அறைகூட விட்டதில்லை. அவன் அடிக்கும் ஒரே ஒரு ஜீவன் மேகலா. அவனுக்கு விசயம் தெரிந்தால் தண்ணி எடுக்க வேண்டாம் எனச் சொல்ல மாட்டான். ஆனால் இன்னும் நாலு மிதிகள் சேர்த்து விழுவது உறுதி.

என்ன செய்யலாம் என யோசித்தபடி டிவியில் செய்தி பார்த்துக்கொண்டிருந்தாள். நேரம் இரவு பதினொரு மணி. தூக்கம் வரவில்லை. யாரோ கதவைத் தட்டினார்கள். இந்த நேரத்தில் யாராய் இருக்கும் என யோசித்த மேகலாவுக்குப் போலீஸ்காரரின் முகம் ஞாபகத்துக்கு வந்தது. கதவைத் திறக்கப் போகும் முன் ராசுவைப் பார்த்தாள். அவனும் அவன் பக்கத்தில் மகள் பவானியும் நான்றாகத் தூங்கிக்கொண்டிருந்தார்கள்.

கதவைத் திறந்ததும் ஒரு பையனும் பெண்ணும் நின்றார்கள். அவன் அவள் அண்ணன் மகன் வேலு. “என்னடா இது இந்த நேரத்தில உள்ள வா” என இருவரையும் உள்ளே அழைத்தாள். “அத்தை இந்தப் பொண்ணு பேரு கரிஷ்மா. நாங்க ரொம்ப நாளா காதலிக்கிறோம். உங்க அண்ணனப் பத்திதான் உனக்குத் தெரியுமே. அவரு எங்க எங்க கல்யாணத்துக்குச் சம்மதிக்கப் போறாரு. அதான் கூட்டிக்கிட்டு வந்துட்டேன்” என்றான். அவன் கையில் சிறிய மஞ்சள் பை ஒன்று மட்டும் இருந்தது.

மேகலாவுக்கு என்ன சொல்வது என்று தெரியவில்லை. "அது சரிடா கண்ணு அதுக்குன்னு இந்த நேரத்தில இங்க வந்தா நான் என்ன பண்ணுவேன்" என்றாள்.

"இன்னைக்கி ராத்திரி மட்டும் இருந்துட்டு, காலையில போறோம்" என்றான் வேலு. மேகலா அவர்களுக்குப் படுக்கையைத் தயார் செய்தாள். சின்ன வீடு. ஒரே அறை. மேகலா சங்கடமாய் அவனைத் திரும்பித் திரும்பிப் பார்த்தாள். அவர்கள் இருவரும் அமைதியாய் டிவி பார்த்துக்கொண்டிருந்தார்கள்.

காலையில் இருள் பிரியும் முன்பே இருவரும் எழுந்து அவளை எழுப்பிச் சொல்லிக்கொண்டு கிளம்பிவிட்டதால் கொஞ்சம் நிம்மதியாய் இருந்தது.

மேகலா சமையல் வேலையை ஆரம்பித்துவிட்டுப் பவானியை எழுப்பிக் குளிக்க வைத்துப் பள்ளிக்குத் தயார்செய்து கொண்டிருந்தாள். நேற்றிரவு அவளிடம் பேசிக்கொண்டிருந்த போலீஸ்காரர் தெருவில் வழி விசாரித்துக்கொண்டே வீட்டைக் கண்டுபிடித்து வந்தார்.

வந்தவர் மேகலாவிடம், "நேத்து ராத்திரி உங்க வீட்டுக்கு யாரு வந்தாங்க" என்றார்.

"ராசு பதறி அடித்துக்கொண்டு வந்து இங்க யாரும் வரலையே ஏங்க சார் ஏங்க சார்" என்றான்.

"யாரும் வரலையா" எனப் போலீஸ்காரர் அவனைக் கூர்ந்து பார்த்தார். "இல்லீங்க எங்க அண்ணம் பையன் வந்தான்" என்றாள் மேகலா திக்கித் திணறிக்கொண்டு.

"கூட யாரு வந்தாங்க?"

"கூட ஒரு பொண்ணு"

"அவங்க நகை எதுவும் வச்சிருந்தாங்களா?"

"தெரியலைங்க?"

"உன் அண்ணன் பையன் பத்துப் பவுன் நகையோட ஒரு பொண்ணக் கூட்டிக்கிட்டு இங்கதான் வந்திருக்கான். வா ஸ்டேஷனுக்கு" என ராசுவைப் பார்த்து அதட்டினார்.

"சார் சார் அவங்க காலையில எழுந்து போயிட்டாங்க சார். அவங்க வந்ததே இவுருக்குத் தெரியாது. எங்கள விட்டுருங்க சார்" என்று மேகலா அழுதாள்.

“ஓ ராத்திரியில யாரும் வந்தாக்கூட உன் வீட்டுக்காரனுக்குத் தெரியாதா” என ஒரு மாதிரியாக அவர் அவளைப் பார்த்துவிட்டு ராசுவைக் கூட்டிக்கொண்டு போய்விட்டார்.

அண்ணன் வீடு டவுனில் இருக்கிறது. அரிசி வியாபாரம் செய்கிறார். நல்ல வசதி. அண்ணி ராங்கிக்காரி. மேகலா குடும்பத்தை வீட்டுப் பக்கமே அண்டவிட மாட்டாள். அவள்தான் இவர்கள்மீது கம்ப்ளைண்ட் கொடுத்திருந்தாள்.

மறுநாள் இரவு தண்ணீர் எடுத்துவிட்டு வந்தவளைப் போலீஸ்காரர் மறித்து, “பயப்படாத உன் வீட்டுக்காரனுக்கு அடி கிடி ஒண்ணும் இல்ல. பையன் கிடச்சதும் வெளிய வந்துருவான். நீதான் ஒண்ணும் கண்டுக்க மாட்டேங்கற” என்றுவிட்டுப் போனார்.

அன்று வெள்ளிக்கிழமை. மதியத்தில் வெயிலின் உக்கிரம் அதிகமாக இருந்தது என்றாலும் மாலையில் திடீரென மழைக்காற்று வீசியது. அன்று அமாவாசையும்கூட என்பதால் சாலையிலும் பேருந்து நிறுத்தத்திலும் மக்கள் நடமாட்டம் அதிகமாக இருந்தது – டீக்கடைகளில் சாயந்திர நேரப் பலகாரங்களைத் தயாரிப்பதற்கான வேலைகள் துவங்கின. சாப்பாடு முடிந்து இரவு வியாபாரத்திற்குப் பரோட்டா தயார் செய்வதற்காக ஓட்டல்களில் மாஸ்டர்கள் மாவு பிசைந்துகொண்டிருந்தனர்.

பிரதான சாலையில் இருந்து சற்று உள்வாங்கியிருந்த காளி கோவிலில் அமாவாசை மெரமனைக்காகச் சப்பரத்தில் பூ அலங்காரம் நடந்துகொண்டிருந்தது – பூசாரி பச்சரிசி நிவேதனத்தைத் தயார் செய்துவிட்டுச் சுவாமிக்கு அலங்காரம் செய்துகொண்டிருந்தார். தூரத்தில் எங்கோ மழை பெய்து காற்றில் மண் வாசம் வீசியது. பெண்கள் பூக்கூடைகளுடன் கோவிலுக்கு வரத் துவங்கினர். மழை வரும்போல இருக்குது. ‘ஆத்தா காளியம்மா மழையக் குடு தாயி’ என வயதான பெண்கள், காளியைப் பார்த்துக் கன்னத்தில் போட்டுக்கொண்டனர். இயந்திர கதியில் வேலைகள் நடக்க அரை மணிநேரத்தில் பூஜை முடிந்தது. பூசாரி அனைவருக்கும் தீர்த்தம் தெளித்துத் திருநீறு கொடுத்தார்.

கவரிங் நகைகளை வாடகைக்கு விடும் சாந்தியம்மாமீது அருள் வந்து இறங்கியது. உடலையும் கைகளையும் விநோதமாக முறுக்கிக்கொண்டார்.

“அடேய் இந்த ஊரில என்னோட ஆட்டை ஒருத்தன் திருடிக்கிட்டுப் போய் வெட்டி வித்துட்டான்டா . . . அடேய்” என அலறிக்கொண்டு பற்களை நெரித்தார்.

“ஆத்தா அவங்கள நீதான் தண்டிக்கணும்” என்றாள் இலட்சுமி.

“அவன நான் பாத்துக்கறேன், இன்னும் எண்ணிப் பத்தே நாள்ல இந்த ஊர் ஏரியில அவன் புழு புழுத்துக் கிடப்பான். நீ கவலைப் படாத உன்னை நான் காபந்து பண்றேன். கனி கொண்டு வந்திருக்கியா” என்றார்.

இலட்சுமி பவ்யமாய், “இந்தாங்க சாமி” என்று எலுமிச்சம் பழத்தை அவர் கையில் கொடுத்தாள். சாந்தி அதை நெற்றி அருகே ஒரு நிமிடம் வைத்து ஆடிவிட்டு, “இந்தா வீட்ல கொண்டு போயி வெய்யி” என்றார்.

கனகா, “சாமீ திருட்டுத் தெள்ளவாரிப் பசங்க...” சொல்லும் போதே அவள் நாக்கு குளறியது, “என் பணத்தையெல்லாம் புடுங்கிகிட்டுப் போயிட்டாங்க ஆத்தா, நான் அதை நம்பித்தானே இருக்கேன். இப்ப வேவாரத்துக்குக் காசில்லாம பிச்ச எடுக்றனே உனக்குத் தெரியலையா என் வயத்துல நீ அடிக்கலாமா?”

“அடியேய் உன்ன எங்கோவில்ல வந்து வெளக்கு போடச் சொன்னனே போட்டியா?”

கனகா கண்ணீர் விட்டுக்கொண்டு கை கூப்பி நின்றாள். “கவலப்படாத இன்னும் பத்து நாளையில அவனுங்க இங்க வருவானுங்க உன் கண்ணுலயே தெம்படுவாங்க. அவனுங்க கிட்ட இருந்து நீ பணத்த வாங்கிக்க.”

“அம்மா தாயே போலீஸ்காரங்க எம்புருசன புடுச்சிக்கிட்டுப் போயிட்டாங்கம்மா. எங்களுக்கு உன்னவிட்டா யாரு கதி அவரைக் காப்பாத்திக் குடும்மா” என மேகலா வணங்கி நின்றாள்.

“இந்தாடீ நீ இங்க நிக்காத உன் மேல வல்லூறோட நிழல் விழுது. அதில இருந்து நீ தப்ப முடியாது” என்றபடியே சாந்தி மூர்ச்சித்து விழுந்தாள்.

அடுத்து வாக்கு கேட்கக் காத்திருந்த பெண்கள் கனமாய் இடி இடிக்கும் சத்தம் கேட்டு மழை வருவதற்குள் வீட்டுக்குப் போகலாம் என வேக வேகமாய் கோவிலை விட்டு வெளியேறினார்கள்.

யாவரும்.காம், ஏப்ரல் 20, 2020

3

லக்கி

வானத்தில் செங்கறை படர ஆரம்பித்தபோது லக்கி அரைத் தூக்கத்தில் இருந்தாள். அதற்குமேல் தூங்கவும் முடியாமல் விழிக்கவும் முடியாமல் தடுமாறிக்கொண்டிருந்தாள். வரது வந்து, "வாம்மா டீ குடிக்கப் போலாம்" என்று கையைப் பிடித்துக்கொண்டு தொங்கினான்.

எல்லாம் செந்நிறத்தில் துலங்க ஆரம்பித்து விட்டன. வரது "இப்பிடிவந்து இந்தச் செவப்பு வெய்யில்ல நில்லும்மா நீ செவப்பாவுரியா பாக்கலாம்" என்றான். லக்கிக்கு மெல்லிய சிரிப்பு வந்தது. ராத்திரி குடித்திருந்த சரக்கு அவள் முகத்தில் ஒரு மோகனத்தை விசிறிக்கொண்டிருந்தது. தூக்கக் கலக்கத்தோடே நடந்தார்கள். தீயில் சர்க்கரை வேகும் இனிப்பு வாசனை கும்மென்று வீசியது. மேனகா காபி பாரில் கஜிரா சுட்டுக்கொண்டிருந்தார்கள்.

வரது இனிப்பின் நிறத்தை வெள்ளையாகவும் ரோஜா நிறத்திலும் கற்பனை செய்துகொண்டான். கஜிராவின் சுவை அவன் நாவில் நிஜம்போலப் பரவியது. நாக்கைக் கொட்டிக்கொண்டு தனக்கு ஒரு கஜிரா வாங்கித் தரும்படி அழ ஆரம்பித்தான். அவன் அழும்போது மூன்று பெரியவர்கள் குடிபோதையில் உளறிக்கொண்டிருப்பது மாதிரி சத்தம் வந்தது. "கத்தாம இருந்து தொல" என்றுவிட்டு முந்தானையில் இருந்த காசை எடுத்து வெடுக்கென அவன் கையில் வைத்ததும் அவன் குதித்துக்கொண்டு காபி பார் பக்கம் ஓடினான்.

முனியப்பன் அவளைத் தேடிக்கொண்டு வந்தான். அவன் மூன்றடி உயரத்தில் குள்ளமாக இருந்தான். ஊரில் அவனைக் கூலபாண்டி என்று அழைத்தார்கள். முன்பே அந்த ஊரில் குள்ளமாகப் பாண்டி என்று ஒரு ஆள் இருந்து செத்துப்போய்விட்டான். அதனால் அங்கே யார் குள்ளமாக இருந்தாலும் அவர்களின் உண்மையான பெயர் அழிந்து கூலபாண்டி என்ற பெயர் வழங்கியது. அவன் கையில் வாசல் கூட்டும் விளக்குமாறு இருந்தது. லக்கி முன்பு மாதிரி இப்போது கடை வாசல்களைக் கூட்டுவதில்லை. கடைக்காரர்கள் "என்ன கூல பாண்டி உம்பொண்டாட்டி சரியா வாச கூட்டறது இல்ல நாங்க வேற ஆள் போட்டுக்கவா" என்றபோது, "வேண்டாங்க" என்றுவிட்டான்.

ராத்திரி இரண்டு மணிக்கு எழுந்து அவனே எல்லாக் கடை வாசல்களையும் கூட்டினான். சின்ன வாளியில் போரிங் பைப்பில் தண்ணீர்ப் பிடித்து வாசல்களில் வீசி அடித்தான். பெஞ்செல்லாம் தண்ணீர் ஊற்றி வைத்துவிடுகிறான் என்று கடைக்காரர்கள் புகார் சொல்லிக்கொண்டிருந்தார்கள். கோல மாவு டப்பியில் இருந்து மாவை அள்ளி ஒவ்வொரு கடை வாசலிலும் நட்சத்திரம், வளையம், சக்கரம் எனப் போட்டு வைத்தான்.

கடைவீதிப் பக்கம் லக்கியையும் வரதுவையும் கண்ட பாண்டி பல்லைக் கடித்துக்கொண்டு "ஏன்டா பள்ளிக்கூடம் போவுலியா" என்று வரதனிடம் சத்தம் போட்டான். அவன் முகத்தில் ஒரு குடும்பத்தின் சுமை முழுவதும் கண்ணாடி மாதிரித் தெரிந்தது. வரது "போவுல" என்று உம்மென்று முகத்தை வைத்துக்கொண்டு சொன்னபோது, "ஐயோ ஐயோ" என்று முகத்தில் படபடவென்று இடைவிடாமல் அறைந்துகொண்டான். லக்கி மெல்ல அந்த இடத்தை விட்டு நழுவினாள். "இந்தாடி தேவுடியா ராத்திரி எவங்கிட்டடி போன" என்று கத்தினான். அவள் பயந்துகொண்டு போவதைப்போலப் புளிய மரம் பக்கம் போனாள். இவனுக்கு ஆத்திரம் மேலும் ஏறக் கையில் செருப்பைக் கழட்டிக்கொண்டு வேகவேகமாகப் புளிய மரத்துப் பக்கம் போனான். புளிய மர மறைவில் லக்கி அடி வாங்குவதைப்போல "அம்மா கொல்றானே அம்மா கொல்றானே" என்று கத்திக்கொண்டு அவன் தலைமுடியைப் பற்றி மூன்று சுழற்றுச் சுழற்றி ரோட்டில் வீசினாள். பந்து மாதிரி உருண்டு எழுந்தவன். காது கூசும் வகையில் அவளையும் அவள் அம்மாவையும் திட்ட ஆரம்பித்தான். இளம் காலையில் அப்படி வார்த்தைகள் கேட்பதை நினைத்து ரோட்டில் ஜனங்கள் முகத்தைச் சுழித்தார்கள். அவளுடையதும் நல்ல சவுண்டான குரல். இரண்டு பேரும் வெங்கலக் கடைக்குள் யானை புகுந்த மாதிரிக் கத்துவதாக டீக் கடையில் பேசிக்கொண்டார்கள்.

குமாரநந்தன்

அவர்களின் சத்தம் பஸ் ஸ்டாப்வரை எதிரொலித்து ஊரின் அடையாளம்போலமுழங்கிக்கொண்டிருந்தது.பாண்டிஎப்படியோ அவளைச் செருப்பால் முடியாவிட்டாலும் விளக்குமாற்றால் நாலு சாத்துச் சாத்திவிட்டான். அவளும் அவன் குடும்பத்தின் வண்டவாளங்களை முடிந்தவரை பஜாரில் முழங்கிவிட்டாள்.

வரது எதையும் கண்டுகொள்ளாமல் பாட்டில்களைத் தேடிக்கொண்டிருந்தான். அவனும் அவன் அக்கா மோனிசாவும் கூலபாண்டியைப்போலக் கூலையாக இல்லாமல் எல்லோரையும் போல இருந்தார்கள். அக்காளுக்கு மட்டும் மோனிசாவெனப் பெயர் வைத்தது பற்றியும் தனக்கு நவீன் இல்லாவிட்டால் கௌதம் என்று பெயர் வைக்காதது பற்றியும் அவன் தினந்தோறும் கோபித்துக்கொண்டான். “அது சாமி பேருடா பழிக்காதடா” என்று கூலபாண்டி தலைதலையாய் அடித்துக்கொண்டு அவனுக்குத் தினமும் பிஸ்கட் வாங்கித் தந்து சமாதானம் செய்து கொண்டிருந்தான்.

இந்தக் கூலையன் வந்து தன் அப்பனிடம் என்ன சொல்லிப் பெண் கேட்டிருப்பான் என்று அவளுக்கு இன்னமும் புதிராய் இருந்தது. தன்மேல் அவ்வளவு பிரியமாய் இருந்த அப்பன் இந்தக் கூலையனை எப்படி மாப்பிள்ளையாக முடிவு செய்தான் என்பதை வாழ்க்கையின் இரகசியங்களில் ஒன்றாக நினைத்தாள். இவனை மாப்பிள்ளையாக அப்பா சொன்னதும் அவளும் பெரிதாக எதிர்ப்பு ஒன்றும் சொல்லாமல் எந்தக் குட்டிச்சாத்தானை ஏவி தன் வாயை இந்தக் கூலையன் அடைத்திருப்பான் என்பதும் அவளுக்குப் புரியாத இரண்டாவது பெரிய புதிராக இருந்தது. கல்யாணமாகி வந்த புதிதில் வீட்டிலேயே அடைந்து கிடந்தாள். பக்கத்து வீட்டு லோகு அக்கா “இப்படி ஊட்டையே கட்டிக்கிட்டுக் கிடக்கறதுக்கு வேலைக்கிப் போனா ‘மேஞ்செலவுக்கு’ ஆவாதா” என்று விநாயகா ஓட்டலில் பாத்திரம் கழுவச் சேர்த்துவிட்டாள். ராத்திரி பத்து மணிக்குப் போய் ஒரு மைதானமே குவிந்திருக்கும் பாத்திரங்களை அரை மணியில் தேய்த்துவிட்டு ஒன்றுமே நடக்காதது மாதிரிக் கையைத் துடைத்துக்கொண்டு வந்தாள்.

ஒரே நாளில் அவள் புகழ் கடைத்தெருவில் பரவிவிட்டது. எல்லாக் கடைகளிலும் லக்கி வந்து பாத்திரம் தேய்க்க வேண்டும் எனக் கேட்டுக்கொண்டார்கள். கேட்டவர்களிடமெல்லாம் மறுக்காமல் ஒப்புக்கொண்டு வீட்டுக்கு ராத்திரி இரண்டு மணிக்கும் மூன்று மணிக்கும் வர ஆரம்பித்தாள். காலையில் கடை வாசல்களைப் பெருக்கிக் கோலமிடுவதும் அவள் வேலைகளில் ஒன்றாய் இருந்தது. ஆனால் இரவு வெகுநேரம் கழித்துத் தூங்கப் போவதால் அவளால் அதைச் செய்யமுடியவில்லை. லக்கியின் வருமானத்தில் ஒரு தாராளத்தைக் கண்டுவிட்ட கூலபாண்டியால்

இந்தக் காரணத்துக்காக அவளை வேலையை விட்டு நீக்குவதை விரும்பாமல் தினமும் அவனே வாசல் கூட்ட வந்துவிடுகிறான். வீட்டில் சாப்பாட்டுக்குப் பஞ்சமில்லை. நினைத்த கடையில் நினைத்த நேரம் போய்ச் சாப்பிடலாம். பகலில் தூங்கிவிட்டுச் சாயந்திரம் கடை மாஸ்டர்களிடம் நியாயம் பேசுவதில் லக்கியின் பொழுதுகள் சுகமாகக் கழிந்தன.

வரது ஆறாவது படித்தான். பள்ளிக்கூடம் விட்டு வந்ததும் டீக்கடையில் சிகரெட்டு வாங்கிப் பற்றவைத்தான். இவன் ஆளாகி வரும்போது இந்த ஊரில் அவன் வைத்ததுதான் சட்டமாக இருக்கும் என்று பார்த்தவர்கள் எல்லாம் ஆரூடம் சொன்னார்கள். ராத்திரியில் சந்து பொந்தாகச் சுற்றி ஐம்பதுக்கும் மேல் காலி சரக்குப் பாட்டில்களைத் தேற்றிவிடுவான். அதைப் பழைய இரும்புக் கடையில் போட்டு முடிந்தவரை கஜிரா வாங்கித் தின்றான். காசு இல்லாதபோது அம்மாவிடம் கஜிரா வாங்கித் தரும்படி ராவுடி செய்தான். மேனகா காபி பாரில் இவனுக்காகவே வாரத்தில் நான்கு கிலோ கஜிரா சுட்டு வைத்தார்கள். பாட்டில்கள் சரியாகக் கிடைக்காதபோது லக்கி சந்துக் கடைக்காக வாங்கி வைத்திருக்கும் சரக்கில் நான்கைந்து பாட்டில்களை லாவிக்கொண்டு போய் சகாய விலைக்கு விற்பான். லக்கி தான் பாட்டில்களை வாங்கி எப்படித்தான் மறைத்து வைத்தாலும் எந்தத் திருட்டு நாயோ மோப்பம் பிடித்துக்கொண்டு வந்து களவாண்டு விடுவதாகப் பார்ப்பவர்களிடமெல்லாம் புலம்பிக்கொண்டிருந்தாள். என்றைக்காவது ஒருநாள் அதில் பாலிடாயிலை ஊற்றி வைத்துத் திருட்டு நாயைப் பரலோகம் அனுப்பாமல் விடுவதில்லை என வாரத்தில் மூன்று முறை சபதம் செய்தாள். ஆனால் அவளால் சரக்கில் விசத்தைக் கலக்க முடியாது என்பதை வரது தெரிந்தே வைத்திருந்தான். குடித்துவிட்டு ரோட்டில் தள்ளாடும் ஆட்களை அவன் தீராத வேட்கையோடு கவனித்துக்கொண்டிருந்தான். இன்னும் அவன் சரக்கு சாப்பிட ஆரம்பிக்கவில்லை. எப்படி இருக்கிறது என ஒரு மூடி மட்டும் வாயில் ஊற்றிப் பார்த்திருக்கிறான். அந்தக் கசப்பையும் எரிப்பையும் எப்போது நினைத்தாலும் அவனுக்கு உடம்பெல்லாம் சிலிர்க்கிறது. சரக்கு சாப்பிட்டு, தான் ரோட்டில் அலைவதை அவன் தினம்தோறும் கனவு கண்டான்.

லக்கி ஓட்டல் கடையில் பாத்திரம் தேய்ப்பதைப் பற்றிக் கூலபாண்டி முதலில் பெருமையாக நினைத்திருந்தான். பிறகு அவள் ராத்திரி பதினொரு மணிக்கு ஓட்டல் கடைகள் மூடும்போது சரக்கு இல்லாமல் மாஸ்டர்களும் சப்ளையர்களும் சரக்குக்குத் தவியாய்த் தவிப்பதைப் பார்த்து ஒன்றிரண்டு பாட்டில்கள் வாங்கி வைத்து இலாபத்துக்கு விற்க ஆரம்பித்தாள். மாஸ்டர்களிடமும்

சப்ளையர்களிடமும் எவ்வளவு சம்பளம் வாங்கினாலும் விடிந்து பார்க்கும்போது காசு இருக்காது. பெரும்பாலானவர்கள் காலையில் டீ செலவுக்கும் கக்கூசுக்கும் போக மீதமிருக்கும் எல்லாக் காசுக்கும் குடித்துவிடுவார்கள். சிலர் கொஞ்சமாகக் குடித்துவிட்டுப் பணம் கட்டிச் சீட்டு ஆடுவார்கள். சிலர் ஆசைநாயகிகளுக்கும் விபச்சாரிகளுக்கும் பணத்தை வாரிக் கொடுத்துவிடுவார்கள். அவர்களுக்கு பாக்கெட்டில் கொஞ்சம் பணம் இருந்தால் தூக்கமே வருவதில்லை. பாண்டிக்கு இவளை ஏன்தான் வேலைக்கு விட்டோம் என்றிருந்தது. அவளை நினைக்கும்போது யானை ஒன்று தன் கட்டுக்களை அவிழ்த்துக்கொண்டு ஓடுவது போன்ற சித்திரம்தான் அவனுக்குள் வந்துகொண்டிருந்தது. இனி அவளைக் கட்டுப்படுத்திக் கொண்டுவருவது நடக்கிற காரியமாகத் தெரியவில்லை.

கொஞ்ச நாளாக மேஸ்திரி கஞ்சமலை கூலபாண்டியோடு எப்போதும் சுற்றிக்கொண்டு திரிந்தான். அவனுக்கு மந்திர வேலைகள் கொஞ்சம் தெரியும் என்று ஊருக்குள் ஒரு பேச்சு உண்டு. அவன் லக்கியைப் பற்றிக் கவலைப்பட வேண்டாம் எனவும் மை தயாரிக்கும் மந்திரவாதி ஒருவனைத் தனக்குத் தெரியுமென்றும் அவளை எப்படியும் வழிக்குக் கொண்டு வந்துவிடலாம் என்றும் சொல்லிக்கொண்டிருந்தான். அதற்கு எப்படியும் ஒரு ஐநூறு செலவாகும் என்றும் சொல்லி வைத்திருந்தான். கூலபாண்டி மத்தியான நேரத்தில் பஸ் ஸ்டாண்டில் ஐஸ் டியூப், தண்ணி பாக்கெட், சிப்ஸ் என நிற்கும் பஸ்களில் ஏறி விற்றுக்கொண்டிருந்தான். மற்ற வியாபாரிகளை அலட்சியம் செய்யும் பயணிகள் இவன் உருவத்தைப் பார்த்ததும் ஏதாவது வாங்க நினைத்தனர். வியாபாரம் நன்றாக நடந்தது. ஒரு வாரத்தில் எப்படியும் ஐநூறு சேர்த்து அந்த மந்திர மையை வாங்கிவிட வேண்டும் என்று நினைத்திருந்தான்.

வியாபாரம் நன்றாக இருந்தாலும் பணமெல்லாம் என்ன ஆகிறதென்றே தெரியவில்லை. தினம் விற்கும் பணம் கடைசியில் மறுநாள் சரக்குக்குத்தான் சரியாக இருக்கிறது. ஒரு மாதமாகிவிட்டது. எப்படியோ பணத்தைத் தேற்றிவிட்டான். கஞ்சமலை ரூபாயை மூன்று தரம் எண்ணி வாங்கிக்கொண்டு "இன்னும் ரெண்டு நாள்ல மையை ரெடி பண்ணிக் குடுத்துடறேன். ஆனா ஜாக்கிரத. யாருக்கும் தெரியக் கூடாது" என்றான். ஆனால் ஒரு வாரமாகக் கஞ்சமலை நிலைகொள்ளாத போதையில் எப்போதும் தள்ளாடிக்கொண்டிருந்தான். கூலபாண்டிக்குச் சந்தேகமாக இருந்தது. ஒருவேளை தன்னுடைய பணத்தில்தான் ஜாலி கொண்டாடுகிறானோ? "கூலபாண்டி இந்த ஐநூறு ரூபாய் மந்திரவாதியோட பூச சாமானுக்கும் அவருக்குமே

சரியாப்போயிடும். எனக்கு ஒரு பைசா மிஞ்சாது. ஏதோ ஒனக்காகத்தான் இப்பிடிப்பட்ட வேலையெல்லாம் செய்யறேன். நான் எப்பேர்ப்பட்ட ஆளு தெரியுமா?" என்று ஏங்கிப் பெருமூச்சு விட்டான். அப்படிப்பட்டவன் தன்னுடைய பணத்தை மோசம் செய்ய மாட்டான் என்று சூலபாண்டிக்குப் பலமாக நம்பிக்கை இருந்தது. மை வாங்கி வைத்து ஒரு வாரம் சும்மாவே கிடந்தது. இப்போது அதை லக்கிக்குக் கொடுக்க வேண்டும் என்று அவனுக்கு ஆசையே வரவில்லை. ஏனென்று தெரியவில்லை.

ராத்திரி தூங்காமலேயே வாசல் கூட்ட வந்துவிட்டான். லக்கி நிதானம் இல்லாத போதையில் உளறிக்கொண்டு பாய் கடை முன்பு படுத்திருந்தாள். அவன் யோசித்தான். இப்படிப்பட்டவளை மயக்கவா இவ்வளவு பாடுபட்டோம். இப்போது யார் வேண்டுமானாலும் இவளை எதுவும் செய்ய முடியுமே. திடீரென அவனுக்குப் பக்கத்து வீட்டுச் செண்பகத்தின் நினைவு வந்தது. மறுநாள் இரண்டு ரொட்டிகளை வாங்கிக் குருமாவில் கொஞ்சம் மையைக் கலந்து செண்பகத்திடம் கொடுத்து "டிபன் வாங்கிட்டு வந்தேன் சாப்பிட முடியல நீ சாப்டரியா?" என்றான். "ஏன் மோனிசா வரதனெல்லாம் எங்க போனாங்க?" என்று கேட்டுக்கொண்டே வாங்கிக்கொண்டாள். அவன் பார்வை அவளுக்குச் சந்தேகமாகவே இருந்தது. எதற்கு வம்பு என்று பொட்டணத்தைக் குப்பையில் வீசிவிட்டாள்.

வரது, மோனிசா இரண்டு பேரும் அந்த மையைப் பற்றி எப்படித்தான் தெரிந்துகொண்டார்களோ தெரியாது. வரது கொஞ்சம் மையைப் பேப்பரில் மடித்துப் பள்ளிக்கூடத்துக்குக் கொண்டு போனான். மல்லிகாவின் டிபன் டப்பாவைத் திறந்து இட்டிலியில் மையை நன்றாகத் தேய்த்து வைத்தான். மத்தியானம் சாப்பிட டப்பாவைத் திறந்த மல்லிகா இட்டிலி கறுப்பாக இருப்பதைக் கண்டு அதைக் கொண்டுபோய்க் கொட்டிவிட்டு வகுப்புப் பிள்ளைகளின் சாப்பாட்டில் ஆளுக்கு ஒரு கை வாங்கித் தின்றுகொண்டாள்.

மோனிசா மையைக் கொண்டுவந்து சிவா கடை முதலாளி பையன் சிவா டிபன் சாப்பிடும்போது இலாவகமாகச் சாம்பாரில் கலந்துவிட்டாள். அவள் கடை பக்கம் வரும் போது ஒன்றிரண்டு சப்பிளை வேலைகளைக் கொஞ்ச நேரம் பார்த்துவிட்டுத்தான் போவாள். அந்தப் பழக்கத்தால்தான் இந்த வேலையை அவளால் அவ்வளவு எளிதாகச் செய்ய முடிந்தது. தன்னுடைய கனவுகள் எல்லோரும் பார்க்கும்படி தன்னுடைய முகத்தில் படம்போல ஓடிவிடுமோ என்று பயந்தவளாய் முகத்தை ஜாக்கிரதையாகவும் அதே சமயத்தில் எப்போதும் போலவும் வைத்துக்கொள்ளப் போராடிக்கொண்டிருந்தாள். சிவா

எப்போதும்போலச் சாப்பிட்டுவிட்டு மோனிகாவிடம் “குட்டி தண்ணி மொண்டுக்கிட்டு வா” என்றான். அதற்குமேல் அவன் திரும்பிக்கூடப் பார்க்காமல் போய்விட்டான். அப்போதே முக்கால்வாசிக் கனவுகள் கரிபிடித்துப் போய்விட்டன என்றாலும் நாளைக் காலை வந்து அவளை விசேசமாகப் பார்ப்பான் என்ற மிச்சச் சொச்சக் கனவுகளோடு மோனிகா இரவில் தூங்கி எழுந்தாள். பள்ளிக்கூடம் போகும்போது ஓட்டலில் சிவாவைப் பார்த்துச் சிரிக்க முயன்றாள். அவன் கண்டுகொள்ளாமல் திரும்பிக்கொண்டதும் ஏமாற்றமாய் உணர்ந்தாள்.

மழை சினுசினுவென்று தூறிக்கொண்டிருந்தது. சோடிய விளக்குகளின் மஞ்சளும் சிவப்பும் கலந்த வெளிச்சம் மழையில் நனைந்து ரோட்டில் ஈரத்துணிபோலக் கிடந்தது. மணி ஒன்றா இரண்டா தெரியவில்லை. இரண்டாவது ஆட்டம் விட்டிருந்தால் ஒன்றிரண்டு பேர் சரக்கு வாங்குவார்கள். ஆனால் படம் விட்டாகிவிட்டதா இல்லையா தெரியவில்லை. லக்கி சேலையை முக்காடு போட்டுக்கொண்டு கொஞ்சத் தூரம் நடந்து பார்த்தாள். குளிர் வெடவெடவென்று வந்தது. சரக்கு சாப்பிட வேண்டும்போல இருந்தது. சிவா கடை படியில் உட்கார்ந்து கொண்டு பையிலிருந்த பாட்டிலை எடுத்துப் பேப்பர் டம்ளரில் ஊற்றித் தண்ணீரைக் கலந்து ஒரே மூச்சில் குடித்தாள். வாயில் எதையாவது போட வேண்டும் எனக் கை பரபரத்தது. ரொட்டி அடுப்பின் ஓரங்களில் காய்ந்து ஏடு ஏடாகப் பெயர்ந்திருக்கும் மாவைப் பெயர்த்து வாயில் போட்டுக்கொண்டாள். ஒரு மாதிரி புளிப்பான தின்பண்டம்போல இருந்தது. மழை விடுகிற மாதிரி தெரியவில்லை. அங்கேயே சாய்ந்துகொண்டாள்.

விடிகாலை எழுந்தபோது மழையால் கழுவப்பட்ட இரவு மிக அமைதியாக முடிந்துகொண்டிருந்தது. மேனகா பேக்கரியில் சாமி பாட்டுப் பாடிக்கொண்டிருந்தாலும் ஒரு கலைக்கப்பட முடியாத அமைதியில் விடிகாலை மூடியிருப்பதைப்போல இருந்தது. லக்கி தலையைப் பிடித்துக்கொண்டாள். வலித்தது. அது ஒரு கனவைப்போல இருந்தது. நடுராத்திரியில் யாரோ அவளைச் சீண்டினான். அவள் அவனை இழுத்துத் தன்மேல் போட்டுக் கொண்டாள். அந்தக் காட்சியே அவள் நினைவுக்குள் திரும்பத் திரும்ப வந்துகொண்டிருந்தது.

இன்னும் அது கனவா நிஜமா என்று தெரியவில்லை. அது நிஜம்தான் என அவள் உடல் காட்டிக் கொடுத்தது என்றாலும் அது கனவாய் இருக்கக் கூடாதா என்று மீண்டும் மீண்டும் நினைத்துப் பார்த்தாள். சேலையை இழுத்துப் போர்த்திக்கொண்டு நடந்தாள். வினாயகா ஓட்டல் வாசலைக் கூலபாண்டி கூட்டிக் கொண்டிருந்தான். அவனைக் கண்டுகொள்ளாமல்

பேக்கரிக்குப் போய் டீ சொன்னாள். பையில் சரக்குகள் எல்லாம் காலியாக இருந்தன. வரது குடித்துவிட்டுப் போதையில் அந்தப் பக்கம் கிடப்பதாக டீ மாஸ்டர் சொன்னான். லக்கிக்கு அழ வேண்டும்போல இருந்தது. டீயை வாங்கிக்கொண்டு அந்தப் பக்கம் போய்ப் பார்த்தாள். வரது அந்தக் குளிரில் ஈர மண்ணில் கட்டை மாதிரிக் கிடந்தான். கூலபாண்டியிடம் போய் வரதைத் தூக்கிக் கொண்டுபோய் வீட்டில் போடுமாறு சொன்னாள். கூலபாண்டி பூத் பூத் என அழுதுகொண்டு போனான். இவளை அடிக்கடித் திரும்பிப் பார்த்து, "தேவுடியா தேவுடியா" என்றான். அவள் எதுவும் பேசவில்லை. சோடிய விளக்குகளின் வெளிச்சம் மங்கிப் பகல் வெளிச்சம் பூக்க ஆரம்பித்தது. டிவிஎஸ் எக்செல்லில் போலீஸ்காரர் சுப்பு வந்து லக்கியிடம் வண்டியை நிறுத்தினார். அவளுக்கு எதுவும் புரியவில்லை. பயத்தில் வயிற்றைக் கலக்கியது. "நீதான லக்கி" என்றார். அவர் குரல் வன்மத்தால் செய்யப்பட்டதைப்போல இருந்தது. "ஸ்டேசனுக்கு வா" என்றுவிட்டுப் போய்விட்டார். அவள் பயத்தோடு கூலபாண்டியைப் பார்த்தாள். அவன் எந்தச் சலனமும் இல்லாமல் போய்க்கொண்டே இருந்தான். "போ போ... சரக்கு விக்கிறியில்ல அதுக்காத்தான் இருக்கும்" என்றான்.அவள் கலவர முகத்தைஇறுக்கிக்கொண்டுஸ்டேசனுக்குப் போனாள். சேரில் அதிகாரி மாதிரி உட்கார்ந்திருந்தவர் "போயி உள்ள உக்காரு" என்றார். அவர் குரலைக் கேட்கவே பயமாய் இருந்தது. லக்கி உள்ளே போய் உட்கார்ந்துகொண்டாள். என்ன ஏதென்று கேட்க நாக்கு துடித்துக்கொண்டே இருந்தது. ஆனால் அதைக் கேட்பதற்கான தைரியம் அவளுக்கு வரவேயில்லை. அந்தக் கேள்வியின் கண்களோடு அவரை ஏறெடுத்துப் பார்க்கக்கூடப் பயந்தாள்.

அன்றைய காலைச் செய்தியாக லக்கியைப் போலீஸ் பிடித்துப் போனதே கடைவீதியெங்கும் பேச்சாக இருந்தது. கூலபாண்டி யாரையும் போய்ப் பார்க்கவில்லை. போலீஸ் ஸ்டேசன் பக்கம் கூடப் போகவில்லை. வரது கலங்கிய கண்களோடு போலீஸ் ஸ்டேசன் பக்கம் இரண்டு நாளாகச் சுற்றிக்கொண்டிருந்துவிட்டுக் கூலபாண்டியிடம் வந்து தான் அம்மாவைப் பார்க்க வேண்டும் என்று அழுதான். மோனிசாவும் சேர்ந்துகொண்டு அழுதாள். அவளைச் சரக்கு விற்றதற்காக இரண்டு நாள் லாக்கப்பில் வைத்திருந்துவிட்டு விட்டுவிடுவார்கள் என்று அலட்சியமாகச் சொல்லிக்கொண்டு சிப்ஸ் விற்கப் போய்க்கொண்டிருந்தான்.

நாட்கள் விருட்டென ஓடி ஒரு வாரம் ஆகிவிட்டது. வரது பைத்தியக்காரனைப்போல அழுதுகொண்டே இருந்தான். கூலபாண்டி சம்பிரதாயமாக 'அழுவாதடா வந்துருவா' என்று சொல்லிக்கொண்டு வழக்கம் போலவே இருந்தான். வரது "ஏப்பா

ஒரு தடவக்கூட ஸ்டேசனுக்குப் போய் என்னன்னு பாக்க மாட்டியா?" என்றான். "அவளப் போயி என்னன்னு பாக்கறது" என்றுவிட்டுப் போய்விட்டான்.

லக்கி என்கிற விஜயலட்சுமி இரவில் டாஸ்மார்க் முடிய பின்பு கள்ளத்தனமாகச் சரக்கு விற்றதற்காகப் போலீசாரால் கைது செய்யப்பட்டு மூன்று மாதம் சிறையில் அடைக்கப்பட்டதாகப் பேப்பரில் செய்தி வந்தது. அப்போதுதான் லக்கியின் உண்மையான பெயர் விஜயலட்சுமி என்பது பலபேருக்குத் தெரிந்தது. வரது ஒரு தரம் அம்மாவைப் போய் ஜெயிலில் பார்த்துவிட்டு வரவேண்டும் என்று தினமும் அழுது கொண்டிருந்தான். சூலபாண்டி ஜெயிலில் போய்ப் பார்க்கும் நடைமுறையெல்லாம் தனக்குத் தெரியாது என்றும் இன்னும் மூணு மாசத்தில் அவள் இங்கேதானே வரப் போகிறாள் என்றும் சொல்லி அவனைச் சமாதானப்படுத்திக் கொண்டிருந்தான். ஆனால் அவள் திரும்ப என்றென்றுமாக அந்தக் கடைவீதியில் தென்படவில்லை.

***உயிர்மை*, பிப்ரவரி 2012**

4

ரத்தத் துளிகள்

பிரியா முதன்முதலில் நேரு நகருக்கு வந்தபோது அங்கிருந்த இளைஞர்கள், சினிமாவில் தேவதையின் வருகைக்குக் காட்டப்படும் வெளிப்பாடுகளுடன் அவளை எதிர்கொண்டார்கள். அவள் அவ்வளவு பேரழகி என்பதைவிட அவள் எப்படிக் குணாவுக்கு மனைவியானாள் என்பதுதான் எல்லோருக்கும் ஆச்சரியமாக இருந்தது.

அவர்களைக் கடந்து சென்ற அல்லது அவர்கள் கடந்துசென்ற ஒவ்வொருவரின் கண்களிலும் அந்தச் செய்தியைப் படிக்க முடிந்தது. பிரியாவிடம் இருந்து ஒரு துயரம் பரவிக்கொண்டு சென்றது. அது எதிர்ப்பட்டவர்களின் மீதெல்லாம் படிந்து அவர்களின் மனத் துயரத்தை விழிக்கச் செய்தது.

குணா இந்தத் தெருவுக்குப் பக்கத்தில் இருக்கும் திலகர் நகரில் கடை வைத்திருக்கிறான். அதை மளிகைக் கடை என்றும் சொல்ல முடியாமல் பெட்டிக் கடை என்றும் சொல்ல முடியாமல் இரண்டுங்கெட்டானாய் இருந்தது. அவன் கடைக்கு அருகில் இருக்கும் செட்டியார் மெஸ்ஸில் பரோட்டாவும் சால்னாவும் பிரமாதமாய் இருக்கும்.

குணா கணக்கு வழக்குகளால் நிரம்பியவன். முட்டாள்த்தனமான பார்வையும் வணிகத் தனமான சிரிப்பும் உடையவன். அப்பாவி என்று சொல்லலாம். ஆனால் அப்பாவி என்றால் நல்லவர்களாக இருப்பார்கள் என்ற பொதுவான பிம்பம் இவனுக்குப் பொருந்தாது என்பதையும் குறிப்பிட வேண்டும்.

பிரியாவை மனைவியாக அவன் தெருவுக்குள் கூட்டி வந்தபோது ராஜாவுக்கு அருகில் இருக்கும் மொட்டை மாடியில் ஏறி மலர்களை அள்ளி அவள்மேல் வீச வேண்டும் என்று தோன்றியது. அபத்தம்தான் என்றாலும் அப்படிச் செய்திருந்தால்தான் சரியாக இருந்திருக்கும் என எப்போதும் நினைத்துக்கொள்வான்.

குணா வீட்டுக்கு அடுத்த வீடுதான் ராஜாவினுடையது. அவனோடு அவன் அம்மா மட்டும் இருக்கிறார். அப்பா விவரம் தெரியாத வயதிலேயே காலமாகிவிட்டார். அவனுக்கு இன்னும் திருமணம் ஆகவில்லை. கல்யாணம் ஆகாதது ஒரு பெரும் குறையாக அவன் மனதை அறுத்துக்கொண்டிருந்தது. இப்போது அதற்காக அவன் மகிழ்ச்சியடைந்தான்.

உடனே ராஜாவை வக்கிரம் பிடித்தவனாகப் பார்க்க வேண்டாம். அவனிடம் மேலதிகத் திட்டம் எதுவும் இல்லை. பிரியா பேரழகியாய் இருந்தாலும் அவளை அவன் மனதுக்குள் ஆபாசமாய் எடுத்துச்செல்ல முடியவில்லை. ஆனால் ஒவ்வொரு முறை அவளைப் பார்க்கும்போதும் ஸ்தம்பித்து நிற்பதும் மனதுக்குள் ஒருமுறை பேரழகி என்று சொல்லிக்கொள்வதும் அவனுக்கு ஒரு சம்பிரதாயமாகவே ஆகிவிட்டது.

பிரியா வந்த ஒரு சில நாட்கள் அந்தத் தெருவே ஒரு அசாதாரண அல்லது ஒரு அற்புதம் நடந்துவிட்ட இடம்போல இருந்தது. "இதோ அந்த வீட்லதான் . . . புதுசா கல்யாணமான பொண்ணு. அவ எப்படி இருக்கா பாத்தியா. அவ புருசன பாத்தியா?" போன்ற பேச்சுக்கள் தெருவில் சதா கேட்டுக்கொண்டே இருந்தன. ஆனால் ஓரிரு வாரத்திலேயே எல்லாம் சாதாரணமாகிவிட்டது. அங்கே ஒரு பேரழகி இருப்பதைத் தெருவாசிகள் மிக சகஜமான ஒரு விஷயமாக எடுத்துக்கொண்டனர்.

" "

திருமணம் முடிந்து வந்தவுடன் ஒருவாரம் கடையை மூடிவிட்டு அவளை எங்கெங்கோ வெளியில் அழைத்துக்கொண்டு போனான் குணா. ஒவ்வொரு நாளும் திரும்பி வரும்போது அவன் மிகச் சோர்வாகவும் வெறுப்படைந்தவனாகவும் இருப்பதை ராஜா கவனித்தான். அது வெறும் ஊர் சுற்றியதால் ஏற்பட்ட களைப்பு மட்டும் அல்ல என அவன் யூகித்தான். அது ஏனோ அவனுக்கு அவ்வளவு பிடித்ததாய் இருந்தது. அதே சமயம் பிரியாவின் அந்த மென்மையான முகம் எந்தச் செய்தியும் இன்றி வெறிச்சென்றிருப்பதைப் பார்த்து அவனுக்கு வியப்பாக இருந்தது. அதில் எப்படியும் ஒரு சின்னத் தடயத்தையாவது கண்டுபிடித்துவிட வேண்டும் என எவ்வளவு முயற்சித்தும் ஒன்றும் நடக்கவில்லை.

அவன் மட்டுமல்ல அந்தத் தெருவாசிகள் எல்லோருமே அந்த ஜோடியின் பொருத்தமற்ற தன்மையைக் கண்டு ஒரு பதற்றத்துக்கு உள்ளாகினர். தங்கள் கண் முன்னாலேயே ஒரு அநீதி நடக்கும்போதும் தங்களால் அதற்கெதிராக ஒன்றுமே செய்ய முடியவில்லையே என்பதைப்போல ஜோடியாக வெளியே சென்றுவரும் அவர்களைப் பார்த்தனர்.

ராஜா ஆம்னி பஸ்களுக்கு டிக்கெட் பிடித்துத் தரும் ஏஜெண்டாக வேலை செய்கிறான். அவனுக்குப் பகலில் பெரும்பாலும் வேலை இருக்காது. மந்தமான மதிய நேரங்களில் தூங்குவான். மாலையில் எழுந்ததும் வெளியே கிளம்பிப் போவான். தெருமுனையில் இருக்கும் பிரதான சாலையில் கொஞ்சம் கொஞ்சம் தூரத்தில் நான்கு டீக்கடைகள் இருக்கின்றன. அந்த எல்லாக் கடைகளுக்குமே அவன் வாடிக்கையாளன். அப்போதைக்கு எங்கே போக வேண்டும் என நினைக்கிறானோ அந்தக் கடைக்குப் போய்க் கொஞ்சநேரம் உட்கார்ந்திருப்பான். அதே சமயத்தில் அங்கே வாடிக்கையாக வருபவர்களில் சிலருடன் அவனுக்குப் பழக்கம் ஏற்பட்டிருந்தது. அவர்களுடன் கொஞ்சநேரம் எதையாவது பேசிக் கொண்டிருந்துவிட்டு வீட்டுக்கு வருவதற்குள் மாலையாகியிருக்கும். உடை மாற்றிக்கொண்டு வேலைக்குக் கிளம்பிவிடுவான்.

முன்பெல்லாம் இந்த இடம் குடிசைவாசிகளுடையதாய் இருந்தது. பிறகு இப்போதுள்ள முதலாளிக்கு இடம் கைமாறிய பின் அவர்களெல்லாம் எங்கே போனார்கள் என்று தெரியவில்லை.

இப்போது இந்தத் தெரு ஐம்பதுக்கும் மேற்பட்ட குடும்பங்கள் வசிக்கும் நீண்ட அடர்த்தியான தெருவாக மாறிவிட்டது. தெருவோரத்தில் விதவிதமான மரங்கள். வீடுகளின் அருகே சிறு சிறு அழகுச் செடிகள். கார் வைத்திருப்பவர்கள் ஒன்றிரண்டு பேர்தான். எல்லா வீடுகளிலும் பைக் இருக்கும். இப்போது அது ஸ்கூட்டியாய் மாறிக்கொண்டிருக்கிறது.

பஸ் ஸ்டாண்டில் தினமும் ஆயிரக்கணக்கான பயண முகங்களைப் பார்த்துக்கொண்டிருப்பதால் அவனுக்கு யார் யார் எங்கே போகக் கூடும் எனத் தெரியும். சென்னை செல்பவர்கள்தான் அவன் இலக்கு. உள்ளுணர்வை அவன் நீண்ட நாட்களாகப் பழக்கிவைத்திருந்தான். சென்னை போகிறவர்கள் யார்? அவனிடம் டிக்கெட் வாங்கக் கூடியவர்கள் யார் என்பதெல்லாம் அவனுக்கு ஒருவருடைய முகத்தைப் பார்த்தாலே தெரியும். அவன் குறிப்பிட்ட அந்தப் பயணியை அணுகி மிகவும் நம்பிக்கைக்குரிய விதத்தில், "சார் சென்னைக்குப் போறீங்களா? இன்னும் கொஞ்ச நேரத்துல

பஸ் கிளம்புது" என்பான். பெரும்பாலும் அவனுடைய கணக்குச் சரியாய் இருக்கும்.

அன்று ஞாயிற்றுக்கிழமை என்பதால் டிக்கெட்டுகள் வேகமாக விற்றுவிட்டன. சீக்கிரமாய் வீட்டுக்கு வந்துவிட்டான்.

வண்டியில் வந்து வீட்டுமுன் நின்றபோது, அம்மா பக்கத்து வீட்டில் இருந்தார். இவனைப் பார்த்ததும், "இதோ வந்துட்டேன்" எனப் பிரியாவிடம் சொல்லிவிட்டு வந்தார். ராஜா உடை மாற்றிக் கொண்டே, "அந்த ஆள் எங்க போயிட்டான்? அந்தப் பொண்ணு என்ன சொல்லுது?" எனச் சம்பிரதாயமாகக் கேட்பதுபோல் அம்மாவிடம் கேட்டான்.

"அவன் யாரையோ பாக்கணும்னு சாயந்திரமே போனான் இன்னும் காணோம். அந்தப் பொண்ணு என்ன சொல்லுது. பாவம். அவங்க அம்மா சின்ன வயசுலயே இறந்துட்டாங்களாம். அப்பாவுக்குக் கூலி வேலை. இந்தக் குணா டவுன்ல பெரிய மளிகைக் கடை வச்சிருக்கேன்னு சொல்லி வேற எந்தக் கடையவோ காட்டியிருக்கான். அவருக்கும் சந்தேகம் எல்லாம் வரல. வேலைக்கு ஆளுங்கள வெச்சிருக்கார்னு நினைச்சிக்கிட்டார். அவ்வளவு பெரிய கடையில போய் விசாரிச்சிப் பாக்கணும்னெல்லாம் அவருக்கோ அவங்க சித்திக்கோ தோணல."

ராஜாவுக்கு ஆச்சரியமாய் இருந்தது. இப்படியெல்லாம்கூடத் துணிந்து ஏமாற்றுவார்களா? குணாவின் மேல் இருந்த வெறுப்பு மேலும் கூடிப் பிரியாவின் மேல் இருந்த அனுதாபம் அல்லது ஏதோ ஒன்று இன்னும் கூடியது.

மறுநாள் இரவு அவன் வரும்போது பிரியா வீட்டில் ஏதோ சச்சரவாய் இருந்தது. குணாவின் குரல் ஓங்கி ஒலித்தது. அவள் அழுதபடியே ஏதோ சொல்லிக்கொண்டிருந்தாள். ராஜா வெறுப்பாய் வீட்டுக்குள் போனான்.

கல்யாணம் ஆகிவந்த புதிதில் பிரியாவையும் கடைக்கு வரச் சொல்லியிருக்கிறான். இவளும் காலையில் வீட்டு வேலைகளையெல்லாம் முடித்துவிட்டுக் கடைக்குப் போயிருக்கிறாள். அந்த வழக்கம் நான்கு நாட்களுக்கு மேல் நீடிக்கவில்லை.

செட்டியார் மெஸ்சுக்குப் பரோட்டா சாப்பிட வருபவர்கள் பெரும்பாலும் இவன் கடைக்கு வர மாட்டார்கள். அங்கே வருபவர்கள் எல்லாம் பட்டறைக்காரர்கள், தறிக்காரர்கள் என ஒரே ரகமாய் இருந்தனர். பிரியா கடைக்கு வந்ததும், அவன் கடைக்குக் கூட்டம் அதிகமானது. அந்த மிதமிஞ்சிய

வாடிக்கையாளர் வருகையைக் கண்டு பயந்துபோய் அவளை வீட்டிலேயே இருக்கச் சொல்லிவிட்டான்.

வீட்டில் தனியாக இருக்க முடியவில்லை. "வேலைக்குப் போகிறேன்" எனக் குணாவிடம் கேட்டிருப்பதாகப் பிரியா ராஜா அம்மாவிடம் சொல்லிக்கொண்டிருந்தாள்.

குணா அப்படியெல்லாம் பிரியாவை வேலைக்கு விட மாட்டான் என்றுதான் ராஜா நம்பிக்கொண்டிருந்தான். ஆனால் ஆச்சரியப்படும் வகையில் பிரியா வேலைக்குப் போக ஆரம்பித்துவிட்டாள்.

பஸ் ஸ்டாண்டில் உள்ள பிரபலமான நகைக் கடையில் வேலை. ராஜா தினமும் வேலைக்குப் போகும்போது அந்த நகைக்கடை வழியாகத்தான் போவான். இப்போது அப்படிப் போகும்போது கடைக்குள் பிரியா தென்படுகிறாளா எனத் திரும்பிப் பார்த்துக்கொண்டே போகிறான். சாலையில் இருந்து உள்ளே யாரையும் பார்க்க முடியாது என்றாலும் அவனால் அந்தப் பழக்கத்தை விட முடியவில்லை. பின் தங்க நகைக் குவியலுக்கு இடையே பிரியா நிற்கும் தோற்றம் அவன் கண்ணுக்குள் தென்படும். சந்தேகம் இல்லாமல் அந்த இடத்தில் நகைகளைவிட அவள் அழகுதான் ஜொலிக்கும் என அவனுக்குத் தெரியும் அல்லது அப்படிக் கற்பனை செய்து கொள்வது அவனுக்கு எளிதாகவும் விருப்பமாகவும் இருந்தது.

பிரியா ஒரு ஏழைப் பெண். அவளுக்கு அம்மா இல்லை, குணா அவளை ஏமாற்றிக் கல்யாணம் செய்துகொண்டு வந்துவிட்டான் என்ற செய்தி அந்தத் தெருவெல்லாம் பரவிவிட்டதால், குணா மீதான கசப்பு வெளிப்படையாகப் பல மடங்காகத் தெருவாசிகளிடம் கூடியிருந்தது.

அன்று பஸ் ஸ்டாண்டுக்கு முன்னால் இருக்கும் சிக்னலில் ராஜா நின்றுகொண்டிருந்தான். மாசடைந்த காற்று அவன் முகத்தில் படியவைத்திருந்த கார்பன் துகள்களைக் கர்ச்சீப்பால் துடைத்துக்கொண்டிருக்கும்போதுதான் அவர்களைப் பார்த்தான். பிரியாவுடன் இன்னொருவன். இருவரும் என்னவோ பேசியபடி அந்தச் சாலையோரம் நடந்துபோய்க்கொண்டிருந்தார்கள்.

அவன் மீண்டும் மீண்டும் பார்த்தான். எப்படிப் பார்த்தாலும் அவள் பிரியாவாகவே இருந்தாள். அவர்கள் நடந்துசென்ற விதம் அவர்கள் வெறும் நண்பர்களாக இருக்க வாய்ப்பில்லை என்று சொன்னது.

ராஜாவை முதலில் ஒரு துயரம் கவ்வ முயன்றாலும் பின் எழுந்த ஒரு மகிழ்ச்சியின் அலையில் அவன் உள்ளுக்குள்ளாகத்

குமாரநந்தன்

துள்ளிக் குதித்தான். ஏனென்றால் பிரியாவுடன் இருந்தவன் அவளுக்கு ஏற்ற அழகனாய் இருந்தான். ஏதோ ஒரு பிடிபடாத குற்ற உணர்வு அவனை விட்டு விலகியதைப்போல இருந்தது. சிக்னல் விளக்கு ஆரஞ்ச் நிறத்துக்கு மாறியது. வாகனங்களின் உறுமல் ஓசை சீராக உயர்ந்து, பச்சை ஒளிர்வைக் கண்டதும் சாலையில் வாகனங்களின் வெள்ளம் பெருக்கெடுத்துச் சென்றது.

அவன் அதை யாரிடமும் சொல்லவில்லை. பிரியாவைப் பார்க்கும்போது இன்னும் சிநேகமாகப் புன்னகைக்க வேண்டும்போல இருந்தது. அடுத்த சில நாட்களிலேயே அந்த இளைஞனோடு வண்டியில் வந்து வீட்டுக்கு முன் இறங்கினாள் பிரியா.

அப்போது அவர்களைப் பார்த்த அந்தத் தெருவாசிகள் எல்லோருமே அவனைப் போலவேதான் நினைத்தனர். இதுதான் சரியான ஜோடி. ராஜாவின் அம்மாகூட, “என்னடா இந்தப் பொண்ணு இப்பிடிப் பண்ணிட்டா” என்றாலும், பிறகு, “ஆனா இவங்களப் பாத்தாதாண்டா கண் நிறைஞ்ச ஜோடியா தெரியுது. இந்தப் பொண்ணுக்கும் அவனுக்கும் இது இப்ப வந்த பழக்கமா இருந்திருக்காது. அவங்க ஏற்கனவே காதலிச்சிருக்கணும்” என்றார்.

அதன்பின் அவர்கள் தெருவில் அடிக்கடி தென்பட்டார்கள். யாரும் அவர்களைக் கண்ணியக் குறைவாகவோ,இகழ்ச்சியாகவோ பார்க்கவில்லை. சாஸ்திர, சம்பிரதாயங்களின் குரல்கள் அவர்களின் மனதில் அலறினாலும் அவர்கள் அதைக் கண்டு கொள்ளாமல் இருக்கவே விரும்பினார்கள். இந்த விசயத்தை யாரும் குணாவின் காதுகளுக்கே கொண்டுபோகவில்லை. அவன் இன்னும் சரியாக ஏமாற்றப்பட வேண்டும் எனத் தெருவாசிகள் எதிர்பார்ப்பதைப் போல இருந்தது.

ஒரு மாதத்திற்கும் மேலாக இது தொடர்ந்தது. இரவில் வீடு திரும்பும் குணா அவனுடைய இயற்கையான சந்தேகப் புத்தியால் பிரியாவை அடிப்பதும் துன்புறுத்துவதும் தொடர்ந்துகொண்டே இருந்தது. பிரியாவின் அழகிய பிசிறில்லாத குரலிலிருந்து எழும் அலறல் இரவில் தெருவெல்லாம் எதிரொலித்தது.

ராஜாவின் அம்மா மட்டுமல்ல, இன்னும் அக்கம் பக்கத்தில் இருக்கும் பல பெண்களும் பிரியாவிடம் சொல்லிவிட்டார்கள். “இன்னும் இவங்கூட ஏம்மா சின்னப்பட்டுக்கிட்டு இருக்கற. அந்தத் தம்பிகூட எங்கியாவது தூரமா போயிடு. சீக்கிரம் ரெண்டு பேரும் இங்கிருந்து போயிடுங்க. இவன் உன்னைக் கொஞ்சம் கொஞ்சமாக் கொன்னுருவான்.”

பிரியா தலையைக் குனிந்துகொண்டு அவர்கள் சொல்வதைக் கேட்டுக்கொண்டிருப்பாள். அவள் மனதில் என்ன திட்டம்

இருந்ததோ? அது கடவுளுக்கோ அல்லது சாத்தானுக்கோதான் தெரியும்.

ஆனால் அது தானாகவே நடந்தது. அன்றைய நாள் எந்த வித்தியாசமும் இல்லாமல் வழக்கம்போலவே இருந்தது. காலையில் குணா கடைக்குப் போனான். பின் பிரியா நகைக் கடைக்குப் போனாள்.

மாலையில் ராஜா பஸ் ஸ்டாண்ட் போனான். இரவு வீடு திரும்பிய குணா வழக்கம்போலவே பிரியாவை அடித்து நொறுக்கினான். இரவு அமைதி கடந்து செல்ல, விடியற்காலை நேரத்தில் குணா செத்துப்போயிருந்தான்.

சூரிய உதயத்திற்கு முன்பே பிரியாவின் அலறல் தெருவை உலுக்கி எழுப்பியது. காலையில் அவனிடம் இருந்து விநோதமான சத்தம் வந்ததாகவும், பிரியா பயந்துபோனவளாய் எழுந்துபோய்த் தண்ணீர் கொண்டுவந்து கொடுத்ததாகவும், அதைக் குடிக்கும் முன்பே அவன் தலை சாய்ந்துவிட்டதாகவும் சொல்லிக் கொண்டிருந்தாள்.

இளம் வயதுதான். என்ன செய்வது? சிலருக்கு இப்படி மாரடைப்பு வந்துவிடுகிறது எனப் பிரியாவின் வீட்டில் குவிந்த ஜனங்கள் பேசிக்கொண்டார்கள். தங்களுக்குத் தெரிந்த இளம் வயதில் மாரடைப்பால் இறந்தவர்களின் பட்டியல் ஒன்று அங்கே தயாராகிக்கொண்டிருந்தது. எல்லோர் மனதிலும் ஒரு சந்தேகமும் அதன் பின்னாலேயே அப்படியெல்லாம் இருக்காது என்ற சமாதானமும் எழுந்தது.

அந்தத் தெருவில் யாரோ ஒருவருக்கு அந்தச் சந்தேகம் வலுவாய் ஆட்டிப் படைத்திருக்கிறது. அவர் குணாவின் வீட்டுக்கு வரவில்லை. வந்து பிரியாவின் முகத்தைப் பார்த்திருந்தால் ஒருவேளை அந்தச் சந்தேகம் அத்தனை வலிமையாய் இருந்திருக்காது. அவரின் அநாமதேய போன் கால் மூலம் போலீசார் குணாவின் வீட்டுக்கு வந்தனர்.

மக்களின் கடுமையான எதிர்ப்பு, பிரியாவின் குற்றம் சொல்ல முடியாத தோற்றம், சந்தேகம் என ஒருவரும் புகார் அளிக்காதது போன்றவற்றால், பிரேதத்தை எரிக்கக் கூடாது என்ற நிபந்தனையோடு போலீசார் திரும்பிச் சென்றுவிட்டனர்.

அதன்பின் பிரியா அங்கேயேதான் இருந்தாள். மீண்டும் நகைக் கடைக்கு வேலைக்குப் போனாள். அவள் காதலன் அவளைக் கொண்டுவந்து விட்டு விட்டுக் கண்ணியமாகத் திரும்பிச் சென்றுகொண்டிருந்தான்.

தெருவாசிகள் அவன் யார் என்று விசாரித்தார்கள். அவன் விநோத். அப்பா அம்மா இல்லை. பணிவும் அமைதியும் நிரம்பியவன். தனியார் நிறுவனம் ஒன்றில் வேலை செய்கிறான்.

ஆறு மாதங்கள் கழித்து பிரியாவை அவன் திருமணம் செய்துகொள்ள விரும்புவதாக ராஜாவிடம் சொன்னான். ராஜா அதை அம்மாவிடம் சொல்ல அவர்களின் திருமணத் தேதி முடிவு செய்யப்பட்டது.

முன்பாக, குணாவின் பெட்டிக் கடையில் இருந்த பொருட்களையெல்லாம் ஏதோ ஒரு விலைபேசிப் பக்கத்தில் இருந்த பெரிய மளிகைக் கடை ஒன்றுக்குத் தந்துவிட்டுக் கடையைக் காலி செய்தார்கள்.

ரிஜிஸ்டர் அலுவலகத்தில் எளிமையாக நடந்த அந்தத் திருமணத்திற்கு ராஜா, அவன் அம்மா, பிரியா குடியிருக்கும் வீட்டுக்குச் சொந்தக்காரர், விநோத்தின் நண்பர்கள் இருவர் ஆகியோர் மட்டும் வந்திருந்தனர்.

அன்று மதியம் பிரியாவின் வீட்டிலேயே எளிமையான விருந்துக்கு ஏற்பாடு செய்யப்பட்டிருந்தது. தம்பதி சார்பாக ராஜாவே தெருவாசிகள் அனைவரையும் விருந்துக்கு அழைத்தான். பிரபலமான கடையில் இருந்து தருவிக்கப்பட்ட சாப்பாடு சரியான நேரத்திற்கு வந்திறங்கியது. முதலில் யாரும் வராததைப்போலத் தெரிந்தாலும் பின் ஒவ்வொருவராகத் தெருவில் இருந்த எல்லோருமே வந்துவிட்டனர். ஒவ்வொருவரும் வீட்டுக்குத் தேவையான எளிய பரிசுப் பொருட்களோடு வந்து இருவரையும் வாழ்த்தினர். மாலையிலேயே அவர்கள் மணமகன் வீட்டுக்குப் போக இருப்பதால் அவர்களை வழியனுப்ப எல்லோரும் அங்கேயே கதை பேசிக்கொண்டு உட்கார்ந்திருந்தனர்.

ஏற்பாடு செய்யப்பட்டிருந்த வாடகைக் கார் மாலையில் வீட்டுக்கு முன்னால் வந்து நின்றது. இருவரும் ஒவ்வொருவரிடமும் மனப்பூர்வமான நன்றியைத் தெரிவித்துக்கொண்டு நெகிழ்ந்த இதயத்தோடு அங்கிருந்து கிளம்பிச் சென்றனர். கார் தெருவை விட்டுப் பிரதான சாலைக்குச் சென்று மறைந்த கொஞ்ச நேரத்தில் சூறைக்காற்று வீச ஆரம்பித்தது. பெண்கள் துவைத்துக் காயப்போட்ட துணிகளை வீட்டுக்குள் எடுத்துச் சென்றனர். இயந்திரம் ஒன்றை முடுக்கியதுபோலச் சட்டென மழைத் தூறல் விழ ஆரம்பித்தது. ஒரு சில நிமிடங்களில் எழப்போகும் மண்வாசனையை நுகருவதற்காக எல்லோரும் காத்திருந்தனர். ஆனால் மண்ணில் இருந்து இரத்தவாடை வீசியது. அது வேறெங்காவது வீசுகிறதா எனச் சுற்றிச் சுற்றிப் பார்த்தவர்கள் ஒரு சில நிமிடங்களில் மழைநீருடன் செந்நிறக் கோடுகள் கலந்து

விழுவதைக் கண்டனர். கைகளில் ஏந்திப் பார்த்தபோது அது இரத்தமாய் இருந்தது.

பனிக்கட்டி மழை தெரியும். மீன் மழையைக் கேள்விப்பட்டிருக்கிறோம். ஆனால் இது என்ன இரத்த மழை எனப் புரியாமல் ஒருவரை ஒருவர் ஆச்சரியத்தோடு பார்த்துக்கொண்டனர். உயரமான மரங்களின் இலைகளில் இருந்தும், வீட்டுக்கு முன் இருந்த செடிகளில் பூத்திருந்த மலர்களில் இருந்தும் இரத்தம் வழிந்தோடியது. ராஜா அதைப் போனில் வீடியோவாகப் பதிவு செய்துகொண்டான். இன்னும் நிறைய பேரும் இரத்த மழையை வீடியோ எடுத்தனர்.

ராஜா தெருவில் இரத்தம் கலந்து ஓடிய மழைத் தண்ணீரை ஒரு பாட்டிலில் கொஞ்சம் எடுத்து வைத்துக்கொண்டான். எப்படி ஆரம்பித்ததோ அப்படியே பத்து நிமிடத்தில் மழை சுவிட்ச் போட்டதைப்போல நின்றுவிட்டது. அப்போது அந்தத் தெருவைத் தவிர வேறு எங்கும் மழை பெய்திருக்கவில்லை.

யாவரும்.காம், ஜூன் 5, 2020

5

மகா மாயா

இன்பாவின் குரல் காதுக்குள் ஒலிக்கும் போதெல்லாம் ராஜசேகரின் முகம் புன்னகை அரும்பிப் பிரகாசமாகிவிடும். தனக்கும் ஒரு தகப்பன் அந்தஸ்தைக் கொடுத்துத் தன்னை நம்பிப் பிறந்தவள் என அடிக்கடி நினைத்துக்கொள்வான். அப்படி நினைவு வரும்போதெல்லாம் ஒரு தெய்வத்தை வணங்குவதைப்போலத் தன் மகளை மனதுக்குள் கை கூப்பி வணங்கிக்கொள்வான்.

நேரம் பத்து மணி ஆகிவிட்டது. இன்னும் அவள் தூங்கியிருக்க மாட்டாள். அப்பா இன்னும் வரலையா இன்னும் வரலையா எப்பம்மா வருவாரு என நந்தினியிடம் நூறு முறை கேட்டு அவள் பொறுமையைச் சோதித்துக்கொண்டிருப்பாள். இந்தக் குழந்தைகள் இப்போது இரவு பதினோரு மணி ஆனாலும் தூங்காமல் விழித்துக்கொண்டிருப்பது எப்படி என ராஜசேகர் அடிக்கடி வியந்துபோவான்.

அவன் சிறுவனாய் இருக்கும்போது இரவு எட்டு மணிக்கு டிவியில் போடும் ஒலியும் ஒளியையுமே பார்க்க முடியாமல் தூங்கிப் போய்விடுவான். மனம் உடனே அந்தச் சின்னஞ்சிறு காலத்துக்குள் தாவிக் குதித்துக்கொண்டு ஓடியது.

பள்ளி சென்ற நாட்களின் மிருதுவான தன்மை, அன்றைய மனதை வசீகரித்த படங்கள் பாடல்கள், நிகழ்வுகள், அன்றைய ஊர் அமைப்பு, தெருக்கள், மக்கள் நடமாடிய விதம் எனப் போய்க்கொண்டே இருந்தான். மனதில் சந்தோஷம் நிறைந்து தளும்பியது.

"கொத்துப் பரோட்டா ரெடி" என மாஸ்டர் போட்ட சத்தத்தில் சுய நினைவுக்கு மீண்டான். பொட்டலத்தை வாங்கிக்கொண்டு பணத்தைக் கொடுத்துவிட்டு வண்டியை நோக்கி நடந்தான். "அப்பா இன்னைக்கு வரும்போது எனக்குக் கொத்துப் பரோட்டா வாங்கிட்டு வாங்க..." காதுக்குள் இன்பாவின் தேன் குரல் மீண்டும் பாய்ந்தது. மீண்டும் அவன் முகம் சுடர்விட்டுப் பிரகாசித்தது.

ஐப்பசி மாதப் பனியில் பைக் அதற்குள் சில்லிட்டுப் போயிருந்தது. ஹெல்மெட்டைப் போட்டுக்கொண்டு வண்டியை இயக்கிச் சாலைக்குத் திருப்பினான். தேய்பிறை காலத்து வானத்தில் நட்சத்திரங்களின் கூட்டம் அதிகமாய் இருப்பதைப்போலத் தெரிந்தது.

ஐந்து நிமிடப் பயணத்துக்குப் பின், அது ஒரு வழக்கமான நாள்போல இல்லை என்றொரு எண்ணம் வந்தது. இன்னதென்று தெரியாத திகில் நெஞ்சில் நிறைந்ததைக் கண்டு அவன் ஆச்சரியம் அடைந்தான். எந்த நினைவும் இல்லாமல் வெறுமனே இப்படி ஒரு அச்சம் வந்து நெஞ்சில் நிறையுமா? இதற்கு அர்த்தம் என்னவாக இருக்கும். யோசித்துக்கொண்டிருக்கும்போதே அச்சம் மேலும் மேலும் பெருகிக்கொண்டே செல்வதை உணர முடிந்தது. இது ஒரு கட்டத்தில் தன்னை அலறச் செய்துவிடும் அளவுக்குப் போய்விடுமோ என அவனுக்குத் தோன்றியது.

இதயத்தின் துடிப்பு அதிகமாகிக்கொண்டே போனது. நான்கு திசைகளிலும் பயம் சூழ்ந்து அவனை நெருங்கியது. அவன் ஒரு கணம் வண்டியை நிறுத்திவிடலாமா என யோசித்தான். ஆனால் இன்பா காத்துக்கொண்டிருப்பாள். இன்னும் ஒரு ஐந்து நிமிடத் தொலைவு. அவ்வளவுதான். இந்தப் பைத்தியக்காரத்தனத்தைக் கொஞ்சம் பொறுத்துக்கொண்டால் வீட்டுக்குப் போய்விடலாம் என நினைத்தவனாய் வண்டியை முறுக்கினான்.

பாலத்தை ஏறிக் கடந்தாகிவிட்டது. ஊருக்குப் போகும் சின்னச் சாலை கண்ணுக்குத் தெரிகிறது. ஒருவழிப் பாதையின் குறுக்கே திரும்பும் சாலைக்கு இன்னும் ஒரு கிலோமீட்டர் போக வேண்டும். ஆனால் அவன் எப்போதும் அப்படிப் போனதில்லை. அவர்கள் ஊருக்குச் செல்லும் சாலைக்கு நேரே ஹைவே சாலை நடுவே இருக்கும் போக்குவரத்துத் தீவில் சிறு கால்வாய்போல வெட்டிவிட்டிருக்கிறார்கள். அதில் வண்டியை நுழைத்து அந்தப் பக்கம் போய்விடலாம்.

சாலை நடுவே உள்ள இடைவெளியில் அரளிச் செடிகள் புதராய் வளர்ந்துள்ளன. அரளிப் பூ வாசம் கம்மென்று பரவுகிறது. அந்தப் பக்கம் வாகனம் எதுவும் வருவதுபோல் தெரியவில்லை.

அரளிப் புதருக்குள்ளாக இருக்கும் உடைப்பைக் கண்டுபிடித்து வண்டியைத் திருப்புகிறான். எதிர்ச்சாலையில் வண்டி இறங்கிவிட்டது. திடீரென ஒரு பெரும் சத்தம். இராட்சச வாகனம் ஒன்று பிரேக் இட்டுக்கொண்டே வருகிறது. அவனால் நம்பவே முடியவில்லை. இது எங்கிருந்து வந்திருக்கும். ஆகாயத்திலிருந்தா? கிறீச் கிறீ...ச்... அந்த வாகனம் இவ்வளவு அருகிலா வந்துவிட்டது. அவனால் எதையும் சரியாகப் பார்க்க முடியவில்லை. அதன் ஹெட் லைட் வெளிச்சம் கண்ணுக்குள் சென்று உலகம் முழுக்க வானம் முழுக்கப் பரவியது. பைக் நின்றுவிட்டது. அல்லது கீழே சாய்ந்துகொண்டு இருக்கிறது. அந்த இனம் தெரியாத அச்சத்திற்கான காரணம் இப்போது புரிந்தது. ஆச்சரியப்படும் விதமாய் அவன் மனதிலிருந்து துன்பம், துயரம், அச்சம் போன்ற உணர்வுகள் எல்லாம் விலகிப் போய்விட அவன் ஒரு தெளிந்த நீரோடை போல இருந்தான். இப்படி ஒரு நிலையை அவன் எப்போதும் கற்பனை செய்துகூடப் பார்த்ததில்லை. அது விவரிக்க முடியாத பரவசம் போலவும் இருந்தது. இன்பா காத்துக்கொண்டிருப்பாள் என்பதைத் தவிர அப்போது அவனுக்கு வேறு எந்த நினைவும் இல்லை. அந்த நினைவும்கூட அவன் பரவசத்தை எந்த விதத்திலும் கட்டுப்படுத்தவில்லை.

இன்பாவுக்குப் பின் சஞ்சய் பிறந்தான். பிறக்கும்போதே கொடி சுற்றிப் பிறந்தான். தன்னுடைய அப்பா அம்மாவையே தனக்கும் அப்பா அம்மாவாகக் கொண்டு இன்னொருவன் வந்திருப்பதை இன்பாவால் சகித்துக்கொள்ள முடியவில்லை.

"எனக்குத் தம்பிப் பாப்பா வேணாம் தூக்கிப் போட்ருங்க" எனச் சொல்லிக்கொண்டிருந்தாள். அவள் மனதுக்குள் ஏமாற்றம் அறிமுகமானது. ஏதோ ஒன்று கைவிட்டுப் போனதை அவள் உணர்ந்துகொண்டவளாய் இருந்தாள். அது அப்படி ஒன்றும் இல்லை என அவளுக்குக் கொஞ்சம் கொஞ்சமாய்ப் புரிய வைத்துவிட வேண்டும் என ராஜசேகரும் நந்தினியும் பேசிக்கொண்டார்கள். முன்பைவிட அவள்மீது அதிக அன்பைப் பொழிந்தார்கள். கேட்ட பொம்மையை வாங்கிக் கொடுத்தார்கள். அவளுடன் நிறையப் பேசினார்கள்.

ஆனால் மாற்று கொஞ்சம் குறைந்துதான்விட்டது. முன்பு அவளைச் சுற்றியிருந்த கனவுகள் இப்போது அவனைச் சுற்றிக் குவிந்துவிட்டன. முன்பு இன்பாவின் முகம் மனதில் தோன்றியபோது பூத்த சந்தோஷம் இப்போது கவனிக்கத்தக்கதாய் இல்லாமல் போய்விட்டது. இப்போது சந்தோஷத்தின் ஊற்று சஞ்சயிடம் இருந்துதான் பெருக்கெடுக்கிறது.

அவளை விஞ்ஞானி ஆக்கலாமா? விளையாட்டில் ஈடுபடுத்தலாமா? சாப்ட்வேர் இன்ஜினியராக்கிவிடலாமா? டாக்டருக்குப் படிக்க வைக்கலாமா? கலெக்டராகப் பயிற்சி தரலாமா என்ற யோசனைகள் எல்லாம் இப்போது வருவதில்லை.

அவளுக்குள் பிடிவாத குணமும் மூர்க்கமும் தலையெடுத்தது. ராஜசேகர் இப்போதெல்லாம் அவளைத் திட்டுவதற்குத் தயங்குவதில்லை. அவளும் அதைக் கண்டுகொள்வதில்லை. அவளுக்குள் வேடிக்கையான ஆசைகள், விசித்திரமான கனவுகள் வளர ஆரம்பித்தன. ராஜசேகருக்கு முதலில் வியப்பாய் இருந்தது. பின் போகப்போக எல்லாம் சரியாகிவிடும் எனத் தன்னைத் தானே சமாதானம் செய்துகொண்டான்.

இன்பா வளர்ந்துவிட்டாள். தம்பியின் இருப்பைச் சகஜமானதாக எடுத்துக்கொள்ளும் அளவுக்குப் பக்குவம் அடைந்துவிட்டாள். தம்பியின்மீது பாசமாகக்கூட இருக்கிறாள். அவன் சீக்கிரம் வளர்ந்து தன்னோடு விளையாட வர வேண்டும் என அவள் எதிர்பார்த்துக்கொண்டிருந்தாள்.

சஞ்சய்க்கு ஏழு வயதாகும்போது இன்பா பெரிய மனுஷி ஆகிவிட்டாள். முதலில் அவளிடம் மாற்றங்கள் எதுவும் இல்லை. நாட்கள் போகப்போக அவள் உடல் வளர்ச்சி மிக வேகமாய் இருந்தது. குழந்தைமை மெல்ல மெல்ல விலக ஆரம்பித்தது. ஆர்ப்பாட்டமெல்லாம் குறைந்துவிட்டது. நந்தினியிடம்தான் அதிகம் ஒட்டிக்கொள்கிறாள். அப்பாவிடம் கொஞ்சம் விலகல் ஏற்பட்டுவிட்டது. சஞ்சய்க்கும் அம்மாதான். அம்மா அம்மா என எப்போதும் அவள் தோளையும் கழுத்தையும் கட்டிக்கொண்டு தொங்குகிறான். அவனுக்குத் தன்னைவிட அவளிடம்தான் பாசம் அதிகம் என ராஜசேகர் உணர்ந்திருந்தான். என்ன இருந்தாலும் வயிற்றில் சுமந்து பெற்றவள் இல்லையா? குழந்தைகளுக்குத் தான் அந்நியம்தானே என நினைத்துக்கொள்வான். அப்படி அவனைச் சமாதானப்படுத்திக் கொள்ளும்போது ஏதோ ஓர் ஏமாற்றமான உணர்வு தோன்றும்.

திரும்பிப் பார்ப்பதற்குள் வருடங்கள் ஓடிவிட்டன. ராஜசேகர் இன்னும் அலுவலகத்திற்குத்தான் போய்வந்துகொண்டிருக்கிறான். வாழ்க்கையில் பெரிய மாற்றமில்லை என்று தோன்றினாலும் எல்லாமே மாறிவிட்டதாகவும் ஒரு உணர்வு தோன்றுகிறது. இந்த நாட்கள் எல்லாம் எங்கே போய்விட்டன. இந்தப் பால்வீதி மண்டலத்தில் இறந்த காலம் எதிர்காலமெல்லாம் மிதந்து கொண்டிருக்குமாமே? அங்கேயெல்லாம் போய்வர ஒரு மெஷின் கண்டுபிடித்தால் எவ்வளவு நன்றாக இருக்கும். இந்த டைம் மெஷினை நம் காலத்திற்குள் கண்டுபிடித்துவிடுவார்களா?

குமாரநந்தன்

அப்படிக் கண்டுபிடித்துவிட்டால் ஒரு நடை சின்ன வயதிற்குப் போய்விட்டு வரலாம். கொஞ்ச நாள் பள்ளிக்கூடம் போக வேண்டும்போல இருந்தது. ஆனால் டைம் மெஷின் எல்லாம் எவ்வளவு அழகான கற்பனை. கடந்த காலத்திற்குள் திரும்ப முடியாதபடியான இந்த ஏற்பாட்டை அவன் வெறுத்தான். விரும்பினாலும் விரும்பாவிட்டாலும் ஒரே திசையில்தான் போயாக வேண்டும். அங்கே இருப்பது வெறுமை வெறுமை. இப்படியெல்லாம் சிந்திக்கும் அளவுக்குத் தான் பக்குவம் அடைந்திருப்பதைக் கண்டு ராஜசேகர் வியந்துகொண்டான்.

இன்பா, சஞ்சய் இருவரும் குழந்தைகளாகவும் நந்தினி இளம் அம்மாவாகவும் தான் ஒரு இளம் அப்பாவாகவும் மட்டும் இருந்தால் எவ்வளவு நன்றாக இருக்கும். ஆனால் அப்படி இருக்க முடிவதில்லையே. திருமணத்தின்போது நந்தினி அவ்வளவு ஒல்லியாக இருந்தாள். அக்காகூடச் சொல்லுவாள், "டேய் கொடி மாதிரி பொண்ணுன்னு சொல்வாங்க இல்ல... அது சும்மா ஒரு இதுக்குச் சொல்றாங்கன்னு நெனைச்சேன். அது உண்மைதான்னு இப்ப தெரியுது. இந்த நந்தினி உண்மையிலேயே கொடி மாதிரித் தான்டா இருக்கா."

இன்று நந்தினி எவ்வளவு குண்டாகிவிட்டாள். வயிறு தொப்பையைக் குறைக்க எவ்வளவோ பாடுபட்டு முடியாமல் விட்டுவிட்டாள். வயிறு வலிக்கிது. முட்டி வலிக்கிது. நெஞ்சு படபடன்னு வருது எனத் தினம் ஒருவிதமாய்ச் சொல்லிக் கொண்டிருக்கிறாள். அவனுக்கும்தான் தொப்பை போட்டுவிட்டது. உடல் தளர்ந்துவிட்டது. அடர்ந்திருந்த தலைமுடிகள் பரவலாகி, கன்னத்தில் கொஞ்சம் டொக்கு விழுந்து ... எல்லோருடைய பார்வையிலும் எவ்வளவு அந்நியத் தன்மை. நம்முடைய சாவு எப்படி இருக்கும் எனத் தினம் ஒரு முறையாவது யோசனை வந்துவிடுகிறது. சாவைப் பற்றிய அதிக சிந்தனை சோர்வை அதிகப்படுத்திக்கொண்டே இருக்கிறது. இந்த உணர்வுகள் மனிதர்கள் எல்லோருக்குமே பொதுதானா அல்லது தனக்கு மட்டும்தான் அப்படி இருக்கிறதா தெரியவில்லை.

இன்பா இப்போது கல்லூரிக்குப் போகிறாள். அவளைப் பார்த்தால் தன்னுடைய மகள் என்றே நம்ப முடியவில்லை ராஜ சேகருக்கு. அவ்வளவு அழகான யுவதியாய் இருந்தாள். இளமையின் அழகான உடல்மொழிகளைச் செய்கிறாள். அதையெல்லாம் அவள் எங்கிருந்து எப்போது கற்றுக்கொண்டிருப்பாளோ தெரியவில்லை.

இப்போது அவள் வேலைக்குப் போக வேண்டும் என்றுகூட ராஜசேகர் நினைப்பதில்லை. அவளை நல்ல ஒருத்தனிடம் ஒப்படைத்துவிட்டாலே போதும் என்றிருந்தது. அந்த நல்ல

ஒருவனை எப்படிக் கண்டுபிடிப்பது என்றுதான் தெரியவில்லை. அவன் இளைஞர்களை உன்னிப்பாகக் கவனித்து வருகிறான். அவர்கள் பொறுப்பற்றவர்களாக இருக்கிறார்கள். சரமாரியாகக் கெட்ட வார்த்தையில் திட்டிக்கொள்கிறார்கள். பைக்கில் பறக்கிறார்கள். பள்ளிக்கூடம் படிக்கும்போதே தண்ணி அடிக்கக் கற்றுக்கொள்கிறார்கள். தன்னுடைய மாப்பிள்ளை எப்படி இருக்க வேண்டும் என அவன் தன்னைத்தானே கேட்டுக்கொண்டான்.

அழகான செழிப்பான இளைஞனின் உருவம் மனதுக்குள் தோன்றியது. அவன் மிகவும் நாகரிகம் உள்ளவன். மென்மையான உள்ளம், உயர்ந்த குணம், உறுதியான உடலும் உள்ளமும் கொண்டவன். நினைக்க நினைக்க அவனுக்குச் சிரிப்பு வந்தது. மாப்பிள்ளையைப் பற்றி எவ்வளவு கற்பனை. எவ்வளவு எதிர்பார்ப்பு. ஆனால் சின்ன வயதில் இருந்தே வாழ்க்கை இப்படித்தான். ஆசையும் எதிர்பார்ப்பும் கனவுகளுமாய்ப் போய்க் கொண்டிருக்கிறது. நடப்பதென்னவோ அழகும் இரசனையுமற்ற சாதாரண சம்பவங்கள்.

சின்ன வயதில் இன்பாவைக் குறித்து என்னென்ன கனவு கண்டோம் என நினைத்துப் பார்த்துக்கொண்டான். மருத்துவத்திலோ அல்லது இலக்கியத்திலோ அவள் நோபல் பரிசு வாங்குவாள் என்றெல்லாம் தான் நினைத்ததையும் நம்பியதையும் இப்போது நினைத்துப் பார்க்கச் சிறு குழந்தையின் கற்பனை போல இருந்தது. அதுபோலத்தான் இதுவும். வெறும் கற்பனை. நிஜத்தில் இந்த இளைஞர்கள் கூட்டத்தில் இருந்துதான் ஒருவன் மாப்பிள்ளையாக வருவான். அவன் குடிப்பவனாய், பொய் சொல்பவனாய், பொறுப்பற்றவனாய்க்கூட இருக்கலாம்.

அவனுடைய யூகம் ஒரு விதத்தில் சரியாகிவிட்டது. இன்பா ஒருவனைக் காதலிக்கும் விஷயம் தெரிய வந்தபோது அது ராஜசேகருக்கு அதிர்ச்சியாய் இருக்கவில்லை. இது இப்படித்தான் இருக்கும் என அவன் மனதுக்குள் முன்பே ஒரு முடிவு ஏற்பட்டிருந்தது. இன்பாவின் காதலன் ஒரு சிக்கன் கடைக்காரன். தலை நடுவில் கொஞ்சம் முடியை விட்டுச் சுற்றிலும் தலையைச் சுத்தமாய்ச் சுரண்டியிருந்தான். சுருள் சுருளாய்த் தொங்கும் அந்தத் தலைமுடிகளைப் பார்க்கும்போது ஒரு பூந்தொட்டியின் நினைவு வந்தது. அடர்த்தியான தாடி இருந்தது. உதடுகள் புகை பிடிப்பவன் என்பதைச் சொன்னது. உடல் இரும்பைப்போல உறுதியாக இருந்தது. எப்படி யோசித்தாலும் இவனைப்போய் எப்படி இன்பா காதலித்திருப்பாள் என ராஜசேகரால் யூகிக்க முடியவில்லை. அவன் கல்லூரிவரை படித்திருக்கிறான் என்பது ஒரு ஆறுதலான விஷயமாகத் தோன்றியது.

முன்பொரு நாள் ஒரு கல்லூரி வழியாக அவன் பஸ்சில் வர நேர்ந்தது. அப்போது அதில் ஏறிய மாணவர்களின் கூட்டம் செய்த சேட்டைகள் கொஞ்சம்கூட இரசிக்கும்படியாக இல்லாததோடு அருவருப்பானதாகவும் ஆபாசத்தின் எல்லையைத் தாண்டிச் செல்வதாகவும்கூட இருந்தது. அந்தக் கூட்டத்தின் தலைவனாகத்தான் இவன் இருப்பான் என்று தோன்றியது.

இன்பாவை உட்காரவைத்துக்கொண்டு வெகுநேரம் பேசிப் பார்த்தான் . . . "இதோ பார் இந்த வயசில் காதல் வர்றது சகஜம் தான். அதை தப்புன்னு சொல்லல. ஆனா இந்தப் பையனைப் போய் உனக்கு எப்படிப் பிடிச்சிப் போச்சின்னுதான் எனக்குப் புரியல. இருக்கட்டும். நீ படிச்சி முடி. வேலைக்குப் போ. அப்பவும் உனக்கு இவனைத்தான் பிடிச்சிருக்குன்னா தாராளமா கல்யாணம் பண்ணிக்கோ. அதுவரைக்கும் கொஞ்சம் பொறுமையா இரு. தயவுசெஞ்சி நான் சொல்றத கேளு."

அவள் எதுவும் பேசவில்லை.

மறுநாள் அவள் போனை எடுத்துப் பார்த்தபோது, அவர்கள் இருவருக்கும் என்னன்னவோ உரையாடல் நடந்திருந்தது. அதையெல்லாம் படிக்க ராஜசேகரின் மனசாட்சி இடம் தரவில்லை. அவன் 'உன் அப்பன் என்னதான்டி சொல்றான்' என மெஸேஜ் செய்திருந்தான். அதற்கு அவள் ஒரு துயர முகமுடைய இமோஜியை இட்டிருந்தாள். அதற்குமேல் அதை அவனால் பார்க்க முடியவில்லை.

கல்லூரி இரண்டாம் வருடப் பரீட்சைக்கு முன்பே அவள் வீட்டை விட்டு வெளியேறிவிட்டாள். அவள் போன் செய்துகூட எதுவும் சொல்லவில்லை. ராஜசேகருக்கும் நந்தினிக்கும் அவளைத் திரும்பப் போய்ப் பார்க்க வேண்டும், பேச வேண்டும் என்றே தோன்றவில்லை. அவர்களும் அப்படியே விட்டுவிட்டார்கள். ஆனால் அவள் சிறுமியாய் இருந்தபோது எப்படியெல்லாம் நடந்துகொண்டாள் என்ற நினைவுகளை அவர்கள் முடிவின்றி அசைபோட்டுக்கொண்டே இருந்தார்கள். அப்படிச் செய்வது மனதுக்கு மிகவும் இதமாக ஆழ்ந்த அமைதியை அளிப்பதாக இருந்தது.

❍ ❍ ❍

சஞ்சய் தனியார் கல்லூரியில் பிஇ படிக்கிறான். அது கட்டுப்பாடுகளுக்குப் பெயர் போன கல்லூரி என்பதால் ராஜசேகருக்குப் பயம் எதுவும் இல்லை. என்றாலும் அவன் வீட்டுக்குள் ஒரு முகமும் வெளியில் ஒரு முகமும் வைத்திருப்பதாகத் தோன்றியது. அதற்கான தரவுகள் எதுவும் கிடைக்கவில்லை

என்றாலும் அந்த எண்ணம் உறுதியானதாகவும் அசைக்க முடியாததாகவும் இருந்தது.

அவனுடைய நடவடிக்கைகளில் பவ்யத்தில் பணிவில் இருக்கும் போலித்தனம் பெரும் தொந்தரவாய் இருந்தது. இப்படி ஒரு எண்ணத்தோடு அவனிடம் இயல்பாகப் பேச முடியவில்லை. அவர்கள் இருவரிடமும் உரையாடல் மிகக் குறைந்துவிட்டது. ஆனால் அம்மாவிடம் அவன் அவ்வளவு இயல்பாகப் பேசுகிறான். சிரிக்கிறான், கொஞ்சுகிறான். அதை அவள் முழுதாக நம்புகிறாள். பூரித்துப் போகிறாள். ராஜசேகருக்கு அவளுடைய அப்பாவித் தனத்தைப் பார்க்கச் சகிக்கவில்லை. அடிக்கடி அவளிடம் சத்தம் போடுகிறான். அவள், "எதுக்கு இப்ப இப்படிக் கத்தறீங்க" என்கிறாள். சில சமயம் இயல்பாக நகர்ந்து போய்விடுகிறாள். சில சமயம் அவள் முகம் வாடிப் போய்விடுகிறது. கண்ணீர் துளிர்த்துவிடுகிறது. பிறகு இரண்டு நாட்களுக்கு அவள் யாரிடமும் அதிகம் பேசுவதில்லை. மகன் செய்யும் சேட்டைகளையும் கண்டு கொள்வதில்லை. அவனும் அமைதியாகிவிடுகிறான்.

பிறகு வழக்கம்போல அவர்களின் கூச்சலும் குலாவலும் ஆரம்பித்துவிடும். ராஜசேகருக்குப் போகப்போக இது பழகிவிட்டது. அதனால் மனச் சஞ்சலமடைவதை அவன் விட்டுவிட்டான். இதுமட்டுமல்ல எதுவுமே மனதுக்குள் சென்று வெவ்வேறு உணர்வுகள் பொங்கிப் பிரவகிப்பதையும் அதனால் அல்லல் படுவதையும் அவர் கைவிட்டுவிட்டான். எது நடந்தாலும் அப்படியா எனக் கடந்துபோய்விடுகிறார்.

வாழ்க்கை அர்த்தத்தை இழந்து பெரும் அபத்தமாக மாறிக்கொண்டிருப்பதை அவர் உன்னிப்பாகக் கவனித்துக் கொண்டிருக்கிறான். இன்பாகூட வீட்டுக்கு வருகிறாள். இப்போதெல்லாம் பெற்ற மகள் அந்நியப் பெண்கள் எல்லாம் ஒன்றாகவேதான் தெரிகிறார்கள். எல்லோரிடமும் ஒரே மாதிரி அன்புடனும் வாஞ்சையுடனும்தான் அவர் பேசுகிறான்.

படித்துக்கொண்டிருக்கும்போதே சஞ்சய்க்கு வேலை கிடைத்துவிட்டது. வெளிநாட்டு நிறுவனம். அதன் விசாகப்பட்டணம் அலுவலகத்துக்கு அவன் அழைத்துக் கொள்ளப்பட்டான்.

இன்பாவும் சஞ்சயும் குழந்தைகளாகஇருக்கும்போது அவர்கள் வளர்ந்து வாலிபம் அடைந்தால் எப்படி நடந்துகொள்வார்கள் எப்படிப் பேசுவார்கள் எப்படி இருப்பார்கள் என்ற ராஜசேகரின் கற்பனையெல்லாம் தவிடு பொடியாகிவிட்டது. அவர்கள் முற்றிலும் வேறு விதமாக, இளைய உலகத்தின் பிரதிநிதிகள்போல இருக்கிறார்கள். எப்படி இந்த இளைஞர்கள் கூட்டம் எல்லாம்

ஒரே மாதிரியான உடல் மொழிகள் பேச்சுச் சிரிப்புகளோடு இருக்கிறார்கள். நானும்கூட ஒரு காலகட்டத்தைத்தான் பிரதிபலித்திருப்பேனா? மனிதர்களிடம் தனித்துவம் என்றெல்லாம் எதுவும் இல்லையா? யோசிக்க யோசிக்க ராஜசேகருக்கு வியப்பாக இருந்தது.

நந்தினி ஒருநாள் திடீரென இறந்துவிட்டாள். ராஜசேகரின் உள்ளே எப்போதும் மரணத்தைப் பற்றிய நினைவுகள் ஓடிக்கொண்டேதான் இருக்கிறது என்றாலும் இப்படி அது உண்மையாகவே திடீர் என வந்து ஒரு நாளை ஆக்கிரமித்துக் கொள்ளும் என அவன் எதிர்பார்க்கவே இல்லை. அன்று எப்போதும்போல எழுந்து காபி போட்டுக் குடித்தார்கள். பின் ராஜசேகர் பேப்பர் பார்த்துக்கொண்டிருந்தான். நந்தினி குளித்து முடித்து வெகுநேரம் பூஜை செய்துவிட்டுக் காலை உணவுக்குத் தயார் செய்ய ஆரம்பித்தாள். பிள்ளைகள் எல்லாம் வளர்ந்துகொண்டிருக்கும்போது அவள் வேலை செய்யும் விதத்தில் அபார வேகம் இருந்தது. இன்று அரைநாள் செய்யும் வேலையை அப்போது அரைமணியில் செய்திருப்பாள். அந்தப் பரபரப்பெல்லாம் எங்கே போனதென்றே தெரியவில்லை. டிவி ஓடவில்லையென்றால் வீட்டில் சகிக்க முடியாத எதிர்கொள்ள முடியாத அமைதி நிலவுகிறது. வெங்காயம் வெட்டிக்கொண்டிருந்தவள், "நெஞ்சு வலிக்கிது" என்றாள். எதையோ எதிர்பார்க்காதவள்போல அவள் முகத்தில் பேரச்சம் ஒளிர்ந்தது. ராஜசேகர் ஆம்புலன்சுக்கு போன் செய்தான். அவள் திடீரென டேபிளின் மேல் சாய்ந்துகொண்டாள். "நந்தினி நந்தினி கொஞ்சம் பொறுத்துக்கோ... இதோ ஆஸ்பத்திரிக்கிப் போயிடலாம்." அவனின் கத்தலுக்கு அவளிடம் எந்த எதிர்வினையும் இல்லை. ராஜசேகருக்கு அச்சமாய் இருந்தது. ஒருவேளை அவள் இறந்துவிட்டாளா? அப்படி இருக்காது. இவ்வளவு சட்டென அது நடக்குமா? அவனுக்கு ஒன்றுமே புரியவில்லை.

ஆம்புலன்சில் வந்தவர்கள் நாடி பிடித்துப் பார்த்தார்கள். அவர்கள் முகத்திலிருந்து எதுவும் தெரியவில்லை. ஸ்டெச்சரில் போட்டுக்கொண்டு ஓடினார்கள். அவனும் ஓடிப்போய் வண்டியில் ஏறிக்கொண்டான். சைரன் ஒலிக்கப் பெரும் வாகன நெரிசல்களுக்கு இடையே அது பாய்ந்து சென்றது. நகரம் அதன் இயல்பில் இயங்கிக்கொண்டிருப்பதைப் பார்க்க அவருக்கு ஏமாற்றமாய் இருந்தது. அவன் அப்படி ஏமாற்றமாய் உணர்வதைப் பார்த்து அவனுக்கே வேடிக்கையாகவும் இருந்தது.

மருத்துவமனையில் இறங்கியதும் அவர்கள் அவளைத் தூக்கிக்கொண்டு ஓடிவிட்டார்கள். அவனால் பின்னாலேயே ஓட முடியவில்லை. அவர்கள் எங்கே போனார்கள், என்ன ஆனார்கள்

என்றே தெரியவில்லை. விழித்துக்கொண்டு நின்றுவிட்டான். ரிசப்சனில் இருந்த இளம்பெண் அவரை அழைத்து விவரம் கேட்டாள். பின் ஒரு நர்சை அழைத்து அவரை அழைத்துக் கொண்டு போகும்படி சொன்னாள். அவள் போன் செய்து யாரையோ என்னவோ கேட்டாள். பின், “ஐயா நீங்க இங்கயே இருங்க டாக்டர் இப்ப வந்துருவாங்க” என்றாள்.

பின் ஒரு ஊழியர் அவர் அருகே வந்து தன்னுடன் வரும்படி கூப்பிட்டு மருத்துவமனைக்குப் பின்னால் அழைத்துச் சென்றார். அங்கே ஒரு ஸ்டெச்சரில் ஒரு உடல் மூடி வைக்கப்பட்டிருந்தது.

டாக்டர் ஒருவர் துயரமான முகத்துடன் அவன் கைகளை இறுகப் பற்றிக்கொண்டார். “ஐயா நாங்க செய்ய ஒண்ணுமே இல்ல. அவங்க இங்க வரும்போதே இறந்து போயிட்டாங்க” என்றார். அவன் கைகளை வேகமாக விடுவித்துக்கொண்டு, வாயைப் பொத்திக்கொண்டார். அந்தத் துணியை விலக்க அவனுக்கு அச்சமாய் இருந்தது. நந்தினியின் உடல் வாகனத்துக்குள் ஏற்றப்பட்ட பின்புதான் அவன் அந்தத்துணியை விலக்கி முகத்தைப் பார்த்தான். அப்போதும்கூட நந்தினி தூங்கிக்கொண்டிருப்பதைப் போலத்தான் இருந்தது. கைகளைப் பிடித்துப் பார்த்தான். சூடு இருந்தது. நாடி ஓடுவதைப் போலவும் ஓடாததைப் போலவும் ஒரே குழப்பமாக இருந்தது. அவன் சந்தேகமாக உடன் இருந்த மருத்துவமனை ஊழியரைப் பார்த்தான். அவர் பரிதாபமாக அவனைப் பார்த்தார். பின் எதுவும் பேசாமல் நந்தினியின் முகத்தைப் பழையபடி மூடி வைத்துவிட்டார்.

வீடு முழுவதும் வெறுமை நிறைந்திருந்தது. உலகமே அவனை ஒதுக்கி வைத்துவிட்டுத் தனித்து இயங்கிக்கொண்டிருப்பதைப் போல இருந்தது. அதை அவனால் சகித்துக்கொள்ள முடியவில்லை. ஆனால் என்ன செய்வதென்றும் தெரியவில்லை. சாய்வு நாற்காலியில் எப்போதும் சாய்ந்தே படுத்திருந்தான். சஞ்சய் தினமும் போன் செய்து “அப்பா இனிமே நீங்க அங்க இருக்க வேண்டாம். என்கூட வந்திருங்க பிளீஸ்” என்றான்.

“இன்னும் கொஞ்ச நாள் போகட்டும்பா... வர்றேன்” என்ற பதிலையே திரும்பத் திரும்பச் சொல்லிக் கொண்டிருக்கிறான். இங்கே இருந்து கிளம்பி வேறு இடத்துக்குச் செல்வதை அவனால் நினைத்துக்கூடப் பார்க்க முடியவில்லை. மகள் வாரத்துக்கு ஒருமுறை பிள்ளைகளை அழைத்துக்கொண்டு வருகிறாள். “கொஞ்ச நாளைக்கு எங்க கூடத்தான் வந்து இருங்களேம்பா” என்கிறாள். அவன் புன்னகையை மட்டுமே பதிலாகத் தருகிறான்.

சஞ்சய் இப்போது பெங்களூரில் இருக்கிறான். அங்கே உடன் வேலை பார்க்கும் அபர்ணா என்கிற மலையாளிப் பெண்ணைக்

காதலித்துக் கல்யாணம் செய்துகொண்டான். கல்யாணம் எல்லாம் அங்கேயேதான் நடந்தது. சென்னையில் முக்கியமான நண்பர்கள் சிலருக்கு மட்டும் விருந்து கொடுத்தான். ராஜசேகர் அந்தக் கல்யாணத்திற்குப் போயிருந்தான்.

சஞ்சயைத் தவிர ஒருவர்கூடத் தெரிந்த முகமாய் இல்லை. தனக்குச் சம்பந்தமில்லாத ஒரு இடத்தில் சம்பந்தமில்லாத ஒருவருடைய கல்யாணத்தில் கலந்துகொள்வதைப்போல இருந்தது. சஞ்சய்க்கு எல்லோரையும் அடையாளம் தெரிந்திருந்தது. வந்தவர்கள் அவனை விதவிதமாய் அணைத்துக்கொண்டார்கள். முத்தமிட்டார்கள்.

அந்தப் பெண் அபர்ணா ஒரு எழுத்தாளர்போல. மலையாளக் கவிஞர்கள், எழுத்தாளர்கள் சிலர் கல்யாணத்துக்கு வந்திருந்தார்கள். மாப்பிள்ளை, பெண்ணின் தோழர்கள் தோழிகள் எல்லாம் நடனமாடிக்கொண்டே இருந்தார்கள். ஒரு கட்டத்தில் சஞ்சயும் அபர்ணாவும் நடனமாட வேண்டும் என வற்புறுத்தினார்கள். சஞ்சய் ஒரு முழுப் பாடலுக்கும் அருமையாக நடனம் ஆடினான். ராஜசேகர் வாயைப் பிளந்துகொண்டு அதைப் பார்த்தான். இவன் இங்கே வந்து இதையெல்லாம்கூடக் கற்றுக் கொண்டானா? அவனுக்கு ஒரே ஆச்சரியமாக இருந்தது.

கல்யாணம் முடிந்த கையோடு கிளம்பி ஊருக்கு வந்துவிட்டான். மருமகள்கூட அவனை அங்கேயே தங்களோடு தங்கியிருக்க வேண்டும் எனக் கேட்டுக்கொண்டாள். ஆனால் அவன் திரும்ப அங்கே போகவே இல்லை. மகனும் மருமகளும் ஒன்றிரண்டு முறை இங்கே வந்தார்கள். அபர்ணா மிகவும் அன்புடனும் வாஞ்சையுடனும் அவனைக் கவனித்துக் கொண்டாள்.

எப்படியோ பொழுது போய்விடுகிறது. எதற்காக வாழந்து கொண்டிருக்கிறோம் என்றுதான் அவனுக்குப் புரியவில்லை. தற்கொலை செய்துகொள்ளவும் முடியவில்லை. அவன் இப்போது யோசிப்பதையே விட்டுவிட்டான். நந்தினியைப்போல இதோ இப்போதே தான் இறந்துவிடலாம் என்பதைத் தவிர வேறு எதுவும் நிஜம் இல்லை. யோசிப்பது, கண்டுபிடிப்பது, தெரிந்துகொள்வது என்பதற்கெல்லாம் எந்த அர்த்தமும் இல்லை என அவன் உணரத் துவங்கிய பின் அவன் வெறுமனே டிவி மட்டும் பார்த்துக்கொண்டிருந்தான். அன்றைய அவனுடைய மதியத் தூக்கம் மாலைவரை நீண்டுவிட்டது. திடுக்கிட்டு எழுந்தபோது மாலை இருள் சூழும் நேரமாக இருந்தது. எழுந்து முகம் கழுவிக்கொண்டு டீ போட ஆரம்பித்தான்.

அப்போது இன்பா சிறுமியாய் இருந்து அவனுடன் விளையாடும் ஒரு காட்சி அவன் மனதுக்குள் வந்துவிட்டது. புன்னகையுடன் அதைக் கவனித்துக்கொண்டிருந்தவன் அப்படியே அழ ஆரம்பித்தான். இப்போது தான் எதற்காக அழுதுகொண்டிருக்கிறோம் என அவனுக்கே புரியவில்லை. டீயை அவசர அவசரமாகக் குடித்துவிட்டு, ஸ்கூட்டியை எடுத்துக் கொண்டு இன்பாவின் வீட்டுக்குக் கிளம்பினான். எதிரில் வரும் வாகனங்களின் வெளிச்சம் கண்களைக் கூசியது. சாலையை அதீத கவனத்துடன் உற்றுப் பார்த்துக்கொண்டே வண்டி ஓட்ட வேண்டியதாய் இருந்தது. இன்னும் கண்ணாடி போடவில்லை. போட்டிருந்தால் இவ்வளவு சிரமம் இருக்காது.

திடீரென அவனுக்குள் என்னவோ மாற்றம். தலைக்குள் நுட்பமாக என்னவோ நடப்பது மாதிரி இருந்தது. ஏதோ ஒரு ஒயரைத் துண்டித்துத் தனக்கும் உலகத்துக்கும் உள்ள தொடர்பை அறுத்து விட்டுவிட்டதைப்போல இருந்தது. அவன் திகைத்துத் தடுமாறிப் போனான். ஒன்றும் புரியவில்லை. விழிகள் பிதுங்கின. கண்களுக்குள் சிவப்பு இறக்கைகள் கொண்ட இலட்சக்கணக்கான பூச்சிகள் குபீர் என்று பறந்தன. பின் ஒரு பெரும் வெளிச்சம். அதில் பாலத்தின் கைப்பிடிச் சுவர் ஒன்று அவனை நோக்கி வருவதுபோல இருந்தது. பின் ஒரு மோசமான சத்தம். பின் ஒரு இருட்டு. ஒரு நினைவுதான் ராஜசேகர் என்றது. இத்தனை நாளாய் அந்த நினைவு எங்கிருந்ததோ தெரியவில்லை. அப்படி அந்தத் தொடர்பு விட்டுப்போய் எத்தனை நாள் இருக்கும் என்றும் யூகிக்க முடியவில்லை. தனக்கு ஒரு உடல் இருப்பதை அன்றுதான் உணர்ந்துகொண்டது. அந்த உடலின் கண்களைத் திறக்க ஒரு முயற்சி நடந்தது. ஆனால் அது அவ்வளவு எளிதான விஷயமாய் இருக்கவில்லை. எவ்வளவு முயன்றாலும் தன்னால் கண்களைத் திறக்க முடியாது எனப் புரிந்தவுடன் அந்த முயற்சி கைவிடப்பட்டது. தான் எங்கே இருக்கிறோம் என யோசனை எழுந்தது. மருத்துவமனையாகத்தான் இருக்க வேண்டும். வீடாய் இருந்தால் இன்னேரம் தன்னால் எழுந்திருக்க முடியும். கை கால்கள் எல்லாம் நன்றாக இருக்கிறதா இல்லையா என்ற யோசனை வந்தபோது அதைப் பற்றிச் சட்டென எந்த முடிவுக்கும் வர முடியவில்லை. ஒரு நீண்ட முயற்சிக்குப் பின் தன் கை, கால்கள் எலலாம் நன்றாக இருப்பதாகவே பட்டது. ஆனால் அது எந்த அளவுக்கு உண்மையாய் இருக்குமோ தெரியவில்லை. உறுப்புகள் எதையும் அசைக்க முடியாததால் அதெல்லாம் கற்பனையாக இருக்கக் கூடும் என்றும் தோன்றியது.

அப்போதுதான் அவனுக்கு நினைவு வந்தது. இன்பா கொத்து பரோட்டாவுக்காகக் காத்துக்கொண்டிருப்பாள்.

அந்த ராட்சச வாகனம் பெரும் ஒளியோடும் சத்தத்தோடும் தன்னை நெருங்கி வந்ததும், சிவப்பு நிற இறக்கைகள் கொண்ட பூச்சிகள் கண்களுக்குள் பறந்ததும் ஒரே சமயத்தில் நினைவுக்கு வந்தன. இன்பா சின்னக் குழந்தையாய்க் காத்துக்கொண்டிருக்கும் நாளில்தான் இருக்கிறோமா அல்லது இன்பாவைப் பார்க்கப் போய்க்கொண்டிருந்த அந்த நாளில் இருக்கிறோமா என்பதை என்ன யோசித்தாலும் கண்டுபிடிக்க முடியவில்லை . . . ஒரே குழப்பமாய் இருந்தது. எப்படியாவது கண்களைத் திறந்துவிட்டால் உண்மையைத் தெரிந்துகொண்டுவிடலாம். மீண்டும் நடந்த முயற்சியில் எதுவும் நடக்கவில்லை என்றவுடன் அந்த ஆவல் சட்டென அறுந்து விழுந்தது. வாழ்க்கை என்பது உண்மையாக இருந்தால் என்ன அல்லது கற்பனையாக இருந்தால்தான் என்ன என்று தோன்றியது.

அதன்பின் மனக் கொந்தளிப்பு வேகமாக அடங்கிக்கொண்டு வந்தது. அதில் இன்பா காத்துக்கொண்டிருப்பாள் என்ற குரல் மட்டும் விடாமல் ஒலித்துக்கொண்டிருந்தது.

காலச்சுவடு, ஜனவரி 2021

6

புலியின் இரவு

அவர்கள் அந்தக் கிராமத்திற்குப் போய்ச் சேரும் முன்பே புலியின் உலாவல் குறித்த செய்திகள் காட்டுத் தீயாய் வழியெங்கும் பரவிக்கொண்டிருந்தன.

கணபதியும் அம்மாவும் காருக்கு பெட்ரோல் போடும்போதும் அங்கிருந்து பல கி.மீ. தள்ளி ஒரு கடையில் டீ குடிக்கும்போதும் அதே செய்தியைப் பலரின் விதவிதமான குரல்களில் கேட்டார்கள். அந்தச் செய்திக்கும் அவர்களுக்கும் என்ன தொடர்பு எனத் தெரியவில்லை. ஆனால் ஏதோ தொடர்பிருப்பதாய் அவர்கள் மனதுக்குள் ஒரு உறுத்தல் எழ ஆரம்பித்திருந்தது.

அதிகாலை முடிந்து சற்று நேரம்தான் ஆகியிருந்தது. சமீபத்தில் பெய்திருந்த தொடர் மழையில் காடு பச்சை பிடித்திருந்தது. நீண்ட நாட்களாய் இருந்த வறட்சியின் எச்சமாய்க் காய்ந்து நின்றிருந்த காட்டு மரங்கள் தாங்கள் இழந்துவிட்ட வாழ்க்கையை நினைத்துத் துயரத்தோடு நிற்பதுபோல் இடையிடையே நின்றன. கணபதியின் கண்முன் மாயப் புலிகள் தோன்றிக் காட்டிலும் சாலையின் குறுக்காகவும் உலவ ஆரம்பித்தன. எதேச்சையாக காரின் பக்கவாட்டில் பார்வையைச் செலுத்தும்போது, புலியொன்று சாலையோரம் கம்பீரமாய் அமர்ந்துகொண்டு இவனைப் பார்த்தது. ஒரு வினாடி தோன்றிய அந்தக் காட்சி உண்மைபோலவே இருப்பதைக் கண்டு திடுக்கிட்டான்.

காயத்ரியைப் புகைப்படத்தில் பார்த்தபோது, இந்தப் பெண்ணை நேரில் பார்க்க வேண்டும் என்ற

ஆசை வளர்ந்துகொண்டே இருந்தது. அவள் முகவெட்டில் விஷேசத் தன்மை எதுவும் இல்லையென்றாலும் ஏதோ ஒன்று அவளை அபூர்வமானவளாக உணர்த்தியது. ஒருவேளை மலைக் கிராமத்தைச் சேர்ந்தவள் என்று தெரிந்ததால் அப்படித் தோன்றுகிறதா எனக் குழம்பினான்.

“இவ்வளவு தூரத்தில, ரொம்ப கிராமத்தில பெண் எடுக்கிறது சரியா வருமா?” என்றார் அம்மா. “இவன் ஏன்” என்றான். அவர் என்ன சொல்வதென்று தெரியாமல் புன்னகைத்தார்.

பாலனூர் இன்னும் பத்துக் கி.மீ. தொலைவில் இருப்பதாகத் தெரிவித்த அறிவிப்புப் பலகையைக் கடந்து சென்றபோது வெளியெங்கும் காலம் பிரம்மாண்ட அமைதியில் இருந்தது. கோவையில் இருந்து நீண்ட தூரம் என்பதால் அவர்கள் இருவர் மட்டும் வந்திருந்தார்கள். விஜயம் தான் எதைப் பேச நினைத்தாலும் அது எதிர்மறையாகவே இருந்ததால் மகனுடன் இயல்பாகப் பேசும் மனநிலையை இழந்திருந்தார். மகனுக்குப் பெண் பார்க்க அவர் பட்ட சிரமங்கள் மனதுக்குள் மௌனக் காட்சிகளாய் விரிந்தன. காயத்ரி மலைக் கிராமத்துப் பெண் என்றாலும் கல்லூரியில் படித்தவள் என்பதால்தான் அவர் இவ்வளவு தூரம் அமைதியாய் இருக்கிறார்.

“இன்னும் கொஞ்ச நேரத்தில அங்கப் போயிருவோம் ... அதுக்கு முன்ன சாப்டிருவமா” என்ற கணபதியின் கேள்வி, அவரை மனக்காட்சியிலிருந்து வெளியேற்றியது. “சரி” என்றார். காரைச் சாலையோரம் இருந்த சீமை வாதனா மரத்தின் அடியில் நிறுத்திவிட்டு, கொண்டுவந்திருந்த சப்பாத்திகளைச் சாப்பிட்டனர். மரத்திலிருந்த பெரிய சிவப்பு அல்லிவட்டங்களைக் கொண்டிருந்த மலர்கள் அமைதியாய் அவர்களின் வெண்நிறக் கார்மீது உதிர்ந்தன. அந்த இடம் மலைப்பிரதேசம் மாதிரி மிகவும் மேடாய் இருந்தது. சாலையின் இரண்டு பக்கங்களிலும் அடர்ந்த வனப்பகுதி விரிந்திருந்தது. வலது பக்கம் சற்றுத் தூரத்திலிருந்து ஏதோ ஒரு சத்தம் கேட்டது. முதலில் அது பிரமையாய் இருக்கும் என்றுதான் கணபதி நினைத்தான். ஆனால், விஜயமும் கை கழுவுவதைச் சட்டென நிறுத்திவிட்டு, இவன் சத்தம் வந்ததாய் நினைத்த அதே திசையில் பார்வையைத் திருப்பினார்.

கணபதி அம்மாவை வண்டியில் ஏறும்படி ஜாடை காட்டிவிட்டுச் சட்டென காரில் ஏறிக்கொண்டான். விஜயம் ஏறி அச்சத்தோடு கதவைச் சாத்தியதும் விருட்டென வண்டியைக் கிளப்பினான். “இப்படி ஒரு ஊர்லதான் பெண் பாக்கணுமா? பேசாம திரும்பிப் போயிரலாம்” என்றார். கணபதி, “இதுக்கும் அதுக்கும் என்னம்மா சம்பந்தம். இவ்வளவு தூரம் வந்துட்டோம்.

போய் பாத்துருவோம்" என்றான். பாலனூரில் காயத்ரியின் வீட்டைக் கண்டுபிடிப்பது ஒன்றும் பெரிய விஷயமாய் இல்லை. கணபதி அப்போதுதான் அதைக் கவனித்தான். ஊரில் பறவைகளின் விதவிதமான சத்தங்களைத் தவிர வேறு எந்தச் சத்தமும் இல்லை. அந்த வீடு காலவெள்ளத்திற்கு நடுவே மௌனமாய் நின்றுகொண்டிருந்தது. விசாலமான வாசலில் காய்ந்த காட்டுப் புற்களைக் கொண்டு பந்தல் போட்டிருந்தனர். பழமையின் கருமை படர்ந்த ஓடுகள் வேய்ந்த விசாலமான வீட்டுக்குப் பின்னணியாய், ஜொலிக்கும் பச்சை மலை இருந்தது. தோட்டத்தில் வாழை மரங்கள் செழித்து நின்றன. அதற்கு அப்பால் நீண்ட மலைத்தொடரில் பெருவனம் வியாபித்திருந்தது.

அவ்வளவு பெரிய நகரத்திலிருந்து இங்கு வந்து ஏன் பெண் தேட வேண்டும் என அவர்களுக்கு இப்போது குழப்பமாக இருந்தது. காயத்ரி பெருநகர் ஒன்றில் வளர்ந்து, கிராமத்துப் பெண்ணைப்போல இருப்பதாகத் தோன்றும் அசட்டு நினைவைக் கணபதியால் ஒதுக்கித்தள்ள முடியவில்லை. அந்த நினைவை உறுதி செய்துகொள்ள வேண்டும் என்பதுபோல அவளைப் பார்த்தான். கறந்த பாலில் போட்ட, நாக்கில் பிசுக்கென ஒட்டிக் கொள்வதைப்போல இருந்த டீ போதையேற்றியது. டீயைக் குடித்து முடித்ததும், தோட்டத்துப் பக்கம் போகலாமா என எழுந்து பின்பக்கமாகச் சென்றான். ஆளரவமற்ற வாகனங்களின் இரைச்சலற்ற அமைதியைக் கவனிக்கும்போது மனம் நகரத்தில் இருக்கும் தன்மையிலிருந்து வேறு தன்மைக்குத் திரும்புவதை அவனால் உணர முடிந்தது.

நீளமும் அகலமும் கொண்ட கிளிப்பச்சை நிற வாழை இலைகள் குளிர்ந்த காற்றை விசிறிக்கொண்டிருந்தன. வாழைப் பூக்களில் தேனெடுக்கத் தேன்சிட்டுகள் பறந்து கொண்டிருந்தன. தோட்டத்தின் வலதுபுறம் நெல் வயல் இருந்தது. முற்றிய நெற்கதிர்களின்மீது காற்று அலை வீசியது. தோட்டத்தை ஒட்டிக் காடு துவங்கியது. வாழை மரங்களுக்குப் பின்னால், உயரமாக இருந்த இடத்தில் முள்மரங்கள் அடர்த்தியாய் இருந்தன. கணபதியின் பார்வை ஒரு முட்புதருக்குப் பின்னால் நிலைத்து நின்றது. அங்கே பொன் மஞ்சள் நிறத்தின்மீது கரிய கோடுகள் தெரிந்தன. அவனுக்கு எங்கிருந்துதான் அவ்வளவு பயம் வந்ததோ "புலி, புலி" எனத் தன்னை மறந்து அலறினான். அவன் குரல் உயிராபத்தில் இருக்கும் ஒரு விலங்கின் குரலைப்போல இருந்தது. வீட்டுக்குள் இருந்த கூட்டம் முழுவதும் தோட்டத்துப் பக்கம் ஓடிவந்தது. அவன் அந்த இடத்தையே அசையாமல் பார்த்துக்கொண்டிருந்தான். இப்பொழுது அந்த மஞ்சள் நிறமும் கருப்புக் கோடுகளும் வெயிலில் பனி மறைவதைப்போல மறையத்

துவங்கின. எல்லோரும் அவன் பார்க்கும் திசையைப் பார்த்தனர். அங்கு எதுவும் இல்லை.

❍ ❍ ❍

நெல் வயலில் களையெடுக்க ஆட்களை வரச் சொல்லியிருந்தார் சிவராமன். முன்பு மாதிரி விடியக் கருக்கலில் ஆட்கள் வருவதில்லை. புலி பயத்தால் பளிச்சென விடிந்த பின்பே வருகிறார்கள். புலிக்கு அவர்கள் தோட்டத்துக்கு மேல் பக்கம் உள்ள காட்டில்தான் கூண்டு வைத்திருக்கிறார்கள். இரவில் கூண்டில் வைக்கப்பட்ட ஆட்டின் பரிதாபமான குரல் காடெங்கும் எதிரொலித்தது. பெண் பார்த்துவிட்டுப் போனவர்களிடம் இருந்து எந்தத் தகவலும் இல்லாமல், நான்கு நாட்கள் ஆகிவிட்டன. மாலையில் மழை வரும்போல வெயில் பிரகாசமாய் இருந்தது. ஒரு வாரமாகவே தினமும் இப்படித்தான் இருக்கிறது.

இரவில் புலி உலாவுவதாகக் கிராமம் முழுவதும் பீதி உறைந்திருந்தது. பள்ளிச் சிறுவர்களுக்குப் பின்னால் சாலையில் தெரிந்ததாகவும், சேவூரில் ஒரு பெண்ணைப் புலி அடித்துக் கொன்றுவிட்டதாகவும், மேல் கிராமத்தில் ஆட்டுப் பட்டியில் புகுந்து தினம் ஒரு ஆட்டைப் புலி இழுத்துச் செல்வதாகவும் வித விதமாய்ப் பேச்சுக்கள் கிளம்பிக்கொண்டிருந்தன. இது ஒவ்வொரு ஆண்டும் நடப்பதுதான். ஆனால் அவை யாவும் இந்தமுறை உண்மையிலேயே நடந்துவிட்டதைப்போலக் கூறப்பட்டன. அந்தச் சம்பவங்களைப் பொய் என யாராலும் ஒதுக்கிவிட முடியவில்லை.

வனத்துறையினர் ஜீப்பில் வந்து புலி நடமாட்டம் இருப்பதால், மக்கள் கவனமுடன் இருக்க வேண்டும் என எச்சரித்துவிட்டுச் சென்றனர்.

வனத்தில் கண்காணிப்புக் கேமராக்கள், புலிக் கூண்டுகள் வைக்கப்பட்டன.

நெல் அறுவடைக்குத் தயாராகிவிட்டது. இன்னும் பத்து நாட்களில் வேலையைத் துவக்கிவிடலாம். வாழைத் தோட்டத்தில் குட்டை ரக மலை வாழை திரண்டுவிட்டது. பொள்ளாச்சி மார்க்கெட் வியாபாரிகளைப் பார்க்க வேண்டியதுதான். நெல், வாழையெல்லாம் இரண்டு இலட்சத்துக்குத் தேறும். பழைய நகைகள் இருக்கின்றன. காயத்ரியின் கல்யாணத்தைப் பற்றிக் கவலையில்லை என நினைத்துக்கொண்டார் சிவராமன்.

எந்த நினைவும் இன்றி வழக்கம்போல அன்றாடக் காட்டு வேலைகளைச் செய்துகொண்டிருந்த அவர் மனதில் ஒரு முன்னறிவிப்புபோலத் திடீரென அந்த எண்ணம் விழுந்தது. கல்யாணத்துக்கு முன் புலி அடித்துத் தான் செத்துவிடுவோம் எனத்

தோன்றியது. சிவராமன் கைவேலையை அப்படியே போட்டுவிட்டு விக்கித்து நின்றார்.

இதென்ன கருமம் இப்படி ஒரு எண்ணம் எனக் கைகளையும் தலையையும் உதறிக்கொண்டார். ஆனால் அந்த எண்ணம் அவரை விட்டுப் போகவில்லை. விடாப்பிடியாக உட்கார்ந்துகொண்டது. திக்பிரமை பிடித்தவர்போல் வீட்டுக்கு வந்தார்.

பவுனம்மா, “ஏங்க வந்து பாத்துட்டுப் போனாங்க... அப்புறம் ஒரு பதிலையும் காணோம். ஜாதகமெல்லாம் சரியா இருக்குன்னுதானே சொன்னாங்க. வருவாங்களா மாட்டாங்களா?” என்றார்.

அவர் எதுவும் பேசாமல் மௌனமாய் இருந்தார். அவர் மனதில் தான் இறந்து கிடப்பதைப் போலவும் தன் உடல்மீது மாலைகளாய்க் குவிந்திருப்பது போலவும் காட்சிகள் தோன்றிக்கொண்டிருந்தன. கை கால்களெல்லாம் வெலவெலவென்று வந்தது. இதென்ன இப்படி ஒரு நினைப்பு. எப்போதும் அவர் இந்த மாதிரி நினைவுகளைக் கண்டதே இல்லையே? புலி நடமாட்டத்தைப் பற்றிக் கேள்விப்பட்டுக்கொண்டே இருந்ததால் பயந்துவிட்டாரா? ஆனால் அது பயம் மாதிரித் தெரியவில்லை. மரணத் தருவாயில் எப்படிச் சாகப் போகிறோம் என்பது தெரிந்துவிடுமாமே ... அப்படித்தான் அது இருந்தது.

அதற்குப் பிறகு இரண்டு நாட்களாய் அவர் சவத்தைப்போல நடந்துகொண்டிருந்தார். பவுனம்மா, “ஏங்க நீங்கதான் அந்தத் தம்பிக்குப் போன் போட்டு என்ன ஏதுன்னு கேக்கலாமில்ல” என்றார். சிவராமன், “நான் எப்படிக் கேக்கறது” என்றார். அவர் நினைவுகள் வேறெங்கோ இருந்தன. பெண்ணின் கல்யாணக் காட்சிகள் அவர் மனதுக்குள் தெளிவாகத் தெரிந்தன. அந்தக் கூட்டத்தில் எங்கே தேடினாலும் அவர் இல்லை. சிலரின் பேச்சுக் குரல்களைத் தெளிவாகக் கேட்க முடிந்தது. “பாவம் மனுசன் .. . பிள்ளைக்குக் கல்யாணம் பண்ணி வைக்கணும்னு எவ்வளவு ஆசையா இருந்தார் இப்படிப் போயிட்டாரே” என அந்தக் குரல்கள் ஒலித்தன. நாளுக்கு நாள் மிகவும் சோர்வாய் உணர்ந்தார். பவுனம்மா, “ஏங்க அந்தப் பையன் இல்லாட்டி போவுது. நீங்க ஏன் இப்படி ஆயிட்டீங்க? நம்ப புள்ளைக்கு வேற மாப்பிள்ளையே கிடைக்க மாட்டானா?” என்றாள்.

அப்பா முத்துவேலன்கூட, “அட என்னடா நீ இப்படிப் பேய் பிடிச்சவனாட்டம் இருக்கிற” என்றார்.

சிவராமன் எங்கும் தனியாய்ப் போகப் பயந்தார். அப்படிப் போனால் பின்னால் புலியின் உறுமல் தெளிவாகக் கேட்டது.

தெப்பலாக வியர்வையில் குளித்து ஓடத் தலைப்பட்டார். இது ஒன்றும் புதிதில்லை. ஒவ்வொரு ஆண்டும் அந்த ஊரில் புலியின் வருகைபற்றிப் பேச்சு துவங்குவது வழக்கம்தான். அப்போதெல்லாம் அவருக்கு அது ஒரு பயப்படக்கூடிய விஷயமாகவே தோன்றியதில்லை. இப்போது இந்த முன்னுணர்வை அவர் மனதை விட்டுப் பெயர்க்க முடியவில்லை என்பதைவிட அதை அவர் உண்மையாகவே நம்பினார்.

நினைவுகளின் அழுத்தம் நாளுக்கு நாள் கூடிக்கொண்டே போனது. சிவராமன் தன்னை மறந்து பிதற்ற ஆரம்பித்தார். புலி தன்னை அடித்துக் கொல்லப் போகிறது எனப் பவுனம்மாவிடம் சொன்னார். அவள், "உங்களுக்கென்ன பைத்தியமா பிடிச்சிருக்கு" என்றாள். ஆனால் அவர் நடவடிக்கைகள் அவளுக்குக் கவலையளிப்பதாகவே இருந்தன.

இதற்கு நடுவே கணபதியிடம் இருந்து போன் வந்தது. காயத்ரியைத் தனக்குப் பிடித்திருப்பதாகவும் நிச்சயத்துக்கு நாள் குறித்துவிடலாம் என்றும் அதற்காகத் தான் இன்னொரு நாள் அங்கு வருவதாகவும் சொன்னான்.

கல்யாணம் உறுதி ஆனதும் அவர் பதற்றம் அதிகமானது. தன்னுடைய வாழ்க்கை இன்னும் சில நாட்கள்தான். புலியின் இரண்டு கண்கள் எப்போதும் அவரைக் குறிபார்த்துக் கொண்டிருப்பதைப் போன்று வாதை அவரை வாட்டியெடுத்தது. உண்மையில் அவை புலியின் கண்களா அல்லது விதியின் கண்களா என அவர் குழம்பினார். அன்று இரவு வெகு நீண்டதாய் இருந்தது. பாழ் இருட்டில் தன்னை விடாமல் வெறிக்கும் அந்த இரண்டு கண்களைப் பார்த்தபடி அவர் படுத்திருந்தார். திடீரெனக் கலவரமான சத்தம் கேட்டது. டமடமடமவெனத் தகரத்தை முழக்கும் சத்தத்தோடு காலடிச் சத்தம் திபுதிபுத்தது. எல்லோருக்கும் விழிப்பு வந்துவிட்டது. எழுந்து சத்தம் வந்த திசையில் ஓடினர். "யானைக் கூட்டம் வந்திருச்சி... யானைக் கூட்டம் வந்திருச்சி" எனப் பலவிதமான குரல்கள் இருளில் கேட்டன. யாரோ கையில் டயரில் துணி சுற்றிய தீப்பந்தத்தைப் பிடித்திருந்தனர். தீ மிகவும் பதற்றத்தோடு எரிவதுபோல இருந்தது.

பட்டாசுகளைக் கொளுத்திக் கொளுத்திப் போட்டனர். வெறிபிடித்த மாதிரி எழுந்த வேட்டுச் சத்தம் காட்டை உலுக்கியது. இவருடைய தோட்டத்துக்கு அப்பால் யானையின் பிளிறல் சத்தம் கேட்டது. எண்ணற்ற பிளிறல்கள் எழுந்து மலையில் எதிரொலித்தன. மயில்சாமி தொடர்ந்து பட்டாசுகளைக் கொளுத்திப் போட்டுக்கொண்டே இருந்தார். பிளிறல் சத்தம் கொஞ்சம் கொஞ்சமாக மலைக்குள் சென்று ஒடுங்கியது.

மகா மாயா

"யானைங்க பத்துக்கு மேல இருக்கும். வந்திருந்தா நம்ப தோட்டமெல்லாம் தரைமட்டமாயிருக்கும்" எனச் சிவராமனிடம் சொல்லிவிட்டுக் கிளம்பினார் மயில்சாமி.

அதற்கு இரண்டு நாட்களுக்குப் பின் அறுவடைக்கு ஆள் தேடத் தொடங்கினார். புலி, யானை நடமாட்டப் பீதி குறையாததால் தொழிலாளிகள் வரத் தயங்கினர். இவர் வெளியூரிலிருந்தாவது ஆட்களைக் கூட்டி வரலாமா என யோசித்துக்கொண்டிருந்தார். அதற்கடுத்த வாரத்தில் வானம் மூடியது. கருமேகங்கள் மேலும் மேலும் வானில் குவிந்துகொண்டே இருந்தன. கார்த்திகை மாத முதல் வாரத்தில், ஒரு மாலை நேரத்தில் மழை பெய்யத் துவங்கியது. உய் உய்யென்ற ஓசையோடு காற்று சுழன்றடித்தது. மழை மூன்று நாட்களாக விடாமல் பெய்தது. அவ்வளவு மழையை இதுவரை அவர் கண்டதில்லை. வீட்டை விட்டு எங்கேயும் போக முடியவில்லை. தன்னைப் புலி அடிக்கும் நாளில் மழை பெய்யுமா வெயிலடிக்குமா என யோசித்தார். மேலும் என்னென்னவோ யோசனைகள் வந்துகொண்டே இருந்தன. வீட்டின் கூடத்தில் அவரைக் கிடத்தியிருந்தார்கள். உடல் முழுக்க மாலைகள் மூடியிருந்தன. பின் தன்னுடைய உடலைத் தூக்கிக்கொண்டு இடுகாட்டுக்குப் போகிறார்கள். அப்போது மழை பெய்துகொண்டிருக்கிறது. திடுக்கெனத் தூக்கத்தில் இருந்து எழுவதைப்போலத் தான் எழுந்து விடுவதாய்க் கற்பனை செய்ய முயன்றார். ஆனால் முடியவில்லை. சவ ஊர்வலம் போய்க்கொண்டே இருந்தது.

மலையிலிருந்து காட்டருவிகள் கரைபுரண்டு வந்தன. திரும்பிய பக்கமெல்லாம் தண்ணீர் பாயும் சத்தம் மழைச் சத்தத்தை மறைந்துபோகச் செய்தது.

மூன்றாம் நாளில் நெல் வயலுக்குள் இடுப்பளவு தண்ணீர் ஏறியது. பயிர்கள் நீரில் மூழ்கிவிட்டன. வாழை மரங்கள் காற்றில் முறிந்து விழுந்து, திரண்டிருந்த காய்கள் தண்ணீரில் அமிழ்ந்தன. சிவராமன் நிலைகுலைந்து பைத்தியம் பிடித்தவர்போல ஆகிப் போனார். அதே நேரம் அவர் மனதில் இருந்த அந்த மரணத்தின் கண்கள் மெல்ல மெல்ல மறைந்துவிட்டன. கணபதி போன் செய்து அடுத்த வாரம் வியாழக்கிழமை உறுதி செய்ய வருவதாய்ச் சொன்னான். சிவராமனுக்குப் பேச்சே எழவில்லை. எவ்வளவு கட்டுப்படுத்தியும் அவரின் கேவல் சத்தம் போனுக்குள் நுழைந்துவிட்டது. கணபதி அதிர்ச்சியுடன், "மாமா என்னாச்சு" என்றான். "மழை பெஞ்சி வயலெல்லாம் அழிஞ்சிடுச்சி தம்பி" என்றுவிட்டுப் போனை வைத்தார்.

❍ ❍ ❍

முத்துவேலன் கண் விழித்தபோது வீடே சூனியம் பிடித்ததுபோல இருந்தது. எல்லோரும் உட்கார்ந்து எங்கேயோ வெறித்துப் பார்த்துக்கொண்டிருந்தார்கள். வாழை மரங்கள் ஊறிப் புளித்த கடும் நெடி காற்றில் வீசியது.

கல்யாணம் கூடி வரும்போதுதானா இப்படி ஆக வேண்டும் என முத்துவேலன் திரும்பவும் நினைத்துக்கொண்டார். ஏற்கெனவே சிவராமனிடம் சேமிப்பு எனப் பெரிதாக ஒன்றும் இல்லை. வெள்ளாமை எடுத்துப் பார்த்துக்கலாம் என்றே ஒவ்வொரு ஆண்டும் போய்விட்டது. ஒன்று அதிகமாய் விளைந்து விலை இல்லாமல் போய்விடும். இல்லாவிட்டால் நோய் வந்து அழிந்துவிடும். மழையால் அழிந்தது இப்போதுதான். இருபது வருடங்களுக்கு முன் இதேபோல் ஒரு மழை பெய்தது. அப்போது காட்டில் கரும்பு போட்டிருந்தது. ஆனால் இவ்வளவு முற்றவில்லை. தை மாதம்தான் கரும்பு அறுவடை. ஐப்பசியில் அடைமழை பிடித்தது. கரும்புத் தோட்டத்தில் ஏரிபோல் தண்ணீர் நின்றது.

கல்யாணச் செலவுக்குக் காட்டைத்தான் விற்க வேண்டும். வேறு வழியில்லை. ஆனால் காட்டை விற்பதா? நினைக்கும்போதே அவருக்கு இதயம் வலித்தது – எப்போதும் இல்லாத வழக்கமாய் இரவில் வெளியில் படுத்துத் தூங்கினார். மழைக்குப் பின் யானைகளின் வருகை குறித்த அச்சம் போய்விட்டது. ஆனால் புலி நடமாட்டம் பற்றிய பேச்சுக்கள் இன்னும் இருந்தன.

இரவில் அவர் வெளியே கட்டில் போட்டுத் தூங்குவது வழக்கம் இல்லை. ஆனால் அவர் அப்படித் தூங்க விரும்பியதைச் சிவராமன் தடுக்கவில்லை. ஒருவேளை அப்பாவின் ஆழ்மனதின் கணக்கை அவர் அறிந்துகொண்டிருக்கலாம். இரவில் படுக்கும் முன் கட்டுத்தறிக்குச் சென்று ஆட்டுப் புழுக்கைகளை அள்ளித் தன்மீது பூசிக்கொண்டார் முத்துவேலன். தூங்குவதற்கு முன் மெல்ல மெல்ல அவர் தன்னை ஒரு ஆடாய் மாற்றிக்கொண்டார். ஒவ்வொரு நாளும் விடிந்து பார்க்கும்போது தான் உயிருடன் இருப்பதைக் கண்டு சலிப்படைந்தார். அவருக்கு மரணத்தைப் பற்றிப் பயம் இல்லை. அது எப்போது அவரிடமிருந்து உதிர்ந்தது எனத் தெரியவில்லை. புலி அடித்து இறந்தால், அரசு இரண்டு இலட்ச ரூபாய் பணம் தரும். கல்யாணத்தைத் தாட்டிவிடலாம். ஆனால் புலிதான் வரவே இல்லை.

நிலத்திலிருந்து தண்ணீர் எல்லாம் வடிந்து போர்க்களம்போலக் காட்சியளித்தது வயல். சிவராமனுக்கு வயலை அப்படிப் பார்க்கும் துணிவில்லை. பார்த்தால், வரப்பில் உட்கார்ந்து கொண்டு வெடித்துச் சிதறிவிடுவார். பவுனம்மா அவரை வயல் பக்கமே விடவில்லை. காயத்ரி கணபதியுடன் போனில்

பேசிக்கொண்டுதான் இருக்கிறாள். வியாழக்கிழமை வருவதாய்ச் சொன்னவன் வரவில்லை. இந்தத் துக்கத்துக்கு நடுவே தான் அங்கே போவது சரியில்லை என அம்மா சொன்னதாய்ச் சொன்னான். "திருமணத்தை இன்னும் ஒரு மாதம் வேண்டுமானால் தள்ளி வைத்துக்கொள்ளலாம்" என்றான்.

முத்துவேலன் தான் காட்டுக்குள் போய் விறகு எடுத்து வருவதாகச் சிவராமனிடம் சொன்னார். அவர் "புலிய தேடீட்டுப் போறிங்களாக்கும். அதெல்லாம் ஒண்ணும் வேணாம்" என முறைத்தபடி சொன்னார். "ஆமா ... புலிய தேடிக்கிட்டுப் போறேன்" என்று துண்டை உதறித் தோளில் போட்டுக்கொண்டு பிடிவாதமாகக் கிளம்பினார்.

வரப்புமீது நடந்து காட்டுக்குள் போய்விட்டார். அப்போது திடீரென மழை பெய்தது. மெல்லிய தூறல்தான். அவர் நனையவில்லை. காட்டுக்குள் இருந்த கொடித்தடம் மழையில் அழிந்து போயிருந்தது. ஒரு அனுமானமாகப் போய்க் கொண்டிருந்தார். பத்துநிமிட நடையில் அடர்ந்த காடு அவரைச் சூழ்ந்துகொண்டது. அவர் காட்டுக்குள் வந்து பல வருடங்கள் ஆகிவிட்டன. இப்போது காடு இன்னும் அடர்த்தியாய் இருப்பதாய்ப் பட்டது. அப்போது நுழைந்த காட்டின் எந்த அடையாளமும் இப்போது அங்கு இல்லை.

பெரிய மரங்களைக்கூட அடையாளம் காண முடியவில்லை. காட்டில் சற்று முன்னால் புலி இருப்பதாக நினைத்துக்கொண்டு போய்க்கொண்டே இருந்தார். ஆனால் அப்படி எதுவும் இல்லை. தேனீக்களும் குருவிகளும் பறவைகளும்தான் இருந்தன. மரநாயொன்றைப் பார்க்க முடிந்தது. மற்றபடி காடு மிக அமைதியாய் இருந்தது. தூரத்தில் எங்கோ தண்ணீர் கொட்டும் சத்தம் மவுனத்தின் பின்னணி இசைபோல இருந்தது.

சட்டென எல்லாவற்றையும் அபத்தமாய் உணர்ந்தார். திரும்பிப் போக முயன்றார். வந்த வழியில் சில பத்தடிகள்தான் நடந்திருப்பார். வழி தவறிப் போய்விட்டது. அவருக்கு எதுவும் ஞாபகம் இல்லை. வேறொரு காட்டுக்குள் வந்துவிட்டதைப்போல இருந்தது. கால் போன போக்கில் நடக்க ஆரம்பித்தார். சிவராமன், "காலையில் போன மனுசனை இன்னும் காணலையே" எனப் பதற்றமடைந்தார். பவுனம்மா, "அவரு போகும்போதே வேண்டாம்னு நிறுத்தியிருக்கக் கூடாதா ... இப்ப எங்க சிக்கியிருக்காரோ என்ன பண்றாரோ. இருக்கிறது போதாதுன்னு இவரு வேற" எனப் புலம்பினாள். சிவராமன் மனதுக்குள் புலி வந்து அவரையே வெறித்துப் பார்த்தது. மிகவும் பயமாய் இருந்தது. "சாயந்திரம் இருட்டு கட்டிருச்சினா அப்புறம் யாரும் போய் தேட

72 குமாரநந்தன்

முடியாது. நாளைக்குக் காலையிலதான் போக முடியும். என்ன செய்வது" என மண்டையை இடித்துக்கொண்டார்.

தீயணைப்பு நிலையத்துக்குத் தகவல் தெரிவிக்க அவர்கள் முடிவு செய்தபோது மாலை நான்கு மணியாகியிருந்தது. அவர்கள் வந்து கண்டபடி திட்டினார்கள். "புலி நடமாட்டம் இருக்கிற காட்டுல போய் என்ன பண்றார். ஆளுங்கதான் வளர்ந்திருக்கீங்களே தவிர கொஞ்சமும் பொறுப்பில்ல" எனக் கத்திவிட்டு, காட்டுக்குள் போனார்கள். அன்று அவரைக் கண்டுபிடிக்க முடியவில்லை. அன்று இரவு வானில் மேக மூட்டமில்லை. நிலா வெளிச்சம் பொங்கி வழிந்தது. இரவு தூக்கம் வரவில்லை. காயத்ரிகூடத் தாங்கிக்கொண்டாள். அவள் கணபதியிடம் தொடர்ந்து போனில் பேசிக்கொண்டு வந்ததால், அவள் கனவுகள் வேறாய் இருந்தன. வெள்ளாமை அழிந்த துக்கத்தை அவள் மெல்லக் கடந்துவிட்டாள். கணபதி அதற்கு உதவியிருக்கக் கூடும். அவன் போனில் தன்னிடமும் ஆறுதலாய்ப் பேசியதை நினைத்துப் பெருமூச்சு விட்டுக்கொண்டார் சிவராமன். கல்யாணம் எப்படியும் நடந்துவிடும். நிலத்தை அடகு வைத்தாவது பணத்தைத் திரட்டிவிடலாம். ஆனால் அப்பாவைத் தான் தேற்றாமல் விட்டது இப்போது குற்றவுணர்வாய் இருந்தது. பணத்திற்காகப் புலியிடம் சிக்கிச் சாகத் துணிந்துவிட்டார். அவருடைய மனப்போக்கு தெரிந்திருந்தும் தான் எப்படி எதுவும் பேசாமல் இருந்தேன் என அவருக்கு வியப்பாய் இருந்தது.

அவரைத் தேடிக்கொண்டு இப்போதே காட்டுக்குள் போக வேண்டும்போல இருந்தது. காட்டில் எங்கோ ஒரு மரத்தடியில், புலியால் கடித்துக் குதறப்பட்டு அல்லது யானையால் மிதிபட்டு அவர் இறந்து கிடப்பது போன்ற காட்சி அவருக்குள் தோன்றியது. சிவராமன் தலைதலையாய் அடித்துக்கொண்டு அழுதார். பவுனம்மாவும் காயத்ரியும் கூட அழுதார்கள்.

"வெள்ளாமை அழிஞ்சதில எனக்குப் பைத்தியம் புடிச்சிகிச்சி. அப்பாவை இப்படி விட்டுட்டனே" என வாய்விட்டுக் கதறினார். மறுநாள் அதிகாலையிலேயே தீயணைப்பு வீரர்கள், வனத்துறையினர் வந்துவிட்டிருந்தனர். குழுவாக நின்றுகொண்டு ஏதோ திட்டம் வகுத்துக்கொண்டு, காட்டுக்குள் செல்ல ஆயத்தமானார்கள். சிவராமன் தானும் அவர்களோடு வருவதாய்ச் சொன்னார். அவர்கள் மறுத்துவிட்டுத் தாமதிக்காமல் காட்டுக்குள் சென்று மறைந்தார்கள். மதியத்திற்கு முன்பாகவே காட்டிலிருந்து முத்துவேலனை மீட்டுக்கொண்டு வந்தார்கள். சிவராமன் அவரைப் பார்த்து, "வயசான காலத்தில வீட்டோட கம்முனு இருக்க முடியலையா?" எனக் கத்தினார். பவுனம்மா அவரைப் பேசாமல் இருக்கச் சொல்லிவிட்டு, சாப்பாடு போட அவரை

அழைத்துக்கொண்டு போனார். முத்துவேலன் காயத்ரியைப் பக்கத்தில் அழைத்து வாஞ்சையாகத் தலையை வருடிவிட்டார். அவள் தாத்தாவைக் கட்டிக்கொண்டு அழுதாள்.

O O O

மறுநாள் மாலை காயத்ரி கணபதிக்குப் போன் செய்து இரண்டு நாளாய் நடந்த விஷயங்களைக் கதை கதையாய்ச் சொன்னாள்.

O O O

கணபதி அன்றிரவு வெகுநேரம் கழித்துப் படுக்கைக்குப் போனான். படுத்துக் கண்ணை மூடியதும் காட்டின் விதவிதமான காட்சிகள் கண்ணுக்குள் விரிந்தன. பின் அவை மெல்ல மெல்ல இருளில் மூழ்கின. நள்ளிரவில் சமையல் கட்டில் ஒரு புலி தோன்றியது. கணபதி இது எப்படி என யோசிக்கும் முன்பே இரண்டே எட்டில் படுக்கை அறைக்குள் புகுந்த புலி அவன் கட்டிலில் தாவி ஏறி. முன்பக்க வலது காலால் அவன் இதயத்தில் அறைந்து இழுத்ததில் அவன் மார்புக் கூடு திறந்துகொண்டது. துடித்துக்கொண்டிருந்த இதயத்தை நிதானமாய்க் கவ்வி எடுத்துக்கொண்டு, சாவகாசமாய் அங்கிருந்து திரும்பியது புலி.

புது எழுத்து, அக்டோபர் 2019

7

படுகளம்

லோகேஷ் வளர்ந்துவிட்டான். தெருமுனையில் இருக்கும் நண்பர்கள் வீட்டைத் தேடி அவனாகவே போய்விடுகிறான். மகன் அங்கே பிள்ளைகளோடு விளையாடுவதை மது கண் கொட்டாமல் பார்த்தான். சிறுவர்கள் கத்துவதும் ஓடுவதும் விழுவதும் எழுவதும் அவனையறியாமல் அவன் இதழ் ஓரத்தில் புன்னகையைத் தவழவிட்டது. மகனை அழைத்து அவன் தலையைக் கோதிவிட வேண்டும் என்றும் அவனுக்கு ஒரு முத்தம் தர வேண்டும் என்றும் தோன்றியது.

இங்கிருந்தே குரல் கொடுத்தான். "லோகு ஏ... லோகு..."

லோகு திரும்பிப் பார்த்துவிட்டு அவன் நண்பர்களிடம் அவசர அவசரமாக ஏதோ சொல்லிவிட்டு, "ஏம்பா" என்றபடியே ஓடிவந்தான். மூச்சிரைக்கக் கண்களில் ஆர்வம் பறக்க அவன் அருகில் வந்து நின்றான்.

"கொஞ்சம் உக்கார். தண்ணி குடி. பார் எவ்வளவு களைச்சிப் போயிருக்க."

பையன் சலிப்புற்றவனாய் "அதெல்லாம் ஒண்ணுமில்லப்பா" என்றபடி திரும்ப ஓடிவிட்டான்.

மதுவுக்குத் தான் அவனைப்போல இருந்த நாட்கள் நினைவுக்கு வந்தன. அப்பா சவுக்கால் வெளுக்கும் அந்தச் சத்தம் இன்னும் காதுக்குள் கூர்மையாக ஒலிக்கிறது. அந்த வலியை நினைக்கும் போது இப்போதும் மூச்சடைக்கிறது. மது மெல்ல

உள்ளே திரும்பிப் பார்த்தான். அப்போ சோபாவில் சின்னக் குழந்தைபோல் தூங்கிக்கொண்டிருந்தார்.

வேலைக்குப் போய்விட்டு வந்தது களைப்பாய் இருந்தது. போய்ப் படுத்துக்கொண்டான்.

அப்பாவை அம்மாவுக்குப் பிடிக்கவே பிடிக்காது. தாத்தாவும் பாட்டியும் அவளை இரண்டு நாட்கள் வீட்டில் கட்டி வைத்து உதைத்து அப்பாவுக்கு அவளைக் கல்யாணம் செய்துவைத்திருக்கிறார்கள்.

அதனால் அப்பாவுக்கு எப்போதுமே அம்மா மேல் சந்தேகம். மது தனக்குப் பிறந்தவனில்லை என உறுதியாக நம்பினார். அவனைப் பார்க்கும்போதெல்லாம் ஏதோ ஒரு அருவருக்கத்தக்க பொருளைப் பார்ப்பதுபோல்தான் பார்ப்பார். அம்மாவுக்கும் அவன்மேல் எந்தப் பிரியமும் இல்லை. கொஞ்சம்கூட மனதுக்குப் பிடிக்காத மனிதனுக்குப் பிறந்தவன்.

இப்படித்தான் இருந்தது அவன் பால்யம். அவன் அம்மா அப்பா என்றால் வெறுப்பவர்கள், அடிப்பவர்கள் என்றுதான் வெகு காலம் நினைத்திருந்தான். பிறகு பள்ளிக்கூடம் போகும்போது மற்ற மாணவர்களின் பெற்றோர் அன்பாகத் தங்கள் மகனிடம் பேசுவதைக் கேட்டு வியந்திருக்கிறான். விபரம் தெரியாத அந்த வயதிலேயே அவன் முடிவு செய்திருந்தான். அப்பாவைப்போலத் தானும் வளர்ந்து தனக்கும் ஒரு மகன் பிறந்தால் அவனை அவ்வளவு அன்பாகப் பார்த்துக்கொள்ள வேண்டும்.

அவன் மனதில் எப்போதும் இந்தக் கற்பனைதான். அவனுக்கு ஒரு சின்னஞ்சிறு மகன். அவனை அவன் எப்போதுமே அடிக்கப் போவதில்லை. எப்போதும் அவனிடம் அன்பாக இருப்பான். கேட்டதெல்லாம் வாங்கித் தருவான். தன் மகனை மடியில் உட்கார வைத்துக்கொண்டு தோளில் அவன் தலையைச் சாய்த்துக்கொள்வதுபோல அவன் கற்பனை செய்துகொள்வான். அந்தக் காட்சி அவன் கண்களைக் கலக்கிவிடும். அது ஏன் என்று அப்போது அவனுக்குப் புரியவில்லை. ஆனால் அது அவனுக்குப் பிடித்திருந்தது. தினமும் இரவு தூங்கும்போது அதே காட்சியை மேலும் மேலும் துல்லியமாகக் கற்பனை செய்வான். கண் கலங்குவான். தூங்குவான்.

" "

சியாமளா வரும்போது மது, லோகேஷ் இருவரும் தூங்கிக்கொண்டிருந்தார்கள். வாசலில் சேரைப் போட்டு உட்கார்ந்திருந்த மாமா "என்னம்மா இவ்வளவு நேரம்" என்றார்.

“ஸ்கூல் டைம் மாமா. யூனிபார்ம் எல்லாம் எக்கச்சக்கமா வந்திருக்குது. மொதலாளி இன்னும் ஒரு மணி நேரம் இருந்து தெக்க சொன்னார். நான் போய்தான் சமைக்கணும் மொதலாளின்னு சொல்லிட்டு வந்துட்டேன்” சொல்லிக்கொண்டே சமையல் வேலையைத் துவங்கிவிட்டாள்.

மது லாரிப் பட்டறைக்கு வேலைக்குப் போகிறான். இரும்புப் பொருட்களுடனான வேலையில் அவன் எவ்வளவு களைத்துப் போயிருப்பான் என்பதைப் புரிந்துகொள்ள முடிந்தது. எனவே சமைத்து முடித்துவிட்டு அவனை எழுப்பிக்கொள்ளலாம் என விட்டுவிட்டாள்.

வேணுகோபால் மதுவின் கழுத்தை இறுக்கிக்கொண்டிருந்தான். அவனால் மூச்சு விடமுடியவில்லை. கண்கள் இருண்டுகொண்டு வந்தது. சியாமளா வந்தாள். அவள் கையில் வாரியல்போல இரும்பாலான கடினமான ஏதோ ஒரு பொருள் இருந்தது. அவன் யோசிப்பதற்குள் அவள் அவன் தலையில் அந்தக் கனமான பொருளால் அடித்தாள். அவன் தலை உடைந்து நொறுங்கும் சத்தம் கேட்டது. மது திடுக்கிட்டு எழுந்து உட்கார்ந்தான்.

சியாமளா, “ஏங்க ஏங்க” எனக் குரல் கொடுத்துக் கொண்டிருந்தாள். மது சுதாரித்துக்கொண்டு “ஏன் சியாமளா எந்திரிச்சிட்டேன் சொல்லு” என்றான். “அப்படியே பையனையும் எழுப்பி விடுங்க சாப்பிடலாம்” என்றாள். மது லோகேஷை எழுப்பினான். அவன் தூக்கத்திலேயே இருந்தான்.

சியாமளா நால்வருக்கும் சாப்பாடு போட்டுக்கொண்டு வந்தாள். மது அந்தச் சாப்பாட்டையே பார்த்தான். அதில் விஷம் ஏதாவது கலந்திருக்குமா எனச் சந்தேகமாய் இருந்தது. ஆனால் அவனுள் எந்த உள்ளுணர்வும் இல்லை என்பதால் சாப்பாட்டைப் பிசைந்து எடுத்துச் சாப்பிட்டான். முதல் வாயில் கூர்மையாகக் கவனித்தான். ஏதாவது மெல்லிய கசப்பு அல்லது ஒவ்வாத ஒரு வாசனை எதுவும் இருக்கிறதா என்று. அப்படி எதையும் உணர முடியவில்லை. மவுனமாகச் சாப்பிட்டு எழுந்தான்.

இரவு அவனுக்குத் தூக்கம் வரவில்லை. வேணுவுக்கும் சியாமளாவுக்கும் உள்ள தொடர்பை அவன் எப்போதோ அறிந்துவிட்டான். அவன் அதிர்ச்சி ஏதும் அடையவில்லை. உண்மையில் அது அவளுடைய சுதந்திரம் என்றுதான் நினைத்தான்.

அவனுக்குச் சின்ன வயதில் அம்மா அப்பாவிடம் பட்ட அடிகள், வேதனை, ஓலம், அழுகை, அந்தக் கோரமான வாழ்க்கை எல்லாமே நினைவுக்கு வந்தது. அவன் விவரம் தெரியாத

வயதிலேயே இம்மாதிரியான உறவுகள்பற்றி மிகத் தீவிரமாகச் சிந்திக்க ஆரம்பித்துவிட்டான்.

வேறு பெண்களின் தொடர்பில் இருக்கும் ஆண்கள், வேறு ஆண்களின் தொடர்பில் இருக்கும் பெண்களைப் பற்றிய செய்திகளை அவன் எப்போதும் தேடிக்கொண்டே இருந்தான். சம்பந்தப்பட்ட ஆண், பெண் இருவருக்கும் சமூகத்தில் அளிக்கப்படும் இடம் அவனுக்கு விசித்திரமாய் இருந்தது.

மளிகைக் கடைக்காரர் அண்ணாமலைக்குப் பல பெண்களுடன் தொடர்பிருந்தது. அதனாலெல்லாம் அவர் கண்ணியம் எப்போதும் குறைந்ததில்லை. கோவிலுக்கு அவர் வரும்போது யாரும் அவரை இளக்காரமாய்ப் பார்த்ததில்லை. கோவில் முதல் மரியாதையில் அவருக்கு எதிராக எந்த முணுமுணுப்பும் எழுந்ததில்லை. அதே நேரம் அவரோடு தொடர்பில் இருந்த கோமதியை எல்லோரும் பார்த்த பார்வை, அவளைப் பற்றிப் பெண்கள் பேசிய பேச்சுகள், அவள் கோவிலுக்குச் செல்லும்போது எழும் நமட்டுச் சிரிப்புகளை அப்போதே அவன் கவனிக்கத் துவங்கியிருந்தான்.

அவனது அப்பா அம்மாவைப் போட்டு அடிக்கும் போதெல்லாம் அவன் அம்மாவுக்காகப் பரிந்துகொண்டு போவான். ஆனால் அப்பா கொஞ்சமும் வேகம் குறையாமல் அதேபோல அவனையும் போட்டு அடிப்பார்.

மது சியாமளாவை எதுவும் கேட்கக் கூடாது என்றுதான் இருந்தான். வரம்பற்ற காதல், அதனால் நடக்கும் கொலை குறித்த செய்திகளை அவன் வெகு நாட்களாக எந்த உணர்வும் இன்றித்தான் பார்த்து வந்தான். திடீரென்று ஒருநாள் இந்தச் செய்திகளுக்கும் அவனுக்கும் உள்ள தொடர்பு உறைத்தது. அவன் கொலை செய்யப்படும் இடத்தில் இருக்கிறான். ஆமாம் படுகொலை செய்யப்படும் இடத்தில் அல்லது அந்தக் கொலையைத் தான் செய்ய வேண்டிய ஒரு சூழலில் இருக்கிறான்.

அவன் ஒருநாளும் அதுபோலச் செய்ய மாட்டான். ஏனென்றால் லோகு அம்மாவை இழந்துவிடுவான். அது கூடாது. அதே நேரம் அவனும் கொலையாகக் கூடாது. அதற்கும் அதே காரணம்தான். லோகு அப்பாவை இழந்துவிடுவான். அது கூடவே கூடாது. அவன் தன் தந்தையின் அன்பை எப்போதும் பெற்றுக்கொண்டிருக்க வேண்டும். அவன் இதுபற்றிச் சியாமளாவிடம் வெளிப்படையாகப் பேசிவிட வேண்டும். உன்னுடைய எண்ணத்துக்கு நான் எப்போதும் தடையாக இருக்க மாட்டேன் என்று சொல்லிவிட வேண்டும் எனப் பலமுறை

முயற்சித்துவிட்டான். ஆனால் அதை எதனாலோ அவனால் சொல்ல முடியவில்லை.

இரவு படுக்கையில், சியாமளாவின் கை அவன்மேல் விழுந்தது. ஒருகனம் அதை விலக்கி விடலாமா என்று பார்த்தான். ஆனால் தன்மேல் கணவனுக்குச் சந்தேகம் வந்துவிடக் கூடாது என நினைக்கும் அவள் மனதைக் கண்டு அவன் லேசாகச் சிரித்துக்கொண்டான். தொடர்ந்து விலக்குவதன் மூலம் அவளுக்குச் சந்தேகம் ஏற்படலாம். பின் ஒரு முடிவெடுக்க வேண்டிய கட்டாயத்துக்கு அவள் தள்ளப்படுவாள். அப்போது அவர்கள் மனதில் தானே கொலைத் திட்டம் உருக்கொண்டுவிடும் என்றெல்லாம் அவன் மனதில் யோசனைகள் ஓடியது. அவன் திரும்பி அவளை இறுக்கி அணைத்தான்.

" "

சியாமளா அன்று நேரமாக வீட்டுக்கு வந்துவிட்டிருந்தாள். மது வந்தவுடன் காபி போட்டுத் தந்தாள். அவள் மனதின் வெகு ஆழத்துக்குள் இருப்பதை அவள் முகத்தைப் பார்க்கும்போது அவனால் உணர முடிந்தது. ஏதோ ஓர் ஏமாற்றம் அதில் உறைந்து கிடந்தது. கேட்டால் அப்படியெல்லாம் ஒன்றுமில்லை என்பாள். தலைவலி என்பாள் அல்லது வேலையிடத்தில் பிரச்சினை என்பாள்.

இரவில் அவள் கண்களை மூடி அசையாமல் படுத்திருந்தாள். உறங்குவதைப் போன்ற தோற்றத்தை ஏற்படுத்தியிருந்தாள். ஆனால் அவள் தூங்கவில்லை என்பது நன்றாக அவனுக்குத் தெரிந்தது. நடு இரவில் ஏதோ ஓர் உள்ளுணர்வில் கண் விழித்தபோது, இரவு விளக்கின் வெளிச்சத்தில் கண்ணீர் பளபளக்கக் கூரையை வெறித்துக்கொண்டிருந்தாள். அவன் அசைவைக் கண்டதும் தூங்குவதைப்போல மீண்டும் கண்களை மூடிக்கொண்டாள். அந்த வாரம் முழுவதும் அவள் அப்படியே இருந்தாள். அவன் கேட்டுக்கூடப் பார்த்துவிட்டான். "ஏன் இப்படி இருக்க?" "என்னவோ தெரியல... மனசே சரியில்ல" என்பதற்கு மேல் அவள் எதுவும் சொல்லவில்லை...

மதுவுக்கு வேணுவைச் சந்திக்க வேண்டும்போல இருந்தது. அவர்களுக்குள் ஏதாவது ஆகியிருக்கும். ஆனால் தான் இந்த அளவுக்குப் போக வேண்டுமா? அவர்களுக்குள் என்னவானால்தான் என்ன? அவர்கள் பிரிந்துவிட்டால்தான் என்ன? உண்மையில் அவர்கள் பிரிந்துவிட்டால் அவன் சந்தோஷம்தானே பட வேண்டும். ஆனால் ஏனோ அவனால் அப்படி இருக்க முடியவில்லை. அதற்கு என்னதான் காரணம்

என்றும் அவனுக்குப் புரியவில்லை. அன்று பட்டறைக்குப் போகும்போது, வேணுவின் மில்லுக்குப் போனான்.

திடீரென இவனை அவன் எதிர்பார்க்கவில்லை என்பதை அவன் திணறல் சொன்னது. மெஷினில் மிளகாய்ப் பொடி அரைபட்டுக் கொண்டிருந்தது. கண்ணுக்குத் தெரியாமல் மிளகாய்த் தூள் மெல்லக் காற்றில் பரவி மேலே படிந்ததால் காந்தலெடுத்தது.

"என்ன ஏதும் விஷேசமா?" என மெஷின் சத்தத்துக்கு மேலாகக் கத்தினான்.

இவன் "ஒண்ணுமில்ல... இந்தப் பக்கமா வந்தேன்" என்றான்.

"மல்லி அரைச்சி ரொம்ப நாள் ஆச்சே... தீந்து போயிருக்குமே ... திரும்ப அரைக்கலையா" என்றான்.

"அரைக்கணும்... மில்லுக்குப் போகணும்னு சியாமளா சொல்லிக்கிட்டே இருந்தா" என்றான்.

அவன் கண்களில் ஒரு திட்டமிட்ட நிதானம். மிளகாய் ஓடி முடிந்துவிட்டிருந்தது. வேணு மெஷினை நிறுத்தினான். திடீரென வேறொரு உலகத்துக்குள் சென்றுவிட்டதைப்போல அவ்வளவு அமைதியாய் இருந்தது. வேணு திரும்ப ஏதோ சொல்ல வாயெடுத்தான். மெஷின் ஓடும் ஞாபகத்தில் கத்த முனைந்தான். ஆனால் அந்த அமைதியின் கணத்தை உணர்ந்தவனாய் இயல்பான குரலில் "உக்காருங்க... வேலையெல்லாம் எப்படி போகுது... பையன் எப்படி இருக்கான்" என்றான்.

பையன் என்றபோது அவன் கண்ணில் மின்னிய ஒரு தந்தைமையின் வாஞ்சையை மது தேடிக் குறித்துக்கொண்டான்.

மது "ஏதோ போகுது. அவளுக்கு வேற உடம்பு சரியில்ல போலிருக்கு. ஒருவாரமாவே ஒருமாதிரி இருக்கா. என்னன்னு சொன்னாதானே எதாவது செய்ய முடியும்" என்றான்.

அவன் ஏதோ யோசனையாய்ப் புன்னகைத்தான். பின் மது அங்கிருந்து கிளம்பிவிட்டான்.

சாயந்தரம் வேலை முடிந்து வரும்போது சியாமளாவின் முகத்தில் இயல்பான புன்னகை இருந்தது. "மல்லிப் பொடி அரைக்கணும். தீந்துபோச்சு" என்றாள். அவன் எதுவும் பேசவில்லை. ஒருவாரம் கழித்து ஒரு சனிக்கிழமையன்று வேலை முடிந்து வீட்டுக்கு வந்த அப்பாவைப் பார்த்து லோகு குதித்துக்கொண்டு வந்தான். "அப்பா இன்னைக்கி நம்ம வீட்டுக்கு ஒரு அங்கிள் வந்தாரே.." மது கண்களாலேயே யாரு என்றான்.

குமாரநந்தன்

லோகு அவன் கண்களைப் பார்த்துச் சிரித்தான். "அவரு எனக்குப் பிஸ்கட் வாங்கிட்டு வந்தார்... இந்தா" என்றான்.

அவர்கள் உறவில் இது அடுத்த கட்டம். இப்போது அவன் வீட்டுக்கே வரத்துவங்கிவிட்டான்போல என நினைத்தவனாய், மது சியாமளாவைப் பார்த்து, "அப்பா எங்கயும் வெளிய போயிருக்காரா?" என்றான்.

"இல்ல இங்கதான் இருக்கார். மத்தியானம் ரேஷன் கடைக்கிப் போயிருந்தார். அப்பதான் அந்த மில்லுக்காரர் வேணு வந்தார்."

"பையனுக்குப் பிஸ்கட் எல்லாம் வாங்கிட்டு வந்திருக்கார். எதாவது விஷேசமா?"

"அதெல்லாம் ஒன்னும் இல்ல. சும்மாதான். இந்தப் பக்கம் ஏதோ வேலையா வந்திருக்கார். நான் தண்ணி பிடிச்சிக் கிட்டிருக்கறதைப் பார்த்துட்டு வீட்டுக்கு வந்தார்."

ஏதேச்சையாக வந்தவர் பிஸ்கட் எப்ப வாங்கிட்டு வந்தார் எனக் கேட்க நினைத்துக் கேட்கவில்லை. அப்படிக் கேட்பது தன்னிடம் சந்தேகப் புள்ளி துவங்கிவிட்டதான எண்ணத்தின் துவக்கமாகிவிடும் என நினைத்து அமைதியாக இருந்தான்.

புரிந்தது. லோகு தெருப் பசங்களோடு விளையாடப் போயிருப்பான் அல்லது விளையாடப் போகும்படி அனுப்பி வைக்கப்பட்டிருப்பான். அதன் பின்... அதன் பின்... என்ன நடந்திருக்கும் என மனதுக்குள் காட்சிகள் ஓடின. மதுவுக்குக் குப்பென்று இரத்தம் தலைக்கேறியது. வியர்த்தது. உடலில் நடுக்கம்போல வந்தது. உள்ளறைக்குப் போய் கைகளை இறுக்கமாகக் கோர்த்துப் பற்றிக்கொண்டான். பற்களைக் கடித்துக்கொண்டான். தான் ஏன் இப்படித் தன் வசம் இழக்கிறேன் என அவனுக்கு ஆச்சரியமாக இருந்தது. ஏதாவது ஒரு கடினமான பொருளால் அவளை உடனே தாக்க வேண்டும் என அவனுக்குள் உண்டான உத்வேகத்தைப் பார்த்து அவன் பயந்தான்.

"லோகு... லோகு... லோகு..." மந்திரம்போல மகனின் பெயரை ஜெபித்தான். அவனின் சிரித்த முகம் மனதுக்குள் நின்று அவனுடைய தன்னை மறந்த ஆவேசத்தைக் குறைத்தது. தன் மனம் கட்டுப்பாட்டை இழந்துவிட்டதைக் கண்டு அவனுக்கு அச்சமாய் இருந்தது. எந்த நேரத்திலும் எது வேண்டுமானாலும் நடக்கலாம். அதேபோல் தனக்கும் எப்போது வேண்டுமானாலும் எதுவும் நடக்கக்கூடும். ஆனால் அப்படி எதுவும் நடந்துவிடவே கூடாது என அவன் தனக்குள் உறுதியாகச் சொல்லிக்கொண்டான். தான் வேண்டுமானால் அப்படி இருந்துவிடலாம். ஆனால் அவர்களும் அப்படியே இருப்பார்கள் என்று எப்படிச் சொல்ல

முடியும். என்றைக்கிருந்தாலும் தான் ஒரு இடஞ்சல்தான். அந்த இடஞ்சலைக் காலம்பூராவும் பொறுத்துக்கொண்டிருக்க முடியாது. எனவே கொலை செய்யப்படுவதுதான் தன்னுடைய முடிவாக இருக்கும். பிறகு மதுவின் கதி?

அன்று இரவு வெகுநேரம் தூங்காததால் காலையில் தாமதமாகத்தான் எழுந்தான். பட்டறைக்குப் போக அவசர அவசரமாய்க் கிளம்பிக்கொண்டிருந்தான்.

பொதுக் குழாயில் நல்ல தண்ணீர் வந்தது. சியாமளா பிளாஸ்டிக் குடங்களை வாரிக்கொண்டு குழாயடிக்குப் போனாள். கொஞ்ச நேரத்தில் அங்கே சச்சரவு ஆரம்பமாகிவிட்டது. இந்தப் பெண்கள் இவ்வளவு ஆபாசப் பேச்சுக்களை இப்போது மட்டும் எப்படி இவ்வளவு இலாவகமாகப் பேசுகிறார்கள் என மதுவுக்கு வியப்பாய் இருந்தது. சியாமளாவின் குரல் கணீரெனக் கேட்டது. இப்படித் தண்ணீர் பிடிக்கும்போது மட்டும் அவள் வேறொருத்தியாய் ஆகிவிடுகிறாள். அவளுக்கு இவ்வளவு ஆத்திரம் வரும் என்பது அவனுக்குக் கலக்கத்தை ஏற்படுத்தியது. சியாமளாவின் வசவுக்குப் பதிலாய் கோமதியின் குரல் இடியாய் முழங்கியது. "போடி அவுசாரி... உன் புருசன அனுப்பிட்டு அந்த மில்லுக்காரன வரச் சொல்லி ..."

மது சட்டெனத் தடுமாறினான். அவளின் குரல் வீட்டுக்குள் இருக்கும் மதுவுக்குக் கேட்டிருக்கும் என அறிந்த சியாமளா பீதியில் நடுங்கினாள். என்றாலும் அது ஒரு வழக்கமான குழாயடிச் சண்டை என்பதுபோல் தொடர்ந்து வசைகளைப் பொழிந்துவிட்டுக் குடத்துடன் உள்ளே வந்தாள். "என்னாப் பேச்சுப் பேசறா...தூ" என அழுதாள். அவள் குரலில் இன்னும் நடுக்கம் இருந்தது. மது அவளையே வெறித்துப் பார்த்தான். அப்போது அப்படிப் பார்ப்பது தவறு என்று தோன்றினாலும் அவனால் தன் பார்வையை மாற்ற முடியவில்லை. அவள் அப்போது மதுவைத் திரும்பிக்கூடப் பார்க்காமல் அழுதுகொண்டிருந்தாள்.

திரும்பவும் அவர்கள் இருவருமே அதைப் பற்றிப் பேசிக் கொள்ளவில்லை. அன்றிரவு அவர்கள் உடலுறவு வைத்துக்கொண்டார்கள்.

அந்த வாரம் முழுவதும் அவர்களுக்கிடையேயான உரையாடல் மிகச் சுருக்கமாக இருந்தது.

அன்று லாரி ஸ்பேர் பார்ட்ஸ் வாங்க முதலாளி அவனைச் சென்னைக்குப் போய்விட்டு வரும்படி சொன்னார். "காலையில் போனால் மாலையில் சாமான் வாங்கிக்கொண்டு இரவில் பஸ் ஏறினால் மீண்டும் காலையில் வீடு திரும்பிவிடலாம்" என்றார். சில

சமயங்களில் இங்கே எங்கேயும் ஸ்பேர் பார்ட்ஸ் கிடைக்காதபோது இது நடப்பதுதான் என்பதால், மது சியாமளாவுக்குப் போன் செய்துவிட்டுச் சென்னைக்குக் கிளம்பினான்.

பஸ் ஒருமணி நேர தூரத்தைக் கடந்தபின், என்றுமில்லாத ஓர் உள்ளுணர்வு அவன் மனதைப் பிசைந்தது. என்ன நடக்கக் கூடும் என்பதை அவனால் யூகிக்க முடியவில்லை. அவர்கள் லோகுவைக் கொன்றுவிடுவார்கள் என்பதைத் தவிர வேறெதையும் அவனால் சிந்திக்க முடியவில்லை பெருகும் கண்ணீரை அவனால் கட்டுப்படுத்த முடியவில்லை. லோகு... மகனே லோகு ... பஸ்சை நிறுத்தச் சொல்லி இறங்கி வீட்டுக்கு ஓடிவிடலாமா எனப் பார்த்தான். ஆனால் அவ்வளவு பைத்தியக்காரத்தனமாய் நடந்துகொள்ள அவனால் முடியவில்லை.

சாயந்தரம் சென்னையில் போய் இறங்கியதும் சியாமளாவிடம் இருந்து போன் வந்தது. மது நடுங்கும் கரங்களால் போனை ஆன் செய்தான். நினைத்துப் பார்க்கவே கூடாத தகவலை எதிர்கொள்ள அவன் மனம் சில ஒத்திகைகளைப் பார்த்துக்கொண்டிருப்பது புரிந்தபோது அவன் கண்கள் இருண்டன, "என்னங்க... உங்க அப்பா... உங்க அப்பா... நம்மள விட்டு... நம்மள விட்டு ..."

சியாமளா, "என்னாச்சு" என்றான். அவன் குரல் தொண்டையை விட்டு வெளிவரவில்லை. "ஐயோ சீக்கிரம் கிளம்பி வாங்க. எனக்கு இங்க கையும் ஓடல... காலும் ஓடல ..."

அப்பாவின் மரணம் அவனுக்கு அதிர்ச்சியாய் இருந்தாலும், அவன் நினைத்ததைப்போல லோகுவுக்கு ஒன்றும் ஆகவில்லை என்ற எண்ணம் பெரும் ஆசுவாசமாய் இருந்தது. இப்படி எத்தனை நாளைக்குப் பயந்து பயந்து சாவது. இதுபோன்ற உறவுக்குள் விழுந்தவர்கள் இந்நேரம் தன் மரணத்தை எதிர்பார்த்துக் கொண்டிருப்பார்கள். இது இயற்கையாக நடக்கச் சாத்தியம் இல்லை எனப் புரிந்ததும் என் கதையைத் தாங்களாகவே எப்படி முடிப்பது என்றுதான் சிந்திக்க ஆரம்பிப்பார்கள். அவர்களை அப்படிச் சிந்திக்க விட்டு, அவர்களைத் திட்டம் வகுக்க விட்டுக் கடைசியில் அவர்கள் கையில் தான் பலியாகத்தான் வேண்டுமா? அப்படித்தான் இறந்து லோகு அவர்கள் கையில் தன்னைப் போலவே அடிபட்டுச் சாவதைவிடப் பையனைக் கூட்டிக்கொண்டு எங்கேயாவது கண் காணாத இடத்துக்குப் போய்விட வேண்டும் என்று நினைத்துக்கொண்டான்.

ஆனால் லோகு வரச் சம்மதிப்பானா? சியாமளா அம்பலப்பட்டுப் போய்விடுவாளே? அவளும் வேணுவும் அந்த அவமானத்தைத் தாங்குவார்களா? தன்னைக் கண்டுபிடித்துத் தர

அவள் போலீசில் புகார் தர வேண்டிய கட்டாயம் ஏற்பட்டுவிடும். மீண்டும் தான் கண்டுபிடிக்கப்பட்டு மீண்டும் வீட்டுக்கு வந்து அவளோடு இயல்பாய் வாழ முடியுமா? அவன் மனம் என்னென்னவோ யோசித்தது.

நடுநடுவே அப்பாவின் இறந்த உடல் அவன் மனக் கண்ணில் தோன்றியது. வாயைப் பிளந்தபடி உயிரை விட்டிருக்கும் அந்தப் பிரேதம் அவனுக்குள் எல்லையற்ற சோகத்தை ஏற்படுத்தியது. ஆனால் அது அவர் இறந்ததற்கான சோகமல்ல என்பதையும் அவனால் புரிந்துகொள்ள முடிந்தது.

பஸ்சில் போவதைவிட இரயிலில் போனால் சீக்கிரம் ஊருக்குப் போய்விடலாம் என அவன் இரயிலைத் தேடிப் போனது தவறாகப் போய்விட்டது. ஏதோதோ காரணங்களால் இரயில் பல மணி நேரம் தாமதமாக மறுநாள் மத்தியானம்தான் அவனால் வீட்டுக்கு வர முடிந்தது.

அப்பா மாலை போட்டு உட்கார்த்தி வைக்கப்பட்டிருந்தார். மதுவைப் பார்த்ததும் சியாமளா தலை தலையாய் அடித்துக் கொண்டு வந்து அவன் காலைக் கட்டிக்கொண்டாள். "தண்ணி குடுமான்னுதாங்க கேட்டாரு. கொண்டு வந்து குடுத்ததும் ஒரு முழுங்குதான் குடிச்சாரு. அப்படியே உயிரு போயிடுச்சே... ஐயோ ..."

மதுவுக்குக் கொஞ்சநேரம் ஒன்றும் புரியவில்லை. லோகு எப்போதும்போலத் தெருவில் விளையாடிக்கொண்டிருந்தான். அதுவரை தன் இடத்தில் இருந்து வேணுதான் எல்லாக் காரியங்களையும் செய்துகொண்டிருந்தான் என்று தெரிந்தபோது அவனுக்குப் பூமி எதிர்திசையில் சுற்றுவதைப்போல இருந்தது. சாங்கியக்காரர் "அப்புறம் என்னப்பா ... எல்லாச் சாங்கியமும் பண்ணியாச்சி. பையனும் வந்தாச்சி. பாடிய எடுத்தரலாம்" என்றார்.

வேணு மதுவின் கைகளைப் பற்றிக்கொண்டு கண் கலங்கினான். அந்தப் பற்றுதலில் தெரிந்த அசாத்திய ஆறுதலைக் கண்டு தடுமாறியவனாய் மது அந்தக் கைகளை இறுகப் பற்றிக் கொண்டான்.

சொல்வனம், ஜூலை 12, 2020

8

தோற்றப் பிழை

விழிப்பின்போது அவனுக்குத் தான் என்பது நினைவுக்கு வந்துவிட்டது. கண் விழித்தல் என்ற செயலைத் தொடர்ந்து தன் உடல் படுக்கையில் கிடப்பதைப் புரிந்துகொண்டான். அப்போது அவன் தன்னுடைய பெயர் என்னவாக இருக்கும் என்பதைப் பற்றி யோசிக்கவில்லை.

அவன் கைகளில் சலைன் இறங்கிக்கொண்டிருந்தது. சுற்றியிருந்த சுவர்கள் மெல்லிய வயலட் நிறத்தில் பளிச்சென்றிருந்தன. முன்னால் இருந்த சுவரில் ஒரு டிவி தொங்கிக்கொண்டிருந்தது. மனம் துடைத்து வைத்ததைப்போல எந்த நினைவுகளும் இன்றி இருந்தது. சூனியத்திற்கு நடுவே அந்த அறை அமைந்திருப்பதைப்போல அவ்வளவு அமைதி.

கதவின் லாக் அசைந்தது. அப்போது எழுந்த ஒரு சிறு சத்தம், ஒலியைப் புரிந்துகொள்ளப் போதுமானதாய் இருந்தது. உள்ளே ஒரு பெண் எட்டிப் பார்த்தாள். அவன் மனைவி வளர்மதி. அவள் குறித்த நினைவுகள் துளையிடப்பட்ட ஒரு கலத்தில் தண்ணீர் நிரம்புவதைப்போல மனதில் நிறைந்தது. வளர்மதி கண்ணீரோடு வந்து அருகில் நின்று அவன் கைகளைப் பற்றிக்கொண்டாள். அவளால் அழுகையை அடக்க முடியவில்லை. படுக்கையில் உட்கார்ந்து அவன் மார்பின்மீது தலை சாய்த்தாள். பின் அஞ்சியவளாய்த் தலையை எடுத்துக் கொண்டாள். கதவு தட்டப்பட்டது. நர்ஸ் உள்ளே வந்தாள். அவள் ஆடைகள் சோப் விளம்பரத்தில் வருவதைப்போல வெகு சுத்தமாய் இருந்தன. அவள்

குளித்துவிட்டு வந்தவள்போல இல்லாமல் தன் உடலைக் கழுவித் துடைத்து எடுத்துக்கொண்டு வந்தவள்போல இருந்தாள்.

"சார் விழிச்சிட்டீங்களா?" என்று புன்னகைத்தாள். சலைன் இறங்குவதைப் பார்த்து வேகத்தை அதிகப்படுத்தினாள்.

"ஏன் அப்படிப் பாக்கறீங்க. எத்தனை நாளா ஐசியூல இருந்தீங்க? இந்த வார்டுக்கு எப்ப வந்தீங்கன்னு தெரியுமா" எனச் சிரித்தபடி கேட்டாள்.

"நான் ஐசியுவில் இருந்தேனா?" அவனுக்கு எதுவும் நினைவில் இல்லை.

அவனுக்கு அப்போதுதான் தன் முகம் நினைவுக்கு வந்தது. அந்த முகம் அப்படியே இருக்குமா? அல்லது மாறி இருக்குமா எனச் சந்தேகமாய் இருந்தது. கண்ணாடியில் தன் முகத்தைப் பார்க்க வேண்டும்போல இருந்தது.

வளர்மதியைப் பார்த்துத் தலையை அசைத்தான். மெல்லிய குரலில் "கண்ணாடி" என்றான். "கண்ணாடியா எதுக்குங்க. முகம் பாக்கணுமா?" என்றவள் புரியாமல் அவனைப் பார்த்தாள். பின் கட்டிலுக்குப் பின்னால் அலமாரியில் இருந்த சிறிய கைக் கண்ணாடியை எடுத்து வந்து அவன்முன் நீட்டினாள். கண்ணாடியில் ஒரு முதுமையான முகம் தெரிந்தது. இளமையும் வசீகரமும் நிறைந்த தன் முகம் எங்கே? அவன் நம்ப முடியாமல் அந்த முகத்தை வெறித்துப் பார்த்தான். அது அவன்தான். அந்த முகம் முழுவதும் அவன் சாயலால் நிறைந்திருந்தது. எப்போதிருந்து தன் முகம் இப்படி ஆனது என அவன் திகைத்துப் போனான்.

இளமையின் சாயல் எல்லாம் வடிந்து போய்விட்ட அந்த முகத்திலிருந்து வேதனையோடு தன் பார்வையைத் திருப்பிக் கொண்டான். "என்னங்க தாடி வளந்திருக்கா? வீட்டுக்குப் போனதும் எடுத்துக்கலாம்" என்றாள் வளர்மதி.

தான் மயங்கி விழுந்த அந்தக் கனம் நினைவுக்கு வந்தது. இதயத்தின் மையத்தில் அடர்ந்த அசாத்தியமான வலி. கண்களில் சுழன்ற வினோத வண்ணங்கள். உடல் வேகமாகவும் அவன் மெதுவாகவும் ஒரு முடிவற்ற பாதாளத்தில் விழுந்து கொண்டிருப்பதைப் போன்ற உணர்வு. அதன்பின் தானும் உடலும் மறைந்த அந்தகாரம். பின் அந்த அந்தகாரமும் மறைந்து . . .

எத்தனை காலம் ஆகியிருக்கும்? பல நூறாண்டுகள் . . . அவன் நினைவிழந்தபோது அவனுக்கு எந்த முகம் இருந்தது? வாழ்க்கையில் அவன் எங்கே இருந்தான்? மயங்கி விழுந்தபோது தனக்கு என்ன வயது?

இந்த முகம் முதலில் ஞாபகத்தில் வராமல் இளம் முகம் ஏன் நினைவுக்கு வந்தது என அவனுக்கு ஆச்சரியமாய் இருந்தது. இளமையில் மயங்கி விழுந்து முதுமையில் கண் விழித்தேனா? நான் இன்னும் அந்த நினைவிலேதான் இருக்கிறேனா? வெறும் மயக்கத்திலேயே இளமையைக் கடந்துவிட்டேனா? அவன் கண்ணோரங்களில் கண்ணீர்த் துளிர்த்துப் படுக்கையில் விழுந்தது.

அந்த முகம் இருந்தபோது அவனுக்குள்தான் எவ்வளவு கனவுகள், நம்பிக்கைகள் இருந்தன. ஓர் இளைஞனுக்குள் கனவுகள் தோன்றுவதும் பின் இளமை கடந்தபின் அதெல்லாம் அந்தந்த வயதிற்கே தோன்றும் கனவுகள் என்பதைப் புரிந்துகொள்வதும் தான் வாழ்க்கையா?

இளமையில் ஏன் அவ்வளவு கனவுகள் வர வேண்டும். வாழ்க்கையைப் புரிந்துகொள்ளாததாலா? இளமை அவ்வளவு அப்பாவித்தனமானதா? குழந்தைத்தனமானதா? அவனுக்குத் தான் கடுமையாக ஏமாற்றப்பட்டதைப்போல இருந்தது.

இதுதான் யதார்த்தம் என்று தன்னால் புரிந்துகொள்ளப்பட்ட அந்த வாழ்க்கையை எட்டி உதைக்க வேண்டும்போல இருந்தது. ஆனால் அப்படி எட்டி உதைத்துவிட்டால் மட்டும் தான் கனவு கண்ட வாழ்க்கை தனக்குக் கிடைத்துவிடுமா? சாதாரணமான ஒரு வேலையில் ஒட்டிக் கொள்ள அவன் எவ்வளவு பாடுபட்டிருப்பான். இப்போது இதை உதறித் தள்ளிவிட்டால் இதைவிட மோசமான, மீண்டும் பழைய வாழ்க்கையேயாவது கிடைத்துவிடாதா என ஏங்கிப் போகும் அளவுக்கு மோசமான நிலைமையைத் தான் சந்திக்க வேண்டி வரும் எனப் பயமாய் இருந்தது. இந்தப் பயம் எப்போதும் அவனுக்குள் இருப்பதுதான் என்பது இப்போது அவனுக்கு உறைத்தது. எதற்காக இந்தப் பயம் வர வேண்டும். இதுதான் வாழ்க்கையோடு தன்னைப் பிணைத்து வைத்திருக்கும் கயிறா என அவனுக்கு வியப்பாய் இருந்தது.

அவன் அசோக். அவன் அப்பா தர்மராஜ். இவன் பள்ளிச் சிறுவனாய் இருந்தபோது அவருக்குக் கிராமத்தில் நிலம், சொந்த வீடு இருந்தது. அப்போது அவன் வாழ்க்கை திருவிழாக்களால் நிறைந்திருந்தது.

வாழ்க்கை என்றால் மாரியம்மன் கோவில் திருவிழா, தீபாவளி, பொங்கல், ஆடிப்பெருக்கு என அடுத்தடுத்து வரும் பண்டிகைகளைக் கொண்டாடுவது என்றுதான் புரிந்து வைத்திருந்தான்.

மாரியம்மன் கோவில் திருவிழா, துடும்படித்து அறிவிக்கப்படும் பூச்சாட்டுதலில் இருந்து கொண்டாட்டம் ஆரம்பமாகும். தினம்

சாயந்திரம் கோவிலுக்குப் போவது. அம்மனுக்குத் தினமும் நடக்கும் அலங்காரம். சுவாமி ஊர்வலம். நடு இரவு வரை நடக்கும் கோவிலாட்டம். அந்த ஆட்டம் அந்த வயதில் தன்னை எப்படிப் பித்தாய் ஆக்கிவைத்திருந்தது?

கல்லூரி வரைக்குமே அந்த வாழ்க்கை நீடித்தது. அப்போதெல்லாம் தான் வேலைக்குப் போக வேண்டி வரும் என்று அவன் யோசிக்கவில்லை.

மெயின் ரோட்டிலிருந்து நான்கு கிலோமீட்டர் தூரத்தில் அவன் கிராமம் இருந்தது. வெளி உலகத்தில் இருந்து துண்டிக்கப்பட்டதைப்போல இருந்த அந்தக் கிராமத்தில் இருந்த அந்த இளைஞனுக்குச் சினிமாதான் பெரும் ஆதர்சமாய் இருந்தது. அவனுடைய சுருண்ட கேசம், ஆகிருதியான உடல், திருத்தமான முகம் அவனுக்குப் பெரும் நம்பிக்கை அளித்துக்கொண்டிருந்தது.

அவன் கனவுகளுக்கு எந்த முகாந்திரமும் இல்லை என அவன் ஒருமுறைகூட நினைத்துப் பார்த்ததில்லை. அதனால் தான் அப்போது அவன் அவ்வளவு மகிழ்ச்சியாக உற்சாகமாக இருந்தான். அவன் மனமெல்லாம் சினிமாவாய் இருந்தது. நடிகனாகிவிடுவான் பெரிய பங்களாவில் வசிப்பான் அவனைச் சுற்றி மக்கள் கூட்டம், விருந்து, கேளிக்கை, பெண்கள் ... எந்த அடிப்படையும் இல்லாமல் இந்தக் கனவுகளை அவன் வெகுகாலம் கண்டுகொண்டிருந்தான். இதெல்லாம் எப்படி நடக்கும் என்று ஏன் ஒருமுறைகூடச் சிந்திக்கவில்லை. எப்படியோ அது நடக்கும் என்ற நினைவு மட்டும்தான் அவனுக்கு இருந்தது. அதுதான் இளமையின் அடையாளமா?

இருந்த கொஞ்ச நிலத்தில் பல ஆண்டுகளாகச் சரியான வெள்ளாமை எடுக்க முடியாத நிலை தருமராஜுக்குப் பெரும் அச்சம் தருவதாய் இருந்தது. சாப்பாட்டுக்குப் பிரச்சினையில்லை என்ற அளவில் மட்டுமே வாழ்க்கை ஓடிக்கொண்டிருந்தால் போதுமா? அவருக்கு அசோக் மட்டுமில்லை. அவனுக்கு ஒரு தங்கையும் இருந்தாள். அவளுக்கு எப்படிக் கல்யாணம் செய்யப் போகிறோம் என்ற கவலை அவரைத் தினம் தினம் அரித்துத் தின்றது.

அசோக் எப்படி அதைப் பற்றியெல்லாம் யோசிக்காமல் இவ்வளவு சந்தோஷமாய் இருக்கிறான் என அவருக்கு ஆச்சரியமாய் இருந்தது. ஆனால் அவனை என்ன சொல்ல முடியும்? அவன் இப்போதுதான் கல்லூரிக்குப் போய்க்கொண்டிருக்கிறான். படிப்பு முடித்து வேலைக்குப் போய் பணம் சேர்த்து அவன் தங்கைக்குக் கல்யாணம் செய்வதா? நினைக்கும்போதே அவருக்கு மலைப்பாய் இருந்தது.

கதவு திறக்கும் சத்தம் கேட்டு அசோக் கண்களைத் திறந்தான். வளர்மதியோடு ஷாலினி வந்திருந்தாள். அப்பா எப்படி இருக்கீங்க? எனக் கட்டிலில் உட்கார்ந்து கைகளைப் பற்றியவள் விசித்து அழ ஆரம்பித்தாள். வளர்மதி அவளைத் தன்னோடு அணைத்துக் கொண்டாள். "அழாத... அழாதடி... அப்பாவுக்கு ஒன்னும் ஆகல" என அவள் முதுகை நீவித் தேற்றினாள். அவன் கொஞ்சநேரம் மகளை வாஞ்சையாகப் பார்த்துக்கொண்டிருந்துவிட்டு மீண்டும் கண்களை மூடிக்கொண்டான்.

கல்லூரி முடித்தபோது அவனுக்குள் எந்த மாறுதலும் ஏற்பட்டிருக்கவில்லை. வெறுமனே வளர்ந்திருந்தான். அப்பா, 'வேலைக்குப் போ வேலைக்குப் போ' என நச்சரித்தபோது அவனுக்கு என்ன செய்வதென்று தெரியவில்லை. பெரும் தூக்கத்தில் இருந்து அவன் தொடர்ந்து எழுப்பப்பட்டுக்கொண்டே இருந்தான். சோம்பல் முறித்துக்கொண்டு அவன் எழுந்தபோது, அவன் கனவுகள் யதார்த்தத்திற்குள் மெல்ல மெல்ல மூழ்க ஆரம்பித்தன. அவன் படித்த பிஏ வரலாறு படிப்புக்கு நூல் மில்லில் சூப்பர்வைசர் வேலைதான் கிடைத்தது.

அப்போதும் அவனுக்குள் சினிமாக் கனவுகள் இருந்தன. ஆனால் இப்போது அவன் அதை வெறும் கனவு என்று புரிந்து கொண்டான். நாட்கள் செல்லச் செல்ல அந்தக் கனவுகளை அவன் வெறுக்க ஆரம்பித்தான். யாரோ கைகளைத் தொடுவதுபோல் இருந்தது. கண் விழித்தான். எதிரில் நின்றிருந்தவர் புன்னகைத்தார். டாக்டர் என்பது புரிந்தது. சிரிக்க முயற்சித்தான். அவரைச் சுற்றி நர்ஸ்கள் குறிப்பேடுகளுடன் நின்றிருந்தனர். அவன் என்ன நினைத்தானோ அதைத்தான் அவர் வாழ்ந்து கொண்டிருக்கிறார் என்பதைப் பார்க்கும்போதே தெரிந்தது. அவருடைய அந்தப் புன்னகை அவன் மனதில் வேதனையையும் விரக்தியையும் திறந்துவிடுவதைப் பார்க்க அவனுக்கு அதிர்ச்சியாய் இருந்தது. இனி இப்படிப்பட்டவர்களைப் பார்த்து இப்படித்தான் நான் நினைக்கப் போகிறேனா? நினைக்கும்போதே சோர்வாய் இருந்தது. மீண்டும் கண்களை மூடிக்கொண்டான்.

டிஸ்சார்ஜ் ஆகி வீட்டுக்குப் போவது சிறந்த அனுபவமாக இருந்தது.

நெருக்கடி மிகுந்த சாலை. வாகனங்களின் இரைச்சல், விதவிதமான முகங்கள், அவற்றில் படிந்திருக்கும் பலவகையான வாழ்க்கை... எல்லாவற்றையும் அவன் ஆவலுடன் வேடிக்கை பார்த்தபடி சென்றான்.

அதீதக் கனவுகளில் ஒளி வீசும் இளைஞர்களின் முகங்களைப் பார்க்கும்போது அவனுக்குள் குரூர திருப்தி ஏற்பட்டது. அவன்

அவர்களைப் பார்த்து, 'நீங்கள் எல்லாம் ஒருநாள் ஏமாந்து போவீர்கள்' என மனதுக்குள் சொல்லிக்கொண்டான்.

வெகுதூரத்தில் புள்ளியாய்த் தெரியும் மலைத்தொடர் வரை இருக்கும் எல்லா நிலப்பரப்பையும் பார்த்துவிட வேண்டும் என்பதுபோல் ஜன்னலில் அவ்வளவு கூர்மையாகப் பார்த்துக்கொண்டு வந்தான். அன்று நெஞ்சின் நடுவே எழுந்த வலி அவன் நினைவுக்கு வந்தது. அப்போது சுவிட்ச் ஆப் செய்யப்பட்டதைப்போல இந்த உலகம் மற்றும் தான் இரண்டும் மறைந்து போனது. அது அப்படியே முடிந்திருந்தால் அந்தத் தான் என்னவாகி இருக்கும்? இந்த உலகம் இப்படியே இருந்திருக்குமா? நான் ஆவியாகியிருப்பேனா? ஆவி என்பதற்கு ஒரு தன்னுணர்வு வேண்டும் இல்லையா? ஆனால் மருத்துவமனையில் விழிப்பு வரும்வரை அந்த மாதிரி எந்த உணர்வும் இல்லையே?

வாடகைக் கார் நகரைத் தாண்டிவிட்டது. இப்போது அவ்வளவாக வாகன நெரிசல் இல்லை. ஷாலினி ஜன்னலோரம் அமர்ந்திருந்தாள். வளர்மதி அவன் கைகளைப் பற்றிக்கொண்டு வெளியே வேடிக்கைப் பார்த்துக்கொண்டு வந்தாள்.

நிலப்பரப்பைப் பார்க்கப் பார்க்க இந்தப் பூமியை மீண்டும் தான் பரிசாகப் பெற்றுவிட்டேன் என்று தோன்றியது. "இது மறு ஜென்மம் இல்லையா வளர்?" என்றான்.

எதிரில் பாய்ந்து வரும் சாலையில் கண்களை நிறுத்தித் தனக்குள்ளேயே எதையோ பார்த்துக்கொண்டிருந்தவள் கண்களின் கீழே கண்ணீர் சுரந்து நின்றது. திரும்பி அவனைப் பார்த்தாள். கண்களைத் துடைத்துக்கொண்டு மெல்லிய புன்னகையுடன் 'ஆமாம்' என்று தலையசைத்தாள்.

அவனுக்கு அப்போது அவனுடைய பாட்டி சொன்ன கதை ஒன்று நினைவுக்கு வந்தது.

பாட்டியின் ஊரைச் சேர்ந்த ஒரு இளைஞன் திடீரென இறந்துவிட்டானாம். இறுதிச் சடங்குகள் நடந்து கொண்டிருக்கின்றன. இன்னும் கொஞ்ச நேரத்தில் உடலை இடுகாட்டுக்கு எடுத்துக்கொண்டு போய்விடுவார்கள். அப்போது அவன் தன்மீது குவிந்திருக்கும் மாலைகள் அசைந்து விழத் திடீரென்று எழுகிறான். முன்னிலும் பெரிதாய் அலறிக்கொண்டு பெண்கள் அவனைக் கட்டிக்கொண்டு அழுகிறார்கள். ஆரவாரமெல்லாம் அடங்கிய பின், அவன் தனக்கு நடந்ததை நினைவுபடுத்திச் சொல்கிறான். காலையில் தோட்ட வேலைக்குக் கிளம்பும்போது திடீரென அவன் உடல் கீழே விழுந்துவிட்டது. அவன் தன் உடலை விட்டு வெளியேறி இருந்தான். என்ன,

ஏது என்று புரியாமல் தன் உடலுக்குள் நுழைந்துகொள்ள முயற்சிக்கிறான். ஆனால் முடியவில்லை. அப்போது அவன் அருகே இரு புகை உருவங்கள் இருப்பதைக் கவனிக்கிறான். அவை அவனைப் பிடித்து மேலே இழுத்துச் செல்கின்றன. அதி வேகமாக அவர்கள் பல்லாயிரம் மைல்களைக் கடந்துசெல்கிறார்கள்.

பின் அவர்கள் எமதர்மனின் சபா மண்டபத்தை அடைகிறார்கள். அங்கே எமதர்மன், "இவனுடைய கணக்கை எடுத்து வாசி" எனச் சித்திர குப்தனுக்கு ஆணையிடுகிறான். அவன் தன் அருகில் இருக்கும் ஓர் ஓலைச் சுவடிக் கட்டை எடுத்துப் பிரித்துப் பார்த்துவிட்டுப் "பிரபோ இன்று மரணமடைய வேண்டியவன் இவன் அல்ல. இவர்கள் மாற்றிப் பிடித்து வந்துவிட்டார்கள்" என்கிறான்.

எமதர்மன் அதிர்ச்சியடைந்தவனாய், "என்ன? இவனை மாற்றிப் பிடித்து வந்துவிட்டீர்களா?" என்று அவனைப் பிடித்துவந்த அந்த உருவங்களைப் பார்த்து முறைத்தபடி, "உடனே இவனைத் திருப்பிக் கொண்டுபோய் விட்டுவிடுங்கள்" எனக் கட்டளையிடுகிறான். "அதற்கு முன் நம் சபைக்கு வந்த இவனுக்கு விருந்தளியுங்கள்" என்று சொல்லி அவனை அவர்களோடு அனுப்பிவைக்கிறான். பின் அவனுக்கு விருந்தளிக்கப்படுகிறது. விருந்து முடிந்ததும் அவன் இங்கே கொண்டுவந்து இந்த உடலுக்குள் விடப்படுகிறான்.

"இதுதான் நடந்தது" என அவன் தன் மரணத்திற்குப் பின் நடந்த எல்லாவற்றையும் அவர்களுக்கு விவரிக்கிறான். அப்போது அவனுக்கு வாந்தி வருகிறது. அதில் அளவில் மிகப் பெரிய அரிசிச் சாதமும் அகத்திக் கீரையும் கலந்திருக்கிறது. ஊரார் எல்லாம் அதைப் பார்த்து, "ஆமாம் இவன் சொல்வது சரிதான். இது எமலோகத்தில் அவன் தின்ற சாப்பாடுதான் செரிமாணமாகவில்லை" என்கிறார்கள்.

பாட்டி பலமுறை இந்தக் கதையை அவனுக்குச் சொல்லி இருக்கிறார். அவரைப் பொறுத்தவரை அது கதை அல்ல. உண்மைச் சம்பவம். அவனும் சின்ன வயதில் அதை உண்மை என்றுதான் நம்பிக்கொண்டிருந்தான். இப்போது நினைத்துப் பார்க்க வேடிக்கையாய் இருக்கிறது. அப்படி ஏதாவது இருந்தால் சுவாரஸ்யமாக இருக்கும் என்று தோன்றியது. எதுவுமே இல்லாமல் ஒரு மின்தடை ஏற்பட்டுவிட்டதைப்போல எல்லாம் முடிந்து உடல், மனம், தான் எல்லாம் இல்லாமல் ஆகிவிடுவதை அவனால் ஏற்றுக் கொள்ளவே முடியவில்லை. மனித வாழ்க்கை ஏன் இவ்வளவு தூரம் கைவிடப்பட்டதாய் இருக்கிறது.

வீட்டுக்கு வந்த இரண்டாவது நாளில் வளர்மதி அவனிடம் கேட்டாள். "ஏன் ரொம்ப வயசானவராட்டம் நடக்கறீங்க?"

அவனுக்கு வியப்பாய் இருந்தது. "ஏன் அப்படிச் சொல்ற?" என்றான். "ஆமாம் முன்னப்போல இல்ல நீங்க. என்னவோ வயசானவராட்டம் நடக்கிறதும் உக்கார்றதும் சிரிக்கிறதும் பாக்கச் சகிக்கில" என்று கன்னத்தைப் பிடித்து நிமிண்டினாள். அவன் கண்ணாடி முன்னால் தன் உருவத்தைப் பார்த்துக்கொண்டான். ஐம்பது வயதுக்குக் குறையாத தோற்றம். இப்போது போய் எப்படி இளமையானவனாய் நடந்துகொள்வது?

ஆனால் ஒருவார ஓய்வுக்குப் பின் மீண்டும் மில்லுக்கு வேலைக்குப் போனபோது அங்கும் அவனை எல்லோரும் வினோதமாய் பார்த்தார்கள். மதியம் சாப்பிடும்போது மெக்கானிக் அருண் கேட்டான். "சார் உங்களுக்கு என்ன ஆச்சி?"

"ஒன்னுமில்லையே ஏன்?"

"இல்ல கொஞ்சம் வயசானவராட்டம் நடந்துக்கறீங்க. பாக்க வேடிக்கையா இருக்கு? ஒரு ஹார்ட் அட்டாக் வந்தா வாழ்க்கையே முடிஞ்சிப் போச்சா என்ன? நீங்க தப்பிச்சிட்டீங்கங்கறத புரிஞ்சிக்கங்க. சாப்பாடு, உடற்பயிற்சின்னு கொஞ்சம் திட்டமிட்டுச் செஞ்சா திரும்ப வராம பாத்துக்கலாம். மனசு விட்றாம இருங்க."

"ஏன் எல்லோரும் இப்படியே சொல்கிறார்கள்?"

என்னவென்று தெரியவில்லை. எல்லாமே ஏதோ தவறாக நடப்பதைப்போல அவனுக்குச் சந்தேகம் வந்தது. காலையில் இதே யோசனையோடு குளிக்கும்போது, தலையில் அடர்த்தியான முடி கைகளில் தட்டுப்படுவதை உணர்ந்தான். ஆனால் கண்ணாடியில் பார்க்கும்போது முடி இவ்வளவு அடர்த்தியாக இல்லையே? துண்டால் உடலைத் துவட்டிக்கொண்டு தலையை மீண்டும் மீண்டும் தொட்டுத் தொட்டுப் பார்த்தான். செழிப்பான அடர்த்தியான சுருள் சுருளான முடிகள். அவன் சந்தேகமாகக் கண்ணாடியைப் பார்த்தான். அதில் அவ்வளவு முடி இல்லை. நரைத்த அடர்த்தியில்லாத சோர்வான முடிகள் தலையில் தொய்ந்து கிடந்தன. அவன் முகத்திலும் சுருக்கங்களும் தொளதொளப்பும்...

அவன் திகைத்துப் போனான். இது என்ன மாயவித்தை? கண்ணாடியில் ஏன் தன்னுடைய உண்மையான உருவம் தெரிவதில்லை. மற்றவர்களைக் கண்ணாடி வழியாகப் பார்க்கும்போது அவர்கள் எல்லாம் சரியாகத்தானே தெரிகிறார்கள்?

இந்த உருவம் எங்கிருந்து வந்து என் கண்களில் தெரிகிறது.

எங்கிருந்து வர முடியும்? மனதுக்குள் இருந்துதானே வர முடியும். மனதுக்குள் நான் இவ்வளவு வயதானவனாகவா இருக்கிறேன். திடீரென்று அவனுக்குத் தான் பிறந்த வருடம் நினைவுக்கு வந்தது. நான் பிறந்த வருடம் 1985தானே? அப்படியென்றால் தனக்கு இப்போது முப்பத்து நான்கு வயது. ஆனால் கண்ணாடியில் ஏன் அவ்வளவு முதிர்ந்த தோற்றம்? அவனுக்குக் குழப்பமாயும் அச்சமாயும் இருந்தது. என்ன நடந்து கொண்டிருக்கிறது?

அன்றிரவு அவனால் தூங்க முடியவில்லை. இதேபோல் வேறு யாருக்கேனும் இருக்குமா? அல்லது இதற்கு எதிர்மாறாகக் கண்ணாடியில் பார்க்கும்போது இளமையானவனாக, மற்றவர்கள் கண்ணுக்கு மட்டும் வயதானவனாகத் தெரியவும் வாய்ப்பு இருக்குமல்லவா?

ஆமாம் அவனுக்குத் தெரியும். பலரை அவன் கவனித்திருக்கிறான். கண்ணாடி முன்னால் நின்றுகொண்டு இளைஞனைப்போல் சேட்டை செய்யும் வயதானவர்கள். அவர்கள் மனதில் இருக்கும் இளம் உருவம்தான் அவர்களின் கண்ணாடிகளில் தெரியக் கூடுமோ? இது ஏன் இப்படி?

இந்தச் சிந்தனை விடாமல் அவனைத் துரத்திக்கொண்டே இருந்தது. மனம் முழுவதும் கேள்விகள் . . . கேள்விகள் . . . மாத்திரைகளால் ஏற்பட்ட மதமதப்பு ஏதோதோ நினைவுகளை முடிவில்லாமல் உயிர்ப்பித்துக்கொண்டே இருந்தது.

உண்மையில் கண்ணாடியில் தெரிவது மனிதர்களின் உண்மையான உருவமா? அல்லது மனதில் இருக்கும் அவரவர் உருவமா? மனதில் இருக்கும் உருவம் மாறவில்லை என்றால் கண்ணாடியில் இருக்கும் உருவமும் மாறாதா? அல்லது என்னைப்போல மனதில் இருக்கும் உருவம் மாறிவிட்டால் கண்ணாடியிலும் மாறிவிடுமா?

சரி இப்போது ஒருவன் தன்னை ஒரு கரப்பான் பூச்சியாகக் கற்பனை செய்துகொள்கிறான் அல்லது ஏதோ ஒரு மன வியாதி காரணமாக அவன் தன்னை அப்படி நம்புகிறான் என்றால் கண்ணாடியில் அவன் உருவம் கரப்பான் பூச்சியாகத் தெரியுமா?

சிலர் தான் இறந்துவிட்டதாக நினைத்துக்கொண்டிருக்கலாம். அவர்களுக்குத் தங்களுடைய உருவம் கண்ணாடியில் தெரியாதோ? இது அதீதக் கற்பனை. ஒருவனால் தான் இறந்துவிட்டதாய் எப்படி நினைத்துக்கொள்ள முடியும்? ஏன் முடியாது? வயதானவனாய் நினைத்துக்கொள்ள முடியும்போது அதுவும் சாத்தியம்தானே? சரி இப்போது நான் உயிரோடு இருக்கிறேனா

மகா மாயா 93

அல்லது இறந்துவிட்டேனா? இது என்ன இவ்வளவு அபத்தமாய் யோசிக்கிறேன்? இறந்திருந்தால் இங்கே இருப்பது யார் என அவன் தன்னைக் கேட்டுக்கொண்டான். ஆனால் ஒருவேளை தான் இறந்திருக்கக்கூடுமோ என்றும் சந்தேகமாய் இருந்தது. விருட்டென்று படுக்கையில் இருந்து எழுந்து உட்கார்ந்தான். உடலெல்லாம் வியர்த்திருந்தது.

இரவில் தூங்கும்போது தன்னுடைய கல்லூரி நாட்களை மனதில் திரும்பத் திரும்ப அசை போட்டான். அப்போது அவன் உடல் இளம் உருவத்துக்குத் திரும்புவதாகக் கற்பனை செய்து கொண்டான். அந்த இளம் உடலைத் தனக்கு அணிந்துகொண்டான். ஆனால் அது எல்லாம் தூங்கும் வரைதான். தூங்கி எழுந்ததும் அவன் உள்ளுக்குள் வயோதிக உடல்தான் அவன் நினைவுக்கு வந்தது. அவனுக்குக் குழப்பமாய் இருந்தது. தான் இப்போது வயோதிகனா? இளைஞனா? மனம் சொல்கிறபடி வயோதிகனாய் இயல்பாய் நடந்துகொள்வதா? அல்லது அது பொய் என்று தெரிந்துவிட்டதால் இளமையானவனாய் நடந்துகொள்வதா? மனதில் இளமை இல்லாமல் வெறுமனே பாவனைகளில் மட்டும் இளமையை மீட்டுவிட முடியுமா? அவனுக்கு முடியும் என்று தோன்றவில்லை. ஒருவேளை தன்னுடைய கனவுகள் எதுவும் நிறைவேறாமல் அது நிறைவேறச் சாத்தியமில்லை என மனதுக்குள் முடிவான பின் ஏற்பட்ட விரக்தியிலும் ஏமாற்றத்திலும் தனக்கு இப்படி நடந்திருக்குமா? ஒரு சைக்கியாரிஸ்ட்டைப் பார்க்கலாமா? அல்லது தன் கனவுகளைச் சாத்தியமாக்கிக்கொள்ள முடியும் என நம்பலாமா?

நம்பலாம். ஆனால் திரும்பவும் எதுவும் முடியாமல் போனால் மனதின் சிக்கல் அதிகமாகிவிடாதா?

ஏன் முடியாமல் போகும். இதுவரை கனவை மட்டும்தானே கண்டுகொண்டிருந்தோம். அதற்காக என்ன முயற்சி எடுத்தோம்? எந்த முயற்சியும் எடுக்காமலேயே எப்படித்தான் அந்த முடிவுக்கு வந்தோம்?

இனி ஏதாவது முயற்சித்தால் என்ன?

ஆனால் தன்னுடைய உருவத்தையே கண்ணாடியில் பார்க்க முடியாதவன் நடிகனாக விரும்புவது நியாயமா? ஆனால் மற்றவர்கள் கண்ணுக்குத் தன் உருவம் சரியாகத்தானே தெரிகிறது? அவனுக்குள் ஏதோ ஒரு நம்பிக்கை துளிர்விட்டது. பழைய கனவுகள் மீண்டும் உயிர் பிடித்தன. ஒருபக்கம் பயமாகவும் வெட்கமாகவும் இருந்தாலும் அவற்றை எல்லாம் மகிழ்ச்சியோடு தனக்குள் வரவேற்றான்.

அன்றிரவு வளர்மதியிடம் இதைச் சொன்னபோது அவள் அவனை விநோதமாகப் பார்த்தாள். கொஞ்சநேரம் மவுனமாக இருந்தாள். அவன் அவளே பேசட்டும் என்று இருந்தான்.

பின் ஏதோ தீர்மானித்தவளாய்ப் படுக்கையில் இருந்து எழுந்து உட்கார்ந்தாள். பதற்றம் எதுவும் இன்றி அமைதியாகப் பேசினாள். "ஒன்னு வயசானவராட்டம் இருக்கீங்க. இல்லாட்டி உலகம் தெரியாத பையனாட்டம் சினிமால நடிக்க ட்ரை பண்ணப் போறேன்ங்கறீங்க. உங்களுக்குப் புத்திப் பிசகிடுச்சோன்னு எனக்குப் பயமா இருக்கு. இங்கப் பாருங்க. இப்ப உங்களுக்குக் கல்யாணம் ஆயிடுச்சி. நமக்கு ஒரு பொண்ணும் இருக்கா. அவளோட எதிர்காலத்துக்கு நாமதான் பொறுப்பு. இந்தச் சமயத்திலபோய் நீங்க இப்படி வந்து நிக்கறீங்களே?" என்றாள். வேதனையில் உண்டான அழுகையில் அவள் முகம் சுளித்துக்கொண்டது. திகைத்துப் போனவனாய் அவன் அவளைத் தன் தோளில் சாய்த்துக்கொண்டான்.

அவனுக்கு வெகுநேரம் தூக்கம் வரவில்லை. ஏதேதோ யோசனையாக இருந்தது. காலையில் எழுந்தபோது இரவு வெகுநேரம் கழித்துத் தான் தூங்கிவிட்டதைப் புரிந்துகொண்டான். குளித்துச் சாப்பிட்டுவிட்டு மில்லுக்கு வேலைக்குக் கிளம்பினான்.

பிறகு அவன் எப்போதும் கண்ணாடி பார்க்கவில்லை.

தமிழினி.காம், மே 16, 2020

9

தேவதையின் கதை

மாதம்மாள் ரக ரகமான அரிசிகளை மாட்டு வண்டிகளில் ஏற்றிக்கொண்டு, சந்தைகளுக்குப் போவாள். ஒவ்வொரு சந்தையிலும் பிரதான இடத்தில் அவள் கடை இருக்கும். மூட்டைகளை இறக்கி அடுக்கும்போதேவியாபாரம் ஆரம்பித்துவிடும். வேலைப்பாடு மிக்க வெள்ளிக் காப்பு அணிந்த கைகளால் படியில் அரிசியை அளக்க ஆரம்பித்தால், இரவு சந்தை கலையும் வரை ஓய்வே இருக்காது. காசுக்குக் கொண்டுவந்து தருகிறவர்களிடம் தண்ணீர் வாங்கிக் குடித்துக்கொள்வாள். மதிய நேரம் வண்டிக்கார முத்துவிடம், "சித்தநேரம் கடைய பாத்துக்குங்க, சாப்பிட்டு வந்துடறேன்" என, அதிகாலையில் ருக்மணி அம்மாள் ஆக்கித் தந்த சோற்றைச் சாப்பிட்டுவிட்டு, மீண்டும் அதே களையுடன் வந்து கடையில் நிற்பாள். முகத்தில் களைப்பின் அறிகுறியோ வெய்யிலின் கொடுமையோ தென்படாது. அரிசி வாங்காவிட்டாலும் அவளின் சிரித்த முகத்தைப் பார்த்தாலே போதும் என எத்தனையோ பேர் அவள் முகத்தைப் பார்த்துவிட்டுப் போவார்கள். பிச்சைக்காரர்கள் முதலில் வந்து அவள் கையில் வாங்கிக்கொண்டுதான் அடுத்த இடத்துக்குப் போவார்கள். அவர்களையும் அதே சிரித்த முகத்துடன்தான் பார்ப்பாள். முகம் அசூயையோ கர்வமோ பெருமையோ இல்லாமல் நிர்மலமாக இருக்கும்.

அவளால்தான் அவள் கணவன் ஜம்புவுக்கு மதிப்பு. ஜம்புவும் குஸ்தி பயில்வான்போல இருப்பான்.

கணவனும் மனைவியும் சேர்ந்து நடந்தால், கிழவிகள் முறிக்கும் நெட்டி ஒலியால் அவர்கள் பாதை நிறைந்திருக்கும்.

ஜம்புவுக்குக் கல்யாணத்துக்கு முன் இரண்டு ஏக்கர் நிலமிருந்தது. அதில் கீரை வகைகளைத்தான் எப்போதும் பயிர் செய்வான். நடு ஜாமத்தில் எழுந்து அரைக்கீரை, முளைக்கீரை, தண்டுக் கீரைகளை அறுத்துக் கட்டுக் கட்டிச் சூரியன் உதிக்கும் முன்பே சந்தைகளுக்கு வண்டியில் கொண்டு போவான்.

மாதம்மாள் வந்தபின் கீரை விதைப்பதை நிறுத்திவிட்டு நெல் போட்டார்கள். சிறு பச்சைக் கடலென அவர்கள் காட்டில் நெற்கதிர்களில் காற்றின் அலை அடித்தது. சட்டென அவர்கள் அந்தஸ்து வேறு தளத்துக்கு உயர்ந்தது. அதுவரை கூலிக்காரப் பாவனையில் இருந்த அவர்களுக்கு முதலாளி பாவம் வந்தது.

வற்றாத கிணற்றால், களத்தில் பொற்குவியலாய்க் குவிந்த நெல்லை வியாபாரிகளுக்கு விற்காமல் கோட்டை அடுப்பில் கொப்பரை வைத்து மாதம்மாளே அவித்தாள். புழுக்கிய நெல்லை வண்டிகட்டிக் கொண்டுபோய் மில்லில் அரைத்து, மூட்டைப் பிடித்து, மல்லூர் சந்தையில் கடை போட்டாள். வீட்டு உபயோகத்துக்குப் போக வைத்திருந்த அத்தனை அரிசியும் ஒரே வாரத்தில் விற்றுத் தீர்ந்தது. சேலம் அரிசி மண்டியில் அரிசி வாங்கி வந்து கடையைத் தொடர்ந்தாள். பனமரத்துப்பட்டி, வெண்ணந்தூர், ஆட்டையாம்பட்டி, குமாரபாளையம் எனச் சந்தை சந்தையாய் அவள் அரிசிக்கடை ராஜ்ஜியம் விரிந்தது. காலம் காலமாய் அரிசி வியாபாரத்தில் கொடி கட்டிப் பறந்த செட்டியார்களை ஆறே மாதத்தில் ஓரம் கட்டினாள். அப்போதிருந்தே அவர்களுக்கு இராஜயோகம்தான். நான்கைந்து வருடங்களிலேயே வியாபாரம் பிரம்மாண்டமாய் வளர்ந்தது. அரிசி மூட்டைகளோடு மூட்டையாய்ப் பணத்தையும் கட்டிக்கொண்டு மாதம்மாள் வீட்டுக்குப் போனாள்.

ஏக்கரா ஏக்கராவாய் நிலம் வாங்கினார்கள். நெல் விளைவித்தார்கள்.

பழைய வீட்டை இடித்து, நடுவில் பத்து மூட்டை நெல் காய வைக்கும் அளவுக்குக் களம் போட்டு, இரட்டை மாடியுடன் தொட்டிக் கட்டு வீடு கட்டினார்கள். வாசலில் ஐம்பது மூட்டை நெல் காய வைக்கலாம். பால் மாடுகள் பத்துக் கொட்டிலுக்கு வந்தன. வீட்டு வேலை செய்ய, சமைக்க ருக்மணி அம்மாள் வந்தார். பால் கரக்க ஆள். பண்ணையம் பார்க்க ஆள். காட்டு வேலைகளை மேற்பார்வை செய்து, கூலியாட்களைத் தயார் செய்ய கனகரத்தினம் எல்லாம் வந்தார்கள். ஜனங்கள் ஏதோ மாயாஜாலப் படத்தைப் பார்ப்பதைப்போல வாயைப் பிளந்துகொண்டு

இவர்களைப் பார்த்தார்கள் ஊர் ஊராய் இவர்களைப் பற்றிப் பேச்சாய் இருந்தது.

இவ்வளவு செல்வாக்கு வந்த பிறகுதான் அவர்களுக்குக் குழந்தை இல்லாத குறை நிவர்த்தியானது. பவித்ரா பிறந்தாள். பெயர் சூட்டு விழாவில் ஐந்நூறு பேருக்குச் சாப்பாடு போட்டார்கள். கவிழ்ந்து விழும்போது, அம்மனுக்குக் குழந்தையின் எடைக்கு வெள்ளிக் காசு துலாபாரம் கொடுத்தார்கள். ஏழு மாதத்தில் தங்கக் கிண்ணத்தில் மகளுக்குச் சோறூட்டினார்கள். அவள் நடந்தது, பள்ளிக்கூடம் போனது எல்லாம் திருவிழாவானது.

ஊரில், மாதம்மாளுக்கு ராணியின் மதிப்பு இயல்பாக வந்துசேர்ந்தது. “அவங்க போன ஜென்மத்தில மங்கம்மாவா இருந்திருப்பாங்க. ஜமீன்தாரினி குமுதவல்லியா இருந்திருப்பாங்க” என ஊரில் கதை கதையாய்ப் பேச்சு எழுந்தது.

பவித்ரா சிறுமியாய் இருக்கும்போதே, தாயின் அழகைத் தூக்கிச் சாப்பிட்டுவிடும் பேரழகியாய் வரப்போவதற்கான அறிகுறிகள் தெரிந்தன. அவள் விழிக்கோளங்களில் அப்படி ஒரு வெண்மை. வட்ட முகம். கன்னங்களும் வாயும் சிறப்பக் கலை.

வெள்ளைக் குதிரை பூட்டிய வில் வண்டியில் பள்ளிக்கூடம் போனாள்.

ஆனால் பவித்ராவுக்குப் படிப்பு சுமாராய்தான் வந்தது. மாதம்மாளுக்கு ஏமாற்றமாய் இருந்தது. பெண் ஒருவேளை சூட்டிகை இல்லாமல் போய்விடுவாளோ எனக் கவலைப்பட்டாள். ஆனால் அவளுக்குப் படிப்புதான் சரியாய் வரவில்லையே தவிர புத்தி அபாரமாக வேலை செய்தது.

“நீ மட்டும் சினிமாவில நடிக்கப் போனியனா டி.ஆர். ராஜகுமாரி, அஞ்சலிதேவியெல்லாம் கண்காணாத தேசம் போயிடுவாங்க” என ருக்மணி வாய்க்கு வாய் சொல்லிக் கொண்டிருந்தாள். மாதம்மாளுக்கு அதைக் கேட்கும்போது அவ்வளவு பெருமையாய் இருந்தது. அந்த வார்த்தைகள் அவள் ஆழ் மனதில் சென்று செய்த வேலையோ என்னவோ பவித்ராவுக்குச் சினிமா பாவனை சின்ன வயதிலேயே வந்துவிட்டது. நறுவிசான அழகு. உணர்வுகளை எழிலாய் வெளிப்படுத்தும் முகம். செல்வச் செழிப்பில் ஒளிவீசும் உடல். இதெல்லாம் சினிமாவில் நடிப்பதற்கென்றே தனக்கு இறைவன் வழங்கியதாகப் பவித்ரா நினைத்துக்கொண்டாள்.

அவளுக்குச் சினிமா என்றால் உயிர். வாரம் ஒருமுறை கணபதி டாக்கீசுக்குக் கூட்டிப் போய்விட வேண்டும். ருக்மணி அம்மாளின் வேலைகளில் இதுவும் ஒன்று. அப்படிக் கூட்டிப்

போக மறுத்தால், அவள் சாப்பிட மாட்டாள். ஒரு அன்னம் அவள் வாயில் இறங்காது. படம் பார்த்துவிட்டு வந்ததும், படத்தின் முழு வசனத்தையும் அதே ஏற்ற இறக்கத்தோடு அதைவிடப் பலமடங்கு வசீகரத்தோடு பேசிக் காட்டிவிடுவாள். மாதம்மாளுக்கு ஆச்சரியமாய் இருந்தது. இதென்ன இப்படி ஒரு திறமை.

பவித்ராவின் சினிமா மோகமும் நடிப்புத் திறமையும் ஊராரிடமிருந்து மறைத்து வைக்க முடியாததாய் இருந்தது. எங்கே போனாலும் கண்ணு அந்தப் படத்துல ராணி பேசின மாதிரி பேசு. இந்தப் படத்துல அந்தப் பாட்டை ஒரு தரம் பாடு என்ற வேண்டுகோள்களுக்கு அவள் உற்சாகமாய் நடித்துக் காட்டினாள். பள்ளிக்கூடத்தில் வாத்தியாரினிகள்கூட அவளை நடித்துக் காட்டச் சொல்லி மெய் மறந்து பார்த்தனர்.

போகப் போக எல்லாம் சரியாகிடும். விவரம் தெரிந்த பின்னால் பெண் சரியாகிவிடுவாள் என மாதம்மாள் நம்பி யிருந்தாள்.

வருடத்துக்கு வருடம் அவள் அழகு காட்டாற்று வெள்ளமாய்ப் பெருகியது. உடல் காம அஸ்திரங்களால் நிரம்பியது. மாதம்மாளிடம் இருந்த தெய்வீக அமைதி அவளிடம் இல்லை. பவித்ரா மோகினி அவதாரம் போல இருந்தாள். இளமை அவளை வசீகரத்தின் எல்லை வரை கொண்டு செல்லப்போகிறது என்பதே எல்லோரின் கணிப்பாய் இருந்தது.

பன்னிரண்டு வயதில் பவித்ரா பெரியவளானாள். அப்போதே எங்கெங்கிருந்தோ அவளைப் பெண் கேட்டு வர ஆரம்பித்து விட்டார்கள்.

தான் இனிப் பள்ளிக்கூடம் போகப்போவதில்லை எனப் பவித்ரா அறிவித்துவிட்டாள். ஆனால் அவள் சினிமா மோகம் இம்மியும் குறையவில்லை. வயதுக்கு வந்தபின் சினிமாவுக்குப் போகக் கூடாது என மாதம்மாள் தடை போட்டாள். பவித்ரா அதை ஒத்துக்கொள்ளவில்லை. ஜம்பு புளிய விளாறால் அவள் கால்களுக்குக் கீழே வீறினான். மாதம்மாள் கணவனைத் தடுத்தாள். "வேண்டாம் அவள் இஷ்டப்படி விடுங்க" என்றாள்.

மகளை மடியில் சாய்த்துக்கொண்டு இரத்தம் கன்றிய கால்களை நீவிவிட்டாள். "பவித்ரா நமக்கு எதுக்கும்மா இந்த ஆசையெல்லாம்... குல நாசம் வந்து சேரும். மானம் மரியாதை போயிரும். கடவுள் கொடுத்த இந்த அழகெல்லாம் விகாரமா போயிடும். சொன்னாக் கேளு. சினிமாங்கறது வெறும் காமக் கூத்து. அதிலே வெற ஒண்ணும் கிடையாது. அதுக்கு நீ பலியாகணுமா?"

பவித்ரா எதுவும் பேசவில்லை. அவளின் அழகான கண்களில் இருந்து பரிசுத்தமான கண்ணீர்த் துளிகள் உருண்டு விழுந்தன.

"சரி இனிமே முதலாட்டத்துக்குப் போக வேண்டாம். படம் முடிஞ்சி வர நேரமாயிடும். என்னால வயித்தில நெருப்பைக் கட்டிக்கிட்டு இருக்க முடியாது. பகல் காட்சிக்குப் போ" என அனுமதியளித்தாள்.

மாரியம்மன் கோவிலுக்குப் போய், "மகளை இந்தப் பைத்தியக் காரத்தனத்தில இருந்து மீட்டுக் கொடம்மா தேவி. நான் கன்ன அலகு குத்தி உன் கோவிலை வலம் வர்றேன்" என மாதம்மாள் வேண்டிக்கொண்டாள்.

பட்டுப் பாவாடை தாவணி கட்டிப் பவித்ரா ருக்மணியுடன் கணபதி டாக்கீசுக்குப் படம் பார்க்கப் போனால், தியேட்டரின் வண்ணமே மாறியது. அந்தப் படத்தில் நடித்த நடிகையே படம் பார்க்க வந்ததுபோல் காட்சிக்குக் காட்சி விசில் சத்தத்தால் திமிலோகப்பட்டது கொட்டகை.

அந்த வருடம் கோவில் விழாவில், நீண்ட நாட்களுக்குப் பிறகு, வாணியம்பாடி சுலோச்சனாவின் 'வள்ளி திருமணம்' நாடகத்துக்கு ஏற்பாடு செய்யப்பட்டது. சுலோச்சனா தங்குவதற்கு ஜம்பு வீட்டில்தான் ஏற்பாடு ஆகியிருந்தது. சுலோச்சனாவின் நடிப்பில் மயங்காதவர்கள் யாரும் இருக்க முடியாது. ஜம்பு, மாதம்மாள் இருவருக்கும் சுலோச்சனாவை மிகவும் பிடிக்கும். அவள் தங்கள் வீட்டில் வந்து தங்குவதைப் பெரும் பேறாய் நினைத்தார்கள்.

பண்டிகை இரவு சுலோச்சனா கோஷ்டிக்கு என விஷேசமாய் விருந்து தயாரானது. கூட்டும் பொறியலும் வடை பாயசமும் வீடே மணத்தது. சாயந்திரம் நாடகக்காரர்களின் குதிரை வண்டிகள் வீட்டு வாசலில் வந்து நின்றன. சுலோச்சனா வண்டியில் இருந்து இறங்கினாள். கணவன், மனைவி இருவரும் கைகூப்பி வரவேற்றார்கள்.

மாதம்மாள் அவளையே வைத்த கண் வாங்காது பார்த்தாள். சுலோச்சனாவும் எதிர்பாராத ஏதோ ஒன்றைக் கண்டதுபோல மாதம்மாளைப் பிரமிப்புடன் பார்த்தாள். மாதம்மாளின் பார்வையைப் பார்த்து அவளுக்கு வெக்கமாய் இருந்தது. "அக்கா என்னை ஏன் அப்படிப் பாக்கறீங்க. நான் அல்லவா உங்களை அப்படிப் பார்க்க வேணும்" எனக் கூச்சத்துடன் அவள் கைகளைப் பற்றிக்கொண்டாள். அப்போது அங்கு வந்த பவித்ராவைப் பார்த்துச் சுலோச்சனாவுக்கு உலகம் கீழ் மேலாய் சுழன்றது. "அக்கா இது உங்க மகளா?" என்றாள். ஏனோ அவள் கண்களில் கண்ணீர் எட்டிப்

பார்த்தது. பவித்ரா ஜென்ம ஜென்மமாய்ப் பழகியவளைப்போலச் சுலோச்சனாவின் கைகளைப் பற்றிக்கொண்டாள். வீட்டில் வறுத்து அரைத்த காப்பிக் கொட்டைத் தூளைப் போட்டு, கறந்த பாலில் எல்லோருக்கும் முதலில் காபி வைத்துக் கொடுத்தார்கள். மேளக்காரர் பிரபுலிங்கம், "அம்மா இந்தக் காபி போதும் சம்பளமே வேணாம்" என்றார். பவித்ரா மான் குட்டியைப்போலச் சுலோச்சனாவிடமே உட்கார்ந்து கொண்டாள். வந்ததிலிருந்தே கேட்டுவிட வேண்டும் என வாய்க்குள்ளேயே சுழன்றுகொண்டிருந்த கேள்வியைக் கேட்டாள். "அக்கா நீங்க ஏன் சினிமாவுல நடிக்கப் போகலை?"

சுலோச்சனா வசீகரமாய்ச் சிரித்தாள். "சினிமாவுல நடிக்கலாம் வான்னு என்னை எப்பவோ கூப்பிட்டாங்க. எனக்கு என்னவோ அது பிடிக்கல. ஆயிரம் ஜனங்களுக்கு முன்னால நடிக்கறதுக்கு ஈடாகுமா அது" என்றாள். "அப்போ அக்கா உங்களுக்குச் சினிமா எடுக்கறவங்களையெல்லாம் தெரியுமா?" எனக் கேட்டாள். அவள் கண்களில் இருந்து ஒளிமிகுந்த பட்டாம் பூச்சிகள் பறந்தன. சுலோச்சனா அந்த ஒளியைக் கண்டு பிரமித்தாள். "ஏன் தெரியாம. மேனகையின் காதல் படம் எடுத்த பூபதி ராஜா நீ எப்போ சினிமாவுல நடிக்க வர்றே. உனக்காகவே நான் ஒரு கதை பண்ணி வச்சிருக்கேன்னு பாக்கும்போதெல்லாம் சொல்லிக்கிட்டே இருப்பார். மெட்ராஸ்ல நாடகம் போட்டா ஒரு நாலு டைரக்டர்களாவது வந்து சினிமாவுல நடிக்க வான்னு கூப்பிடுவாங்க. ஆனா எனக்குத்தான் அதுல இன்னும் ஆசையே வரல" என்றாள்.

நடிப்பு, சினிமா என இருவரும் மெய்மறந்து பேசுவதைக் கேட்க மாதம்மாளுக்குச் சங்கடமாய் இருந்தது. மகளை இந்தப் பக்கம் வரும்படி கூப்பிட்டாள். உணவு எல்லோரும் அளவாகத்தான் சாப்பிட்டார்கள். "இரவு விடிய விடியக் கண் விழிக்க வேண்டும். நன்றாகச் சாப்பிட்டால் தூக்கம் வந்துவிடும்" என்றார்கள்.

சாப்பிட்டு முடித்து, கூடத்தில் உட்கார்ந்த சுலோச்சனா திடீரெனக் கேட்டாள். "பவித்ரா எங்கூட மேடையில தோழியாய் நிக்கிறியா. வசனம் எல்லாம் பெரிசா இல்ல" என்றாள். அதைக் கேட்டதும் மாதம்மாளுக்கு நெருப்பை வாரிக் கொட்டினாற்போல இருந்தது. என்ன காரியம் செய்துவிட்டோம். ராஜநாகத்துக்கு அல்லவா பால் வார்த்துவிட்டோம் என நினைத்தவளாய், "சுலோச்சனா என்ன சொன்னே" எனக் கத்திவிட்டாள்.

சுலோச்சனா அவளை ஆச்சரியமாய்ப் பார்த்தாள். மெல்ல மெல்ல அவளால் புரிந்துகொள்ள முடிந்தது. "அக்கா எம்மேல கோவிச்சிக்கிட்டியா? தப்பு கேட்டது தப்பு. மன்னிச்சிக்க" என்றாள்.

ஆனால் பவித்ரா, "அக்காகூடத்தானே நிக்கப் போறேன். நானும் வர்றேன்" என்றாள்.

மாதம்மாளின் உடல் நடுங்கியது. யோசிக்காமல் சுலோச்சனாவின் காலில் விழுந்தாள்.

சுலோச்சனா தீயில் விழுந்ததைப்போலப் பதறிப்போனாள். "அக்கா என்ன காரியம் செஞ்சீங்க. ஐயோ நான் பாவி" என அழ ஆரம்பித்துவிட்டாள்.

சட்டெனத் தன்னைத் தேற்றிக்கொண்டு, "அக்கா நீங்க கவலைப்படாதீங்க. பவித்ரா என்னைக்கும் உங்க மகளா மகாராணியா இருப்பா" என்றாள். பவித்ராவின் தலையை ஆதுரமாய்த் தடவி, "வேண்டாம் கண்ணே ... என் வாயில தெரியாத்தனமா அந்த வார்த்தை வந்திடுச்சி. போம்மா உனக்கு அதெல்லாம் வேண்டாம்" என்றாள்.

அன்றிரவு நாடகம் பார்க்க மாரியம்மன் கோவில் மைதானம் முழுவதும் ஜனக்கூட்டமாய் நிறைந்திருந்தது. சுலோச்சனாவின் ஒவ்வொரு வார்த்தைக்கும் சிரிப்புக்கும் இளவட்டங்களின் விசில் சத்தம் காதைப் பிளந்தது. பவித்ராவின் மனம் எங்கெங்கோ மிதந்தது. அவளுக்குள் புதிய புதிய சிந்தனைகள் உயிர்ப் பெற்றன. எதிர்காலத்தைப் பற்றிய சித்திரம் வலிமையாய் உருக்கொண்டது. மறுநாள் நாடகக்கோஷ்டி கிளம்பும்போது, பவித்ரா சுலோச்சனாவின் கையைப் பிடித்துக்கொண்டு, "அக்கா நானும் உன்னை மாதிரி நடிகையாகப் போறேன். சினிமாவில் நடிக்கப்போறேன், என்னைக் கூட்டிக்கிட்டுப் போ" என்றாள்.

சுலோச்சனா அவள் கைகளை ஆதுரமாய்ப் பற்றிக்கொண்டு, "இதெல்லாம் கனவு கண்ணே. ஒருநாள் எல்லாம் மாறிடும். தீயில் விழும் விட்டில் பூச்சியாய் இதிலே விழுந்திடாதே. அம்மா சொல்றதைக் கேள். அம்மாவின் மனம் நோகும்படி நடந்து கொள்ளாதே" என்றாள்.

மாதம்மாளுக்கு உயிரே போய்விட்டதைப்போல இருந்தது. மகளை எந்த அளவுக்கு விட்டுவிட்டோம். இனியும் இவள் போக்குக்கு விடக் கூடாது என நினைத்துக்கொண்டாள். பவித்ரா எக்காரணம் கொண்டும் இனிச் சினிமாவுக்குப் போகக் கூடாது என வீட்டில் நிறுத்தி வைக்கப்பட்டாள்.

ஒரு வாரம் போனது. அன்று வெள்ளிக்கிழமை. காரிப்பட்டியில் சந்தை வியாபாரத்தை முடித்துக்கொண்டு இரவு எட்டு மணிக்குமேல் மாதம்மாள் வீட்டுக்கு வந்தாள். ஐம்பு எரு ஓட்ட வண்டி கட்டிக்கொண்டு ஒடுவன்குறிச்சி போனவன் இன்னும்

வரவில்லை. ருக்மணியும் வீட்டில் இல்லை. மாதம்மாளுக்கு என்னவோ வித்தியாசமாய் தெரிந்தது. அடிவயிற்றில் பயம் உருண்டது. "பவித்ரா" எனச் சத்தம் போட்டுக்கொண்டே வீட்டுக்குள் போனாள். வீடு ஆளரவமின்றிக் கிடந்தது.

பவித்ராவைக் காணவில்லை. இதென்ன மோசம். பாவிப் பெண் இப்படிப் பழி கொண்டு வந்தாளே என உடைந்துபோய் உட்கார்ந்துவிட்டாள். "பவித்ரா எங்கே போனே. உன்னை எங்கே தேடுவேன்" எனப் பைத்தியம் பிடித்தது மாதிரி பிதற்றிக் கொண்டிருந்தாள். ஐம்பு உரக்குழியில் சாணத்தை இறக்கிவிட்டு வீட்டுக்கு வந்தான். மாதம்மாள் தலை தலையாய் அடித்துக் கொண்டு வந்து பவித்ரா காணாமல்போன செய்தியைச் சொன்னாள். ஐம்பு இடிந்து விழுந்தான். "அடி சண்டாளி... பிள்ளைய ஒழுங்கா வளக்காம இப்படி நாசம் பண்ணிட்டியேடி" என இடுப்பில் கட்டியிருந்த தோல் பெல்ட்டைக் கழற்றி வீசினான். மாதம்மாள் கூப்பிய கைகளோடு அடிகளை வாங்கிக்கொண்டாள். "என்னை அடிச்சிக் கொன்னுடுங்க" எனக் கண்களை மூடிக்கொண்டாள்.

அன்றிரவு எப்படிப் போனதோ எங்கே போனதோ தெரியவில்லை. ஐம்பு விடியற்காலையில் வண்டி கட்டச் சொன்னான். "ஊர் ஊராய்ப் போய்த் தேடுவோம் போலீசில சொல்லுவோம்" என்றான்.

ஆனால் பொழுது புலரும் முன்பே சுலோச்சனாவின் குதிரை வண்டி வீட்டு வாசலில் வந்து நின்றது. பவித்ரா அதில் இருந்து இறங்கினாள். பின்னாலேயே சுலோச்சனா இறங்கினாள். மாதம்மாள் ஓடிப்போய் மகளைக் கட்டிக்கொண்டாள்.

சுலோச்சனா சங்கடம் தோய்ந்த குரலில் மெல்லச் சொன்னாள். "அக்கா இந்தப் பிறவிய மாத்த முடியாது. அவளை அவ இஷ்டத்துக்கு விட்டுடு."

"அவ இஷ்டத்துக்கா விட? நான் உயிரோட இருக்கிற வரைக்கும் நடக்காது. இவளைக் கண்டந்துண்டமாய் வெட்டிப் போட்டாலும் போடுவேன். சினிமாவில நடிக்க விடமாட்டேன். சந்தை பஜாரில ஒரு தேவிடியாளோட அம்மாவா என்னால நடக்க முடியாது" என்றாள்.

"ஏய் பவித்ரா என்னடி சொல்ற? ஒழுங்க இருக்கிறியா இல்லை செத்துப் போறியா?" என்றாள். மாதம்மாளின் கண்களில் தீக்கங்குகள் காந்துவதை அப்போதுதான் பவித்ரா முதன் முதலாகப் பார்த்தாள். பயமாய் இருந்தது. "அம்மா இனிமே நான் உன் பேச்சைக் கேட்டு ஒழுங்கா இருக்கேம்மா" என்றாள்.

பிறகுதான் அந்த வீட்டில் நிம்மதியின் இளம்காற்று வீசியது. தன்னுடைய வேண்டுதலை அம்மன் நிறைவேற்றிவிட்டாள். அடுத்த ஆண்டுப் பண்டிகையில், சொன்னபடி கன்ன அலகு குத்திக்கொள்கிறேன் தாயே பராசக்தி என மாரியம்மன் கோவில் இருந்த திசையில் கையெடுத்துக் கும்பிட்டாள்.

எல்லாம் ஒரு வாரம்தான். அடுத்த வாரமே பவித்ரா மீண்டும் காணாமல் போய்விட்டாள். இந்தமுறை அவள் சுலோச்சனா வீட்டுக்குப் போகவில்லை. மெட்ராஸ் போகும் சாயந்திர இரயிலில் அவள் ஏறியதைப் பார்த்ததாகச் சிலர் சொன்னார்கள்.

இருவரும் பைத்தியம் பிடித்ததுபோல் ஆனார்கள். மாதம்மாள் சந்தைக்குப் போகவில்லை. அரிசி மூட்டைகள் விற்காமல் அடுக்கியபடியே கிடந்தன. மாதம்மாளின் கண்கள் ஒளி குறைந்து சூனியம் குடிகொண்டது. வெறுமையும் ஏக்கமும் பீடித்தவளானாள்.

அவளை அப்படிப் பார்க்க ஊருக்கே சகிக்கவில்லை.

ஒருவாரம் கழித்து பவித்ரா வந்தாள். தான் மெட்ராஸ் போயிருந்ததாகவும், அம்மன் கருணையினால் தனக்குத் துன்பம் எதுவும் நேரவில்லை என்றும் சொன்னாள். மாதம்மாளுக்கும் ஜம்புவுக்கும் மகள்மீது இருந்த பற்று விட்டுப் போனது. யாரோ எவரோபோல் அவளைப் பார்த்தார்கள். அவள் சொன்னதை மௌனமாகக் கேட்டார்கள். பவித்ரா சென்னையில் ஒரு நாடக ஆசிரியரிடம் சேர்ந்துவிட்டதாய்ச் சொன்னாள். அவர் அவளுக்கு முறையாகப் பயிற்சி கொடுத்து, சினிமாவில் சேர்த்துவிடுவார் என்றாள்.

ஆகப் பவித்ரா திரும்பவும் போய்விடுவாள் என்பது உறுதியாகத் தெரிந்தபின், “இதைச் சொல்லத்தான் இங்கே வந்தியா? நீ அங்கேயே போயிரு. திரும்ப வந்து எங்க முகத்தில விழிக்காதே” எனக் கையெடுத்துக் கும்பிட்டாள் மாதம்மாள்.

பவித்ரா அன்றிரவே மீண்டும் மெட்ராஸுக்குக் கிளம்பி விட்டாள்.

அதற்குப் பின் அவளைப் பற்றி எந்தத் தகவலும் இல்லை.

மாதம்மாள் ஜம்பு இருவரும் மெல்ல மெல்லத் தங்களைத் தேற்றிக்கொண்டார்கள். கடவுளின் சித்தத்தைத் தாங்கள் எப்படி மாற்ற முடியும் என்றார்கள். தங்களுக்கு வாரிசு எதுவும் இல்லை என்றும் சொத்துக்களைக் கோவிலுக்கும் அநாதைகளுக்கும் எழுதி வைக்கப்போவதாய்ச் சொன்னார்கள்.

மாட்டு வண்டிகள் மீண்டும் அதிகாலையில் சந்தைகளுக்குக் கிளம்பின. பழையபடியே நெளிநெளியான கூந்தலை எண்ணெய் வைத்துப் படியச் சீவி ஜடை போட்டு, தலைநிறைய மல்லிகைப் பூவைச் சூடிக்கொண்டு மாதம்மாள் வியாபாரத்துக்குக் கிளம்பிவிட்டாள். ஆனாலும் அவள் இப்போது வேறொரு மாதம்மாளாய் இருந்தாள். அவள் நடவடிக்கைகளுக்குப் பின்னால் மெல்லிய சோகத்தின் நிழல் விளக்க முடியாமல் படிந்திருந்தது.

அந்த ஆண்டு புரட்டாசியில் நல்ல மழைக் காலமாய் இருந்தது. எல்லாக் கிணறுகளும் தரை மட்டத்துக்கு நிரம்பின. வயல்களில் எல்லாம் வெள்ளாமை செழித்துக் கிடந்தது. மக்கள் வேலை வேலை எனப் பறந்தார்கள்.

புரட்டாசியைத் தொடர்ந்து வந்த ஐப்பசியிலும் மழை தொடர்ந்தது. என்றாலும் அந்த ஆண்டு தீபாவளி சிறப்பாய் இருந்தது.

தீபாவளிக்கு வந்த 'மின்னல் மோகினி' படத்தில் பவித்ரா நடித்திருப்பதாய் ஊரெல்லாம் ஒரே பேச்சாய்க் கிடந்தது. மின்னல் மோகினி படம் சேலத்தில்தான் ஓடியது.

மாதம்மாளைப் பார்த்தவர்கள் எல்லாம், "உங்கப் பொண்ணு நடிச்ச படம் வந்திருக்குதே... நீங்க பாத்தீங்களா" என்று கேட்டார்கள். அவள் புன்னகை ஒன்றையே பதிலாகச் சொன்னாள்.

சேலம் ஓரியண்டல் தியேட்டரில் நூறு நாட்களுக்கும் மேல் ஓடி அதற்குப் பின்தான் கணபதி டாக்கீசுக்கு மின்னல் மோகினி வந்தது. ஊரெல்லாம் போஸ்டர் ஒட்டியிருந்தது. மாதம்மாள் அதில் பவித்ராவின் படம் இருக்கிறதா எனப் பார்த்தாள். அப்படி எதுவும் இல்லை.

குதிரை வண்டியில் ரேடியோ கட்டிக்கொண்டு, "நம்ம ஊர் பொண்ணு நடிச்ச மின்னல் மோகினி படம் பார்க்க மக்களே வாரீர் வாரீர்" எனக் கூவினார்கள்.

கணபதி டாக்கீசில் அன்று எம்.ஜி.ஆர்., படத்துக்கு வரும் கூட்டத்தைவிட அதிகமான கூட்டம் வந்திருந்தது. உட்கார்ந்து பார்த்தவர்கள் அளவுக்கே நின்றுகொண்டு படம் பார்த்தவர்களின் கூட்டமும் இருந்தது.

திரையில் தெரிந்த முகங்களை எல்லாம் மக்கள் கண்ணில் விளக்கெண்ணெய் விட்டுக்கொண்டு பார்த்தார்கள். வெகு நேரமாக அந்தப் பெண்ணைக் காணவில்லை. ஒருவேளை பொய்யோ என மக்கள் யோசிக்க ஆரம்பித்தபோது, திரையில்

மகா மாயா

ராணிக்கு அருகே, அந்தத் தெரிந்த முகம் நம் உள்ளூர் முகம் பவித்ரா தோன்றினாள். தியேட்டரே இடிந்து விழும் அளவுக்கு விசிலும் கைத்தட்டலும் பறந்தது. அவ்வளவுதான். அதற்குப் பின் எந்தச் சீனிலும் அவள் வரவில்லை. கணபதி டாக்கீசிலேயே அந்தப் படம் முப்பதுநாள் ஓடியது. அதற்குப் பிறகு வந்த படங்களில் எல்லாம் மக்கள் பவித்ராவைத் தேடினார்கள். கூட்டத்தில் ஒருத்தியாய்த் தோழிகளில் ஒருத்தியாய் அவள் தென்படக்கூடும் என எதிர்பார்த்தார்கள். இரண்டு மூன்று ஆண்டுகள் இப்படியே ஓடிவிட்டன. மக்கள் மெல்ல மெல்லப் பவித்ராவை மறந்து போனார்கள்.

ஒருநாள் திடீரென்று பவித்ரா ஊருக்கு வந்தாள். அவள் உடல் நோயினால் பீடிக்கப்பட்டதைப்போல இருந்தது. சரியான உணவில்லாதவளைப்போலப் போஷாக்கின்றி, மகிழ்ச்சியற்று இருந்தாள். ஆனாலும் உற்சாகமாய்ப் பேசினாள். மாதம்மாளின் கால்களைக் கட்டிக்கொண்டு அழுதாள். "அம்மா என்னை ஏத்துக்க" என்று கதறினாள். மாதம்மாள் காதில் அது ஏறவே இல்லை. ஜம்பு மகளைப் பார்த்துக் கண் கலங்கினார். அருகில் அழைத்து நெற்றியில் முத்தமிட்டு, "இப்படிச் செய்யலாமா அம்மா. எங்களுக்கு ஏன் இவ்வளவு பெரிய தண்டனை" என அழுதார்.

அன்றிரவே அவள் கிளம்பிவிட்டாள்.

மேலும் இரண்டு வருடங்கள் கழித்துப் பவித்ரா கதாநாயகியாய் நடித்த 'மாமியார் மருமகள்' என்ற படம் திரைக்கு வந்தது.

போஸ்டர்களிலேயே பவித்ரா அவ்வளவு அழகாய் இருந்தாள். காதலித்துத் திருமணம் செய்துகொண்ட பெண் மாமியார் கொடுமைக்கு ஆளாகிப் பின் தெளிவு பெற்றுத் திட்டமிட்டு மாமியாரின் கர்வத்தை அடக்கி அவளை வழிக்குக் கொண்டு வருவதுதான் படத்தின் கதை. அதில் பவித்ரா அவ்வளவு அற்புதமாய் நடித்திருந்தாள். உண்மையான கிராமத்து மருமகளைக் கண் முன் நிறுத்தினாள். படம் வெளியான தியேட்டர்களில் எல்லாம் சக்கைப் போடு போட்டது. பெண்களின் கூட்டம் தியேட்டர்களில் குவிந்தது.

கணபதி டாக்கீசுக்கும் மாமியார் மருமகள் படம் வந்தது. குதிரை வண்டி விளம்பரம் மக்களைக் குதூகலமடையச் செய்தது. 'நம்ம ஊர் பெண். பெண் குலம் போற்றும் ஒப்பற்ற பாத்திரத்தில் நடித்த மாமியார் மருமகள் படத்தைக் காண இன்றே வாருங்கள்.'

மாதம்மாளையும் ஜம்புவையும் பார்க்க எங்கெங்கிருந்தோ யார்யாரெல்லாமோ வண்டி கட்டிக்கொண்டு வந்தார்கள். ஜம்புவின் முகத்தில் பழைய சிரிப்பு வந்தது. மாதம்மாள் முகத்திலும்

சிரிப்பு இருந்தது. ஆனால் இரண்டுக்கும் நிறைய வித்தியாசம் இருந்தது. மகளை ஊருக்குக் கூட்டிக்கொண்டு வாருங்கள் என வந்தவர்கள் எல்லாம் கேட்டுக்கொண்டார்கள். ஜம்புவுக்கு, "ஆகட்டும் பார்க்கலாம்" என்று சொல்லிச் சொல்லி வாய் வலித்தது.

மாதம்மாள் வழக்கம்போல விடியற்காலையில் வண்டி கட்டிக்கொண்டு அரிசி மூட்டைகளோடு சந்தைக்குப் போனாள். வழியில் தான் கணபதி டாக்கீஸ் இருந்தது. தியேட்டருக்கு முன்னால் ஒட்டியிருந்த போஸ்டர் வெகுதூரத்திலிருந்தே தெரிந்தது.

வண்டியோட்டி முத்து தியேட்டருக்கு முன்னால் வண்டியை நிறுத்திப் போஸ்டரைப் பார்த்தான். மலர்ந்த முகத்தோடு மாதம்மாளைப் பார்த்தான். மாதம்மாள், "வண்டியை வேகமா விடப்பா... சந்தைக்கு நேரமாகுது" என்றாள். அவள் கண்களில் எந்தச் சலனமும் இல்லை.

போஸ்டரில் மாமியார் கொடுமை தாங்காமல் பவித்ரா அழுதுகொண்டிருந்தாள். அது மாதம்மாளைப் பார்த்து அழுவதைப் போலவே முத்துவின் கண்களுக்குத் தெரிந்தது.

ஆனந்த விகடன், ஏப்ரல் 4, 2018

10

சாம்பல் பொழுதுகளில் சுழலும் நாட்கள்

கோதண்டத்தின் தண்டனைக் காலம் இன்றோடு முடிகிறது. சுமத்ரா ரமேஷை அழைத்துக்கொண்டு காலையிலேயே காரில் சேலம் மத்திய சிறைக்குச் சென்றுவிட்டாள். ஊரெல்லாம் இதே பேச்சாய் இருந்தது.

"ஆசை ஒரு மனுசனை என்னவெல்லாம் பண்ண வைக்குது. என்ன இருந்தாலும் சொத்துக்காகச் சொந்த அண்ணனையே கொல்றதா? சண்டாளப் பாவி, கொலகாரப் பாவி. இன்னைக்கி வந்து இந்த ஊரு சனத்தை எப்படித் தலை நிமுந்து பாப்பான். அன்னைக்கி அந்தப் பையன் பெத்த அம்மாவையும் அப்பனையும் இந்தக் கொலைகாரன் கிட்ட வாரிக் கொடுத்துட்டு நின்னானே, அந்தக் கோலம். பொன்னம்மா கண்ணீரைத் துடைத்துக் கொள்கிறாள். அது இந்த ஜென்மத்தில மறையுமா? இப்ப நெனைச்சாலும் எனக்கு அங்கமெல்லாம் பதைக்கிது. அங்கக் கொலை இங்கக் கொலைன்னு தினமும் டிவியில சொல்றாங்களே? அதக் கேக்கும் போதெல்லாம் எனக்கு இந்தக் கொடுமதான் கண்ணு முன்னால வருது.

"ஊடெல்லாம் ரத்தமான ரத்தம். மனுசங்க உடம்பில அவ்வளவு ரத்தம் இருக்குமா? ஐயோ அம்மா... வாச மண்ணு சேறு கொழஞ்சி இல்ல இருந்தது. அன்னைக்கி ரத்தத்தப் பாத்து ஒரு மாதிரி வந்தது. இன்னும் எனக்கு அது மாறல. இன்னைக்கும் எங்கியாவது ரத்தத்தப் பாத்துட்டனா ஒரு மாதிரி

குமாரநந்தன்

கிறுகிறுன்னு வந்துருது" என உடலைச் சிலிர்த்துக்கொண்டாள் மலர்க்கொடி.

"அன்னைக்கி கொஞ்சம் சனமா இந்த ஊருல. திருவிழா அன்னைக்கிகூட இவ்வளவு கூட்டத்தப் பாத்ததில்ல. யாரு எவருன்னு தெரியாதவங்கல்லாம்கூட இந்தப் பையனப் பாத்துப் போட்ட கூச்சல் இருக்குதே... அத நெனச்சா இப்பவும் எனக்குக் காத அடைக்கிது. அந்தப் பையன் மாதவன் இப்ப நல்ல வாலிபனா ஆயிட்டான். இன்னைக்கி அவனப் பாத்தாலும் அப்பப் பாத்த அந்த மொகம்தான் ஞாபகத்துக்கு வருது. அவனப் பாத்தா இன்னைக்கும் எங்கண்ணுல தண்ணி வந்துருது." அலமேலு நிஜமாகவே அழ ஆரம்பித்தாள்.

மற்றப் பெண்களும் கண் கலங்கினர். "பாழாப் போறவன் இன்னைக்கி வர்றான். ஜெயிலுக்குப் போனவன் எதுக்கும் துணிஞ்சவனா வருவான். வந்து அந்தப் பையனையும் கொன்னு குழிதோண்டிப் பொதைச்சிறுவானோ? நினைக்கவே எனக்கு வயிறு கலங்குது."

மாதவன் கொலையுண்டு கிடப்பதைப்போல அந்தப் பெண்கள் கற்பனை செய்தார்கள். கொலை நடந்துவிட்டதைப் போலவே அழுது அரற்றினார்கள். "நா எதுக்கும் ஒரு எட்டுப் போயி அந்தப் பையனை ஜாக்கரதையா இருக்கச் சொல்லிட்டு வர்றேன்." பூவாயி எழுந்து முந்தானையை உதறிச் செருகிக்கொண்டு நடந்தாள்.

"ஆனா இந்தச் சுமத்ரா ரொம்ப நல்லவ. இந்தக் கொலைகாரன கல்யாணம் பண்ணி ஒரு பையனையும் பெத்துப் புருசன ஜெயிலுக்கு அனுப்பிட்டுப் பையனை ஆளாக்க அவ மட்டும் கொஞ்ச கஷ்டமா பட்டா."

காலம் சொல் சொல்லாய் பிரிந்து ஊர் மக்களின் வாய்களில் புகுந்து பல நடப்புகளாய்ப் பலப் பல நினைவுகளாய் பலவித யூகங்களாய் இழை இழையாய் பிரிந்து பல வண்ணங்களாய்ச் சுழன்றுகொண்டிருந்தது. சிலர் இலட்சுமியும் சரவணனும் உயிரோடு இருந்திருந்தால் மாதவன் இப்போது எப்படி இருப்பான் எனப் பேசிக்கொண்டார்கள்.

சிலர் 'மாதவன் கோதண்டத்தைக் கொன்று பழி தீர்ப்பான்' என்றார்கள். சிலர் 'கோதண்டம் மாதவனைக் கொலை செய்து நிலம் பூராவையும் தன் மகனுக்கு வசமாக்கிவிட்டு ஜெயிலுக்குப் போய்விடுவான்' என்றார்கள். இன்னும் என்னென்னவோ பேசிக் கொண்டார்கள்.

பகல் பன்னிரண்டு மணிவாக்கில் கோதண்டத்தின் கார் ஊருக்குள் நுழைந்தது. சுமத்ரா வீட்டு வாசலில் ஊர் ஜனமே கூடி இருந்தது. கார் நின்றதும் சுமத்ராவும் ரமேஷும் இறங்கி அங்கே யாருமே இல்லாததுபோலத் தலையைக் குனிந்துகொண்டே வீட்டுக்குள் போய்விட்டார்கள்.

காரில் இருந்து இறங்கிய கோதண்டம் முற்றிலும் புதியவனைப் போல இருந்தான். ஜெயிலுக்குப் போனபோது வாலிபனாக இருந்த அவன் முகத்திலும் மேனியிலும் இப்போது முதுமையின் ரேகைகள் படர்ந்திருந்ததால் வேறு யாரோ ஒருவனைப்போல இருந்தான். பெரியவர்கள் அவனைப் பார்த்து வரவேற்கும் விதமாகச் சிரிக்கலாமா வேண்டாமா என யோசித்தார்கள். காரை விட்டு இறங்கியவன் சுற்றிலும் நிற்கும் ஜனங்களைப் பார்த்தான். தெரிந்தவர்கள் எல்லாம்கூட அடையாளம் கண்டுகொள்ள முடியாத அளவுக்கு மாறி இருந்தார்கள். கண்டுகொள்ள முடிந்த ஒரு சிலரைக் குறிப்பாகப் பார்த்துப் புன்னகைத்தான். அவர்களிடம், “நல்லா இருக்கீங்களா, என மென்மையாகக் கேட்டான். பக்கத்தில் இருந்த கரும்புக் காட்டுக்காரர் வேணுகோபாலின் கைகளைப் பற்றிக்கொண்டு, “அண்ணே நல்லா இருக்கீங்களா?” என்றான். பின் புன்னகை மாறாதவனாய் வீட்டுக்குள் சென்றுவிட்டான்.

ஊர் மக்கள் என்னென்னவோ பேசிக்கொண்டு கலைந்தார்கள். “என்னப்பா இன்னிக்கு வெயிலு இப்பிடி மண்டயப் பொளக்குது. சாயங்காலம் மழை வந்தாலும் வருமப்பா” என வியர்த்துக் கொட்டும் முகத்தைத் துடைத்துக்கொண்டு தங்கள் வீடுகளுக்குச் சென்றார்கள்.

இது ஒரு புதிய நாள் போலவே இல்லை. இருபத்தைந்து ஆண்டுகளுக்கு முன்னால் அந்த மோசமான சம்பவம் நடந்த நாளைப் போலவே இருக்கிறது. மாதவன் பொட்டில் மின்னல் வெட்டும் தலைவலியில் இருந்து எப்படி மீள்வது எனத் தெரியாதவனாய்த் தலையைக் கைகளால் இறுக்கிப் பிடித்துக் கொண்டிருந்தான்.

ஒவ்வொரு நாளாக உருட்டித் தள்ளிவிட்டு அவன் அந்தச் சம்பவத்தில் இருந்து வெகுதூரம் விலகி வந்துவிட்டதாய் நினைத்திருந்தான். ஆனால் அது அப்படி இல்லை என இப்போது நிரூபணம் ஆகிவிட்டது. அப்போது அவனுக்கு எட்டு வயது. அம்மாவின் பதற்றமான முகம் அவன் நினைவில் அப்படியே இருக்கிறது. “கண்ணு நீ அந்த வக்கப் போருக்குள்ள போயி ஒளிஞ்சிக்க. இங்க என்ன நடந்தாலும் நீ வெளிய வரக் கூடாது தெரியுதா” என எச்சரித்து அவனை வைக்கோல் போருக்குள்

தள்ளிவிட்டாள். அதில் ஒரு சிறு துளையை ஏற்படுத்திக்கொண்டு அவன் அங்கு நடந்தவைகளைப் பார்த்துக்கொண்டே இருந்தான்.

மாதவன் தலையை இன்னும் கொஞ்சம் அழுத்திப் பிடித்துக்கொண்டான். அவன் கண்களில் இருந்து கண்ணீர் கொட்டியது. நாக்கு வறண்டுபோய்விட்டது. வெயில் வெயில் கொலைகார வெயில். அவன் எழுந்துபோய் தண்ணீர் குடித்தான். உடலெல்லாம் பற்றி எரிவதுபோல இருந்தது. போய் மோட்டாரைப் போட்டுவிட்டுத் தண்ணீர் தொட்டிக்குள் இறங்கி உட்கார்ந்துகொண்டான். குழாயில் இருந்து விசையாய்க் கொட்டிய தண்ணீருக்குள் போய்த் தலையை விட்டுக்கொண்டான். தலைமீது தண்ணீரின் அழுத்தம் உறுதியாய் இருந்தது. அப்படியே கொஞ்சம் கொஞ்சமாய்த் தலை உடலுக்குள் போய்விடும்போல இருந்தது. வெளியே வந்து மூச்சிரைத்தான். கொதிப்பு கொஞ்சமும் அடங்கியதாகத் தெரியவில்லை. கொட்டும் தண்ணீருக்குள் மீண்டும் தலையை விட்டுக்கொண்டான். பின் வெளியே வந்து மூச்சிரைத்தான். திரும்பவும் தண்ணீருக்குள் தலையை நுழைத்தான். திரும்பத் திரும்ப வெகுநேரம் இப்படிச் செய்துகொண்டிருந்தான்.

நீண்ட நேரத்திற்குப் பின் ஒரு அமைதி அவனுக்குள் முகிழ்த்தது. அதை இதயம் பூராவும் மனம் முழுவதும் உடல் முழுவதும் ஏந்திக்கொண்டான். தொட்டியை விட்டு வெளியே வந்தான். தண்ணீரில் ஊறி அவன் உள்ளங்கை விரல் தோல்களில் சுருக்கம் விழுந்திருந்தது. உலகமே அமைதியாய் இருப்பதைப்போல இருந்தது. அவன் கொதிப்பை ஏற்ற தண்ணீர் வயலில் பாய்ந்திருந்தது. இப்போது அதிலிருந்தும்கூட அந்தக் கொதிப்பு குறைந்திருக்கும். வெயிலைப் பற்றி எந்தப் புகாரும் இல்லாமல் நெற்கதிர்கள் அமைதியாய் அசைந்தாடிக்கொண்டிருந்தன. அவன் அந்தக் கதிர்களையே பார்த்துக்கொண்டிருந்தான். பார்க்கப் பார்க்க அவன் மனம் மேலும் மேலும் அமைதி அடைந்துகொண்டு வந்தது.

எல்லாம் ஒரு சில நாட்கள்தான். அன்று தோட்டக் காட்டுச் சாலையில் இருவரும் நேருக்கு நேராய் எதிர்ப்பட்டுவிட்டனர். மாதவன் உடலுக்குள் திடீரென இரத்தம் வெள்ளமாய் பொங்கிப் பெருகுவதைப்போல இருந்தது. நிலைகொள்ளாமல் தவித்தான். மிகச் சிரமப்பட்டு இயல்பாய் நடந்து அவனைக் கடந்து சென்றான். திரும்பவும் உடலெல்லாம் அனலாய்க் கொதித்தது. இந்த முறை அவன் தண்ணீருக்குள் தலையை விட்டுக்கொள்ள விரும்பவில்லை.

குத்தகைக்கும் விடாமல் பராமரிப்பும் இல்லாமல் தூர்ந்து போய்க்கிடந்த வயலைச் சீர் செய்யும் வேலையைத் துவங்கினான் கோதண்டம்.

"இந்தத் தடவ அவன் அந்தப் பையனையும் போட்ரவாம்பா. இந்த முற ஜெயிலுக்குப் போவாதபடி பாத்துக்குவான். இல்லாட்டி முன்ன செஞ்சதுக்கு அர்த்தம் இல்லாம போயிருமில்ல."

"முன்ன என்னமோ ஒரு வேகத்துல செஞ்சிட்டான் இப்பவும் அப்படிச் செய்வானா. இனிமே அவம் பாட்டுக்கு இருப்பான்."

"அப்பிடி எப்பிடி இருக்க முடியும் அந்தப் பையன் அக்கினியா குமுறிக்கிட்டிருக்கறானே. அப்படியே விட்டா என்னைக்காவது அவன் இவன் சோளிய முடிச்சிட மாட்டானா, அவன் எங்கப்பா பண்ணப் போறான்,"

"நீ அப்படி நினைக்காத. ஆத்திரம் ஒரு நா அவனைத் தள்ளிக்கிட்டப் போய் பண்ண வெச்சிரும்."

மாதவன் அடுத்தடுத்த நாட்களில் விடியற்காலையில் விநோதமான கனவுகளைக் கண்டு விழித்தெழுந்தான். முதல் நாள் கனவில் அவன் ஒரு காட்டுக்குள் தனியாகப் போய்க்கொண்டிருக்கிறான். அப்போது அவன் முன்னால் தென்படும் ஒரு புதரில் இருந்து பெரிய பாம்பொன்று வெளியேறி அவன் முன்னால் நிற்கிறது. அவன் திகைத்துப்போய்த் திரும்பி ஓட முயற்சிக்கிறான். அப்போது அவனைச் சுற்றிலும் பாம்புகள் நெளிந்து நெளிந்து வந்துகொண்டே இருக்கின்றன.

இரண்டாம் நாள் கண்ட கனவில் அவன் ஒரு மலையில் மிகச் சிரமப்பட்டு ஏறிக்கொண்டிருந்தான். கொஞ்ச தூரம்தான் ஏறி இருப்பான். அதன் சிகரம் எங்கோ கண்காணாத உயரத்தில் இருந்தது. ஒரு கல்லைப் பற்றி மேலே ஏறிச் செல்ல முயற்சிக்கும்போது அந்தக் கல் பெயர்ந்துகொண்டு விழுகிறது. அவன் நிலைதடுமாறிப் பிடிப்பிழந்து பின்னோக்கி முடிவற்ற பள்ளத்தில் விழ ஆரம்பிக்கிறான் . . . உடல் விலுக்கிடப் படுக்கையில் இருந்து எழுந்துகொண்டான். அவன் உடல் நடுங்கிக்கொண்டிருந்தது.

இத்தனை நாளாக இல்லாமல் இப்போது இப்படிச் சோர்வூட்டும் விதவிதமான கனவுகள் வருவது அவனுக்கு அச்சத்தைத் தந்தது. என்ன நடக்கும், தான் அவனைக் கொல்லப் போகிறோமா? ஆனால் உண்மையில் என் மனதில் அந்த மாதிரி எண்ணம் எதுவும் இல்லையே? ஆனால் வன்மம் இருக்கிறதே. அது சும்மா இருக்குமா? ஒருநாள் மனம் கொந்தளித்துப் போய்விடும். அப்போது இப்படி அமைதியாய்த் தன்னால் யோசித்துக்கொண்டிருக்க முடியாது. அன்று என்ன நடக்குமோ தெரியாது. இந்த மாதிரி யோசனைகளோடு படுத்தால் நிச்சயம் கெட்ட கனவுகள்தான் வரும் என்பதால் இரவில் தூங்கவே அவனுக்குப் பயமாய் இருந்தது. தூக்கத்தை இழந்தவனாய்ப்

படுக்கையில் போராடிக்கொண்டிருந்தான். அப்போது அம்மாவும் அப்பாவும் உயிரோடு இருந்த நாட்கள் அவன் நினைவுக்குள் ஒவ்வொன்றாய் வந்து மீண்டும் நிகழ ஆரம்பித்தன. அப்போது அவன் சிறு குழந்தையாகவே மாறிப் போனான். மிகுந்த ஏக்கம் பிடித்தவனாய்த் துக்கம் பீடித்தவனாய்த் தென்பட ஆரம்பித்தான்.

அந்த ஏக்கமும் துக்கமும் திரண்டு அவனுக்குள் வெறி மூட்டிக்கொண்டிருந்தன. விடக் கூடாது... அவனைக் கொல்ல வேண்டும் என நினைத்துக்கொண்டான். தனியாய் வீட்டில் இருக்கும்போது ஆவேசம் பிடித்தவனாய்க் கத்த ஆரம்பித்தான். "அவனக் கொல்லணும்... அவனக் கொல்லணும்."

ஆனால் அந்த வெறி எப்போதும் இருப்பதில்லை. சில சமயங்களில் நான் ஏன் கொலைகாரனாக வேண்டும். இன்று இவனைக் கொலை செய்துவிடுவதால் என்ன நடக்கப் போகிறது. கொலை நடக்கக்கூடிய தருணத்தில் அவன் பீதி அடைவான். அப்புறம் . . . அப்புறம் . . . அவன் எந்தப் பாடமும் கற்றுக் கொள்ளப்போவதில்லை. குற்றத்திற்கான தண்டனையாகவும் அது இருக்காது. இறந்துபோன அப்பா அம்மா அதனால் மகிழ்ச்சியடையப் போவதில்லை. தானும் நிம்மதியடையப் போவதில்லை. மொத்தத்தில் அந்தக் கொலைக்கு எந்த அர்த்தமும் இருக்கப் போவதில்லை. தவிர ஒரு ஆயுதத்தைக் கொண்டு ஒரு உயிரை என்னால் எந்தக் காலத்திலும் பறிக்க முடியாது.

'ஆனால் சில சமயம் நிதானம் தவறிப் போய்விடுகிறதே. . . என்னை அறியாமல் மனம் கொதித்து அவனைக் கொல்லத் துடிக்கிறதே. அப்படி ஒரு சமயத்தில் நான் அவனைக் கொன்றுவிடுவேனோ' என அவனுக்குச் சந்தேகமாய் இருந்தது.

அவன் தன் ஜாதகத்தை எடுத்துக்கொண்டு ராயனூர் ஜோசியரிடம் போனான். அவன் இதுபோன்ற குழப்பமான விஷயங்களில் முடிவெடுக்க அல்லது என்ன நடக்கும் எனத் தெரிந்துகொள்ள அவரிடம்தான் போவான்.

ஜோசியர் வீட்டில் கூட்டம் நிறைய இருந்தது. எல்லோரும் அந்த ஜோசியரின் திறமையை எதிர்காலத்தைத் துல்லியமாய் கணித்துச் சொல்லும் அவரின் அபரித ஆற்றலைப் பேசியபடி தங்கள் முறைக்காகக் காத்திருந்தார்கள். ஒருவர், "தம்பி நீங்க எதுக்கு வந்திருக்கீங்க... கல்யாணம் பண்ண ஜாதகம் பாக்க வந்திருக்கீங்களா? எனக்கும் உங்கள மாதிரி ஒரு பையன் இருக்கான், அவனுக்குத்தான் தம்பி எந்தப் பொண்ணும் அமைய மாட்டேங்குது. உங்களுக்குத் தெரிஞ்ச எடம் ஏதாவது இருக்குதா? இருந்தா கொஞ்சம் சொல்லுங்களேன். ஆமாம் நீங்க என்ன ஆளுங்க" என்றார்.

இவன் அவருக்குப் புன்னகையை மட்டும் பதிலாகத் தந்தான். என் ஜாதகத்தில ஜெயிலுக்குப் போற அம்சம் இருக்கா நான் கொலைகாரன் ஆயிடுவனானு பாக்க வந்தேன் எனச் சொல்லலாமா என்று பார்த்தான். அப்படிச் சொன்னால் அந்த ஆள் தன்னை எப்படிப் பார்ப்பார் என நினைக்கையில் சிரிப்பு வந்தது. மெல்லப் புன்னகைத்துக்கொண்டான். ஜோசியர் அவன் ஜாதகத்தைப் பார்த்துவிட்டு எதுவும் பேசாமல் ஒரு நிமிடம் உட்கார்ந்திருந்தார். பின் ஜாதக நோட்டைத் தூக்கி அவன் பக்கத்தில் போட்டுவிட்டு, “இன்னும் மூணு மாசத்தில உனக்கு ஒரு கண்டம் இருக்குது. மொதல்ல அதில இருந்து தப்பிச்சி வா ... அப்புறம் பேசிக்கலாம்” என்றார்.

மாதவன் உள்ளுக்குள் விசித்திரமாய் உணர்ந்தான். “ஐயா நான் அதில தப்பிருவேனா?”

“தம்பி ஜாதகத்த வச்சி ஒரு எல்லை வரைக்கும்தான் சொல்ல முடியும். எல்லாத்தையுமே துல்லியமா நாமளே கணிச்சிட்டா அப்புறம் ஆண்டவன் எதுக்கு” எனச் சிரித்தார்.

“நீங்க சொல்றதப் பாத்தா எனக்குப் பயமா இருக்கு.”

“பயப்பட ஒண்ணும் இல்ல, நடக்கிறது நடந்தே தீரும். சாமி மேல பாரத்தப் போட்டுட்டு இந்த மூணு மாசமும் பல்லக் கடிச்சிக்கிட்டு இரு. அதுக்கப்புறம் ஜாதகத்தக் கொண்டா... நீ என்ன கேக்கறியோ அது நடக்குமா நடக்காதான்னு கணிச்சிச் சொல்றேன்” என்றார்.

மாதவன் பேசாமல் எழுந்து வந்துவிட்டான்.

இன்னும் மூன்று மாதங்கள். அதற்குள் என்ன நடக்கும்.

அன்றிரவு சுமத்ரா ஒரு கனவு கண்டாள். அதில் கோதண்டம் மாதவன் காதில் எதையோ ஊற்றினான். மாதவன் அலறிக்கொண்டே சிறு பையனாக மாறி அழ ஆரம்பித்தான்.

அதற்கடுத்த நாள் நாயக்கர் தோட்டத்துப் பெரியசாமி ஒரு கனவு கண்டார். அதில் கோதண்டம் பளபளக்கும் அரிவாளை எடுத்துக்கொண்டு மாதவனைத் துரத்தினான். மாதவன் புயல்போல ஊருக்குள் ஓடிக்கொண்டிருந்தான். ஊர் மக்கள் செய்வதறியாமல் ஸ்தம்பித்துப் போய், என்ன நடக்குமோ எனப் பார்த்துக்கொண்டிருந்தார்கள்.

பள்ளிக்கூடத்தில் சத்துணவு சமைக்கும் ரத்தினம் கண்ட கனவில் மாதவன் கத்தியை எடுத்துக்கொண்டு கோதண்டத்தின் தோட்டத்துக்குப் போகிறான். அவன் மனைவியும் மகனும் அவன் காலைப் பிடித்துக்கொண்டு கதறுகிறார்கள். மாதவன்

அதையெல்லாம் பொருட்படுத்தாமல் கோதண்டத்தை வளைத்துப் பிடித்துக்கொண்டு கத்தியால் சரமாரியாகக் குத்திக்கொண்டே இருக்கிறான்.

ரத்தினம் முடுக்கிவிட்ட இயந்திரத்தைப்போலப் படுக்கையில் இருந்து வேகமாக எழுந்தாள். அவள் இதயம் தலைதெறிக்க ஓடிக்கொண்டிருந்தது. ஒரு நிமிடம் அவளுக்கு எதுவுமே புரியவில்லை. பிறகுதான் தான் கண்டது கனவு எனப் புரிந்துகொண்டாள். அதன் பிறகே அவளுக்குக் கொஞ்சம் கொஞ்சமாய் மூச்சு சீரானது. அவள் தன்னுடைய அந்தத் துல்லியமான கனவை அக்கம் பக்கத்தில் எல்லாம் புலம்பலோடு சொல்லிக்கொண்டிருந்தாள்.

ஏதோ யோசனையில் உட்கார்ந்திருந்த கோதண்டத்தைப் பார்த்து "குளிக்கலையா" எனக் கேட்டுக்கொண்டே வந்த சுமத்ரா தான் கண்ட கனவைக் கணவனிடம் சொன்னாள். கோதண்டம் மௌனமாகக் கேட்டுக்கொண்டு, "இதுக்கு என்ன அர்த்தம்" என மனைவியைக் கேட்டான்.

"என்னவோ தெரியல ஆனா நேத்திருந்து எம் மனசே சரியில்ல."

"உங்க மனசுல என்ன நினைச்சிருக்கீங்க. நமக்கு இருக்கிற சொத்து போதும். இத வெச்சிக்கிட்டு பொழப்பப் பாக்கலாம். அந்தப் பையன நீங்க எதுவும் பண்ணிறாதீங்க."

"அவனப் பெத்தவங்கள அவன் கண்ணு முன்னால நான் கொன்னிருக்கேன். அவன் என்ன சும்மா விடுவானா?"

"நான் போய் அவன் கால்ல விழறேன். அவன சமாதானம் பண்றேன்."

"நீ சொல்லிட்டா அவன் கோவம் தீந்திருமா. நீ போய் எனக்கு உயிர்ப் பிச்ச வாங்கிட்டு வந்து கொடுத்து அதில நான் இருக்கணுமா?"

"எதுக்கு இப்படியெல்லாம் பேசறீங்க. உங்க மனசுல என்னதான் நினைச்சிக்கிட்டிருக்கீங்க."

"நீ பேசாம போய் உன் வேலையப் பார்."

"தண்ணி காஞ்சி கெடக்கு. எந்திரிச்சிப் போய் குளிங்க. உங்க மனசுல அப்படி ஏதாவது திட்டம் இருந்திச்சின்னா நானும் எம் மவனும் விடமாட்டோம்."

"அவன் ஒருநா அரிவாளோட வந்து நம்ம எல்லாத்தையும் வெட்டிப் போட்டா?"

“போட்டா போடட்டும் எல்லாருஞ் சாவலாம். இந்தப் பொழப்புப் பொழைக்க அது எவ்வளவோ மேல்.” சுமத்ரா அழுதுகொண்டே அங்கிருந்து எழுந்து போனாள்.

கோதண்டம் அன்றிரவு ஒரு கனவு கண்டான். அதில் போலீஸ் படையொன்று அவனைக் காடுமேடாய்த் துரத்திக்கொண்டு வந்தது. அவன் மூச்சிரைக்க இரைக்க ஓடிக்கொண்டே இருந்தான். பின் அவன் ஒரு நீதிபதியின் முன் நிறுத்தப்பட்டிருந்தான். நீதிபதி வெறிபிடித்த மாதிரி அவன் குரல்வளையைக் கடித்தார். பின் அவன் சிறையில் இருந்தான். அங்கே அவனின் பழைய கூட்டாளிகளோடு சிரிக்கச் சிரிக்கப் பேசிக்கொண்டிருந்தான். பின் அவன் தூக்கத்தில் இருந்து விழித்தெழுந்து தான் இப்போது ஜெயிலில் இல்லை என்ற புரிதல் வந்தவுடன் நிம்மதியடைந்தான். போலீஸ் தன்னைத்துரத்தியதை, நீதிமன்றத்தில் தான் நின்றிருந்ததை எல்லாம் மீண்டும் நினைத்துப் பார்த்து அது கனவுதான் என உறுதிப்படுத்திக்கொண்டான். அதன் பின்பே அவனுக்கு மிகுந்த ஆசுவாசம் உண்டானது.

அன்று முழுவதும் அவன் யோசனையிலேயே இருந்தான். மாதவனைக் கண்டுகொள்ளாமல் விட்டுவிடலாமா? நாகப் பாம்பைப்போல வஞ்சம் தீர்க்க நினைக்கும் அவனை அப்படி விடுவது நல்லதா? என்றாவது ஒருநாள் அவன் வந்துவிட்டால் உடலெல்லாம் வெட்டுக்களை வாங்கிக்கொண்டு செத்துப் போய்விடலாமா? நான் தனியாகச் சாவதென்றால் ஒரு பிரச்சினையும் இல்லை. அவன் தன் குடும்பத்தையும் அழிக்க வந்துவிட்டால்? அவனால் அதை நினைத்துப் பார்க்கவே முடியவில்லை. அப்படிக்கூட நடக்குமா? நான் கூடத்தான் அண்ணனைக் கொலை செய்ய, பல நாள் திட்டமெல்லாம் போடவில்லை. அன்று எப்படி அந்த மனநிலைக்குத் தயாரானேன்? இப்போது யோசித்துப் பார்த்தால் என்ன நடந்ததென்றே தெரியவில்லை, இதுதான் விதி என்பதா?

இப்போது விதி என்ன முடிவு செய்திருக்கிறதோ, அதை அப்படியே விட்டுவிடலாமா? அல்லது விதியின் போக்கை மாற்றிவிடுவோமா?

திரும்பத் திரும்ப இதையே யோசித்துக் கொண்டிருக்கும் போதுதான் அவன் ஒன்றைக் கவனித்தான். வன்மமும் மூர்க்கமும் தன்னை விட்டு விலகிச் சென்றுகொண்டே இருக்கின்றன. தன்னால் இனியொருமுறை அதைப்போலக் கொலை செய்ய முடியாது என்பதை அன்று மாலைக்குள் அவன் உணர்ந்துகொண்டான்.

அவன் மனதுக்குள் பயம் புகுந்துகொள்ளப் பார்த்தது. ஆனால் அதற்கு அவன் இடம் கொடுக்கவில்லை. நானாகப் போகப் போவதில்லை ... வந்தால் விடுவதில்லை என ஒரு மாதிரியாய்ச் சமாதானம் செய்துகொண்டான். ஆனால் அதற்குப்

பின் ஒரு சந்தேகம் வந்தது. ஆனால் அவன் நேருக்கு நேராய்த்தான் வருவானா?

ஒரு வஞ்சகனாய் மறைந்திருந்து வந்து எதிர்பாராத நேரத்தில் கதையை முடித்துவிட்டால்? அதைப் பற்றி வெகுநேரம் யோசித்துக் கடைசியில் தான் மிகுந்த எச்சரிக்கையாய் இருப்பது என முடிவு செய்துகொண்டான்.

அன்றிரவு ரமேஷ் ஒரு கனவு கண்டான். அதில் அவனும் மாதவனும் கத்தியை வைத்துக்கொண்டு சண்டை போட்டுக் கொண்டிருந்தார்கள். ஏராளமானவர்கள் சுற்றி நின்று வேடிக்கைப் பார்த்துக்கொண்டிருந்தார்கள். அந்தக் கூட்டத்தில் அவன் அப்பா கோதண்டமும் இருந்தான். உக்கிரமான அந்தச் சண்டையில் இவனுடையதோ அவனுடையதோ கண்டுபிடிக்க முடியாத அளவுக்கு ஒரு கத்தி கோதண்டத்தின் மார்பில் பாய்ந்துவிடுகிறது.

“நீதான் உங்கப்பனைக் கொன்னுட்ட” என மாதவன் கத்தினான். “இல்லை உன் கத்திதான் எங்கப்பா மேல பாஞ்சது” என ரமேஷ் சத்தம் போட்டான். இந்தக் கூச்சல் குழப்பத்திற்கிடையே அவன் விழித்துக்கொண்டான். கனவை நினைத்துப் பார்க்கவே அவனுக்குச் சோர்வாய் இருந்தது. என்ன கன்றாவியான கனவு. இப்படியொரு கனவு கண்டதற்காக அவனுக்கு வெட்கமாய் இருந்தது.

இப்படியே ஒவ்வொரு நாளாய் சித்திரை மாதம் முடிந்து வைகாசி பிறந்தது. மாரியம்மனுக்குப் பூச்சாட்டும் மாதம் இது. இந்த ஊரில் எப்போதும் அம்மனிடம் வாக்குக் கேட்டுத்தான் பூச்சாட்டு நடக்கும்.

வளர்பிறை மூன்றாம் நாளில் ஊர்ப் பெரிய மனிதர்கள் எல்லாம் சேர்ந்து சாமியிடம் வாக்குக் கேட்கப் போனார்கள். ஆனால் எப்போதும் இல்லாத வினோதமாய் இந்த முறை பூச்சாட்டுக்குச் சாமி வாக்குத் தரவில்லை. பெரியவர்கள் எல்லாம் சின்னக் குழந்தைகள்போலக் கதறி அழுது அம்மனிடம் கெஞ்சினார்கள். என்றாலும் அவள் மனம் இளகவில்லை. யார் மீதும் சாமி வந்து ஆடவில்லை என்பதைக் கண்டபோது அவர்களைப் பெரும் பீதி வந்து பிடித்துக்கொண்டது.

அவர்கள் எல்லோர் மனதிலும் நினைவுக்கு வந்தது மாதவனும் கோதண்டமும். அவர்களால்தான் அம்மன் பூச்சாட்டை மறுத்துவிட்டாள் என முடிவு செய்தவர்களாய் என்ன செய்வதென்று தெரியாமல் கலைந்து போனார்கள்.

மறுநாள் காலை வழக்கம்போலப் பொழுது விடிந்தது.

***பேசும் புதிய சக்தி* தீபாவளி மலர், நவ 2020**

11

கேயாஸ் தியரி

நீண்ட நேரம் ஜன்னலை வெறித்தபடி அமர்ந்திருந்தாள். ஏன் அப்படி நடந்தது என அவளால் புரிந்துகொள்ள முடியவில்லை. திடீரெனச் சுயநினைவு வந்தவளாய் அந்த நாய் இன்னும் அங்கேயேதான் இருக்கிறதா என எழுந்து ஜன்னலில் முகம் வைத்து எட்டிப் பார்த்தாள். வீதியின் கடைக்கோடியில் தெருவிளக்கு வெளிச்சத்தில் அந்தக் கருப்பு வெள்ளை கலந்த நாய் படுத்திருந்தது. அதற்கு மேல் வானத்தில் மின்னும் குப்பைக் கூளங்கள்போல் நட்சத்திரங்கள் இரைந்து கிடந்தன.

எழுந்து சென்று கண்ணாடியில் தன் முகத்தைப் பார்த்தாள்.ஒருவேளைதனக்குப்பேய்பிடித்திருக்குமோ எனத் தோன்றியது. ஜீவாவின் நினைவு வந்தது. அவன் வந்து தன்னைப் பிடித்திருப்பானோ? ஜீவா கயிற்றில் தொங்கி மிகக் கோரமடைந்த முகம் அந்த அறையில் பிரசன்னமானது. மூச்சின் கதி மாறியது. பெரிய விளக்கைப் போட்டாள். அறை வெளிச்சத்தின் வெள்ளத்தால் நிறைந்து கோர முகத்தைக் கழுவித் துடைத்துவிட்டது. இப்பொழுது அழகான ஜீவாவின் முகம் அங்கு தோன்றி அவளைப் பார்த்துச் சிரித்தது. அவள் அவனையே இமைக்காமல் பார்த்தாள். அவளுக்குத் தெரியும் இமைத்தால் அவன் மறைந்துவிடுவான்.

அழைப்பு மணியோசையைக் கேட்டு எழுந்து சென்று வாசல் விளக்கைப் போட்டுவிட்டு ஜன்னலில் பார்த்தாள். உதய் நின்றிருந்தான். கதவைத் திறந்ததும் அவன் உள்ளே வந்து, கழிவறைக்குள்

நுழைந்துகொண்டான். துண்டை எடுத்துக்கொண்டு வந்து, "இந்த வீதி வழியாவா வந்த" என்றாள். "ஆமாம் ஏன்" என்றான்.

"அந்த நாய் உன்னை ஒண்ணும் பண்ணலியா?"

அவள் கேள்வி அவனுக்குப் புரியவில்லை. "எந்த நாய்" என்றான்.

"அந்தக் கருப்பு வெள்ளை நாய்"

அவன் யோசனையோடு, "இல்லையே... அதுபாட்டுக்குப் படுத்திருந்தது" என்றுவிட்டு அந்தக் கேள்வியின் நோக்கம் என்னவாக இருக்கும் என யோசித்தவனாய், "அதெல்லாம் கடிக்காது" என்றபடியே உணவு மேசையில் உட்கார்ந்தான்.

அவள் உணவு பரிமாறினாள். அவன் எதுவும் பேசாமல் மௌனமாகச் சாப்பிட ஆரம்பித்தான். இரவு பத்து மணி ஆகியிருந்தது. அவள் நான் தூங்கப் போறேன் என அவனிடம் சொல்ல நினைத்தாள். ஆனால், எதுவும் சொல்லாமல் எழுந்து சென்று படுக்கையில் விழுந்தாள்.

அவளுடைய திருமணத்திற்குச் சமீபமான நாட்கள் நினைவுக்கு வந்தன. உதய் முகத்தில் இருந்த அந்த அற்புதமான சிரிப்பை அவன் வேண்டுமென்றே கைவிட்டுவிட்டான். அந்தச் சிரிப்பு அவள் மனதுக்குள் திரும்பத் திரும்ப மலர்ந்தது. இனி அப்படி ஒரு தருணம் இந்த வாழ்க்கையில் வருமா என்ற ஆழ்ந்த நினைவோடு தூங்கிப் போனாள்.

காலையில் எழுந்தபோது அவன் அலுவலகத்திற்குச் செல்லத் தயாராய் இருந்தான். அவள் கொஞ்சம் அயர்ந்து தூங்கிவிட்டாள். அவன் அவளை எழுப்பவே இல்லை. இன்னும் கொஞ்சநேரம் தூங்கியிருந்தால் அவன் அவளிடம் சொல்லாமலே அலுவலகத்திற்குக் கிளம்பிப் போயிருப்பான். எழுந்து கழிப்பறைக்குப் போனாள்.

அவள் வெளியே வருவதற்காகவே காத்திருந்ததுபோல அவன், "சரி நான் ஆபீஸ் போயிட்டு வந்தர்றேன்" என்றான். அது அவளைப் பார்த்துச் சொன்னதுபோல் தெரியவில்லை. அவள் அது தன் காதிலேயே விழவில்லை என்பதுபோல் இருக்க முயன்றாள். அவன் அதைப் பற்றிக் கண்டுகொள்ளாமல் கிளம்பிவிட்டான்.

காலை முதிர்ந்திருந்தது. வெயில் காட்டமாக அடித்தது. அவள் கடைக்குப் போய்ச் சில பொருட்களை வாங்கி வர நினைத்துக் கிளம்பினாள். அந்த நாயின் நினைவு வந்தது. பையோடு வெளியே வந்தவள் வீதியின் இரண்டு பக்கமும் பார்த்தாள். நாயைக் காணவில்லை. ஆசுவாசம் அடைந்தவளாக இறங்கி நடந்தாள்.

கடையில் பொருட்களை எடுத்துக்கொண்டிருக்கும்போது அங்கே வேலை செய்யும் இளைஞன் ஒருவன் அவளையே அசாதாரணமாகப் பார்ப்பதாகப் பட்டது. கொஞ்ச நேரத்துக்கு மேல், அங்கே இருப்பது சரியல்ல என உள்ளுணர்வு சொல்லியது. திடீரென அவளுக்கு அந்த இளைஞனின் முகம் அந்தக் கருப்பு வெள்ளை நாயின் சாயலில் இருப்பதுபோல் தோன்றியது. உடனே அவள் தன்னையே கடிந்துகொண்டாள். எதற்காக அவனை அப்படி நினைக்க வேண்டும் என்றாள். அவள் மனது இரகசியமாக அதில் உள்ளர்த்தம் ஒன்றும் இல்லை அது உண்மைதான் என்றது. அவள் அந்த இளைஞனை எதேச்சைபோல் ஒருமுறை உற்றுப் பார்த்தாள். அவனிடம் அப்படி ஒரு சாயல் இருப்பது உண்மை என்றுதான் தோன்றியது. பொருட்களை எடுத்துக்கொண்டு பில் போடும் இடத்துக்குச் சென்றாள். அங்கே கம்ப்யூட்டருக்கு முன்னால் உட்கார்ந்திருந்த பெண்ணைச் சுற்றிலும் உயரமான கண்ணாடி ஜாடிகளில் விதவிதமான சாக்லெட்டுகள் நிறைந்திருந்தன. அவளும் ஒரு சாக்லெட்டைப் போலவே இருந்தாள். தன்னை அந்த இடத்தில் கற்பனை செய்தாள். தானும் இப்போது ஒரு சாக்லெட் பெண் என நினைத்துக்கொண்டாள்.

கடையை விட்டு வெளியே வந்தபோது வெயில் கண்ணாடியாய் மின்னியது. இறங்கி நடக்க ஆரம்பித்தாள். தெரு திரும்பியதும் அந்த நாய் அவளை நோக்கிக் குரைத்துக்கொண்டு ஓடிவர ஆரம்பித்தது. அவளுடைய சாக்லெட் பெண் பிம்பம் மறைந்து ஒருவித யாருக்கும் பிடிக்காத பெண்ணைப் போன்ற உருவத்துக்கு உள்ளுக்குள் மாறினாள்.

பயத்தால் உச்சந்தலையிலிருந்து ஒரு பனிக்கட்டி கீழே இறங்கியது. எதிர்திசையில் ஓடிவிடக் கால்கள் துடித்தன. ஆனால் இந்த வயதில் நாயைக் கண்டு ஓட அவள் மனம் இடம் கொடுக்கவில்லை. மனதை ஒருநிலைப்படுத்திக்கொண்டு இயல்பாக நடக்க ஆரம்பித்தாள். நாய் அவளுக்கு அருகே வந்துவிட்டது. அவளை மறித்துக்கொண்டு நின்றபடி தொடர்ந்து குரைத்தது. அவள் அப்படியே நின்றாள். உடலெங்கும் வியர்வை ஓடையாய்ப் பெருகியது. நல்லவேளையாய் அது கடிக்கவில்லை. கொஞ்சம் தைரியம் வந்தவளாய் ஒரு அடி முன்னால் எடுத்து வைத்தாள். அது விலகி நின்றது. அது தன்னைப் போக அனுமதித்துவிட்டது எனப் புரிந்துகொண்டவளாய் விறுவிறுவென நடக்க ஆரம்பித்தாள். ஆனால் அது பின்னாலேயே குரைத்துக்கொண்டே வந்தது. சற்றுத் தைரியம் பெற்றவளாய் "ஏய் சூ" என அதட்டினாள்.

அவளுக்குள் உருவான அவளுடைய ஈர்ப்பில்லாத முகத்தை அவளால் சகிக்க முடியவில்லை. அவமானமாய் இருந்தது. தெருவின்

இரண்டு பக்கமும் இருந்த வீடுகளை ஏறிட்டுப் பார்த்தாள். வேகமாக நடந்து வீட்டை எட்டிப் பிடித்து, கதவைத் திறந்து உள்ளே போனதும், "சனியன் பிடிச்ச நாயே" எனக் கத்தினாள்.

கொஞ்சநேரம் கழித்து வழக்கமான வீட்டு வேலைகளில் மூழ்க ஆரம்பித்தாள். பகல் பொழுது வேகமாய்ப் போய்விட்டது. இரவு உணவைத் தயார்செய்து வைத்துவிட்டு, டிவி பார்த்துக் கொண்டிருந்தவள் அப்படியே தூங்கிவிட்டாள்.

திடீரென நாயின் கொஞ்சல் ஒலி கேட்டு விழித்தாள். அந்தக் குரல் அருகில் இருந்துதான் கேட்டது. எழுந்து சென்று கதவைத் திறந்தாள். வீதியில் உதயுடன் அந்த நாய் விளையாடிக் கொண்டிருந்தது. அவன் இடுப்பை முன் கால்களால் தாவித் தாவிப் பிடித்தது, உதய் "ஏய் பேசாம போ" எனச் செல்லமாய்க் கடிந்து கொண்டான்.

பின் கேட்டைத் திறந்துகொண்டு உள்ளே வந்தான். வீட்டுக்குள் நுழைந்ததும் வேகமாய்க் கதவைச் சாத்தினாள். அவனுக்கும் அவளுக்கும் இடையில் மிகப்பெரிய இடைவெளியை உணர்ந்தாள்.

அவன் முகம் கழுவிக்கொண்டு வந்து உணவு மேஜை அருகே உட்கார்ந்தான். அவள் உணவை எடுத்து வைத்துவிட்டு உள்ளே போய்ப் படுத்துக்கொண்டாள்.

அந்தக் காட்சியை அவளால் ஜீரணிக்க முடியவில்லை. ஜீவா அவள் அருகே படுத்திருப்பதுபோல் இருந்தது. எப்போதும் வரும் உணர்வுதான். ஆனால் இன்று மிகத் துல்லியமாய் இருந்தது அந்த உருவம். சந்தேகமாய்க் கைகளை நீட்டும்போது அவனைத் தொட முடிந்தது.

உதய் அவளிடம் நெருங்கியே இரண்டு மாதங்களுக்கு மேலாகிறது. இன்று இதற்கொரு முடிவு கட்ட வேண்டும் என நினைத்தவளாய் எழுந்து வெளியே வந்தாள்.

"உதய் எனக்குத் தூக்கம் வருது" என்றாள். அவன் அவளைத் திரும்பிப் பார்க்காமல் "போய் தூங்கு" என்றான். இவள் "நீ எப்ப வருவ" என்றாள். அவன் எதுவும் பேசாமல் சாப்பிட்டுக்கொண்டிருந்தான். பின், "நீ போய் தூங்கு?" என்றான்.

"இல்ல...நீ வராம நான் தூங்க மாட்டேன்" என்றாள். அவன் கையைக் கழுவினான். வந்து லுங்கியை மாற்றிக்கொண்டு படுத்துக் கொண்டான்.

அவன் முகத்தைத் தன்னுடைய கூரிய நகங்களால் பிறாண்ட வேண்டும்போல் தோன்றியது. 'சீ நீயெல்லாம் ஒரு மனுசனா' என மனதுக்குள் கத்தினாள். பின் படுக்கையில் படுத்துக்கொண்டாள்.

காலையில் உற்சாகமின்றி விழித்தாள். என்ன செய்வது என்று தெரியவில்லை. இந்த நாளை எப்படிக் கடப்பது என யோசித்தாள். பேசாமல் செத்துப் போய்விடலாமா என்று தோன்றியது. உதய் அலுவலகத்திற்குக் கிளம்புவதில் மும்முரமாய் இருந்தான். ஷூ லேஸைக் கட்டிக்கொண்டு, எதுவும் சொல்லாமல் கிளம்பிப் போய்விட்டான்.

அவன் என்றிலிருந்து இப்படி ஆனான் எனப் பொன்மலர் யோசித்தாள். எதுவும் நினைவுக்கு வரவில்லை. நன்றாகத்தான் இருந்தார்கள். சிரித்துச் சிரித்துப் பேசினார்கள். விடிய விடியப் பேசினார்கள். ஊர்ச் சுற்றினார்கள். பஸ்ஸில் அவள் தோளில் சாய்ந்துகொண்டு தூங்கினான். ஒருமுறை அவன் அவளுக்கு நீல நிற ரோஜாப் பூக்களை வாங்கிக் கொடுத்தான். அப்போதெல்லாம் அவளுக்கு ஜீவாவின் நினைவு வரவில்லை. அவனுடனான பழக்கம் வயதுக் கோளாறு என்றும், அதை அவன் புரிந்துகொள்ளும் முன்பே செத்துப் போய்விட்டான் என்றும் நினைத்துக் கொண்டிருந்தாள்.

இரண்டு மாதங்கள் இருக்கும். உதய் ஒருநாள் திடீரென அமைதியாக இருந்தான். அலுவலகத்தில் ஏதாவது பிரச்சினையாய் இருக்கும் என அவளும் விட்டுவிட்டாள்.

ஆனால் மறுநாளும் அடுத்த நாளும் அடுத்தடுத்த நாட்களிலும் அவன் அப்படியேதான் இருந்தான். இவளுக்குள் ஈகோ வளர்ந்தது. நாட்கள், வாரங்கள், மாதங்கள் கழிந்துகொண்டே இருந்தன. அந்தச் சமயத்தில்தான் அந்த நாய் எங்கிருந்தோ அந்தத் தெருவுக்கு வந்துசேர்ந்தது. அது தன்னைத்தான் வெகுநாட்களாகத் தேடிக்கொண்டிருந்திருக்குமோ என இப்போது அவளுக்குத் தோன்றியது.

பெருமூச்சுடன் எழுந்து நெட்டி முறித்தாள். கடைக்குப் போய்க் காய்கறி வாங்கிவரக் கிளம்பினாள்.

வெளியே அந்த நாயைக் காணவில்லை. பிரதான சாலையில் ஒரு அழகான பெண்ணின் படம் போட்டு, கண்ணீர் அஞ்சலி போஸ்டர் ஒட்டியிருந்தது. அவள் ஒரு கணம் நின்று அந்தப் போஸ்டரைப் பார்த்தாள். அந்தப் பெண், நான் செத்துப் போயிட்டேன் எனப் பரிதாபமாகச் சொல்வதைப்போல இருந்தது. பொன்மலர் அந்த இடத்தில் ஜீவாவின் முகத்தைப் பார்த்தாள். பின் தன்னுடைய முகத்தையும் தங்கள் இருவரின் முகத்தையும் அடுத்தடுத்துப் பார்த்தாள். சோக உணர்வு அவளுக்குள் இருந்து பொங்கித் தெருவில் வழிவதைப்போல் இருந்தது.

காய்கறிகளை வாங்கிக்கொண்டு திரும்பும்போது, அந்த நாய் அவளை எதிர்கொண்டது. ஆக்ரோஷமாக அவளைப் பார்த்துக்

குரைத்தது. அவளுக்குக் கோபத்தில் உடல் சூடானது. அந்த நாய் இன்னும் ஆக்ரோஷமாகக் குரைத்தது. அவள் கல்லை எடுத்து வீசி நாயை விரட்டப் பார்த்தாள். சிறிய கல் எதுவும் இல்லை. கொஞ்சம் பெரிய கல். ஐந்து கிலோ இருக்கும். அதுதான் கிடந்தது. அவள் விடுவிடுவெனச் சென்று அந்தக் கல்லைத் தூக்கிவிட்டாள்.

"இந்தாம்மா" என்ற அதட்டல் கேட்டது. அவள் தன்னை அறியாமல் கல்லைக் கீழே போட்டுவிட்டுத் திரும்பிப் பார்த்தாள். பெரியவர் ஒருவர் பின்னால் நின்றிருந்தார். அவளை ஒரு பூச்சியைப் போலப் பார்த்து, "என்ன பண்ற?" என்றார்.

"இந்த நாய் குலைக்குது" என்றாள்.

"அதுக்கு? கல்லைத் தூக்கி அது தலையில போடப்போறியா"

"இல்ல சும்மா பயமுறுத்தறதுக்குத்தான்."

இதற்குள் அந்த நாய் அங்கிருந்து ஓடிவிட்டிருந்தது. அவள் மௌனமாக மேலே நடந்தாள். அந்த ஆளுக்குத் தன்மேல் சுத்தமாக எந்த மரியாதையும் இல்லை என நினைத்தாள். சீ என்றிருந்தது.

இரவில் வீடு வந்த உதய் கையில் இருந்த பிஸ்கட் பாக்கெட்டை டீபாய் மீது வீசினான். நாய் தென்படுகிறதா என வீதியைத் திரும்பி ஒருமுறை பார்த்தான். அதைக் காணவில்லை. அவள் உள்ளே வந்தாள்.

பொன்மலர் எதுவும் பேசாமல் போய்ப் படுத்துக்கொண்டாள். தூக்கம் வருவதுபோல் தெரியவில்லை. எவ்வளவு அவமானகரமான வாழ்க்கை. அவளுக்குக் கொல்லையில் கொன்றை மரம் இருக்கும் தன் வீடு நினைவுக்கு வந்தது. சிரித்த முகத்துடன் அப்பா வந்தார். தலையை ஆதுரமாகத் தடவினார். அவளுக்கு அழுகை வந்தது. எழுந்து உட்கார்ந்துகொண்டாள். தேம்பி அழ ஆரம்பித்தாள். அவன் அதைக் கண்டுகொள்ளாமல் டிவி செய்தியைப் பார்த்துக் கொண்டிருந்தான். அவளுக்கு முடிவற்று அழுதுகொண்டே இருக்க வேண்டும்போல இருந்தது. ஆனால் ஒரு நிமிடத்தில் தன் நிலைப்பாட்டை மாற்றிக்கொண்டாள்.

மறுநாளும் அந்த நாய் அவளைப் பார்த்துக் குரைத்துக்கொண்டு துரத்தியது. அவள் சோர்ந்து போனாள். தன்னிடம் மனிதத் தன்மையற்ற ஏதோ ஒன்று இருப்பதாய் நினைத்தாள். ஒருவேளை அதனால்தான் உதய் தன்னை வெறுக்கிறானோ எனச் சந்தேகமாய் இருந்தது. அல்லது தனக்குப் பேய் பிடித்திருக்குமா? உடனே ஜீவாவின் நினைவு வந்தது. ஜீவா தனக்குள் இருக்கிறானோ? தன்னை ஜீவாவாக நினைத்துக்கொண்டு நாயைப் பார்த்தாள். அது முன்னைவிட ஆவேசமாகக் குரைத்தது. அப்பொழுது

மகா மாயா   123

என்ன செய்கிறோம் என்று தெரியாமலே பற்களை நறநறவெனக் கடித்தாள். நாய் விடாமல் குரைத்தது.

அந்த நாய் அவளைப் பார்க்கும்போதெல்லாம் குரைப்பது அந்த வீதியில் இருக்கும் எல்லோருக்கும் தெரிந்துவிட்டது என்பதைப் புரிந்துகொண்டாள். அந்த வீதியில் குடியிருப்பவர்கள் தன்னைப் பார்க்கும் பார்வை மாறிவிட்டதாக அவளுக்குத் தோன்றியது.

அந்தத் தெருவுக்குள் நுழையும்போதே அந்த நாயின் நினைவு வருவதை அவளால் தடுக்க முடியவில்லை. அந்த நினைவு பெரும் பதற்றத்தை அவளுக்குள் திறந்துவிட்டது. அந்தப் பதற்றத்தை அந்த நாய் தெரிந்துகொண்டுவிடுகிறது. அது குரைக்க ஆரம்பித்து விடுகிறது. அவள் மனம் சோர்ந்துவிடுகிறாள்.

உதய் தன்னை விலக்கி வைத்திருப்பதன் காரணம் என்னவாக இருக்கக்கூடும் என்பதையே அவள் எப்போதும் சிந்தித்துக் கொண்டிருந்தாள். இப்படியே போனால் தான் பைத்தியமாகிவிடக் கூடும் எனப் பயந்தாள். ஒருவேளை அதைத்தான் அவன் விரும்புகிறானா? அல்லது நான் தற்கொலை செய்துகொள்ள வேண்டும் என அவன் எதிர்பார்க்கிறானா என அவளுக்குப் புரியவில்லை.

அன்றிரவு அவனிடம் "உதய் வேற வீட்டுக்குப் போயிரலாமா ... அந்த நாயால எனக்குப் பைத்தியம் பிடிச்சிடும்போல இருக்கு" என்றாள்.

அவன் எதுவும் பேசவில்லை. அவள், "நீ ஏன் திடீர்னு என்னை இப்படி வெறுக்கற?" என்றாள். அவள் குரல் அவ்வளவு குழைந்திருந்தது. அவனிடம் மடிப்பிச்சை கேட்பதுபோல் தான் நிற்பதாக அவளுக்குத் தோன்றியது. கணமூடித்தனமான ஆத்திரம் வந்தது. "உங்கிட்டதானே கேக்கிறேன்" என்றாள். அவன் எதுவும் பேசவில்லை. எதுவும் நடக்காததைப்போலச் சாப்பிட்டுக்கொண்டும் டிவி பார்த்துக்கொண்டும் இருந்தான். "உங்கிட்டதானே கேக்கிறேன்" என்று குரலை உயர்த்தினாள். அவன் சாப்பிடுவதை நிறுத்தி அவளைப் பார்த்தான். அவள், "உங்கிட்டதானே கேக்கிறேன்" என அந்த வீடே அதிரும்படி அலறினாள். காற்றுக்காக ஜன்னல் திறந்திருந்தது. அவள் குரல் வீதி முழுக்க எதிரொலிப்பதை அவளால் யூகிக்க முடிந்தது.

மறுநாள் எழுந்தபோது நேற்றிரவு தான் அப்படி நடந்துகொண்டிருக்கக் கூடாது என நினைத்தாள். அவள் செய்கை மீண்டும் மீண்டும் மனதுக்குள் ஓடியது. வருத்தமாகவும் வேதனையாகவும் இருந்தது.

உதயிடம் சென்று, "நைட் நான் ரொம்ப மோசமா நடந்து கிட்டேன் சாரி" என்றாள். அவன் எதுவும் சொல்லாமல் கிளம்பிப் போய்விட்டான்.

திடீரென இவனுக்கு என்ன ஆகியிருக்கும், மர்ம உறுப்பில் அடிபட்டிருக்குமா என நினைத்தாள். சிரிப்பு வந்தது. ஒருவேளை இரவு அவன்மீது தானே விழுந்து புரள வேண்டும் என நினைக்கிறானோ என்றும் யோசனையாய் இருந்தது. இன்று அப்படிச் செய்து பார்த்துவிடலாமா என நினைத்தாள். ஆனால் தான் அப்படிச் செய்வதை அவளால் கற்பனை செய்துகூடப் பார்க்க முடியவில்லை. தன்னை ஒரு வேசியைப்போல் அவன் நினைத்துக்கொண்டுவிட்டானென்றால்?

அன்றிரவு அவன் வந்து அவர்கள் வாழ்க்கையில் எதுவுமே நடக்காத மாதிரி அல்லது அவனுக்குக் கல்யாணம் ஆனதை மறந்துவிட்ட மாதிரி அல்லது கல்யாணமே ஆகாதது மாதிரி தான் மட்டும் அங்கே இருப்பதுபோல இருந்தான். என்னதான் நடந்திருக்கும். அவளுக்கு ஆத்திரம் வர ஆரம்பித்தது. அவன் சாப்பிடும்போது, "நான் உனக்கு என்ன பண்ணினேன்?" என அலறினாள். தெரு முழுக்க அது எதிரொலித்தது.

மறுநாள் இன்னும் சத்தமாக அலறுவதற்குத் தயாராகிக் கொண்டிருந்தவள் ஒரு கணம் நிதானித்தாள். ஒருவேளை இதுதான் அவன் திட்டமா எனத் தோன்றியது. இன்று கத்தலாமா வேண்டாமா எனக் குழம்பினாள். இந்த வினோதமான சூழலில் இருந்து உடனே வெளியேறிவிட வேண்டும் எனத் தோன்றியது.

அன்றிரவு தூங்கும்போது கனவில், உதய் அவளை ஒதுக்கி வைத்திருப்பதற்கான காரணத்தைச் சொன்னான். அவளும் அதைப் புரிந்துகொண்டவளாய் 'சரி' என்றாள். அவள் மனம் மெல்ல ஆசுவாசமடைந்தது. காலையில் எழுந்தவுடன் அந்தக் கனவு நினைவுக்கு வந்தது. ஆனால் அதில் அவன் என்ன சொன்னான் என்று தெரியவில்லை. அவன் சொன்ன அந்தச் சரியான காரணத்தை அவள் நாள் முழுவதும் யோசித்துக்கொண்டிருந்தாள்.

இரவு வந்ததும் அவள் முற்றிலும் சோர்வடைந்துவிட்டாள். இதற்குமேல் இந்த நிலையைத் தன்னால் தாங்க முடியாது எனத் தோன்றியது.

அன்றிரவு அவன் வந்தவுடன் பையை எடுத்துக்கொண்டு வெளியேறினாள். நாயைப் பற்றிய பயம் எழுந்தாலும் அதையும்மீறி அவள் தெருவில் இறங்கிவிட்டாள். எங்கிருந்தோ அந்த நாய் குரைத்துக்கொண்டு ஓடிவந்தது. அவள் அதை இலட்சியம் செய்யாமல் நடக்க ஆரம்பித்தாள். நாயின் குரைப்பு பல வீடுகளின் விளக்கை உயிர்ப்பித்தது. சிலர் வாசலுக்கு வந்து பார்த்தார்கள்.

மகா மாயா

உதயின் குரல், “டாமி” என வீட்டருகே இருந்து கேட்டது. (இதற்கு இந்தப் பெயரை அவன் எப்போது வைத்தான்?) நாய் குரைப்பை நிறுத்திக்கொண்டு திரும்பிப் பார்த்தது. அவன் வேகமாக நடந்து வந்து அவளைக் குறுக்கிட்டு நின்றான்.

“டிராமா பண்ணாத... பேசாம வீட்டுக்கு வா” என்றான்.

அவள் அவனை எரித்து விடுவதைப்போலப் பார்த்தாள். “டிராமா பண்றது நீயா நானா” என்று சீறிவிட்டு மீண்டும் நடக்க ஆரம்பித்தாள். அவன் அவள் கையைப் பற்றிப் “பேசாம வா” என்றான்.

அந்தக் கையின் தொடுதல் அவ்வளவு அந்நியமாய் இருந்தது. அவள் அதை வெடுக்கென உதறினாள். “நான் உனக்கு என்ன பண்ணினேன் சொல்லு” என்றாள்.

அவன் “ப்ச்” என இடுப்பில் கை வைத்துக் கொண்டு நின்றான்.

“பைத்தியம் மாதிரி பண்ணாத... பேசாம வா” என்றான்.

“ஆமான்டா... எனக்குப் பைத்தியம். சொல்லு நான் உனக்கு என்ன பண்ணினேன்” என அலறினாள்.

அவன் அவள் கையைப் பிடித்துக்கொண்டு தரதரவென இழுத்துக்கொண்டு போனான். அவள் “கையை விடுடா கையை விடுடா” என அலறிக்கொண்டே கால்களை இறுக்கி நிற்க முயன்று தோற்று அவன் இழுப்புக்குப் பின்னால் போய்க்கொண்டிருந்தாள்.

ஒரு வீட்டிலிருந்து ஒரு ஆணின் குரல் அதட்டலாக வந்தது. “இந்தாம்மா என்ன நீ ஒரேயடியா பண்ணிக்கிட்டு இருக்க. பொம்பளைக்குக் கொஞ்சமாச்சும் அறிவு வேணாம்” என்றது.

அவள் விக்கித்துப் போய்விட்டாள். எவ்வளவு மதிப்பற்ற சொற்கள் அவளைப் பார்த்து வீசப்பட்டுவிட்டன. வேடிக்கைப் பார்த்துக்கொண்டிருந்த நாய் மீண்டும் குரைக்க ஆரம்பித்தது.

அவள் குனிந்து அவன் கையை ஆழமாகக் கடித்தாள். அவன் ஆவென அலறிக்கொண்டே கைகளை உதறிக்கொண்டான்.

வீடுகளில் இருந்து ஒன்றிரண்டு பேர் அவர்களை நோக்கி வர ஆரம்பித்தனர். போலீஸ்காரனைப்போல் இருந்த ஒருவன் அவள் அருகில் வந்து அறைவதற்குக் கையை ஓங்கினான். “மரியாதையா போ... அறைஞ்சி பல்லைப் பேத்துறுவேன்” என்றான். அவள் “உன் வேலையைப் பாத்துக்கிட்டுப் போடா நாயே” என்றாள். அவன் அவள் கூந்தலைப் பற்றத் தாவினான்.

உதய் “சார் சார் மன்னிச்சுக்கங்க” என்று அவனைத் தடுத்தான்.

“என்ன சார் பொம்பள இவ. எங்கிருந்து இவளப் புடிச்சிக்கிட்டு வந்தீங்க” என்றான்.

“இவ?” அவள் அதிர்ந்துபோய் நின்றாள்.

இன்னொரு பெண் குரல் “லவ் மேராஜா” என்றது. பொன்மலருக்கு அந்த இடத்திலும் அது வேடிக்கையாய் இருந்தது. அவள் ஏன் அப்படிக் கேட்டாள்?

நாய் குரைத்துக்கொண்டே இருந்தது.

அவள் பேசாமல் அவனோடு வீட்டுக்கு நடந்தாள். “தேவிடியா பையனே... என்னை இப்படி நடு ரோட்டுல நிறுத்திக் கண்டவனும் என்னைப் பாத்துக் கை ஓங்கற மாதிரி செஞ்சிட்ட இல்ல” வீதி முழுவதும் கேட்கட்டும் என இரைந்து கத்தினாள்.

அவன் எதையும் கண்டுகொள்ளாமல் தூங்கப் போய்விட்டான்.

அவள் ஊருக்குப் போக வேண்டும் என்ற தன் எண்ணத்தை மாற்றிக்கொண்டுவிட்டாள். ஒருவேளை அவன் தன்னைக் கொன்றுவிடுவானோ எனத் திடீரெனப் பயம் எழுந்தது. அப்படி அவன் தன்னைக் கொன்றுவிட்டாலும் அவன் பக்கம்தான் எல்லோரும் பேசுவார்கள் எனத் தோன்றியது. அதற்கான எல்லாச் சாட்சிகளையும் நானே வலிந்து உருவாக்கிவிட்டேனே என நினைத்து அதிர்ந்தாள். சீ. . . என்ன ஒரு அறிவு கெட்டத்தனம். அவளுக்குப் பயமாய் இருந்தது. அவனுடைய மர்மமான திட்டம் வெற்றிகரமாய்க் கனிந்துகொண்டு வருவதாய்த் தோன்றியது.

மறுநாள் அவனை அவள் கண்டுகொள்ளாமல் இருந்தாள். இரவில் வந்தான், தூங்கினான். காலையில் எழுந்து வேலைக்குப் போனான். வந்தான், போனான். வந்தான். அவளோடு எதுவும் பேசவில்லை. அவன் ஏதோ ஒரு பெரிய பயங்கரமான திட்டத்தோடுதான் இருக்கிறான் என்று நினைத்தாள். ஆனால் அது எதற்காக ஏன் என்பதைப் புரிந்துகொள்ள முடியவில்லை. ஒருவேளை ஜீவாவும் அவளும் காதலித்ததை, காதல் தோல்வியால் அவன் தூக்குப் போட்டுக்கொண்டு செத்துப் போனதை இவன் தெரிந்துகொண்டிருப்பானோ எனச் சந்தேகமாய் இருந்தது.

அல்லது அவன் வேறு யாரையாவது காதலித்திருக்கலாம். அவளை இப்போது சந்தித்திருக்கக்கூடும். இருவரும் சேர்ந்து ஏதாவது திட்டமிட்டிருக்கலாம் என்றும் தோன்றியது.

இதற்கு மேலும் இதை வீட்டில் சொல்லாமல் இருப்பது நியாயமல்ல என்று நினைத்தாள். வீட்டுக்குப் போன் செய்து அம்மாவிடம் சொல்லிவிட முடிவு செய்தாள். போனில் அவள்

சொன்னதைக் கேட்டு, அம்மா அச்சத்தில் உறைந்து போனாள். “என்னன்னு தெரியலையே... பேசாம நீ இங்கயே வந்துரு. கொஞ்ச நாள் ஆவட்டும்... என்ன பண்றான்னு பாக்கலாம்” என்றாள். எதிர்முனையில் வீட்டுக்கு வெளியே டெடியின் மகிழ்ச்சியான குரைப்புச் சத்தம் கேட்டது.

“அம்மா டெடியா அது? அவங்கிட்ட போனக் குடும்மா” என்றாள். அம்மா “அவனுக்கும் நீதான் பேசறேன்னு தெரிஞ்சி போச்சு” என்றாள். போனுக்குள் டெடியின் அன்பொலி கேட்டதும் அவளுக்கு அழுகை பொங்கிக்கொண்டு வந்தது.

மறுநாள் அவன் அலுவலகம் கிளம்பிய சற்று நேரத்தில் வீட்டை விட்டுக் கிளம்பினாள். அந்த நாய் அவளைப் போக விடாமல் குரைத்தது. அவளால் ஒரு அடிகூட எடுத்துவைக்க முடியவில்லை. அப்போது அந்த நாயைக் கொன்றுவிட வேண்டும்போல இருந்தது – கையிலிருந்த பேக்கைச் சுழற்றி அதன் முகத்தில் அறைந்தாள்.

நாய் அதை எதிர்பார்த்ததைப்போலப் பாய்ந்து அவள் கெண்டைக் காலில் கடித்தது. அவள் ‘ஆ’ வென அலறினாள். கடிவாயில் இருந்து கருஞ்சிவப்பு இரத்தம் அவளைப் பார்த்து மர்மமாய்ச் சிரித்தபடி வரத் துவங்கியது.

வீதியில் ஜன நடமாட்டம் இல்லை. ஆனால் தன்னை நாய் கடித்துவிட்டதை வீட்டுக்குள் இருந்தாலும் யாராவது தெரிந்திருக்கக் கூடும். அவர்கள் யாரும் வரவில்லை, வரமாட்டார்கள் என்பதும் அவளுக்குத் தெரியும் என நினைத்தபோது அவளுக்கு அழுகை வந்தது.

பிரதான வீதிக்கு வந்து ஆட்டோ பிடித்து மருத்துவமனைக்குப் போனாள். நாய்க்கடிக்கு ஊசி போட்டுக்கொண்டாள். டாக்டர் “அது வெறிநாயா என்னன்னு தெரியல... தினமும் வந்து ஒரு வாரத்துக்கு ஊசி போட்டுக்கணும் செக் பண்ணிக்கணும்” என்றார். அவள் “சரி” என்றுவிட்டு வீட்டுக்குத் திரும்பினாள். தெருவில் அந்த நாயைக் காணவில்லை.

தன்னை நாய் கடித்ததை அவள் உதயிடம் சொல்லவில்லை. ஆனால் தெருவில் யாரோ சொல்லியிருப்பார்கள்போல. வீட்டுக்கு வந்த உடனே “அந்த நாய் உன்னைக் கடிச்சிடுச்சா” என்றான்.

அவள் எதுவும் பேசவில்லை. அவனாகவே வந்து அவள் ஆடையைத் தூக்கிக் கடிவாயைப் பார்த்தான். “ஊசி போட்டுக்கிட்டியா? நீ எதுக்கு வெளிய போன... சாப்டியா ... சாப்பிட எதுவும் செஞ்சியா கடையில வாங்கிகிட்டு வரட்டுமா” என்றான். அவள் எதுவும் பேசவில்லை.

அவனாகவே உள்ளே சென்று சமையல்கட்டை ஆராய்ந்தான். எதுவும் செய்யவில்லை எனத் தெரிந்துகொண்டு வெளியில் கிளம்பினான். கொஞ்ச நேரம் கழித்துப் பரோட்டா பொட்டலத்தோடு திரும்பினான். தன்னுடைய பொட்டலத்தைப் பிரித்து வைத்துக்கொண்டு தின்ன ஆரம்பித்தான். அவளைச் சாப்பிடும்படி சொன்னான்.

அவள் காதில் வாங்கிக்கொள்ளாதவளாய்ப் படுக்கையில் படுத்துக்கொண்டாள்.

அவள் தன் வீட்டில் செல்லமாக வளர்ந்த விதத்தை நினைத்துப் பார்த்துக்கொண்டாள். அத்தையின் ஊருக்குப் போனால் அங்கே அவளை வீடு தவறாமல் அழைத்து உபசரித்ததை நினைத்துப் பார்த்தாள். எத்தனை இளைஞர்கள் அவளைச் சுற்றிச் சுற்றி வந்தார்கள் எனக் கணக்கிட ஆரம்பித்தாள். பின் ஒரு நீண்ட பெருமூச்சு அவளிடமிருந்து கிளம்பியது.

மறுநாள் ஆஸ்பத்திரிக்குப் போகக் கிளம்பியபோது, அந்த நாய் தெருவில் சுற்றிக்கொண்டிருந்தது. அவளைப் பார்த்ததும் மெல்ல அங்கிருந்து நழுவிச் சென்றுவிட்டது.

மதியம் உதய் போன் செய்து "டாக்டரைப் பாத்தியா, சாப்டியா" என்றான். அவள் "ம் ம்" என்றுவிட்டு "நாளைக்கு நான் அம்மா வீட்டுக்குப் போறேன்" என்றாள்.

அவன் சரி என்று சொல்லி இணைப்பைத் துண்டித்தான்.

நிலவெளி, செப்டம்பர் 2019

12

ஏர்ப்பு விசையும் விலக்கு விசையும்

சாருமதிக்கு எல்லாம் வழக்கம் போலவே இருக்கின்றன என்ற உணர்வு மெல்ல மெல்ல வரத் துவங்கியது. பிரதாப் இறந்ததால் உலக இயக்கத்தில் ஒரு இம்மியும் மாறவில்லையோ என நினைத்தாள். ஆனால் இன்னும் ஐம்பது வருடங்களுக்கு வாழ்க்கையில் என்னென்ன நடக்கும் எனக் கற்பனை செய்திருந்ததெல்லாம் தனக்குச் சம்பந்தமில்லாத சினிமாக் காட்சிகளாய் மனத்திரையில் ஓடின. அதன்பின் ஏமாற்ற உணர்வு பசி கொண்ட மிருகம்போல மீண்டும் எழுந்தது.

அழைப்புமணிச் சத்தம் அறைக்குள் மெல்ல நுழைந்தது. ஏமாற்றம் பொங்கி வழிந்த முகத்தைத் துடைத்துக்கொண்டு போய்க் கதவைத் திறந்தாள். வெளியே சுரேந்தர் நின்றிருந்தான். நீண்ட நாட்களுக்குப் பின் அவன் வந்திருந்தான். கனத்த கண்களால் அவளைப் பார்த்தான். அவள் வழக்கம்போலச் சிரிக்க முயன்றாள். ஆனால் அது அழுகையைப்போல இருந்தது. “உள்ள வாங்க” என்றாள்.

பிரதாப் இருந்தால், இந்நேரம்? அப்போது அந்த வாசனை அங்கே பரவுவதை உணர்ந்தாள். பிரதாப்பின் வாசனை. வியப்போடு அவள் மூச்சை ஆழ இழுத்தாள். சுரேந்தர் என்ன என்பதுபோல் பார்த்தான். “அவரோட வாசனை வருது. உங்களுக்குத் தெரியுதா?” என்றாள்.

சுரேந்தர் முகம் வெளிறிப் போனான். "இந்தப் பர்ப்யூமை சொல்றியா? சாரி... பிரதாப்பும் நானும் சேர்ந்துதான் இதை வாங்கினோம். இது அவனை ஞாபகப்படுத்திரும்னு எனக்குத் தோணவே இல்லை. வழக்கம்போல எடுத்துப் போட்டுக்கிட்டேன். சாரி" என்றான்.

"பரவாயில்லை விடுங்க... இல்லைன்னாலும் எப்படியும் அவரைத்தானே நினைக்கப் போறோம். ஆனா இந்த வாசனை வந்ததும் அவரும் வந்திருக்காரோன்னு ஒரு செகண்ட் குழம்பிப் போயிட்டேன்... வேற ஒண்ணுமில்ல" என்றாள். அளவற்ற குற்றவுணர்ச்சி அவனுக்குள் எழுந்தது. "ஒரு நிமிஷம் இருங்க வர்றேன்" என உள்ளே போனாள். கண்ணில் வழிந்த கண்ணீரை மீண்டும் மீண்டும் துடைத்தாள். பின் வெளியே வந்து. "காபி சாப்பிடறீங்களா?" என்றாள்.

அவன், "நீ சாப்பிடறியா" என்றான். "சரி எனக்கும் போட்டுக்கிட்டு வர்றேன்" எனச் சமையல்கட்டில் நுழைந்து காபி தயாரிக்க ஆரம்பித்தாள். இரண்டு டம்ளர்களில் எடுத்துக் கொண்டு வந்தாள்.

ஒன்றைச் சுரேந்தரிடம் கொடுத்துவிட்டு, ஒன்றை எடுத்துக் கொண்டு உட்கார்ந்தாள். "ராத்திரியெல்லாம் தூங்க முடியல. லைட்டை அணைக்கப் பயமா இருக்கு. கண்ணை மூடினா அதுதான் வருது" என்றாள். அவள் உடல் மெல்ல நடுங்கியது. சுரேந்தருக்கும் உடல் நடுங்கியது. "நாம வேற ஏதாவது பேசுவமே" என்றான்.

"காலையில என்ன சாப்பிட்ட" எனப் பழைய உற்சாகத்தோடு கேட்டான். அதைப் பார்க்கும்போது, பிரதாப் இன்னும் சாகாத மாதிரி அல்லது அது இவனுக்குத் தெரியாத மாதிரி அல்லது அதை அவன் அப்போதே மறந்துவிட்ட மாதிரி இருந்தது.

சாருமதிகூடப் பிரதாப் வெளியே எங்கோ போயிருப்பதாய் நம்ப விரும்பினாள். ஒரு நிமிடம் அந்தப் பழைய வாழ்க்கைக்குள் போய்விட்டு வந்த மாதிரி இருந்தது. "இப்படியெல்லாம் ஏன் நடக்கணும்" என்றாள்.

சுரேந்தர், "நீ அதையேதான் நினைச்சிகிட்டிருக்கியா? பைத்தியம் பிடிச்சிடும்" என்றான். அவள் திரும்ப எதுவும் பேசவில்லை. வேற எதை நினைக்க முடியும் எனக் கேட்க நினைத்தாள். ஆனால் கேட்கவில்லை.

"சரி காலையில என்ன சாப்பிட்ட?" என்றான்.

"இட்லி சாப்பிட்டேன். அது நேத்தா இன்னிக்கா தெரியல" என்றாள். அந்தப் பதிலில் இருந்த மிகக் கைவிடப்பட்ட

தன்மை அவனைச் சிதைந்துபோகும்படி தாக்கியது. சுரேந்தர் முகத்தை மூடிக்கொண்டான். அழுகையால் அவன் முகம் கோணிக்கொள்வது தெரிந்தது. சட்டென எழுந்து வாசலைத் தாண்டிப் போனான்.

வெளியில் வெயில் கொதித்தது. அவன் அதைப் பற்றிச் சட்டை செய்யவில்லை. சாருமதி அவனை ஏன் என்று கேட்கவோ இருக்கும்படி சொல்லவோ இல்லை. அவளும் திகைத்துப்போய் இருந்தாள். அனிச்சையாய் பைக்கை ஸ்டார்ட் செய்தான். அது அவன் மனநிலையைத் தெரிந்துகொண்டு அதுவே போவதுபோல மெல்ல ஊர்ந்தது.

வீடு வந்துசேர்ந்ததே தெரியவில்லை. அம்மா வாசலில் வந்து பார்த்தாள். அவன் தன்னுணர்வற்று பைக்கில் இருந்து இறங்குவதைப் பார்த்துப் பயந்து போனாள். " எங்கப் போயிட்டு வர்றே. சாருமதி வீட்டுக்கா" என்றாள்.

அவன் மௌனமாய் உள்ளே சென்றான். "ஏன்டா கொஞ்ச நாளைக்கு அங்கப் போகாதேன்னா புரியாதா? எருது புண்ணு காக்கா அறியுமான்ற மாதிரி இப்ப எதுக்கு அங்க போன? அவ உன்னப் பாத்ததும் அழுதிருப்பாளே? போய் நோண்டி விட்டுட்டு வந்துட்ட. எல்லாம் தலையெழுத்து" என்றாள். அவன் எதுவும் பேசவில்லை

"சாப்டியா" எனச் சந்தேகமாய் கேட்டாள். அவனுடைய கூர்மையான பார்வையைத் தவிர்க்கும் விதமாய், "இரு சாப்பாடு கொண்டு வர்றேன். போய் மொகத்த அலம்பிக்கிட்டு வா" என்றபடி, மடித்துக்கொண்டிருந்த சேலையைக் கட்டிலில் வீசிவிட்டு உள்ளே போய்ச் சாப்பாடு போட்டு எடுத்து வந்தாள்.

அவன் அப்படியே உட்கார்ந்திருந்தான். "டேய் எந்திரிடா. நீ ஓகே சொன்னியே சாதனா, அவளையே நிச்சயம் பண்ணிடலாமா" என்றாள் திடீரென்று.

இவன் சலிப்பாய் இப்ப அந்தப் பேச்சு என்னத்துக்கு என்பதுபோல் பார்த்தான். "யோசிச்சிப் பார்த்தேன். பவுனு முன்ன பின்ன இருந்துட்டுப் போவுது. நீதான் வாழப் போறவன். உன்னோட சந்தோஷம் முக்கியம் அப்படீன்னு தோணிச்சி. உடனே போய் பேசுங்கன்னு அப்பாவை அனுப்பியிருக்கேன்" என்றாள்.

பிரதாப் கை கழுவிக்கொண்டு வந்து சாப்பாட்டை எடுத்து வைத்துக்கொண்டு உட்கார்ந்தான். சாருமதியின் முகம் நினைவில் வந்தது. தட்டில் என்ன இருக்கிறது என்றே தெரியாமல் சாப்பிடத் தொடங்கினான். கொஞ்சம் சாப்பிட்ட பின் சாப்பாடு ருசியாய்

இருப்பதாய்ப் பட்டது. என்ன என்று பார்த்தான். பிரியாணி மாதிரி ஏதோ செய்திருந்தாள். அவனுக்குக் குற்றவுணர்வு பொங்கியது. பிரதாப் செத்து ஒரு வாரம் ஆகவில்லை. இவ்வளவு சீக்கிரமாகவா இயல்பு வாழ்க்கைக்குத் திரும்புவது? அதற்குப் பின் அவனுக்குச் சாப்பிடப் பிடிக்கவில்லை. கைகழுவ எழுந்தான். அம்மா அதிர்ந்து போனவளாய், "டேய்" என்றாள்.

"வயித்த பட்டினிப் போட்டா எல்லாம் மாறிடுமா" என்றாள். அவன் எதையும் காதில் வாங்கிக்கொள்ளவில்லை. கையைக் கழுவிக்கொண்டு உள்ளே போய்ப் படுக்கையில் தொப்பென விழுந்தான்.

பிரதாப் பஸ் சக்கரத்தின் அடியில் கூழமாய்க் கிடந்தான். சுற்றி எவ்வளவு இரத்தம்? அவனுக்கு அழ வேண்டும்போல இருந்தது. பிரதாப் ஏதோ இப்போதுதான் இறந்த மாதிரி ஓங்கி அழத் தோன்றியது. மெல்ல விசும்பினான். பின் அது ஒரு பெரும் அழுகையாய் மாறியது.

அம்மா தயங்கித் தயங்கி, "சுரேந்தர் . . . சுரேந்தர்" என்றாள். அவள் கண்களில் இருந்து கண்ணீர் உருண்டு விழுந்தது. "மனச தேத்திக்கடா என்ன செய்யறது விதி" என்றாள். விதி? அவனுக்குக் கோபமாய் வந்தது. எதற்கு இந்த விதி?

கல்லூரிக் காலத்தில் இருந்து அவர்கள் நண்பர்கள். நூலகம், சினிமா என இருவரும் எங்கெங்கும் சேர்ந்தே சென்றார்கள். பிரதாப்புக்கு வாழ்க்கையின்மீது அளவற்ற காதல் இருந்தது. யார் மீதும் அவ்வளவு சீக்கிரம் கோபித்துக்கொள்ள மாட்டான். யாரைப் பற்றியுமோ அல்லது எதைப் பற்றியுமோ குறைசொல்ல மாட்டான். நல்ல நகைச்சுவை உணர்வு இருந்தது. பிற்காலத்தில் வாழ்க்கையில் பெரிதாய் என்னவோ சாதிக்கப் போகிறான் என சுரேந்தர் அசைக்க முடியாதபடி நம்பிக்கொண்டிருந்தான். பிரதாப்புக்கும் உள்ளுக்குள் அந்த நம்பிக்கை இருந்தாலும் வெளியே எதையும் காட்டிக்கொள்ள மாட்டான். மிகுந்த தைரியசாலி.

சாருமதியைப் பெண் பார்க்கப் போனது நேற்றுப்போல் இருக்கிறது. அந்த நாளின் அத்தனை தன்மைகளும் இன்னும் நினைவில் இருந்து உதிரவில்லை. புதுப் பெண்ணுக்கே உரிய மெருகோடு இருந்தாள் சாருமதி. அவள் கண்களில் அத்தனை வெளிச்சம். நம்பிக்கை. எல்லாம் கனவாய்ப் போய்விட்டது.

சாருவைப் பார்த்து ஒரு வாரம் ஆகிறது. என்ன செய்கிறாளோ எப்படி இருக்கிறாளோ? போய்ப் பார்க்க வேண்டும் எனத் தோன்றியது. மத்தியானம் அம்மாவிடம் பிரண்ட் வீட்டுக்குப் போவதாய்ச் சொல்லிக்கொண்டு கிளம்பினான்.

சாரு வீட்டின் உள்ளே டிவியில் மகிழ்ச்சியான பாடல் ஒன்றின் சத்தம் வெளியே வரை கேட்டது. என்னவோ அவனுக்குள் இனம் புரியாத சோகம் படர்ந்தது. இப்படியே திரும்பிப் போய்விடலாமா எனப் பார்த்தான். வாசல்வரை வந்தாகிவிட்டது. ஒருமுறை எட்டிப் பார்த்துவிட்டுப் போய்விடலாம் என நினைத்தவனாய் அழைப்பு மணியை அழுத்தினான். சாரு வந்து கதவைத் திறந்தாள். அவள் முகத்தில் ஏற்கெனவே பளீரிட்டிருந்த வெளிச்சம் மெல்ல மங்கி, உதட்டில் ஒட்டியிருந்த மெல்லிய சிரிப்பு உதிர்ந்தது. பிரதாப்பின் அம்மா வந்து யார் என்று பார்த்து, "வாப்பா" என்றார்.

உள்ளே போய் சோபாவில் உட்கார்ந்தான். "எப்படி இருக்கே சாரு" என்றான். அவள் மிக மென்மையாக, "ஏதோ இருக்கேன்" என்றாள். "டிவிய ஏன் நிறுத்திட்டே... போடு" என்றான்.

"ப்ச். டிவிய பாக்கிறதவிட என்னதான் செய்யறது. வெளிய எங்கயும் போகப் பிடிக்கல. ரோட்ல ஒவ்வொருத்தரும் என்னையே வெறிச்சிப் பாக்கற மாதிரி இருக்கு. அவிங்களுக்குள்ள இவதான் பிரதாப்போட ஒய்ப்னு சொல்ற மாதிரி இருக்கு. வீட்ல இருக்கவும் பிடிக்கல" என்றாள். பின் ஒரு கணத்தை ஆழ்ந்த மௌனத்தோடு கடத்தி, "பேசாம செத்துட்டா பரவாயில்லன்னு தோணுது" என்றாள்.

பிரதாப்பின் அம்மா எழுந்து அவளை அடிக்கப் பாய்ந்தார். "போதும் வாய மூடுடி. இங்க ஒரு சாவு விழுந்தது பத்தாதா. உனக்குள்ள அந்த மாதிரி நினைப்பு எதாவது இருந்தா தொடச்சி எறி. வாயக் கழுவு. செத்துப் போறாளாம்" எனச் சத்தம் போட்டார். சாருமதி என்ன சொல்வது எனத் தெரியாமல் அழ ஆரம்பித்தாள். அம்மாவும் அழத் துவங்கினார். "இந்தப் பையன் இப்படிப் பண்ணிட்டானே. இவனுக்கென்ன அவ்வளவு அவசரம். இவ முகத்தப் பாத்தாக்கூட அவனுக்குச் சாகத் தோணுமா" என்றாள்.

சுரேந்தருக்கு ஒன்றும் புரியவில்லை. அவன் என்ன வேண்டுமென்றா செத்தான். தறிகெட்டு வந்த பஸ் மோதினால் அவன் என்ன செய்வான்? சாரு மெல்ல, "அம்மா அவரு என்னம்மா பண்ணுவாரு" என்றாள்.

"தம்பி இவள பேசாம இவளோட வீட்டுக்கே அனுப்பிடலாம்னு நினைக்கிறேன். என்ன சொல்ற" என்றான்.

சாருமதி கோபமாய் எழுந்தாள். "நான் இங்க இருக்கிறது பிடிக்கலன்னா சொல்லிடுங்க. இப்பவே போயிடறேன்" என்று அழுதாள்.

"அடிப் பைத்தியம் நான் என்ன சொல்றேன். நீ என்ன சொல்ற. இங்க இருந்தா பொழுதன்னைக்கும் உனக்கு அவன் ஞாபகம்தான்

வரும். ஒன்னு கிடக்க ஒன்னு ஆச்சின்னா வயசான காலத்தில என்னால அதையெல்லாம் பாக்க முடியுமா?"

"அதுக்காக என்ன மூட்ட கட்டி வீட்டுக்கு அனுப்பறீங்களா? அங்க போய் நான் செத்தா என்ன இருந்தா என்ன அப்படித்தானே?"

"ஐயோ சாமி இந்தப் பேச்சை விடு. போ போய் காபி போட்டுக்கிட்டு வா" என்றார். சாரு உள்ளே போனதும் சுரேந்தரிடம், "தம்பி நான் என்ன சொல்றேன்னு உனக்குப் புரியுதா? அவ அங்கப் போனா அவங்க அப்பா அம்மா ஏதாவது செய்வாங்க? இந்தச் சின்ன வயசுல இவ இப்படி நிக்கணுமா சொல்லு" என்றாள்.

"சரிதான்மா. ஆனா கொஞ்சநாள் போகட்டுமே? இப்பவே எல்லாம் பண்ணணுமா" என்றான்.

"ஆமாம்பா இன்னைக்கி அப்படித்தான் இருக்கும். நாளைக்கி ரசாபாசமா ஏதாவது நடந்திட்டா?"

சுரேந்தருக்கு ஒன்றும் பிடிக்கவில்லை. சாருவின் காதில் விழுந்துவிடப் போகிறது எனத் தர்மசங்கடமாய்ச் சைகை செய்தான். "அப்படி நடந்துருமா?" என்றான் ஆச்சரியமாக.

சட்டென என்னவோ வெறுப்பாய் இருந்தது. காபி குடிக்காமலேயே எழுந்து வெளியே போய்விட்டான்.

சாருமதியைப் பார்க்க அடிக்கடி போகப் பயமாய் இருந்தது. போகாமலும் இருக்க முடியவில்லை. என்றாவது ஒருநாள் அவன் காதில் விழும் எனப் பயந்திருந்த அந்த வார்த்தைகள் அவன் நினைத்திருந்ததைவிட வெகு சீக்கிரமே அவன் காதில் விழுந்தன. "இவன் பிரதாப்போட பிரண்ட். இவன்தான் இப்போ அந்தப் பொண்ணப் பாக்க அடிக்கடி போயிட்டிருக்கான்." அந்தத் தெருவில் நுழையும்போது இரண்டு இளைஞர்கள் இப்படிப் பேசிக்கொண்டு போனார்கள். ஒன்றும் பிரமையில்லை. நிஜம்தான். நிஜமாகவே அப்படிச் சொல்லிவிட்டார்கள்.

சுரேந்தரின் நெஞ்சில் இரும்புக்குண்டு மோதியதைப்போல இருந்தது. பிரதாப் வீட்டுக்குப் போகாமலேயே திரும்பினான். பின் நீண்ட நாட்களுக்கு அவன் சாருமதி வீட்டுக்குப் போகவில்லை.

திடீரென ஒருநாள் வண்டியை எடுத்துக்கொண்டு போனான். சாருவிடம் பழைய புன்னகை மீண்டிருப்பதுபோலத் தெரிந்தது. அதைக் கண்டு அவன் மனதில் முதலில் துயரம் ஏன் எழுகிறது என அவனுக்குப் புரியவில்லை. சாரு குமைந்து குமைந்து வாழ்நாளெல்லாம் துயரப்பட்டுச் சாக வேண்டும்

மகா மாயா

என நினைக்கிறோமா என்ன? அவன் எரிச்சலோடு தன்னையே கேட்டுக்கொண்டான்.

"எங்க சுரேந்தர் ரொம்ப நாளா காணோம். நானே உங்க வீட்டுக்கு வரலாமான்னு நினைச்சேன். அப்புறம் வேண்டாம்னு தோணிச்சி. ஏன் போன்கூடப் பண்ணல."

"ஆமாம் போன் பண்ணியிருக்கலாம். ஆனா என்னவோ தோணல" என்றான். பிரதாப்பைப் பற்றிப் பேசாமல், இயல்பாய்க் கொஞ்ச நேரம் பேசிக்கொண்டிருந்தார்கள். மீறி அவனைப் பற்றிப் பேச்சு வந்தபோது, "உங்க பிரண்ட்கூட அப்படித்தான்" எனச் சகஜமாய் எதையோ சொல்ல முயன்றாள். பின் அவள் முக வெளிச்சம் மங்கி இருண்டது. கைகளால் முகத்தை மூடிக் கொண்டு தேம்பி அழ ஆரம்பித்தாள்.

"சாரு ஏய் சாரு என்ன திடீர்னு... ப்ச்... இன்னும் எவ்வளவு நாளைக்கு இப்படி அழுதுகிட்டே இருப்பே. இதோ நான் எந்திரிச்சி போறேன்." அவன் எழுந்து நின்றான். அவள் உள்ளே ஓடிப் படுக்கையில் விழுந்தாள்.

அவன் திரும்பவும் இடிந்துபோய் வீட்டுக்கு வந்தான். அம்மா, "கடவுளே உன்னைப் பாத்தா வயித்தில நெருப்பைக் கட்டிக்கிட்டு இருக்கற மாதிரி இருக்கு" என்றாள். அவன் அவளுக்கு நேராக நின்று, "ஏம்மா சாருவைக் கல்யாணம் பண்ணிக்கிட்டா என்ன" என்றான். அம்மா அவன் கன்னத்தில் அறைந்தாள். "வாயைக் கழுவுடா. அவ உன் பிரண்டோட வொய்ப். அவகிட்ட இந்த நெனைப்புலதான் பழகினியா?"

"அம்மா பூசி மெழுகாதே. அவன்தான் செத்துட்டான் இல்ல. சாரு காலம் பூரா இப்படியேதான் இருக்கனுமா?"

அம்மாவால் எதுவும் பேச முடியவில்லை. "அவளுக்கு ஏதாவது நடக்கும்டா... நீ ஏன் கிடந்து துடிக்கிற."

"ஏன் நான் துடிக்கக் கூடாதா?"

"நீ துடிக்கக் கூடாது. எல்லாம் தப்பாயிரும். உன் பிரண்டோட பொண்டாட்டிக்கிட்ட நீ ஏற்கெனவே இப்படித்தான் பழகியிருப்பேன்னு பேச ஆரம்பிச்சுடுவாங்க."

"பேசிட்டுப் போறாங்க."

"கெடுத்துக்கிறது ரொம்ப ஈசி ஆனா" என்றவர் அப்படியே நிறுத்திக்கொண்டார். என்ன சொல்வதென்று தெரியாமல் தவிப்பது தெரிந்தது. பின், " உங்கிட்ட எனக்கு வாதம் பண்ணத் தெரியாது. பேசாம விடு" என்றாள். அவன் பிடிவாதமாக, "அப்ப அவ கதி என்ன... நீயே சொல்லு" என்றான். "அவ கல்யாணம்

பண்ணிக்கிட்டேதான் ஆகணுமா? தனியா இருந்துட்டாதான் என்ன ஆயிடும்."

அவன் விக்கித்துப் போனான். "ஏம்மா இதே உன்னோட பொண்ணா இருந்தா நீ இப்படித்தான் சொல்லுவியா" என்றான். "நான்தான் சொன்னேன் இல்ல... உங்கிட்ட என்னால பேச முடியாது."

சாரு போன் செய்தாள். "சுரேந்தர் சாரிப்பா. ரொம்ப நாளைக்கு அப்புறம் உன்னைப் பார்த்ததும் என்னவோ அவரையே பாக்கிற மாதிரி இருந்துச்சு. அதான் என்னைக் கண்ட்ரோல் பண்ணிக்க முடியல. எம்மேல வருத்தப்படாத. அடிக்கடி வீட்டுக்கு வந்துட்டுப் போ."

"சாரு நீ எல்லாத்தையும் மறந்து பழையபடி இயல்பான நிலைமைக்குத் திரும்பணும். அதான் என் ஆசை. ஆனா நீ என்னைப் பார்த்தா எமோஷனல் ஆயிடற. கொஞ்ச நாளைக்கு நாம பாக்காம இருப்பமா" என்றான்.

எதிர்முனையில் மெல்லிய விசும்பல் கேட்டது. "சாரு அழறியா? ப்ச்... நீ அழறதை மட்டும் நல்லா கத்து வச்சிருக்கே."

"சுரேந்தர் எனக்கு எந்தக் கொடுப்பினையும் இல்ல. மலையாட்டம் இருந்த அவரு போயிட்டார். ஆறுதல் சொல்றதுக்குக்கூட இப்படி யாருகிட்டயாவது கையேந்தி நிக்க வேண்டியதா இருக்கு பாத்தியா?"

"சாரு பிளீஸ் புரிஞ்சிக்கோ. நான் வந்து வந்து உன்னைப் பார்த்துக்கிட்டிருந்தா உன் காயம் அவ்வளவு சீக்கிரம் ஆறாது."

"சுரேந்தர் இனி அப்படி அழுது உன்னைக் கஷ்டப்படுத்த மாட்டேன். உனக்கு எப்போ தோணுதோ அப்ப வா" என்றுவிட்டு போனை வைத்துவிட்டாள்.

சுரேந்தருக்கு என்னவோபோல் ஆகிவிட்டது. சாருவை உடனே பார்த்து ஆறுதலாய் ஏதாவது சொல்ல வேண்டும்போல இருந்தது. பைக்கை எடுத்துக்கொண்டு கிளம்பினான்.

உடனே அவனை எதிர்பார்க்காத அவள் திகைத்துப்போய் நின்றாள். "என்ன வரமாட்டேன்னு சொன்னீங்க" என்றாள்.

அவன் பேசாமல் சோபாவில் பொத்தென உட்கார்ந்தான். "டிவியப் போடேன் நியூசாவது பாக்கலாம்" என்றான்.

அவள் டிவியை ஆன் செய்துவிட்டுப் பேசாமல் உட்கார்ந்து கொண்டாள். அம்மா வந்து, "வாப்பா" என்றுவிட்டு என்னவோ பேச ஆரம்பித்தாள்.

அவனும் கேட்டுக்கொண்டே இருந்தான். பிரதாப்பைப் பற்றிய பேச்சைத் தவறியும் எடுக்கக் கூடாது என்ற எச்சரிக்கையோடு மூவரும் தொடர்ந்து பேசிக்கொண்டே இருந்தார்கள். ஆனால் அதை அவர்கள் அறிந்தே இருந்தார்கள். ஏதோ நாடகத்திற்கு ஒத்திகை பார்ப்பதுபோல இருந்தது. சுரேந்தருக்குத் திடீரென பிரதாப் இதை இங்கே எங்கேயோ உட்கார்ந்துகொண்டு நமட்டுச் சிரிப்புடன் பார்த்துக்கொண்டிருப்பதைப்போல இருந்தது. எங்கே நிறுத்தினால் மொத்தமாக நின்றுவிடுமோ என்ற அச்சத்தில் அவர்கள் மாற்றி மாற்றி எதையெதையோ பேசிக்கொண்டிருந்தார்கள்.

இருட்டி வெகுநேரம் ஆகியிருந்தது. "சரி டிபன் செய்யறேன் சாப்டுட்டுப் போ" என எழுந்தார் அம்மா. சுரேந்தர் அப்போதுதான் மணியைப் பார்த்தான். "மணி எட்டரை ஆயிருச்சா … நான் கிளம்பறேன்."

"இருப்பா சாப்டுட்டுப் போலாம்." "வேணாம்மா இன்னொரு நாளைக்குப் பாக்கலாம்" என்றுவிட்டு, "அப்போ நான் கிளம்பட்டுமா சாரு. வீட்ல போர் அடிச்சா எதாவது டைலரிங் இல்லைன்னா பியூட்டிசியன் கிளாசுக்குத்தான் போயேன்" என்றான்.

சாரு, "போலாம் போலாம்" என்றாள்.

அன்று மதியம் அம்மா எங்கோ வெளியில் போயிருந்தார். வீட்டைத் திறந்து வைத்துக்கொண்டு வீதியில் கிடந்த பிரகாசமான வெய்யிலையே பார்த்துக்கொண்டிருந்ததில் சாருவுக்குத் தூக்கம் வந்துவிட்டது. கதவைச் சாத்திவிட்டுப் போய்ப் படுத்தாள்.

கனவில் பிரதாப் வந்தான். முதலில் அதை அவள் வித்தியாசமாக நினைக்கவில்லை. கனவு என்றே தெரியவில்லை. அவனுடன் வழக்கம்போலப் பேசிக்கொண்டிருந்தாள். அப்புறம் அது கனவு என்று மெல்லப் புரிந்துவிட்டது. ஒருவேளை தூக்கத்தின் ஆழம் குறைந்ததால் இந்தப் புரிதல் ஏற்பட்டிருக்கலாம். ஆனால் அரைத் தூக்கத்தில் தான் காண்பது கனவு என்பதைப் புரிந்துகொண்டே அந்தக் கனவைக் கண்டுகொண்டிருந்தாள். பிரதாப் இவ்வளவு நாளில் இன்றுதான் முதன்முதலாகக் கனவில் வருகிறான் என்பதையும் அவள் உணர்ந்தே இருந்தாள்.

அவனுடைய 'ஏய்' என்ற குரல் தெளிவாக அவள் காதில் கேட்டது. அந்தக் குரலில் இருந்த மோகத்தின் கொதிப்பைப் புரிந்துகொள்ள முடிந்தது. அந்த அனல் மெல்ல மெல்ல அவளுக்குள்ளும் ஏறியது. அவன் அவளை மூர்க்கமாக அணைத்து உடைகளைக் களைந்து புணர ஆரம்பித்தான். மெல்ல மெல்ல

உச்சத்தை எட்டும்போது கனவு அறுந்து விழுந்தது. தட்டிப் பறிக்கப்பட்டதைப்போல எழுந்தாள். கனவில் மூண்ட வெப்பம் அவள் உடல் முழுவதும் கனன்றுகொண்டிருந்தது. ஆவேசமாய்ச் சுயப்புணர்ச்சி செய்ய ஆரம்பித்தாள். இம்முறையும் உச்சத்தை எட்ட முடியவில்லை. சரியாக அந்த நேரத்தில் அழைப்பு மணி ஒலித்தது. அவளுக்குள் கடும் கோபம் மூண்டது. பின் சட்டெனச் சலித்துப் போனவளாகக் கூந்தலை அள்ளி முடிந்துகொண்டு, போய்க் கதவைத் திறந்தாள்.

வெளியே சுரேந்தர் நின்றிருந்தான். சட்டென ஒரு மாறுதலை உணர முடிந்தது. அவன் வழக்கம்போல இல்லை. அவன் கண்கள் அவளையே வெறித்தபடி இருந்தன. அவளுக்கு அவனை அப்படியே வெளியே பிடித்துத் தள்ளிவிட்டுக் கதவைச் சாத்த வேண்டும்போல இருந்தது.

அவன் “ஏய்” என்று அவளை அழைத்தான். அப்படியே அச்சு அசலாகப் பிரதாப்பின் குரல். உண்மையிலேயே அவளுக்கு ஒன்றும் புரியவில்லை. என்ன கருமம் இது. அவன் உள்ளே வந்து கதவைச் சாத்தினான். “அம்மா வெளிய போயிருக்காங்களா” என்றான். அவன் குரல் ஏற்ற இறக்கம் எல்லாம் பிரதாப் போலவே இருந்தது. சட்டென அவளை மூர்க்கமாக அணைத்தான்.

“சுரேந்தர்... சுரேந்தர்... என்ன இது. நீ இப்படிப் பண்ணலாமா விடு என்னை” எனக் கெஞ்சினாள். அவன் அவளைப் பிடித்து நிறுத்தி, கண்களில் நேருக்கு நேராகப் பார்த்தான்.“நான் சுரேந்தர் இல்லை... பிரதாப்” என்றான்.

“நீ குடிச்சிருக்கன்னு நினைக்கிறேன். உன்னைக் கையெடுத்துக் கும்புடறேன். முதல்ல இங்கிருந்து போயிடு.” சொன்னதோடு தலைக்கு மேல் இரு கைகளையும் உயர்த்திக் கும்பிட்டாள். அவன் அப்படியே அவளை அணைத்தான்.

எப்படியோ அவனைப் பிடித்து வெளியே தள்ளிக் கதவைச் சாத்திவிட்டாள். பெரிய விபத்தில் இருந்து மயிரிழையில் தப்பியது போல நடுக்கமாகவும் பீதியாகவும் இருந்தது. தூக்குப் போட்டுக் கொண்டு சாகலாம்போல இருந்தது. இன்னும் கொஞ்ச நேரம் இருந்திருந்தால் அவள் துணியை எடுத்துப் பேனில் போட்டிருப்பாள். அதற்குள் அம்மா வந்துவிட்டார். கதவைத் திறந்துவிட்டுப் போய் படுத்துக்கொண்டாள்.

ஒன்றிரண்டு நாட்களில் சுரேந்தருக்குப் பேய் பிடித்திருப்பதாய் அவர்களுக்குத் தகவல் எட்டியது. சாருவுக்கு என்ன செய்வதென்று தெரியவில்லை. அச்சமாகவும் எரிச்சலாகவும் இருந்தது. சுரேந்தருக்கு போன் செய்தாள். ரிங் போனது. போனை எடுத்ததும்

பிரதாப்பின் “ஏய்” என்ற குரல் கேட்டது. சாரு போனைக் கட் செய்தாள். அவனிடமிருந்து உடனே போன் வந்தது. அவள் அதை எடுக்கவில்லை.

கனவில் சுரேந்தர் வந்தான். பிரதாப்பைப்போல அவளைப் புணர்ந்தான். அவள் உச்சத்தை அடைந்தாள். கனவு கலைந்து எழுந்து உட்கார்ந்துகொண்டு அழுதாள். அவள் உடலுக்கு வேறு சிந்தனை இருப்பதுபோலத் தோன்றியது. அவள் தன் உடலை வேற்றாள்போலப் பார்த்தாள். பின் வன்மமாக, “எனக்கு இது பிடிக்கல. நான் சொல்றத நீ கேளு” என்றாள் அதிகாரமாய். அவள் உடல் அவளைப் பார்த்துப் புன்னகைப்பது மாதிரி இருந்தது. பின் சட்டென இந்தப் போக்கை உதறினாள். அவள் மனம் தந்திரமாக என்னவோ நாடகமாடி எதையோ சாதித்துக்கொள்ளத் திட்டம் தீட்டியிருப்பதைப்போலத் தோன்றியது. யூகங்களையும் யோசனைகளையும் மொத்தமாகக் கைவிட்டு எழுந்துபோய் முகத்தைக் கழுவினாள். டிவியைப் போட்டு ரிமோட்டை எடுத்து சேனல்களை மாற்றிக்கொண்டே இருந்தாள். ஏதோ ஒரு நிகழ்ச்சிக்குள் புகுந்துகொள்ள வேண்டும் என்பதுபோல அதைச் செய்தாள். ஆனால் எல்லா நிகழ்ச்சிகளுமே அவளை வெளியேற்றிக்கொண்டே இருந்தன. அவள் பிடிவாதமாய் சேனல்களை மாற்றிக்கொண்டே இருந்தாள்.

அவள் இப்போது தையல் வகுப்புக்குப் போகத் துவங்கி விட்டாள். முதல்நாள் பஸ்ஸில் பிரதாப் விபத்தில் சிக்கிய இடத்தைத் தாண்டிச் சென்றபோது, கைகால்கள் நடுங்கி மயக்கம் வருவதுபோல இருந்தது. அடுத்தடுத்த நாட்களில் தொடர்ந்து போகவர கொஞ்சம் கொஞ்சமாகச் சகஜமாகிவிட்டது.

காலச்சுவடு, ஜூன், 2019

13

இறந்தவர் நடமாட்டம்

கார் மெல்ல ஊர்ந்து சென்றது. நகரம் ஒரு பெரிய நாடகத் திரையாக அவர்களை நோக்கி நகர்ந்து வந்தது. நகரின்மீது பெரிய டிராகன் பறந்து வருவதைப்போல இருந்த மேம்பாலத்தைப் பிரமிப்புடன் பார்த்தாள் காயத்ரி. ரகுராமின் கண்கள் வேறெதோ காலத்தைப் பார்த்தவாறு இருந்தன.

ரவுண்டானாவைச் சுற்றி வாகனங்கள் தேங்க ஆரம்பித்தன. போக்குவரத்து ஸ்தம்பிக்கப் போகிறது எனத் தெரிந்தாலும் வேறு வழியின்றி கார் சுழலுக்குள் இழுக்கப்படும் பொருள்போல முன்னேறியது. பிரம்மாண்டமான தானியங்கி சிக்னலுக்கு முன்பாகவே வாகனங்கள் நின்றுவிட்டன. ரவுண்டானாவைச் சுற்றி அத்தனை வாகனங்களும் புதுவெள்ளத்தில் அடித்துக் கொண்டுவந்த செடி செத்தைகள்போலத் தேங்கி நின்றன. மேம்பாலத்தின் மீதும் சமையல் கட்டில் அடுக்கி வைக்கப்பட்ட டப்பாக்கள்போல கார்கள் வரிசையாக நின்றன. “எப்படியும் அரைமணி நேரம் ஆயிடும்” என்றாள். வாடகைக் கார் டிரைவர் அவளைப் பார்த்துப் புன்னகைத்தான்.

சாலையோரம் இருந்த பழச்சாறுக் கடையைப் பார்த்ததும் அவளுக்கு ஜூஸ் குடிக்க வேண்டும் போல இருந்தது. “ரகு நீங்க ஜூஸ் குடிக்கறீங்களா” என்றாள். அவன் எதுவும் பேசவில்லை. பிறகு நினைவு வந்தவனைப்போல, “வேண்டாம்” என்றான். “நீங்க எதுவும் குடிக்கிறீங்களா?” என டிரைவரைக் கேட்டாள். அவன் வேண்டாமென்று தலையசைத்தான்.

காயத்ரி காரைவிட்டு இறங்கிக் கடைக்குப் போய், ஆப்பிள் ஜூஸுக்கு டோக்கன் வாங்கினாள். நான்கு மிக்சிகள் ஓடிக் கொண்டிருந்தன. இவளுக்கு ஜூஸ் தருவதற்குள் வண்டிகள் நகர்ந்துவிடும்போல. ஆனால் அப்படியெல்லாம் நடக்கவில்லை. உரிய நேரத்தில் அவள் கைக்குப் பழச்சாறு வந்தது.

குடித்துக்கொண்டே காரைப் பார்த்தாள். ரகுராம் இறங்கி நின்று என்னவோ பேசிக்கொண்டிருந்தான். டிரைவரைப் பார்த்தான். அவர், “சார் உள்ள வாங்க” என அவனைக் கூப்பிட்டுக் கொண்டிருப்பது தெரிந்தது.

திரும்ப வந்து, “சிக்னல் விழுது ஏறுங்க” என்றாள். ரகுராம் பேசாமல் காருக்குள் ஏறிக்கொண்டான். டிரைவர் கண்களாலேயே அவளிடம் ‘என்ன’ எனக் கேட்டான். இவள் அதைக் கவனிக்காத மாதிரி உள்ளே உட்கார்ந்து கதவை மூடினாள்.

“ரகு யார்கிட்ட பேசிக்கிட்டிருந்தீங்க” என்றாள். நம்ப முடியாதபடி இருந்த இறுக்கம் நெகிழ்ந்து வாகனங்கள் நகர ஆரம்பித்தன.

அவன் புன்னகைத்து, “நம்ம சுதா வந்தா... அவகிட்டதான் பேசிக்கிட்டிருந்தேன்” என்றான்.

காயத்ரிக்கு இதயம் ஜில்லெனக் குளிர்ந்து குளிரடிப்பதுபோல் இருந்தது. சுதாவின் நினைவுகள் மனதில் கொட்டிக் கவிழ்ந்தன.

சுதா என்ன அழகான பெண். எப்போதும் இவர்கள் வீட்டில்தான் இருப்பாள். படித்து முடித்துவிட்டு வேலைக்காக இன்டர்வியூக்களுக்குப் போய்வந்துகொண்டிருந்தாள். கல்லூரியில் வேலை கிடைத்த செய்தியை அழும் முகத்தோடு வந்து சொன்னாள். “அக்கா உங்களைப் பிரிஞ்சி வேலைக்குப் போறதை நினைச்சா கஷ்டமா இருக்கு” என்றாள். ஆனால் வேலைக்குப் போய்விட்டாள். அடுத்த மாதத்திலேயே வீட்டில் அவளுக்கு வரன் பார்க்க ஆரம்பித்துவிட்டார்கள்.

அவள் தன் காதலைச் சொன்னாள். அந்தக் கொடுஞ்செயல் வீட்டில் ஏற்றுக்கொள்ளப்படவில்லை. சொந்தக்காரர்கள் ஒவ்வொருவராய் வந்து அவளுக்குப் புத்தி சொல்லத் தொடங்கி னார்கள். ‘கொன்று போட்டுவிடுவேன்’ என்றும் ‘தற்கொலை செய்துகொள்வோம்’ என்றும் நெருக்கடிகள் பல பரிமாணத்தை அடைந்தன. அவள் எதையும் கண்டுகொள்ளவில்லை.

அவர்களும் அவள் உறுதியைக் கண்டுகொள்ளவில்லை. ‘அறியா வயசுல எல்லாம் அப்படித்தான் இருக்கும்’ என்றார்கள். உறவிலேயே ஒரு மாப்பிள்ளையை முடிவு செய்தார்கள். எதிர்ப்புக்கு

நடுவிலேயே மெல்ல மெல்ல அவளைக் கல்யாண மேடை ஏற்றிவிட வேண்டும் என அவர்கள் முடிவு செய்திருந்தார்கள். 'கண்ணு பொண்ணு' எனக் கொஞ்சிக்கொண்டு, தாலி எடுப்பது, துணிமணி வாங்குவது என வேலை அதுபாட்டுக்கு நடந்தது. சுதா ஏதோ ஆழ்ந்த தீர்மானத்தில் இருந்தாள். அவளுடைய சலனங்கள், ஆர்ப்பாட்டங்கள் எல்லாம் அடங்கிவிட்டன. காயத்ரிக்கு அது ஏதோ தீவினையின் முன்னறிவிப்புப்போல் இருந்தது.

"சுதா ஒரே முடிவா நீ காதலிக்கிறவனையே கல்யாணம் பண்ணிக்க" என்றாள் காயத்ரி.

"அது முடியாதுக்கா... அவன் இப்ப மலேசியாவுல இருக்கான். அக்ரிமெண்ட் டைம் வரைக்கும் லீவ் போட முடியாது" என்றாள். இவள் "அதுக்குள்ள உன் கல்யாணமே முடிஞ்சிடும்" என்றாள். அவள் வறட்சியாகச் சிரித்தாள்.

அன்று மதியம் உடல் முழுவதும் பெட்ரோல் ஊற்றித் தீ வைத்துக்கொண்டாள். தீ அவள் உடலில் அப்படிப் பிடித்து எரிந்தது. காயத்ரி அப்போது வீட்டை விட்டு வெளியே வரவே இல்லை. திறந்திருந்த வாய்மீது கைகளைப் பொத்தியபடி அப்படியே சிலையாக நின்றுவிட்டாள். ஆம்புலன்ஸ் வந்து அவளை எடுத்துக்கொண்டு போனது. ரகு அப்போது அங்கு இல்லை. வேலைக்குப் போய்விட்டான்.

அந்த சுதாவிடம்தான் ரகு இப்போது பேசிக்கொண்டிருந்தான். காயத்ரி கர்ச்சீப்பை எடுத்துக் கண்ணீர் வழிந்த கண்களைத் துடைத்துக்கொண்டாள். டிரைவர் கண்ணாடி வழியே அவளையே பார்த்துக்கொண்டிருந்தான்.

o o o

அவன் பார்க்காத அந்தக் காட்சி கண் முன்னால் நடந்ததைப்போல மனதில் ஓடியது. வண்டிச் சக்கரத்தில் சிக்கும் அந்தப் பெண் குழந்தையின் முகத்தைப் பார்த்தான். அவனுக்குக் கைகள் நடுங்க ஆரம்பித்தன. டைப் செய்வதை நிறுத்திவிட்டு, டேபிள் மேல் பிளாஸ்டிக் போத்தலில் இருந்த குளிர்ந்த நீரை எடுத்துக் குடித்தான்.

நிருபருக்கு போன் செய்தான். "ஹலோ அந்தக் குழந்தை ஆக்சிடெண்ட் செய்தியில நேரம் என்னன்னு போடலையே? எத்தனை மணிக்கு நடந்தது" என்றான். நிருபர் ஒரு நிமிடம் யோசித்து, "ஐந்து மணிக்குச் சார்" என்றுவிட்டு, "சார் படம் அனுப்பியிருக்கேன்" என்றார்.

"படமா" கேட்டுக்கொண்டே இமேஜ் பைலைத் திறந்தான். அந்தக் கோரக் காட்சியில் அவன் கண்கள் அவிந்துவிடும் போல இருந்தன. அனிச்சையாய் அதை மூடினான். "சார்

இந்தப் படமெல்லாம் நாம பேப்பர்ல போடுவமா? இதை ஏன் அனுப்பறீங்க? கூட்டமா ஜனங்க இருக்கிற மாதிரி வேன் நிக்கிற மாதிரி படம் எதுவும் இல்லையா? இது வராது. படம் அனுப்பும்போது யோசிச்சி அனுப்புங்க" என்றுவிட்டு போனை வைத்தான்.

அந்தப் படத்தைப் பார்த்ததும் தலைவலி அதிகமாகி விட்டதுபோல இருந்தது. சேரை விட்டு எழுந்து வெளியே போனான். வெளியே சாலையில் வாகனங்கள் வந்துகொண்டே இருந்தன. ஏதோ வீடியோ கேம் பார்ப்பதுபோல இருந்தது – சிக்னல் விழுந்து பல வினாடிகள் ஆகியும் வாகனங்கள் போய்க்கொண்டே இருந்தன. சாலையைக் கடந்து டீக்கடைக்குப் போனான். மதிய நேரம் வெயிலாய், கடையில் யாரும் இல்லாமல் சோகை படிந்திருந்தது. பணம் வாங்குமிடத்துக்கு வலது பக்கம் இருந்த டிவியில் செய்தி சேனல் ஓடிக்கொண்டிருந்தது. கல்லாவில் இருந்தவர் இவனைப் பார்த்ததும் ரிமோட் எடுத்துச் சத்தத்தை அதிகப்படுத்தினார். இவன் அவரைப் பார்த்து, "ஏங்க வேற சேனல் மாத்த முடியுமா?" என்றான்.

அவர் ஒரு விநாடி குழம்பிவிட்டு, காதில் விழாததுபோல் செய்தியில் மூழ்கிவிட்டார்.

நடுத்தர வயது டீ மாஸ்டர் நெற்றியில் பட்டையாய் விபூதி பூசியிருந்தார். அதிகமாகப் புகைப் பிடிப்பவர் என்பதன் அடையாளமாக அவர் உதட்டின் நடுவே தீயால் சுட்டதைப்போல வெளுத்திருந்தது. டீ குடித்த பின் சகஜ நிலைக்கு வந்ததுபோல் உணர்ந்தான். மீண்டும் அந்த வீடியோ கேம் சாலையைத் தாண்டி அலுவலகத்துக்கு வந்தான்.

தீப்பிடித்து நான்கு குடிசை வீடுகள் சாம்பலான செய்தி அவனுக்காகக் காத்திருந்தது. அவன் உடல் இருக்கைக்குள் ஆழ்ந்துபோக ஆரம்பித்தது. சுதா எரிந்த வாசம் அவன் மாலை வீடு திரும்பும் வரைக்கும்கூட இருந்தது. அதற்குப் பின்னும் சில நாள் வரையும்கூட அந்தப் பச்சை இரத்தம் தீயில் சுடப்படும் வாசனை அங்கிருந்தது.

படத்தைத் திறந்தான். முதலில் குடிசை வீடுகள் பற்றி எரிந்தன. அடுத்ததில் தீயணைப்பு வீரர்கள் தண்ணீரைப் பீய்ச்சியடித்தனர். அடுத்ததில் வீட்டுப் பெண்கள் கலங்கி அழுதுகொண்டிருந்தனர். தகர பீரோ,துணிமணிகள் எரிந்து கரியாய்த் தண்ணீரில் நனைந்து கிடந்தன. இப்போது அந்தச் செய்தியை எடிட் செய்ய வேண்டாம் எனத் தோன்றியது. சூரிய மின்சக்தியில் கிணற்று மோட்டாரை இயக்கி விவசாயம் பார்க்கும் பட்டதாரி இளைஞனைப் பற்றிய செய்தியைத் திருத்த ஆரம்பித்தான்.

அலுவலக அறையின் ஒருபுறத்தில் எப்போதும் செய்தி சேனல் ஓடிக்கொண்டிருந்த டிவியில் திடீரென அந்தச் செய்தி வந்தது. வாகனத்தை நிறுத்த வந்தபோது, நான்கு வயதுக் குழந்தை வண்டிக்குப் பின்னால் சென்று, சக்கரத்தில் சிக்கி உயிரிழந்தாள்.

அவன் டைப் செய்வதை நிறுத்திவிட்டு டிவியைப் பார்த்தான்... அந்த வேன், அதை நிறுத்தும் இடம் அங்கிருக்கும் மக்கள் எல்லாம் காட்சியாய் . . . குழந்தையின் அம்மா முகத்தைப் பார்த்ததும் அவனுக்கு வெலவெலவென்று வந்தது. கம்ப்யூட்டர் திரையின் பக்கம் முகத்தைத் திருப்பிக்கொண்டான். திரும்பக் குளிர்ந்த நீரை எடுத்துக் குடித்தான்.

பக்கத்தில் வேறு எடிசன் துணை எடிட்டர் மோகன் டைப் செய்துகொண்டிருந்ததைச் சட்டென நிறுத்திவிட்டு "சே" என்றார். இவன் என்ன என்பதுபோல் பார்த்தான். "இரண்டு வயசுக் குழந்தையை ஐம்பது வயசு ஆள் ரேப் பண்ணியிருக்கான் சார். இதெல்லாம் எப்படி நடக்குது" என்று கோபமாகக் கேட்டார். ஒரு நிமிடம் டைப் செய்வதை நிறுத்திவிட்டு அவரும் டிவி பார்த்தார். "நேத்து மிஸியம்மா படம் போட்டிருந்தாங்க. அப்பவே ரொம்ப மாடனான பிரச்னையை வச்சி எடுத்திருக்காங்க பாத்தீங்களா. அது ஒரு கிளாசிக்குங்க" என்றார். பின் ஞாபகம் வந்தவரைப்போல நிருபரை போனில் அழைத்தார். "ஆக்சிடெண்ட்ல ஒருவர் காயம்னு எல்லாம் நியூஸ் போடாதீங்க. பத்துப்பேர் காயம் பதினைஞ்சு பேர் காயம்னாக்கூட ஒரு அர்த்தம் இருக்கு. ஒருத்தர் காயம்னு பேப்பர்ல போட்டா விளங்கின மாதிரித்தான். நேத்தும் இதே மாதிரி ஒருவர் காயம்னு நியூஸ் அனுப்பினீங்க. அந்த ஆள் இருக்கானா போயிட்டானா? ஒரு நியூஸ் கொடுத்தா ஒழுங்கா பாலோ செய்யறதில்ல. கடனுக்கு நியூஸ் அனுப்பறது. இனிமே இப்படி ஒருவர் காயம்னு செய்தி அனுப்பினா அதைக் கணக்கில சேர்க்க மாட்டேன்" என்றுவிட்டு போனை வைத்தார்.

இன்று அதற்குமேல் விபத்துச் செய்தி எதுவும் வரவில்லை. எல்லாம் வழக்கமான செய்திகள். குடிநீர் கேட்டு மறியல், சாலை வசதி சரியில்லை. நாளை மின்தடை, பொதுக் கழிப்பிடம் திறப்பு, இரயில் தாமதம் . . . சினிமா நடிகர் பிறந்த நாளில் ரசிகர்கள் இரத்த தானம் . . .

பணி முடிய இரவு பன்னிரண்டு மணியாகிவிட்டது. எல்லாப் பக்கங்களுக்கான செய்திகளையும், பொருத்திவிட்டு, ஏதாவது செய்தி விடுபட்டிருக்கிறதா எனச் சரி பார்த்து, இரவு செய்தி ஏதாவது வருகிறதா எனக் கவனித்து, பக்கங்களைப் பிரிண்டுக்கு அனுப்பிவிட்டு அவர்கள் அனைவரும் கிளம்பினார்கள். இன்னும்

மகா மாயா   145

இரண்டு மணிநேரத்தில் பிரிண்டிங் வேலை முடிந்துவிடும். அந்தப் பிரிவில் ஆட்கள் பரபரப்பாய் இயங்கிக்கொண்டிருந்தார்கள்.

உதவி ஆசிரியர்கள் கூட்டமாய் அலுவலகத்தை விட்டு வெளியே வந்தபோது, நள்ளிரவாய் இருந்தது. அந்த நேரத்துக்குச் சம்பந்தமில்லாத அவர்களின் கலகலப்பான பேச்சுச் சத்தம் இரவின் அமைதியில் கரைந்தது. முழு நிலா வெளிச்சம் சோடிய ஆவி விளக்குகளின் வெளிச்சத்தோடு கலந்து வீசியது. சாலை ஆழ்ந்த அமைதியோடு இருந்தது.

இவன் பஸ் ஸ்டாண்ட் நோக்கி நடக்க ஆரம்பித்தான். மற்றவர்கள் எல்லாம் உள்ளூர்க்காரர்கள். பைக்கில் கிளம்பி விட்டார்கள்.

அசைவ ஓட்டல் பக்கம் நாய்கள் கூட்டமாக மௌனமாக நின்றன. போக்குவரத்து போலீசார் அந்த நேரத்தில் பைக்கில் வந்த வாலிபர்களை நிறுத்திக் கேள்வி கேட்டுக்கொண்டிருந்தனர். தினமும் இதே நேரத்துக்குச் செல்வதால் இவனை அவர்கள் கண்டுகொள்ளவில்லை.

அந்த நேரத்திலும் பஸ் ஸ்டாண்ட் அவ்வளவு பரபரப்பாய் இருந்தது. ஹைமாஸ் விளக்குக்கு மேல் நிலா ஏதோ ஒளியே இல்லாத ஒரு பொருள் மாதிரி இருந்தது. இவன் அந்த ஆக்சிடெண்ட் காட்சிகளையே மனதில் பார்த்துக்கொண்டு பஸ் ஏறி வீடு வந்துசேர்ந்தான்.

இரண்டு மணிக்கு வீட்டுக்கு வந்தபோது, காயத்ரி நல்ல தூக்கத்தில் இருந்தாள். அரைத் தூக்கத்திலேயே கதவைத் திறந்துவிட்டு, படுத்துக்கொண்டாள்.

உடை மாற்றி, கை கால்களைக் கழுவிக்கொண்டு வந்து படுத்துக் கண்களை மூடினான். அந்த விபத்துக் காட்சி மீண்டும் கண்களுக்குள் விரிந்தது– அடுத்த விபத்து ஏற்படும்வரை இதோடுதான் போராட வேண்டுமா எனச் சலிப்பாய் நினைத்துக்கொண்டான்...தூக்கம் வரவில்லை. எழுந்து டிவியை இயக்கி, உள்ளூர் சேனலில் ஓடிய பழைய பாடல்களைக் கேட்டுக்கொண்டு உட்கார்ந்திருந்தான். ஏதோ ஒரு சமயத்தில் அப்படியே தூங்கிவிட்டான்.

விடியற்காலையில் காயத்ரி எழுப்பி, "ஏங்க போய் கட்டில்ல படுங்க" என்றாள், தூக்கத்தைச் சிந்தாமல் கொண்டுபோவதுபோல் போனான். ஆனால், அதற்குப்பின் தூக்கம் வரவில்லை. 24 மாடிக் குடியிருப்பு தீப்பற்றி எரியும் செய்தி கடந்த வாரம் முழுவதும் அவனை அலைக்கழித்தது. அதை டிவியில் பார்த்து இரத்தம் உறைந்துவிட்டதைப்போல உணர்ந்தான். குடியிருப்பு முழுவதும்

குமாரநந்தன்

மக்கள். தீ அவர்களைத் தின்கிறது. உயிரைப் பறித்து, எரித்துச் சாம்பலாக்குகிறது. கீழே மேலே எல்லாப் பக்கமும் நெருப்பு. இப்பொழுது நினைத்தாலும் பயங்கரமாய் இருக்கிறது.

“டிபன் ரெடியாயிடுச்சி. சாப்டறீங்களா?” எனக் கேட்டுக் கொண்டே காயத்ரி வந்தாள்.

“வேண்டாம் அப்புறம் சாப்டுக்கறேன்” என்றான்.

“நேத்து ஒரு ஆக்ஸிடெண்ட்... நாலு வயசுக் குழந்தை . . .”

அவள் காதைப் பொத்திக்கொண்டாள். “போதும்... எப்பப் பாத்தாலும் ஆக்ஸிடெண்ட். முதல்ல இந்தப் பத்திரிகை வேலைய தலை முழுகுங்க. தாங்க முடியல” சொல்லிக்கொண்டே உள்ளே போய்விட்டாள்.

அவன் மெல்லச் சிரித்துக்கொண்டான். இதனால் தூக்கம் வராமல் தான் தவிப்பது அவளுக்குத் தெரியாது. தெரிந்தால் வேலைக்கே போகவிட மாட்டாள் என நினைத்துக்கொண்டான்.

முதலில் சாதாரணமாகத்தான் இருந்தது. எப்பொழுதும் பேப்பரில் படித்துவிட்டு வெறுமனே கடந்துபோய்விடக்கூடிய செய்திகள்தான்.

இந்தப் பிரச்சினை எப்போது ஆரம்பித்தது என யோசித்தான். கடந்த ஆண்டு வேலைக்குச் சேர்ந்த முதல் வாரத்தில், ஒரு கல்லூரி மாணவன் விபத்தில் இறந்து கிடந்த செய்தியும் படமும்தான் அவனை இப்படிப் புரட்டிப் போட்டுவிட்டது.

அந்த இளைஞன் அவ்வளவு அழகாய் இருந்தான். சாப்ட்வேர் கம்பெனியில் வேலை. வார இறுதி நாளில், என்பீல்டு பைக்கில் சென்னையிலிருந்து சேலத்திலிருக்கும் வீட்டுக்கு வந்தபோது, வேலூர் அருகே, லாரி மோதி இறந்துவிட்டான்.

விபத்துப் படத்தில் அவன் முகம் முற்றிலும் சிதைந்து போயிருந்ததைப் பார்த்தபோது, என்னவோ வயிற்றைப் புரட்டிக்கொண்டு வந்தது. எழுந்து பாத்ரூம் பக்கம் ஓடினான். எடிட்டர் “என்ன என்ன” என்றார்.

அன்று அவனால் மனதை ஒருமுகப்படுத்தவே முடியவில்லை. செய்திகளில் பிழை வருவதைக் கவனிக்கத் தவறினான்...

பக்கத்தின் மேல் பகுதியில் தேதி குறிப்பிடும்போது, கடந்த ஆண்டின் தேதியைக் குறித்துவிட்டான். பிழை திருத்தும் சோமுவும் அதைக் கவனிக்காமல் கையெழுத்துப் போட்டு அனுப்பிவிட்டார்.

அப்படியே பிரிண்டுக்கும் போய்விட்டது. பிரிண்டிங் மேனேஜர் பார்த்துக் கண்டுபிடித்ததால், அதன்பின் மீண்டும் திருத்தி அனுப்பப்பட்டது.

வேலைக்குச் சேர்ந்த புதிய நாட்களை நினைத்துக்கொண்டே திரும்பவும் தூங்கிவிட்டான். எழும்போது பதினோரு மணி ஆகியிருந்தது. வெயில் சுள்ளென அடித்தது.

“ஏங்க சாப்டுட்டு அப்புறம் தூங்கலாமில்ல” என்றாள் காயத்ரி. டிவியில் நாடகம் ஓடிக் கொண்டிருந்தது. கதாநாயகன் நாயகியைக் கவர அபத்தமாய் ஏதோ செய்துகொண்டிருந்தான். அவள் அதை விட அபத்தமாய் அவனைக் கோபித்துக்கொண்டாள். காயத்ரி மிகவும் ஒன்றிப்போய் டிவி பார்த்துக்கொண்டிருந்தாள்.

அவன் அவளை ஆச்சரியமாய்ப் பார்த்தான். உலகில் என்னென்னவோ சம்பவங்கள் நடக்கின்றன. இவள் மட்டும் எப்படி எந்தக் கவலையும் இல்லாமல் அர்த்தமற்ற நாடகங்களைச் சந்தோஷமாய் பார்க்க முடிகிறது என நினைத்துக்கொண்டான்.

எழுந்து குளித்துவிட்டு வந்து,இட்லிகளைப்போட்டுக்கொண்டு உட்கார்ந்தான்.

நேரம் மெல்ல நகர்ந்தது. ஒரு மணி நேரம் அப்படி இப்படி எனப் போக்கிவிட்டு அலுவலகத்துக்குக் கிளம்பினான்.

பஸ்சில் போகும்போது, வழக்கம்போல மனதுக்குள் துர்க்காட்சிகள் விரிந்தன.

வேகமாகப் போகும் பஸ் திடீரெனக் கட்டுப்பாட்டை இழந்து சென்டர் மீடியனில் மோதுகிறது. முன்னால் செல்லும் பஸ்சை முந்திச் செல்ல முயல்கையில், பயங்கரமாய் இரண்டு பஸ்களும் பக்கவாட்டில் மோதிக்கொள்கின்றன. பின்னால் வரும் லாரி பஸ்சில் மோதுகிறது. முன்னால் பயங்கர வேகத்தில் செல்லும் கார் திடீரென பிரேக் போட்டுப் பஸ்சுக்கு அடியில் சிக்கிக்கொள்கிறது.

கடவுளே . . . இந்தக் காட்சிகளுக்கு முடிவே இல்லையா? அமைதியான ஆறு. அழகான அருவி, புல்வெளி இதெல்லாம் ஏன் என் மனதில் வருவதே இல்லை என, வெறுமையில் அவனைப் பார்த்துக்கொண்டிருப்பதுபோலத் தோன்றும் யாரோ ஒருவரைப் பார்த்து மனதுக்குள் தீவிரமாகக் கேட்டான்.

நகரத்தை அடைந்தபோது, போக்குவரத்து முற்றிலும் ஸ்தம்பித்திருந்தது. பாலம் கட்டுமான பணிகளுக்கு இடையே அரை மணிநேரத்துக்கும் மேலாக மெல்ல ஊர்ந்து நிலையத்தை அடைந்தது பஸ்.

அலுவலகத்தில் நுழையும்போது, இன்று எங்கே என்ன விபத்தோ என இனம்புரியாத உணர்வு மனதைப் பிசைந்தது.

கம்ப்யூட்டரை உயிர்ப்பித்து, அன்றைய செய்திப் பட்டியலைப் பார்த்தான். பாலம் கட்டுமானப் பணியால் போக்குவரத்து ஸ்தம்பிப்பு. டாஸ்மாக் கடையைச் சூறையாடிய பெண்கள். குடிநீர் கேட்டு மக்கள் சாலை மறியல். காய்கறி விலை கடும் உயர்வு. பஸ் நிலையத்தில் அநாதையாய்ச் சுற்றித் திரிந்த மாணவன் காப்பகத்தில் ஒப்படைப்பு. புளியம்பழ சீசன் துவங்கியது. காற்றில் உதிரும் புளியங்காய்கள். மேட்டூர் அணைக்கு நீர் வரத்துக் குறைந்தது.

கள்ளக்காதல் ஜோடி விஷம் குடித்துத் தற்கொலை. கணவன் மனைவி தகராறு. மனைவி தூக்குப் போட்டுத் தற்கொலை. துணி துவைக்கும்போது மின்சாரம் தாக்கி இளம்பெண் சாவு.

கார் பஸ் மோதல். கல்லூரிப் பேராசிரியர் சாவு.

அவனுக்குள் காட்சிகள் விரிய ஆரம்பித்தன. வேகமாக கார் செல்கிறது. உள்ளே அழகான சிவப்பான நடுவயதைக் கடந்த ஒருவர் ஏதோ ஒரு புத்தகத்தைப் படித்துக்கொண்டிருக்கிறார். கார் திடீரெனத் தாறுமாறாய் ஓடுகிறது. பிரேக் பிடிக்கும் கிரீச் சத்தம் காதுக்குள் கூர்மையாய் நுழைகிறது. அவர் அதிர்ச்சியுடன் நிமிர்ந்து பார்க்கிறார். முன் கண்ணாடியில் அவ்வளவு நெருக்கமாய் அதிவேகமாய் வரும் பஸ். அவர் விழிகள் விரிகின்றன. பஸ் மோதி கார் தாறுமாறாய்ச் சிதைகிறது. அவர் இடிபாடுகளில் சிக்கி மயக்கமடைகிறார். அவர் மண்டை உடைந்து இரத்தம் பீறிடுகிறது. கால்கள் சீட்டுக்கு அடியில் சிக்கி உடைகின்றன.

உள்ளுக்குள் காட்சியைப் பார்த்தவாறே செய்தியைத் திருத்த ஆரம்பித்தான்.

மனதில் கணவன் மனைவி சண்டை ஓடியது. இருவரும் கழுத்து நரம்பு புடைக்கக் கத்துகிறார்கள். அந்தப் பெண் கோபமாக உள்ளறைக்குள் போய்க் கதவைச் சாத்தித் தூக்குப் போட்டுக் கொள்கிறாள். கழுத்தெலும்பு படக்கென முறியும் சத்தம் கேட்கிறது...

மின்சாரம் பாய்ந்து துடிக்கும் இளம்பெண் . . .

கம்ப்யூட்டர் திரையிலிருந்து பார்வையைத் திருப்பினான். குளிர்ந்த நீரை எடுத்துக் குடித்தான்.

இனி இந்த வேலையில் நீடிக்கக் கூடாது என நினைத்தான். வேறு என்ன வேலைக்குப் போகலாம் என யோசித்தான். கல்யாணத்துக்கு முன், ஸ்பின்னிங் மில்லில் சூபர்வைசராக

இருந்தான். திரும்பவும் அந்த வேலைக்குப் போக முடியுமா என யோசித்தான். முடியாது என்பது தெளிவாகத் தெரிந்தது.

அங்கு மட்டும் இல்லை. வேறு எங்குமே திடீரெனத் தன்னால் வேலைக்குப் போய்விட முடியாது என்று தோன்றியது. ஏன் அப்படித் தோன்றுகிறது என அவனுக்குப் புரியவில்லை.

ஒரு சில வாரத்தில் ஜீவானந்தன் என்ற புதிய உதவி ஆசிரியன் பணியில் சேர்ந்தான். அவனுக்கு ரகுராமுக்குப் பக்கத்தில் இருக்கை ஒதுக்கப்பட்டது.

முப்பது வயதில் சுருள் முடியும் சிரித்த முகமுமாய் இருந்தான். செய்திகளைத் திருத்துவதில் அதீத உற்சாகம் அடைந்தான். தனக்கு இந்த வேலை மிகவும் பிடித்திருப்பதாய்ச் சொன்னான். அவனைப் பார்க்கும்போது இளஞ்சிவப்புநிற ஜிர்பாரா மலர்கள் ரகுராமின் மனதில் தோன்றின.

மழை சம்பந்தப்பட்ட செய்திகள், அணைக்குத் தண்ணீர் வருவது, விவசாயம், காய்கறி சாகுபடி போன்ற செய்திகளில் அவன் உற்சாகமடைந்தான்.

காற்றில் அசையும் மரங்கள், குழந்தைகளின் புகைப் படங்களைத் திறந்து வைத்து, வெகுநேரம் பார்த்துக் கொண்டிருந்தான். செய்திகளைப் பிசிறில்லாமல் நேர்த்தியாகத் திருத்தினான். தான் ஒரு கவிஞன் என்றும் ‘பிரியன்’ என்ற பெயரில் கவிதைகள் எழுதுவதாகவும் சொன்னான். பிரியனின் கவிதைகளைப் பல இதழ்களில் ரகுராம் பார்த்திருக்கிறான். அவற்றில் நிலக்காட்சிகள் தனித்துவமாய் இருப்பதாய் நினைத்துக் கொண்டான்.

அப்போது டெங்குக் காய்ச்சல் சீசனாய் இருந்தது. தினமும் ஏதாவது ஒரு ஊரில், சிறுவன், சிறுமி குழந்தைகள் காய்ச்சலில் உயிரிழந்த செய்திகள் வந்தவண்ணம் இருந்தன. அந்தக் குழந்தைகள் எல்லாம் அவ்வளவு அழகாய் இருந்தன. சோகம் அவனுக்குள் பெரும்பாரமாய் இறங்கி அழுத்திக்கொண்டே இருந்தது. காய்ச்சலில் இறந்த குழந்தைகளின் புகைப்படங்களை அவன் அடிக்கடி வெறித்தபடி இருந்தான்.

ஜீவானந்தன் ரகுராமை விசித்திரமாய்ப் பார்த்தான். “உலகத்தின் துன்பங்களை ஆழ்ந்து கவனித்தால் நமக்குச் சீக்கிரமே பைத்தியம் பிடித்துவிடும்” என்றான்.

திருமணமான ஒரு மாதத்தில் கல்யாண மாப்பிள்ளை விபத்தில் இறந்த செய்தி அவன் சமநிலையைக் கூர்மையாகத் தாக்கியது.

அன்று ரகுராம் சாப்பாடு எடுத்துவரவில்லை. இரவுச் சாப்பாட்டு இடைவேளையின்போது, ஜீவாவுடன் ஓட்டலுக்குப் போனான்.

சாலையில் போக்குவரத்து அதிகமாய் இருந்தது. ஒளிவெள்ளத்தில் வாகனங்கள் செல்வதைப் பார்த்து அவன் இயல்பற்ற நிலையை அடைந்தான். வெளியே நிதானமாகவும் உறுதியாகவும் இருக்கும் தோற்றத்தை வருவித்துக்கொண்டான். "சாவைக் கண்டு நீங்க ரொம்ப பயப்படுறீங்கன்னு நினைக்கிறேன்" என ஜீவானந்தன் புன்னகைத்தான்.

ரகுராம் "நான் அப்படியெல்லாம் இல்லை" என்றான் அவசரமாக. "பயம் காரணமாகத்தான் மரணம் உங்களைப் பதற்றமடையச் செய்யுது" என்றான் மீண்டும். ஆழ்ந்த சிந்தனையில் தான் இதைக் கண்டுபிடித்ததைப்போலச் சொன்னான். "எனக்கு அப்படித் தோணலை... சாவைக் கண்டு நீ பதட்டப்படலையா?" என்றான். அவனுடைய சிந்தனையில் எந்த அர்த்தமும் இருப்பதாய் ரகுராமுக்குத் தெரியவில்லை.

கடையில் சுமாரான கூட்டம் இருந்தது. அவர்கள் எதிரெதிர் இருக்கைகளில் அமர்ந்தனர். "முள்ளிவாய்க்கால் சம்பவத்தப்போ நீங்க எப்படி இருந்தீங்க" எனத் திடீரெனக் கேட்டான்.

ரகுராம் மனதில் அந்த நாட்கள், காட்சிகள் விரிய ஆரம்பித்தன. "ஆமாம் அப்பொழுது நான் மிகவும் பதற்றமாகத்தான் இருந்தேன்" என்றான். திடீரென அவன் இப்படிக் கேட்க என்ன காரணம் என அவனுக்குச் சந்தேகம் எழுந்தது. ஒருவேளை அவன் தன்னை நம்பவில்லையோ? கிண்டல் செய்கிறானோ?

அதன்பின், அவர்கள் எதுவும் பேசிக்கொள்ளவில்லை. ஆளுக்கு இரண்டு தோசை வாங்கி அமைதியாகச் சாப்பிட்டுக் கை கழுவினார்கள்.

"சார் இந்த வருஷம் தென்மேற்குப் பருவமழை வருமா? போன வருஷம் மாதிரி பொய்த்துப் போயிருமா?" என்றான். "அதுக்கு முந்தின வருஷம் மழை வந்து, சென்னை, கடலூர் மக்கள்லாம் எவ்வளவு கஷ்டப்பட்டாங்க இல்ல?" என்றான் ரகுராம்.

அவன் சிரித்தான். "ஜீவா. நீ என்ன நினைச்சிக்கிட்டுக் கேள்வி கேக்கறேன்னு புரியுது. ஆனால் நான் நடிக்கலை. நான் எதுக்கு நடிக்கணும்" என்றான். குரல் சற்று உயர்ந்திருந்தது.

அவன் "கோவிச்சிக்கிட்டீங்களா?" என்றான்.

அன்று வேலை முடிந்து கிளம்பும்போது, “நான் உங்க ஊர் வழியாதானே போறேன். வாங்களேன் சேந்து போவோம்” என்றான். ரகுராம் அவன் பைக் பின்னால் ஏறிக்கொண்டான்.

நள்ளிரவு எங்கும் படர்ந்திருந்தது. சாலை போக்குவரத்தற்று வெறிச்சென இருந்தது. பஸ்சில் இருந்து பார்ப்பதற்கும், பைக்கில் செல்லும்போது பார்ப்பதற்கும் சாலை முற்றிலும் வேறாய்த் தெரிந்தது.

அடுத்தடுத்த நாட்களில் அலுவலகம் கிளம்பும்போது, ஜீவா பைக்கில் வந்து நின்றான். இருவரும் பைக்கில் அலுவலகம் சென்று வருவது வாடிக்கையானது.

அடுத்த சில நாட்களாகப் பெரும் விபத்து எதுவும் நடக்க வில்லை. நடந்தாலும், அதைப்பற்றி ஜீவாவிடம் பேசுவதில்லை என ரகுராம் முடிவு செய்திருந்தான்.

அதற்கடுத்த வாரம் பஸ்சின் பக்கவாட்டில் மணல் லாரி உரசி நான்கு பேர் இறந்தார்கள். பஸ் முழுவதும் இரத்தம். கால் உடைந்த ஒருவர் வீதியில் கிடந்தார். அந்தப் புகைப்படக் காட்சிகள் கல்லைப்போல் அவனுள் மூழ்கின. மௌனமாக மெல்ல மெல்ல அவற்றை ஜீரணிக்க முயன்றான்.

ஜீவா ஊரில் தோட்டம் இருப்பதாகவும் அதில் விவசாயம் செய்துகொண்டு அமைதியாக வாழப் போவதாகவும் சொன்னான். “தற்போது, வீட்டில் கொஞ்சம் கடன் பிரச்சினை, அதைச் சரி செய்யும்வரை வேலைக்கு வந்துதான் ஆக வேண்டும். எப்படியும் இன்னும் இரண்டு வருடத்தில் விவசாயம் பார்க்கக் கிளம்பிவிடுவேன்” என்றான்.

“உன்னால் நிச்சயம் முடியாது” என்றான் ரகுராம். “கடன் பிரச்சினை என்பது வற்றாத தன்மை உடையது. உனக்குக் கல்யாணம் நடக்கும்வரை நீ வேலையில் தொடரணும் அப்படீன்னு உன் அம்மா அப்பா எதிர்பார்ப்பாங்க” என்றான்.

அவன் திகைத்துப்போய்ப் பார்த்தான். “சார் கரெக்டா சொல்றீங்களே” என்றான்.

மறுநாள் மதியம் வேலைக்கு வரும்போது, மிதமான தட்பவெப்பநிலை இரம்யமாய் இருந்தது.

ஜீவா நேற்று பார்த்த சினிமாவைப் பற்றிச் சொல்லிக்கொண்டு வந்தான். ஹெல்மெட் அணிந்திருந்ததால், அவனால் தொடர்ந்து சத்தமாகப் பேச முடியவில்லை. ஆனால் சினிமாவைப் பற்றிப் பேசாமலும் அவனால் இருக்க முடியவில்லை. உள்ளூக்குள்

சினிமாக் காட்சிகளைப் பார்த்தபடி, பைக்கை வேகமாக ஓட்டினான்.

முன்னால் சென்ற லாரியை முந்த முயற்சித்தான். ஆனால் லாரி அதற்கு இடம் கொடுக்காமல் வேகமாகச் சென்று கொண்டிருந்தது. ஜீவா பைக்கை முறுக்கினான். வேகம் எண்பதை நெருங்கியது. ரகுராம் எவ்வளவு கட்டுப்படுத்த முயன்றும் அவன் கைகள் ஜீவாவின் தோள்களை இறுகப் பற்றின. முன்பு ஒருமுறை இப்படிப் பிடித்தபோது, "சார் பயப்படாதீங்க. நான் உங்களைக் கொண்டுபோய் பஸ்சுக்கு அடியில விட்ற மாட்டேன்" எனக் கேலி செய்திருக்கிறான்.

இப்போது பின்னால் வந்த லாரி இவர்கள் பைக்கை முந்திக்கொண்டு செல்ல முயன்றது. பைக் முதல் லாரிக்குப் பின்னால் சென்றது. முன்னால் சென்ற லாரி திடீரென டயர்கள் தீய்ந்து போகும்படி, பிரேக்கிட்டு நிற்க ஆரம்பித்தது. ஜீவா ஒரு கணம் தடுமாறி வேகமாகப் பிரேக் பிடித்தான். ஆனால் பைக் சென்றுகொண்டே இருந்தது. லாரியின் பின்புறம் பூதாகரமாய் அவர்களை நோக்கி வந்தது. அவன் வண்டியை வேகமாகத் திருப்பினான். பக்கவாட்டில் வந்த லாரியைக் கவனிக்க முடியவில்லை. பைக் அதன்மீது மோதியது.

அப்போது எழுந்த பெரும் சத்தத்துக்குப் பின் சட்டென ஒரு ஆழ்ந்த மௌனம் உண்டானது . . . ரகுராம் கண்களைத் திறந்தபோது நடுச்சாலையில் வானத்தைப் பார்த்தபடி கிடந்தான். ஜீவா பைக்குக்கு அடியில் சிக்கிக் கிடந்தான். பைக் லாரிச் சக்கரங்களுக்கு நடுவே கிடந்தது.

ரகுராம் துள்ளி எழுந்தான். அவனுக்கு அடி ஏதும் படவில்லை. உடலில் சின்னக் கீறல்கூட இல்லை என்பதைப் பார்த்து ஆச்சரியம் அடைந்தான்.

லாரி சக்கரம் இன்னும் நான்கு சுற்றுச் சுற்றியிருந்தால் ஜீவாவின் தலைமீது ஏறியிருக்கும். அப்படி நடக்காததற்குக் கடவுளுக்கு நன்றி சொன்னான். ஜீவாவுக்கு வலது தொடை எலும்பு உடைந்திருந்தது. கட்டுப்போட்டுச் சிகிச்சை எடுத்துக்கொண்டிருந்தான். சரியாக மூன்று மாதங்களுக்குக் குறையாமல் ஆகும் என டாக்டர்கள் சொன்னார்கள். ரகுராம் தனக்கு அடிபடாதது குறித்து மிகவும் குற்றவுணர்ச்சியாய் உணர்ந்தான்.

வார விடுமுறை நாளில் ஜீவா வீட்டுக்குப் போனான். கட்டிலில் படுத்துக்கொண்டு புத்தகம் படித்துக்கொண்டிருந்த

அவன் எப்போதும்போலச் சிரித்தபடி வரவேற்றான். "நல்லவேளை சார் உங்களுக்கு ஒண்ணும் ஆகலை. ஏதாவது ஆகியிருந்தா நான்தான் பஸ்சில போற உங்களைப் பைக்கில கொண்டுபோய் இப்படிப் பண்ணிட்டேன்னு பேர் ஆகியிருக்கும்" என்றான். ரகுராம் சிரிக்க முயன்றான்.

அம்மாவைக் கூப்பிட்டு, "பால் இருக்கா?" என்றான். இல்லையென்றால் கடையில் போய் டீ வாங்கிவரச் சொன்னான். ரகுராம் எவ்வளவு மறுத்தும் கேட்காமல் அம்மா கடைக்குக் கிளம்பினார்.

"இனிமே அங்க வேலைக்கு வர முடியாது. குணமான பின்னால வேற எங்கயாவதுதான் வேலை தேடணும்" என்றான்.

"ஏன் ஆக்சிடெண்ட்ங்கறதால சரியாகி வர்ற வரைக்கும் ஒத்துப்பாங்கன்னு நினைக்கிறேன்" என்றான் இவன். ஜீவா நம்பிக்கை இல்லாமல், "பார்ப்போம்" என்றான். "அன்னைக்கு லாரியை முந்தும்போது, நீங்க என் தோளைப் பிடிச்சீங்க இல்ல. அப்ப முதல்ல எனக்குச் சிரிப்பு வந்தது. அப்புறம் ஒரு செகண்ட்ல உங்க பயம் கை வழியா எனக்குள்ள இறங்கறது அப்படியே தெரிஞ்சது. அந்த செகண்ட்லதான் அது நடந்தது" என்றான். ரகுராம் திகைத்துப் போனான். கண்கள் கலங்க, "சாரி ஜீவா" என்றான். "நீங்க அதுக்காக பீல் பண்ணாதீங்க. ஒருவேளை அது என் பிரமையாவும் இருக்கலாம்" என்றான்.

ஜீவா அதற்குப் பின் வேலைக்கு வரவில்லை. ரகுராம் அவனைப் போய்ப் பார்க்கவில்லை.

ஆனால் அந்த விபத்துக்குப் பின் ஒரு முக்கியமான மாற்றத்தை ரகுராம் உணர்ந்தான். அவன் உலகில் இருந்து மரணத்தின் மூலம் காணாமல்போன பலர் திரும்பத் தென்படத் தொடங்கினார்கள்.

இறந்த பலபேர் சாலையில் நடமாடுவதைப் பார்த்தான். சிலர் வாகனங்களில் போனார்கள். சிலர் அவன் போகும் பஸ்சிலேயே நின்றுகொண்டோ உட்கார்ந்துகொண்டோ வந்தார்கள். யாரிடமாவது பேச்சுக் கொடுக்க வேண்டும் என ஆசையாய் இருந்தது. ஆனால் அதைவிடப் பயம் அதிகமாக இருந்தது.

விபத்துச் செய்திகளை இயல்பாகத் திருத்தினான். பெரும் வாகனப் போக்குவரத்துக்கு இடையே சாலையைச் சாதாரணமாகக் கடந்தான். அவனிடம் ஏற்பட்டிருந்த மாறுதல்கள் கண்ணுக்குப் புலப்படும்படி தெளிவாய் இருந்தன.

வீட்டில் காயத்ரியிடம் அப்பாவைப் பார்த்ததாக ஒருமுறை சொன்னான். அவர் இறந்து இரண்டு வருடங்கள் ஆகியிருந்தது. காயத்ரி அவனைத் திகைத்துப்போய்ப் பார்த்தாள்.

o o o

இன்னும் ஒரு சிக்னலைக் கடந்தால் ஆஸ்பத்திரிக்குப் போய்விடலாம். காயத்ரி கார் கண்ணாடியைக் கொஞ்சமாக இறக்கினாள். டிராகன் பாலம் முடிவடையும் இடத்தில் மாடியில் இருந்த சின்ன அறையில் அந்தக் கிளினிக் இருந்தது.

அறை அதீத சுத்தமாகவும் பொருட்கள் மிகுந்த கச்சிதத் தன்மையோடும் இருந்தன.

வரவேற்பறையில் இருந்த பெண் அவர்களை இருக்கையில் அமரச் சொன்னாள். அங்கு அவர்களைத் தவிர வேறு யாரும் இல்லை. வேறு யாரும் வரப்போவதற்கான அறிகுறியும் தெரியவில்லை. உள்ளே போய் ஒரு விநாடி கழித்து வந்து, "டாக்டர் வெயிட் பண்றார்... நீங்க உள்ளே போகலாம்" என்றாள்.

இருவரும் உள்ளே போனார்கள். அறை இளம் சந்தன நிறத்தில் இருந்தது. இருக்கைகள் ஆழ்ந்த மெரூன் நிறத்தில் இருந்தன. அந்த இடம் கற்பனைக்குள் விரிந்த இடம்போல இருந்தது. டாக்டர் இயல்பான புன்னகையுடன் கைகளைப் பற்றிக் குலுக்கி, "சொல்லுங்க ரகு... வேலையெல்லாம் எப்படிப் போயிட்டிருக்கு" என்றார்.

ரகுராம் டேபிளில் இருந்த டாக்டர் வினோத் சைக்யாரிஸ்ட் என்ற போர்டையே வெறித்துப் பார்த்தான். காயத்ரி அவன் இறந்தவர்களோடு பேசும் வழக்கத்தை மெல்ல விவரிக்க ஆரம்பித்தாள்.

காலச்சுவடு, பிப்ரவரி 2018

14

அலைச்சல்

அவன் எப்போது தன்னைப் பார்ப்பான் என்பதிலேயே வெள்ளிமலையின் கவனம் இருந்தது. மசாலா பஜ்ஜித் தட்டுக்கள் குவிந்திருந்தன. குமார் இவனைப் பார்த்தான். பரபரப்பாக நான்கு தட்டுக்களைக் கழுவி வைத்துவிட்டு நகர்ந்தான். பார்க் சுவரோரமாக மசாலாப்பொரி தள்ளு வண்டிக் கடையில் விறுவிறுப்பாகப் பொரி கலக்கிக்கொண்டிருந்தாலும் குமார் பார்க்கில் நடக்கும் கவனிக்கத்தக்க சலனங்களைக் கவனித்துக்கொண்டே இருந்தான். வெள்ளிமலை ஒண்ணுக்கிருந்துவிட்டுக் குமாரிடம் வந்து தீப்பெட்டி கேட்டான். குமாரின் கண்கள் பார்க்குக்குள் ஒரு புதர் அருகே சென்றது. வெள்ளிமலை அதைப் பின்பற்றிக்கொண்டான். அங்கே ஒரு காலேஜ் ஜோடி நெருக்கமாக உட்கார்ந்துகொண்டிருந்தது. குமார், "இன்னும் ஆரம்பிக்கல" என்றான். அந்த இடத்திலிருந்து பார்க் கொஞ்சம் கீழே இருந்தது. சாதாரணமாக எதுவும் தெரியாது. ஒரு குறிப்பிட்ட கோணத்தில் குறிப்பிட்ட இடத்தில் இருக்கும் ஒரு ஜோடியை மட்டும் இங்கிருந்து பார்க்கலாம். அவன் வெகு கவனமாக இயல்பாக இருந்தான். இடத்தை அவன் உற்றுப் பார்ப்பதை யாரும் உணர முடியாதபடி பார்த்தான்.

பார்க் சுவர் முக்கில் ஒரு பைத்தியக்காரி உட்கார்ந்து எதையோ தின்றுகொண்டிருந்தாள். கசங்கிய இலையும் காகிதமும் பார்க்கும்போது அது கெட்டுப்போய்க் குப்பையில் வீசப்பட்ட

உணவைப்போல இருந்தது. வெள்ளிமலைக்குச் சட்டெனக் குமட்டியது. ஆனாலும் அவளிடமிருந்து பார்வையைப் பிரிக்க முடியவில்லை. உடம்பெல்லாம் பத்தை பத்தையாய் அழுக்குப் படிந்திருந்தாலும் அதையும் மீறித் தெரியும் மென்மை விசித்திரமாய்ப் பட்டது. "யாரிது புதுசு" என்றான். குமார் "இது இன்னைக்கித்தான் வந்திருக்குது. இந்த சிட்டிக்கு தினம் இத்தனைப் பைத்தியங்க எங்கிருந்துதான் வருமோ தெரியலை" என்றான்.

கடையிலிருந்து, "வெள்ளிமல" என்ற சத்தம் மாநகரமே திடுக்கிட்டு விழும்படி கேட்டது. பீடியை வேகமாக இழுத்தபடியே ஓடினான். இலைகளை இழுத்துக் கூடையில் போட்டுவிட்டுச் சரக் சரக்கெனத் தட்டுகளைக் கழுவித் தூக்கிப் போட்டான். அவன் கழுவுவதையே ஒருவன் அருவருப்பாகப் பார்த்துக் கொண்டிருந்தான். "நல்லா கழுவுப்பா... இங்க பாரு கொழம்பு அப்பிடியே இருக்குது." மாஸ்டர் இவனை உக்கிரமாய்ப் பார்த்து எண்ணெயை வாரி அடித்துவிடுவதுபோல ஜாரிணியை ஆட்டினான்.

"நல்லா கழுவுடா கேப்மாரி."

"நல்லாதாண்ணே கழுவுறேன்."

தெருமுக்கு தியேட்டர் பிளக்ஸில் லைட் போட்டுவிட்டார்கள். நாயகியின் பளீரிடும் சிரிப்பு தெருவின்மேல் பிரம்மாண்டமாய் மின்னியது. அந்த வெறிமூட்டும் சிரிப்பினைத் திரும்பித் திரும்பிப் பார்த்துக்கொண்டே இருந்தான். மாது ஒரு வாழைக் காம்பை அவன்மேல் வீசி "அங்க என்னடா பாக்கற ராத்திரிக்கிப் போறியா" என்றான். சினிமாவுக்கு வந்திருந்த பையன்கள் சிரித்தார்கள். வெள்ளிமலை சிரித்துக்கொண்டு தட்டுக்களை அடுக்கி உள்ளே கொண்டு போனான். வேகவேகமாய்ப் போகும்போது வலது கால் அரைவட்டமாய்ச் சுழன்றது. வேலை ஓய்ந்தபோது மணி பத்தரை ஆகிவிட்டது. நேரம் போனதே தெரியவில்லை. ஒரே களைப்பாய் இருந்தது. புதுப்படம் என்பதால் மத்தியானம் ரெஸ்ட்டுக்குப் போக முடியவில்லை. நாளை ரெஸ்ட் நேரத்தில் மீனாட்சியைப் போய்ப் பார்க்க வேண்டும் என்று நினைத்தான். நினைக்கும்போதே உடல் சூடெல்லாம் எங்கோ போய்விட்ட மாதிரிக் குளிர்ச்சியாய் இருந்தது.

ஒரே கொசுக்கடியாய் இருந்தது. வெள்ளிமலையின் மனதுக்குள் என்ன ஓடிக்கொண்டிருக்கிறது என்று அவனுக்கே தெரியவில்லை. அவனுடைய மனம் ஒரு சினிமாத் திரையைப்போல இருந்தது. அதில் சினிமா நடிகர் நடிகைகளே மீண்டும் மீண்டும் வந்து ஆடிக்கொண்டும் பாடிக்கொண்டும் இருந்தனர். நடுநடுவே

மீனாட்சி வந்து ஆடிவிட்டுப் போனாள். ஆபாசமான காட்சிகள் கட்டற்று ஓடிக்கொண்டிருந்தன. எழுந்து உட்கார்ந்தான். கொசுக்கள்மீது என்றில்லாமல் பொதுவாக ஆத்திரம் வந்தது. கன்னத்தில் வந்தமர்ந்த கொசுவைப் பட்டென்று அடித்தான். அவனுடைய இரத்தம் கொசுவிலிருந்து தெறித்துவிட்டது. போனவாரம் ரோட்டில் நடந்த ஆக்ஸிடெண்ட் மனதில் மின்ன, பயமாய் இருந்தது. தூரத்தில் மாஸ்டர் கொசுவத்தி வைத்துக்கொண்டு தூங்கிக் கொண்டிருந்த இடத்துக்குப் பாயைத் தூக்கினான். பாயில் அழுக்கு நாற்றம் அடித்தது. பீத்தையாய் இருக்கும் இதைக் கொண்டுபோய்க் கழுவ வெக்கமாய் இருந்தது.

விடிந்தபோது விடிய விடிய அவன் தூங்கவில்லை என்பது பெரும் துக்கமாய் இருந்தது. தூக்கம் கண்களுக்கடியில் அணைபோலத் தேங்கி இருக்க முதலாளி வரும்வரை வெறுமனே உட்கார்ந்திருந்தான். மொதலாளி வந்தவுடன் "ஏன்டா எரும மாதிரி உட்காந்திருக்கற? வெங்காயம் தொலிக்கலியா?" என்றார். "இல்ல மொதலாளி" என்று முணகினான். "ராத்திரி எவகிட்ட போன... கண்ணு போதகாரணாட்டம் இருக்குது" என்றதும் ரொட்டி மாஸ்டர் முந்திக்கொண்டு "அட ஏங்கண்ணே ரெண்டாவது ஆட்டம் சினிமாவுக்குப் போவாதன்னு சொன்னா கேக்கறதே இல்ல." "இல்ல மொதலாளி ஒரே கொசுக்கடி தூங்கவே முடியல." "ஒரு ரெண்டு ரூவாய்க்கி கொசுவத்தி வாங்கி வச்சிக்கிறது?" "அப்ப மட்டும் எங்க உடுது." "இத்தன நாளா எப்பிடி தூங்கின?" அவன் எதுவும் பேசவில்லை. ஒரு நிமிடம் கழித்து "இன்னிக்கி லீவு போட்டுக்கிட்டு நாளைக்கி வர்றேன்" என்றான். மொதலாளி அவனை முறைத்து "உட்டனா செவுனி திழும்பிக்கும். இன்னிக்கி புதுப் படம்" சொல்லிக்கொண்டே சாமிப் படங்களுக்கு எந்திர விசையில் கும்பிடு போட்டார். "முடியல அண்ணே." "அதெல்லாம் முடியும்... போ போய் மளமளன்னு வெங்காயம் தொலி" என்றுவிட்டு பைக்கை ஸ்டார்ட் செய்துகொண்டு விருட்டெனக் கிளம்பினார்.

அவன் கத்தியை எடுத்துக்கொண்டு வெங்காயத்தை டிரேயில் அள்ளிக்கொண்டு உட்கார்ந்தான். ஏற்கெனவே இருந்த கண் எரிச்சல் மேலும் அதிகமானது. போய்க் கடைச் சாமானெல்லாம் வாங்கிக்கொண்டு வந்தான். டிப்போவுக்குப் போய் விறகு எடுத்துப் போட்டுவிட்டு வந்து சாப்பிட உட்கார்ந்தான். மீந்துபோன சோற்றைப் போட்டார்கள். முகத்தில் அடிப்பது மாதிரி இருந்தது. ரெண்டு ரொட்டி குடுங்க என்று கேட்கலாமாவெனப் பார்த்தான். வாய் வரவில்லை. குளிர்ந்த சாப்பாட்டைச் சாப்பிட்டதும் குளிர் உள்ளே இருந்து ஊற்று மாதிரி ஊறியது.

158 குமாரநந்தன்

பஸ் ஸ்டாண்டில் உட்கார்ந்திருந்தான். அதற்குப் பிறகு அவன் கடைக்குப் போகவில்லை. நாளைக்குப் போகலாம் என்றிருந்தான். விதவிதமாக நகர்ந்துகொண்டிருக்கும் மனிதர்களையே பார்த்துக் கொண்டிருந்தான். அவனுக்கு ஆச்சரியமாய் இருந்தது. இத்தனை ஆயிரம் முகங்களையும் விதவிதமாய்ச் செய்ய கடவுளுக்கு எவ்வளவு அறிவு இருக்கும்? தன்னைப் பெற்றவர்களின் முகம் எப்படி இருக்கும் என்று யோசித்தான். ஏதோ ஒரு கலங்கலான உருவம் உள்ளுக்குள் தோன்றியது. அதைத் தீவிரமாகப் பார்த்து அடையாளப்படுத்திக்கொள்ளும் முயற்சியில் இறங்கினான். ஆனால் முடியவில்லை. அவன் இதற்கு முன் இருந்த திருச்சி குமரகுரு கடைதான் ஞாபகத்துக்கு வந்தது. இங்கே சேலம் வந்து இப்போதுபோல ஏழு வருடம் ஆகிவிட்டது. ஏழு வருடத்தில் பத்திருபது கடைகள் மாறிவிட்டான். எந்தக் கடையில் இருந்தோம், எந்தக் கடையில் இல்லை என்பதுகூட மறந்துவிட்டது. இந்தத் தியேட்டர் வீதிக் கடையில் வந்துதான் கிட்டத்தட்ட ஒரு வருடமாய் இருக்கிறான். குமரகுரு கடையை நினைத்ததும் மீனாட்சி ஞாபகம் வந்தது. அந்த ஓனர் பெண் பெயர் மீனாட்சி. விவரம் தெரியாத வயசில் அவளைத்தான் இவன் கட்டிக்கப் போவதாக நினைத்திருந்தான். விவரம் தெரிந்த பின் தன்னுடைய எண்ணத்தின் அப்பாவித்தனத்தை அடிக்கடி நினைத்துத் தான் மட்டும் எப்படி இவ்வளவு அப்பாவியாய் இருக்கிறோம் என்று வியந்துகொண்டான்.

இந்த மீனாட்சி போனவாரம் தியேட்டருக்குப் படம் பார்க்க வரும்போது கடையில் வந்து மசாலா பஜ்ஜி வாங்கித் தின்றாள். தலையில் எங்கெங்கோ காலெடுத்து ஜடை போட்டு அதைத் தலைமீது இரயில் தண்டவாளம்போல ஓடவிட்டிருந்தாள். நெற்றியில் புரளும் செம்பட்டை முடிகளை வட்டவட்டமாய்த் திரித்துவிட்டிருந்தாள். கைகளில் மருதாணிச் சிவப்பு. கண்களில் வெளிச்சம். வெற்றிலை உதடு. சிரிக்கையில் ஒளிவீசும் பவளப் பற்கள். கறுப்புப் பாவாடை ஜாக்கெட்டில் டாலடிக்கும் ஏராளமான கண்ணாடித்துண்டுகள். வெள்ளிமலைக்குப்போதை மாதிரி ஏறியது. படம் விடுவதற்கு முன்பே முதலாளியிடம் சொல்லிக்கொண்டு கிளம்பிப்போய் பஸ் ஸ்டாப்பில் நின்றுகொண்டு கழுகைப்போலப் படம் விட்டு வருபவர்கள் ஒருத்தரைத் தவறவிடாமல் எல்லோரையும் கவனித்தான். மீனாட்சி உடன் வந்த நாலுபேர் கும்பலோடு வந்து பஸ் ஏறினாள். அதே பஸ்ஸில் இவனும் ஏறிக்கொண்டான். அவ்வளவாய்க் கூட்டமில்லை. வாய் ஓயாமல் எல்லோரிடமும் மாற்றி மாற்றிப் பேசிக்கொண்டே இருந்தாள். இவன் பின்வாசல் பக்கம் தயாராய் நின்றான். அவள் பேசாமல் மௌனமாய் இருப்பதைப்போல இவனால் கற்பனை செய்துகூடப் பார்க்க முடியவில்லை. அவ்வளவு தீவிரமான பேச்சினூடாகவும்

இவனையும் ஒரு கண்ணால் கவனித்துவிட்ட மாதிரித் தெரிந்தது. இப்போது நினைத்துப் பார்த்தாலும் அது குழப்பமாய்த்தான் இருக்கிறது. அவள் கவனித்தாளா? இல்லையா? அந்தக் கூட்டம் குமாரசாமிப்பட்டியில் இறங்கியது. சுடுகாட்டுப் பக்கம் நான்கைந்து டெண்ட் அடித்திருந்தார்கள். அந்த நேரத்திலும்கூட அந்த மக்களில் சிலர் கூடை முடைந்துகொண்டிருந்தனர். இவன் பஸ் ஏறித் திரும்பி வந்துவிட்டான். மறுநாள் மத்தியானம் ரெஸ்ட் டைமில் குமாரசாமிப்பட்டிக்குப் பஸ் ஏறினான். அங்கே ஒரு பெட்டிக் கடையில் உட்கார்ந்துகொண்டு ஒரு மணிநேரமாய் டிவி பார்த்துக்கொண்டிருந்தவனைக் கடைக்காரர் ஒரு மாதிரியாய் கவனித்துக்கொண்டிருந்தார். அவன் எதிர்பார்த்த மாதிரியே அவள் வந்து, "அய் கடக்காரரு... என்ன சாமி இவ்வளவு தூரம்" என்றாள். ஒரு பொது இடத்தில் அவனைப் பார்த்து இப்படி மகிழ்ந்தது அவன் சரித்திரத்திலேயே இவள் ஒருத்திதான். பெருமை உணர்ச்சி எப்படி இருக்கும் என்பதை அப்போது அனுபவித்துக்கொண்டு, "இல்ல... இங்க ஒரு மாஸ்டரப் பாக்க வந்தேன்" என்றான். ஒரு வாரமாய்த் தினம் தினம் மதியம் ரெஸ்ட் டைமுக்கு அந்தக் கடைக்குப் போய்விடுவான். கடைக்காரர், "வாப்பா" என அழைக்க ஆரம்பித்திருந்தார். மீனாட்சி திரும்ப ஒருமுறை வந்தாள். ஒருநாள் வரவில்லை. அவள் வருவாளா மாட்டாளா என்பதே அவனைப் பைத்தியம் பிடிக்கவைக்கும் அளவுக்குக் குழப்பமான கேள்வியாய் இருந்தது. நேற்று படம் ரிலீஸ் என்பதால் ரெஸ்ட் டைம் இல்லை. குமாரசாமிப்பட்டியில் இறங்கும்போது வானம் மூடாக்குப் போட்டுக்கொண்டது. பஸ்ஸைவிட்டு இறங்கும்போதே கூடாரங்கள் இருந்த இடம் வெறுமையாய்த் தெரிந்தது. கடைக்காரர் இவனைப் பார்த்ததும் "அவிங்கெல்லாம் நேத்தே போயிட்டாங்கப்பா" என்றார். "மீனாட்சி ஏதாவது சொன்னாளா?" என்றான். கடைக்காரர் "மீனாட்சியா?" என்று விழித்தார். இவனுக்கு அவள் பெயர் என்னவென்றே தெரியாதது அப்போதுதான் ஞாபகத்துக்கு வந்தது. அவளுக்கு மீனாட்சி என்று பெயரிருந்தால் நன்றாக இருக்கும் என இவனாகத்தான் நினைத்துக்கொண்டான். "அவ பேரெல்லாம் எனக்குத் தெரியாதுப்பா" என்றார்.

திரும்ப பஸ் ஏறிக்கொண்டான். அது அப்படித்தான் முடியும் என ஏற்கெனவே நினைத்திருந்தவனைப்போல மிக இயல்பாய் இருந்தான். வெய்யில் காய வேண்டும்போல இருந்தது. மகாலட்சுமி தியேட்டருக்குப் போகலாமா என்று யோசித்தான். அதில்தான் செக்ஸ் படம் போடுவார்கள். வேண்டாம் என்று நினைத்துக்கொண்டான். பார்த்துவிட்டு வந்தால் இன்றும் தூங்க முடியாது. பார்க்கில் உட்கார்ந்திருக்கும் தான் பார்த்த ஜோடிகள் ஒவ்வொன்றாய் அசைபோட்டான். உடம்பு ஒரு

மாதிரி இருந்தது. கேஎஸ் தியேட்டருக்குப் போகலாம் என்று நினைத்தான். தியேட்டரில் குழுமி இருக்கும் பெண்கள் கூட்டத்தை நினைக்க மிகவும் கிளர்ச்சியாய் இருந்தது. என்னதான் படத்தில் பார்த்தாலும் நேரில் ஒரு கண் அசைவும் ஒரு சிரிப்பும் மிகுந்த வெறியேற்றுவதாய் இருக்கிறது.

தியேட்டரில் கூட்டமே இல்லை. காலேஜ் பசங்கள் மட்டும் கொஞ்சம் பேர் கும்பல் கும்பலாய் நின்றிருந்தனர். முன்பு மாதிரிப் பெண்களெல்லாம் படம் பார்க்க வருவதில்லை. பெண்கள் கூட்டம் கூட்டமாய்ப் படம் பார்க்க வந்த காலங்களை நினைத்துப் பார்த்தான். ஏதோ ஒன்று கைவிட்டுப்போன மாதிரி இருந்தது.

யாரோ எழுப்பிவிட்டார்கள். தியேட்டர் வெறிச்சென்றிருந்தது. பிதுபிதுவென விழித்துக்கொண்டே வெளியே வந்தான். எப்போது தூங்கினோம் என்று யோசித்தான். விளம்பரம் ஓடிக்கொண்டிருந்ததுதான் ஞாபகம் இருந்தது. படத்தின் ஒரு பிசிறைக்கூடப் பார்க்கவில்லை என்று நினைத்தபோது ஏமாற்றமாய் இருந்தது. இப்படி எப்படித் தூக்கம் வந்தது. தியேட்டரில் பார்த்த மாதிரி ஒரு முகம்கூட ஞாபகம் வரவில்லை. தியேட்டரிலோ அல்லது கூட்டமான இடத்திலோ பார்க்கும் முகங்களையெல்லாம் அவன் நினைவு வைத்துக்கொள்ள முயற்சிப்பான்.

நேரம் ஆறு மணி ஆகிவிட்டது. சோடிய விளக்குகள் மெல்ல மெல்ல உக்கிரமடைந்துகொண்டு வந்தன. சுத்தமாய் இருட்டுக் கட்டும்போது பேக்கரியில் டீ சாப்பிட்டுவிட்டு வந்தான். சுவர் ஓரமாய் யாமினி, சுஷ்மா, ரதி எல்லாம் நின்றுகொண்டிருந்தார்கள். இரத்தச் சிவப்பில் ஆழந்த நீலத்தில் அடர்கருப்பில் புடவைகள், சமிக்கி வேலைப்பாடுகள், லிப்ஸ்டிக்குகள், ரோஸ் பவுடர்கள், ஹேண்ட் பேக்குகள் . . . எல்லாவற்றையும் மீறி அவர்களின் ஆம்பளைத்தனம் துருத்திக்கொண்டு என்னவோபோல இருந்தது. ஜமுனாவைக் காணோம். அவளை ஆம்பளை என்று சத்தியம் செய்தால்கூட நம்ப முடியாது.

சுஷ்மா, “இங்க ஏன்டா நிக்கற. கட இல்லையா ?” என்றாள். “இல்லக்கா” என்றான். ‘போலாமா’ என்ற கேள்வி வாய்க்குள்ளேயே இருந்தது. அவனுடைய பார்வையின் தொனியைப் பார்த்து, “ஏன்டா அப்பிடிப் பார்க்கற” என்று கேட்டாள். “ஒண்ணுமில்லக்கா” என்றுவிட்டு நகர்ந்தான்.

தன்னை ஏன் எவளும் பார்ப்பதில்லை என்று அவனுக்குப் புதிராக இருந்தது. கடை பத்து மணிவரைக்கும் இருக்கும். அதுவரை கடைப்பக்கம் தலை காட்ட முடியாது. அங்கே போனால் முதலாளி தலையை வளைத்துப் பிடித்துக்கொண்டு முதுகிலேயே சாத்துவான். கடைவீதிப் பக்கம் போனான். மக்கள் நெரிசலுக்குள் இவனும்

ஏதோ வேலையாய்ப் போவதுபோலப் போய்க்கொண்டும் வந்துகொண்டும் இருந்தான். அந்த அர்த்தமற்ற செயலை ஒரு முறைக்கு மேல் தொடர முடியவில்லை.

வானம் கருவோட்டமாய் இருந்தது. மழை பெய்தால் படுக்கும் இடத்தில் சாரல் அடிக்கும் என்ற நினைவு வந்து வயிற்றைக் கலக்கியது. மீண்டும் பஸ் ஸ்டாண்ட் பக்கம் வந்தான். மெல்ல மெல்லக் கூட்டம் குறைய ஆரம்பித்துவிட்டது. யாரோ ஒரு பெண் சின்னப் பையனை இழுத்துக்கொண்டு போனாள். அவளைப் பின்தொடர வேண்டும்போல இருந்தது. அவள் ஆட்டோவுக்குப் போகிறாளோ எனப் பார்த்தான். ஆட்டோ ஸ்டேண்டைவிட்டு நேராகப் போனாள். பின்னாலேயே போனான். மூலைக் கடையில் டீ குடித்தாள். பையனுக்குப் பால் வாங்கிக் கொடுத்தாள். மேலே நடக்க ஆரம்பித்துவிட்டாள். கலெக்டர் பங்களாவரை அவளைப் பின்தொடர்ந்துவிட்டான். அதற்குமேல் ஆள் நடமாட்டம் எதுவுமில்லை. இப்போது அவன் பின்தொடர்வதை அவளால் எளிதாக உணர்ந்துகொள்ள முடியும். இவனுக்குப் பதற்றம் அதிகமானது. இப்பொழுது யாராவது வந்து அவளை வழி மறித்தால் அவன் ஓடிப்போய் அவளைக் காப்பாற்றுவான். அல்லது அவளை வழி மறித்து இவன் பலாத்காரம் செய்யலாம். யாரும் வந்து இவளை வழி மறிப்பது மாதிரித் தெரியவில்லை. இரண்டாவது வேலையைச் செய்யலாமா என்று யோசித்தான். ஏதோ ஒரு பூதம் அவனுக்குள் வந்து உட்கார்ந்துகொண்டதைப் போல இருந்தது. ஏதோ ஒன்று அவனுக்குள் கடல்போல ஆர்ப்பரித்துக்கொண்டு வந்தது. நடையில் வேகம் கூட்டினான். அவளும் இவனைப் பார்த்துவிட்டாள். அவளும் வேகமாக நடக்க ஆரம்பித்தாள். திடீரென அவள் ஒரு மோகினியோ என்று தோன்றியது. கால்கள் ஆணி அடித்த மாதிரி நின்றுகொண்டு நடுங்கியது. திரும்பிப் பார்க்காமல் தலைதெறிக்க ஓடினான். பார்க் பக்கத்து மேம்பாலம் வந்தபோதுதான் அவனுக்கு இயல்பான நடை வந்தது. மேம்பாலத்துக்குக் கீழே ஒண்ணுக்கு நாற்றம் வயிற்றைப் புரட்டியது. மூக்கைப் பிடித்துக்கொண்டு நடந்தான். பாலத்துக்கு அடியில் யாரோ படுத்திருப்பதுபோல இருந்தது. சாயலைப் பார்த்தால் காலையில் பார்க் ஓரத்தில் பார்த்த பைத்தியக்காரி மாதிரித் தெரிந்தது. கருமம் இந்த மூத்திரத்தில் வந்துதான் படுக்க வேண்டுமா என்று நினைக்கும்போதே குமட்டியது.

படுக்கையை விரித்தபோது மாஸ்டர் "என்னடா... எங்க போயி நாள் பூரா பொறுக்குன" என்றான். "இல்ல மாஸ்டர்" என்றுவிட்டுப் படுக்கையில் சுருண்டான். "இந்த நாய்க்கி இதே வேலையாப் போச்சி... வரட்டும் நாளைக்கி முதுவெலும்ப ஒடிக்கிறேன்னு நாள்

பூரா மொதலாளி கருவிக்கிட்டே இருந்தார்.” மாஸ்டர் இதைச் சந்தோஷமாகச் சொல்வதாகத்தான் தெரிந்தது. அவனுக்கு அது ஒன்றும் பொருட்டாய்த் தெரியவில்லை. மாஸ்டர் எழுந்து பீடி பற்ற வைத்துக்கொண்டு ஒண்ணுக்குப் போனான். மழை பெய்ததால் கொசுக்கள் இன்னும் பெருத்திருந்தன. மாஸ்டரிடம் கொசுவத்தி புகைந்துகொண்டிருந்தது. பாயைத் தூக்கிக்கொண்டுபோய் அங்கே போட்டான். “டேய் போடா அப்பால… ஒரு ரெண்டு ரூவாய்க்கி கொசுவத்தி வாங்கி வெக்க முடியாது உன்னால” என்று விரட்டினான். “இல்ல மாஸ்டர் வரதுக்குள்ள கடைய சாத்திட்டாங்க. நாளைக்கி வாங்கிடறேன்” என்றான். மாஸ்டரின் படுக்கையிலிருந்தும் அவன் மீதிருந்தும் விநோதமான நாற்றம் அடித்தது. களைப்பாய் இருந்தாலும் தூக்கம் வரவில்லை. கொஞ்சம் கண் அசந்தாலும் யாரோ ஒரு பெண் வந்து கழுத்தைக் கடிப்பதுபோல இருந்தது. புரண்டு புரண்டு படுத்து உடலெல்லாம் புண்ணாய் வலித்தது. ஒருவழியாய் கண் அசந்தபோது அந்தப் பைத்தியக்காரியை இவன் புணர்ந்துகொண்டிருப்பதைப்போல ஒரு நினைவு தோன்றியது. பயந்துபோய் எழுந்து உட்கார்ந்தான். ஏன் அப்படித் தோன்ற வேண்டும் எனக் கொஞ்ச நேரம் யோசித்தான். எதுவும் புரியவில்லை. மாஸ்டரின் தலைமூட்டைக்குப் பக்கத்தில் இருந்த பீடியில் ஒன்றை எடுத்துப் பற்ற வைத்துக்கொண்டு மெதுவாகப் பாலத்துப் பக்கம் நடக்க ஆரம்பித்தான்.

புதுவிசை, மார்ச் 2011

15

நிலா முற்றம்

நாங்கள் அந்த வீட்டுக்குப் போனபோது கார்த்திகை மாதத் தூறல் பனித்தூவலாய்த் தூறிக் கொண்டிருந்தது. போர்ட்டிகோ தூண் அருகே ரோஸ்நிற ஜம்பங்கிப் பூப்போன்ற பூக்களைப் பூத்துச் சொரிந்துகொண்டிருந்த அந்தக் கொடி மௌனமாய் மழையை இரசித்துக்கொண்டிருந்தது.

வீடு எளிமையாய் இருந்தாலும் ஒரு விஷேசத் தன்மை மனதை மயக்குவதாய் இருந்தது. நாங்கள் புதிதாய் பவர்லூம் போட்டிருந்தோம். நெய்த துணிகளை வெளிநாடுகளுக்கு ஏற்றுமதி செய்யும் நிறுவனம் வைத்திருந்த நரசிம்மனைப் பார்த்து ஆர்டர் பிடிப்பதற்காக இங்கு வந்திருந்தோம். சிறிய அளவிலான வரவேற்பறையில் ஒரு அடி உயர குஷன் வைத்த சோபா போடப்பட்டிருந்தது. அதற்கு முன் இருந்த கண்ணாடி டீப்பாயில் அன்றைய தினசரிகள் மடித்து வைக்கப்பட்டிருந்தன.

“ஒரு நிமிஷம் உட்காருங்க” என உள்ளேயிருந்து பெண் குரல் கேட்டது. நாங்கள் இருவரும் சோபாவில் உட்கார்ந்து அனிச்சையாக பேப்பரை எடுத்து விரித்தோம். குரலுக்குரிய அந்தப் பெண் எட்டிப் பார்த்து, “என்ன விஷயம்” என்றாள். “என்பேர் கார்த்திக், இவன் ஜெயந்த். புதுசா தறி போட்டிருக்கோம். சார் கிட்ட ஆர்டர் கேட்கலாம்னு வந்தோம்” என்றேன். அவள், “இருங்க... மாமா இப்ப வந்துடுவார்” என்றாள். திறந்த கதவின் வழியே விசாலமான ஹால் தெரிந்தது. “கொஞ்சம் இருங்க காப்பி கொண்டு வர்றேன்” என மீண்டும் உள்ளே சென்றுவிட்டாள்.

சில நிமிடங்களிலேயே காபியுடன் அங்கே வந்தவள், "எத்தனை தறி போட்டிருக்கீங்க?" எனக் கேட்டபடி காபியை வழங்கினாள்.

"பத்துத் தறி போட்டிருக்கோம்" என்றேன். ஜெயந்த் அந்தப் பெண்ணையே பார்த்துக்கொண்டிருந்தான்.

அவள் புன்னகையுடன் உள்ளே சென்றுவிட்டாள்.

ஜெயந்த், "அந்தப் பொண்ணு நல்ல அழகி இல்ல?" என்றான். நான் அவன் கண்களுக்குள் விரலை விடுவதுபோலக் கொண்டுசென்று, "அவிங்க இந்த வீட்டு மருமக" என்றேன்.

காப்பியைக் குடித்து முடித்தவுடன் நரசிம்மன் அறைக்குள் வந்தார். நாங்கள் எழுந்து நின்று வணக்கம் சொன்னோம். அவர் புன்னகையோடு அதை ஏற்றுக்கொண்டு உட்காரச் சொன்னார். சோபாவுக்கு அருகில் இருந்த தனிச்சேரில் உட்கார்ந்து உடனடியாகப் பேச்சைத் தொடங்கினார். அவருக்கு எங்களை மிகவும் பிடித்துவிட்டது என்று நினைக்கிறேன். அவருடைய பேச்சை மிக நெருக்கமாக உணர முடிந்தது. என்ன மாதிரியான துணிகளை ஏற்றுமதி செய்கிறார். என்ன விலைக்கு எடுத்துக்கொள்கிறார் போன்ற விஷயங்களை விவரித்தார். எங்களால் எவ்வளவு துணி நெய்து தர முடியும் எனக் கேட்டுக்கொண்டார். அதன் தரம் எப்படி இருக்க வேண்டும் என்றும் சொன்னார். பேசி முடிந்தவுடன் கிளம்பத் தயாரானோம். நான், "சார் வீடு ரொம்ப அழகா இருக்கு" என்றேன். அவர் பளிச்செனப் புன்னகைத்தார்.

"உள்ள வாங்க" என ஹாலுக்குள் அழைத்துப் போனார். அது ஒரு அரண்மனையை நினைவுபடுத்துவதைப்போல இருந்தது. ஜன்னல்களில் அழகாக இளஞ்சிவப்புநிறத் திரைச்சீலை இடப்பட்டிருந்தன. அளவான வெளிச்சம் அந்த அறையை ஓர் ஓவியம்போல உணரச் செய்தது. நான் ஜெயந்திடம் "கட்டினா இப்படி ஒரு வீட்டைக் கட்டணும்" என்றேன். அவன் ஆமோதிப்பாய்த் தலையாட்டினான்.

அங்கே ஒரு பெரியவர் உட்கார்ந்து டிவி பார்த்துக் கொண்டிருந்தார். அவர் உருவத்துக்கும் அந்த வீட்டுக்கும் சம்பந்தமே இல்லாமல் இருந்தது. ஒருவேளை இங்கே வேலை செய்பவராய் இருப்பாரோ என நினைத்தேன். ஆனால் வேலை செய்பவர் எப்படிச் சோபாவில் உட்கார்ந்துகொண்டு டிவி பார்த்துக்கொண்டிருக்க முடியும். சரி யாராவது கிராமத்தில் இருந்து வந்த சொந்தக்காரராய் இருக்கும் என நினைத்துக்கொண்டேன்.

வீட்டின் பொருட்கள் கச்சிதமாய் வைக்கப்பட்டிருந்தன. இள நீலநிறச் சுவரின் நடுவே பச்சை வயல்களுக்கிடையே பொழுது புலரும் அழகான ஓவியம் மாட்டப்பட்டிருந்தது.

நரசிம்மன் சமையலறை, படுக்கையறை, பூஜை அறை எல்லாவற்றையும் காட்டிவிட்டு மேலே மாடிக்குக் கூட்டிச் சென்றார்.

கதவைத் திறந்ததும் ஒரு கனவுலகில் நுழைந்ததைப்போல இருந்தது. அரைவட்டமான நிலா முற்றம் ஒரு பெரிய ஹாலைப்போல இருந்தது. பால்கனி கூரையைச் சரியான இடைவெளியில் நுண் வேலைப்பாடுள்ள தூண்கள் தாங்கிக்கொண்டிருந்தன. அந்தத் தூண்கள் வெளியே தெரியாதபடி பூங்கொடிகள் அதில் சுற்றியிருந்தன. விதவிதமான வண்ண வண்ணமான பூக்கள் அதில் பூத்துக் காற்றில் அசைந்து பனித் தூவலை வேடிக்கைப் பார்த்துக்கொண்டிருந்தன.

"சார் அற்புதம்... நீங்க ஒரு தேர்ந்த ரசனையான ஆள் சார்" என்றேன். அவர் புன்னகைத்தபடி, "பவுர்ணமி அன்னைக்கு நாங்க எல்லோரும் இங்கே வந்துருவோம். மேக மூட்டம் இல்லன்னா இந்தப் பக்கம் செம்மஞ்சள் வானத்துல நிலா உதயம் அவ்வளவு அற்புதமாய் இருக்கும்" என்றார்.

நான் அங்கே நிலா உதயமாவதைக் கற்பனை செய்து பார்த்தேன். ஏதோ மாயப்பொடியை நுகர்வதுபோல மயக்கமாய் இருந்தது.

அங்கிருந்து வெளியே வரவே மனமில்லாமல் வெளியே வந்தோம். நரசிம்மனிடம் விடை பெற்றுக்கொண்டு கிளம்பத் தயாரானோம்.

வீட்டின் பக்கவாட்டில் இருந்த அலுவலக அறை போன்ற அறையில் இருந்துவந்த ஒரு இளைஞன் எங்களோடு இணைந்து கொண்டான்.

பனித்தூறல் நின்றிருந்தது. அந்த இளைஞன், "என் பேர் அசோக்" எனத் தன்னை அறிமுகம் செய்துகொண்டான். "கொஞ்ச தூரத்தில தான் ஆபீஸ்... வாங்களேன்" என எங்களோடு நடக்க ஆரம்பித்தபடி, "நீங்க எங்கிருந்து வர்றீங்க?" என்றான்.

பின், "இந்த வீட்டுக்குள்ள ஒரு பெரியவரைப் பாத்தீங்க இல்ல அவர்தான் இந்த வீட்டைக் கட்டினது. ஆனால் இப்ப அவருக்கே அது தெரியாது. அந்தப் பொண்ணு அவர் மகள்தான். அதுவும் அவருக்குத் தெரியாது" என்றான். அவன் சொன்னது சட்டென எங்கள் இருவருக்கும் புரியவில்லை. "நீங்க என்ன சொல்றீங்க" என்றேன் நான். ஜெயந்தும் அதே கேள்வியோடு அவனைப் பார்த்தான்.

"அது ஒரு பெரிய கதை. என்னவோ அதை உங்ககிட்டச் சொல்லணும்போல இருக்கு" என்றான். நாங்கள், "சொல்லுங்களேன்"

என்றதும், "இப்ப முடியாது ஆபீசுக்கு நேரமாச்சு. ஞாயித்துக் கிழமை லீவன்னைக்கு வாங்க சொல்றேன்" என்று போன் நம்பர் கொடுத்தான்.

அதற்குப் பின்வந்த நாட்களிலும் அவ்வப்போது பனித்தூறல் தொடர்ந்துகொண்டிருந்தது. எங்கள் மனதில் அந்த வீடுதான் நிழலாடிக்கொண்டிருந்தது. தறி வேலைகள் விறுவிறுப்பாய்ப் போய்க்கொண்டிருந்தன. ரகம் ஆர்டர் எடுத்து வந்து, டிசைன் போட்டு, அதற்கேற்ற நூல்களை எடுத்து வந்து பாவு பிணைத்துத் தறியில் ஏற்றும் வேலை எல்லாம் முடிய நான்கு நாட்கள் ஆகிவிட்டன. அவ்வளவு வேலைகளுக்கு இடையேயும் அசோக் சொல்லவிருக்கும் கதையை எதிர்பார்த்துக்கொண்டிருந்தோம்.

ஞாயிற்றுக்கிழமை காலையிலேயே நாங்கள் அசோக் வீட்டில் இருந்தோம். அசோக் எங்களுக்குத் தேநீர் கொடுத்துவிட்டு, எழுதப்பட்ட வெள்ளைத்தாள் கற்றையை எங்கள் கைகளில் கொடுத்தான். "எனக்கு அப்படியே சொல்றதைவிட எழுதிடறது பெட்டர்னு தோணுச்சி. அப்படியே எழுதிட்டேன். படிச்சுப் பார்த்துட்டுச் சொல்லுங்க" என்றான் புன்னகைத்தபடி. வீட்டுக்கு வந்ததும் அதைப் படிக்கத் துவங்கினோம்.

❍ ❍ ❍

ஒரு திகில் படத்தைப் பார்ப்பதைப்போல அண்ணாதுரை அண்ணாச்சியின் வாழ்க்கையைக் கவனித்துக்கொண்டிருந்தேன். கல்லூரி மாணவனான எனக்கு அப்போது அண்ணாச்சியின் வாழ்க்கையைக் கூர்ந்து பார்ப்பது மகிழ்ச்சியாய் இருந்தது.

நெற்றியில் திருநீறு தீட்சண்யமான பார்வையுடன், அண்ணாச்சி பார்ப்பதற்குச் செல்வச் செழிப்புள்ள மனிதர்போல இருப்பார். நொடித்துப் போகும் முன் அது உண்மையும்கூட. ஆனால் அவர் வீழ்ச்சிக்குப் பின், அந்தப் பெரிய மனிதத் தோரணை அவரிடம் இருந்து விடைபெற்றுச் செல்வதை அவரால் தடுக்க முடியவில்லை.

அவர் துறையூரோ எங்கேயோ நல்ல வளமான காவிரிக்கரைப் பூமியில் இருந்து இங்கு வந்து மளிகைக்கடை வைத்திருந்தார். அவர் மட்டும் அல்ல... அவர் உறவினர்கள் நிறையப் பேர் இங்கே வந்து மளிகைக் கடை, ஜவுளிக் கடை, பாத்திரக் கடை, ஓட்டல் என வைத்திருந்தார்கள். உள்ளூர்க்காரர்கள் இதையெல்லாம் ஒரு ஆற்றாமையோடு சொல்லிக்கொண்டிருப்பார்கள். 'எங்கிருந்தோ வந்தவங்க எல்லாம் இங்கே ராஜாவாட்டம் பொழைக்கிறாங்க. நம்ம ஆளுங்களெல்லாம் கூலி வேலைக்கும் கொத்து வேலைக்கும் போறாங்க' என்பார்கள். சில இளவட்டங்கள், 'இவங்களையெல்லாம் அடிச்சி முடுக்கணும்' என அவர்கள்

முன்னாலேயே சொல்வார்கள். ஆனால் அண்ணாச்சி முன்பாக யாரும் அப்படி ஒரு வார்த்தையைச் சொல்லத் துணிவு வராது. அவருடைய புன்னகை அப்படி.

அவர் ஊரில் உள்ள தோட்டம் துரவு, ஒரு தெருவில் இருந்து இன்னொரு தெருவுக்குச் சென்று முடியும் பழங்கால வீடு எல்லாவற்றையும் அவர் கண்களில் பார்க்க முடியும். வேறு ஏதோ ஒரு மன்னர் காலத்தில் இருந்து நேரடியாக இங்கு வந்துவிட்டவர்போல அவர் ஜம்மென்று இருந்தார்.

எங்கள் வீட்டுக்குத் தேவையான எல்லா மளிகை ஜாமான்களையும் அவரிடம்தான் வாங்கினோம். நாங்கள் மட்டுமல்ல. ஊரில் நூற்றுக்கணக்கான பேர் அவர் கடைக்கு வாடிக்கையாளர்களாக இருந்தார்கள்.

கடையில் எப்போதும் கூட்ட நெரிசலாய் இருக்கும். மூட்டையாக அரிசி வாங்குபவர்கள், ஆடு, மாடுகளுக்குப் புண்ணாக்கு, பருத்திக் கொட்டை வாங்குபவர்கள் முதற்கொண்டு, கும்பாபிஷேகத்திற்குப் பூஜைச் செலவு வாங்குபவர்கள் வரைக்கும் கடையில் காத்திருந்து வாங்கிப் போவார்கள். அண்ணாச்சி வீடு எங்கள் வீட்டுக்குப் பக்கத்து வீடு என்பதால் நான் போனால் வெகுநேரம் காக்க வைக்காமல் அவ்வளவு கூட்டத்துக்கு நடுவேயும் கேட்பதைச் சீக்கிரமாய்க் கொடுத்து அனுப்பிவிடுவார்.

அவர் வீட்டில் பணக்காரச் சாயலும், எளிமையின் சாயலும் ஒரே சமயத்தில் இருப்பதைப் பார்த்து வியந்திருக்கிறேன். அவர் மனைவி மஞ்சுளா, ஒளி வீசும்படி அத்தனை நேர்த்தியாய் இருப்பார். அவர் மகள் இளமதிக்கு இரண்டு வயது பூர்த்தியானதும் இடம் வாங்கி வீடு கட்ட ஆரம்பித்தார். வாழ்க்கைச் சதுரங்கத்தில் அவருடைய கடினமான காலம் துவங்கியது.

யாருக்கும் அது தெரியவில்லை. ஏன் அவருக்கே அது தெரியவில்லை. ஏழு இலட்சம்போலப் பணம் ரொக்கமாகக் கொடுத்து ஊரின் மையமான இடத்தில் நிலம் வாங்கினார். இந்தப் பக்கத்து மாதிரியாக இல்லாமல் ஏதோ ஜமீன்தார் பங்களாவைப்போல வீட்டின் அமைப்பே ராஜகளையாய் இருந்தது. கடைக்கால் எடுக்கும் முன்பாக லாரி லாரியாகக் கரம்பை மண்ணைக் கொண்டு நாடக மேடை மாதிரி இடத்தை உயரமாக்கினார். முன்னால் விசாலமான போர்ட்டிகோ. அதற்குப் பக்கவாட்டில் ஒரு அறை. ஊருக்கே விருந்து வைக்கலாம் என்பதுபோல விசாலமான முன்னறை. வீட்டைப் பார்க்கும்போதெல்லாம் என்னவென்றே தெரியாத இனம்புரியாத உணர்ச்சி என்னைப் பீடித்துக்கொண்டது.

இப்படியெல்லாம் நாம் எங்கே வீடு கட்டப் போகிறோம் என்ற ஏக்கம்தான் அப்படி ஒரு பொறுக்க முடியாத உணர்வாய்க் கிளம்பியிருக்கும் எனப் பின்னாளில் நினைத்துக்கொண்டேன். இப்போது யோசித்துப் பார்த்தால் அது பொறாமைதான் எனத் தோன்றுகிறது.

என்னைப் போலத்தான் ஒவ்வொருவரும் நினைத் திருப்பார்கள். பின்னே யார் அவ்வளவு பெரிய வீட்டைப் பார்த்துச் சந்தோஷப்பட்டிருக்க முடியும் என நினைத்துக்கொண்டேன்.

ஒருநாடகத்தில் காட்சிமாறுவதுபோல எல்லாம் மாறிவிட்டது. அண்ணாதுரை அண்ணாச்சி கடனாளி ஆகிவிட்டார். ஊரில் யாராலும் அதை நம்ப முடியவில்லை.

அவருக்குக் கடன் பிரச்சினை தலை தூக்கும் முன்பே அப்பாவிடம் ஐம்பதாயிரம் ரூபாயை வாங்கிவிட்டிருந்தார். "வீடு கட்ட அவசரச் செலவுக்கு வேணும். இருந்தா கொடுங்க... பேங்கில் பணம் எடுத்துக் கொடுத்துடுறேன்" எனக் கேட்டார். அப்பாவுக்கு ஒரே பெருமை. அண்ணாச்சி தங்களிடம் கடன் கேட்பதா? பேங்கில் சேமிப்பு என இருந்த அறுபதாயிரத்தில் ஐம்பதாயிரத்தை அப்படியே எடுத்துக் கொடுத்துவிட்டார். எனக்குக்கூடப் பெருமையாகத்தான் இருந்தது. அண்ணாச்சிக்குக் கடன் கொடுத்ததன் மூலம் நாங்களும் அவர் அளவுக்குச் செல்வாக்குள்ளவர்களாக என்னால் கற்பனை செய்ய முடிந்தது.

அண்ணாச்சி பணத்தைத் திருப்பித் தரவில்லை. ஒரு மாதம்போல அவர் சொன்ன விதவிதமான காரணங்களை உண்மையென்று நம்பிக்கொண்டிருந்தோம். பின்புதான் அவர் ஊரைச் சுற்றி இதேபோலக் கடன் வாங்கியிருப்பது தெரியவந்தது. அப்பா ஆடிப்போய்விட்டார். பைனான்ஸ் கம்பெனியில் கணக்கு எழுதுபவராக வேலை செய்து கிடைத்த சொற்ப வருமானத்தில் குருவி சேர்ப்பதைப்போலச் சேர்த்து வைத்திருந்த காசு போய்விட்டதே என முகம் செத்துப் போனார். என்றாலும் நம்பிக்கையாய்ப் போய்க் கேட்டார். அவரும் "உங்கப் பணம் எங்கயும் போகாது. இப்ப கொஞ்சம் முடை... சரியாயிரும்... தந்துருவேன்" எனச் சளைக்காமல் சொல்லிக்கொண்டிருந்தார்.

மளிகைக் கடை கிடுகிடுவெனக் காலியாக ஆரம்பித்தது. முதல் போடப் பணம் இருந்தால்தானே கடையில் ஜாமான் இருக்கும். இருந்தாலும் அவர் வீட்டை எப்படியோ அழகாகக் கட்டி முடித்துவிட்டார். கிரகப் பிரவேசத்திற்கு ஊரையே அழைத்திருந்தார். அண்ணாச்சி இருந்த திடத்தைப் பார்த்தால் நம்பிக்கையாகத்தான் இருந்தது. பின் அந்த வீட்டுக்குக்

குடிபோனார். சின்ன வீட்டில் ராஜாபோல் இருந்தவர், பெரிய வீட்டில் தரித்திரத்தின் பிடியில் சிக்கிக்கொண்டிருந்தார்.

பெரிய மளிகைக் கடை பெட்டிக் கடையாகச் சுருங்கியது. மஞ்சுளா அக்காவைக் கடைப் பக்கமே பார்க்க முடியவில்லை. இளமதி ஐந்தாவதுவரை நகரத்தின் பெரிய கான்வென்ட்டுக்குப் போனவள் அரசு பள்ளியில் ஆறாம் வகுப்பில் சேர்க்கப்பட்டாள். அவளுக்கு விபரம் தெரியும்போது ஏழ்மை நன்கு அறிமுகமாகியிருந்தது.

கடன்காரர்கள் தினம்தினம் வீட்டுக்கு வந்துகொண்டே இருந்தார்கள். அண்ணாச்சி ஏதேதோ சொல்லி அவர்களைச் சமாதானப்படுத்தி அனுப்பியபடி இருந்தார். யாருக்கும் அவர் பணத்தைத் திருப்பித் தருவார் என எண்ணமில்லை. என்றாலும் பேசாமல் அவர் சொல்வதைக் கேட்டுக்கொண்டு சென்றுகொண்டிருந்தார்கள்.

ஒருகட்டத்தில் கடன் கொடுத்தவர்களின் பொறுமை எல்லை தாண்ட ஆரம்பித்தது. 'எவ்வளவு நாள்தான் இந்தப் பதிலைக் கேட்டுக்கறது?'

ஒரு இலட்சம் இரண்டு இலட்சம் கொடுத்தவர்கள் எல்லாம் 'வீட்டை வித்துக் காசு கொடு' என அவரை அரிக்க ஆரம்பித்தார்கள்.

"இப்போதான் கட்டின வீடு. நாப்பது இலட்சமாட்டம் செலவு பண்ணியிருக்கேன். இதுக்காகப் போய் ஏன் வீட்டை விக்கணும்" என அவர்களிடம் மன்றாடினார்.

நாட்கள் செல்லச் செல்லப் பலர் பொறுமை இழந்தனர். பத்துப் பேர்போலக் கூட்டமாகச் சேர்ந்துகொண்டு ஒருநாள் அண்ணாச்சி வீட்டுக்கு முன்பாகப் போய்விட்டனர். தெருவே கூடிவிட்டது. வழக்கம்போல அவர் சமாதானம் செய்ய முயன்றார். ஆனால் வந்தவர்கள் யாருக்கும் அதைக் கேட்கும் மனம் இல்லை. எல்லோரும் ஒரு மாதிரி உணர்ச்சிவசப்பட்டிருந்தார்கள். என்ன பேசுகிறோம், ஏது பேசுகிறோம் என்ற கட்டுப்பாட்டை இழந்து பல நாள் அடைத்துக்கொண்டிருந்த சாக்கடையைத் திறந்துவிட்டதைப் போலக் கருநிற வார்த்தைகளால் திட்டத் தொடங்கினார்கள். அவர் மனைவியை ஊருக்குள் விட்டுச் சம்பாதித்துக் கடனை கட்டும்படி யாரோ சொன்னபோது அண்ணாச்சி திக்பிரமை பிடித்ததுபோல நின்றுவிட்டார்.

மஞ்சுளா சேலைத் தலைப்பை வாயில் பொத்திக்கொண்டு கண்களை மூடிக்கொண்டார். பேச்சே எழவில்லை. இருவருக்கும் பூமி ஒரு நிமிடம் நின்று சுழன்றதைப்போல இருந்தது. பின்

முதலில் தன்னிலைக்கு வந்த அவர் மனைவி, அச்சத்தில் அழுதுகொண்டிருந்த மகளை அணைத்துக்கொண்டு, மெல்லிய குரலில் "என்னங்க வீட்டை விற்க ஏற்பாடு பண்ணுங்க" என்றார்.

கூட்டமே ஒரு மாதிரி ஆகிவிட்டது. கடன்காரர்கள் அதற்குமேல் ஒரு வார்த்தை பேசாமல் போய்விட்டார்கள்.

நாற்பது இலட்சம் செலவு செய்து கட்டிய அந்தப் பிரம்மாண்ட வீடு இருபது இலட்சத்திற்கு விலை போனது. அண்ணாச்சியின் கடன் நிலவரத்தைத் தெரிந்துகொண்ட புரோக்கர்கள் சாமர்த்தியமாகப் பேசி விலை அதற்குமேல் தாண்டாதவாறு தந்திரம் செய்து விற்றுக் கொடுத்தார்கள்.

வெளியில் வாங்கியதில்லாமல் வங்கியில் வாங்கியிருந்த பத்து இலட்சத்திற்கு வட்டி மூன்றாண்டுகளில் இருபது இலட்சமாக வளர்ந்துவிட்டிருந்தது. வந்த பணமெல்லாம் கடனுக்கே சரியாகிவிட்டது. அப்படியும் அப்பாவிடம் வாங்கிய ஐம்பதாயிரத்தில் இருபதுதான் வந்தது. அண்ணாச்சி அதை வீட்டுக்கு வந்து கொடுத்தார். அவர் கைகள் நடுங்கின. "எல்லாருக்கும் கொடுத்துட்டேன். உங்களுக்கு இவ்வளவுதான் இப்போதைக்கு முடிஞ்சது. எப்படியும் கொடுத்துருவேன்" என்றார். அப்பா எதுவும் பேசவில்லை. இந்தப் பணம் வந்ததையே பெரியதாக நினைத்தார். "வேணும்னா இதை வச்சுக்குங்க அண்ணாச்சி ... அப்புறம்தான் கொடுங்க" என அவர் சொன்னதும் அண்ணாச்சி கண் கலங்கினார். "வேணாம் வையிங்க" எனக் கொடுத்துவிட்டுப் போனார்.

ஊரின் முக்கியப் புள்ளிகளில் ஒருவராய் இருந்த அண்ணாச்சி ஒரு சாதாரண மனிதராகிவிட்டார். அவரும் மஞ்சுளாவும் மில்லுக்கு வேலைக்குப் போக ஆரம்பித்தார்கள்.

o o o

இளமதி பள்ளிக்கூடம் விட்டு வந்தபோது அம்மா முன்வீட்டில் படுத்திருந்தார். "ஏம்மா சீக்கிரமா வந்துட்டியா" எனக் கேட்டதற்கு "ஒடம்புக்கு முடியல" என்றார்.

இளமதி அம்மாவின் பக்கத்தில் உட்கார்ந்துகொண்டு அவர் கால்களை மெல்லப் பிடித்துவிட்டாள். அம்மா அவளையே வெறித்துப் பார்த்தார். பின் கைகளை ஊன்றி எழுந்து உட்கார்ந்து மகளின் தலையை வருடி, "நீ போய் படிம்மா" என்றார்.

அண்ணாச்சி வேலை முடிந்து இரவு வீட்டுக்கு வந்தார். மது குடிக்க ஆரம்பித்திருந்தார். அவர் முகத்தில் ஒளி வீசிக்கொண்டிருந்த பழம் பெருமையெல்லாம் இருந்த இடம் தெரியாமல் போய்விட்டது.

நம்பிக்கையெல்லாம் கொட்டிக் கவிழ்க்கப்பட்ட வெற்று உடலாக இருந்தார். அவர் புன்னகை சாயம்போன துணி மாதிரி இருந்தது.

இருந்தாலும் தான் பழைய ஸ்திதியிலேயே இன்னும் இருப்பதாகப் பாவனை செய்வதை அவரால் விட முடியவில்லை.

குடியால் வியர்த்த முகத்தோடு வீட்டுக்குள் வந்து உட்கார்ந்தார். "அம்மா தண்ணி கொண்டு வாம்மா" என்றார் மகளைப் பார்த்து. இளமதிக்கு அப்பாவின் வியர்வையைப் பார்த்ததுமே புரிந்துவிட்டது. உள்ளுக்குள் உடைந்து போனவளாய் சொம்பில் தண்ணீர் கொண்டுவந்து கொடுத்தாள்.

மஞ்சுளா மெல்ல "வீட்டு வாடகை கேட்டாங்க" என்றார்.

அண்ணாச்சி "இந்த வாரம் கொடுத்தரலாம்" என்றார்.

மகளைப் பார்த்து, "கண்ணு இது என்னம்மா துணி . . . கொஞ்சம் நல்ல துணியா போட்டுக்கிட்டு நீட்டா இருக்கக் கூடாதா" என்றார். இளமதி "ஏன் இதுக்கென்ன நல்லாத்தான் இருக்குது" என்று புத்தகப் பையை எடுத்து வைத்துக்கொண்டு உட்கார்ந்தாள்.

"நல்லா இருக்குதா? இந்தத் துணி உனக்கு நல்லா இருக்குதா?" என்று வியப்பாய்க் கேட்டார். பின் தலையில் கையை வைத்துக்கொண்டு அழுதார்.

மஞ்சுளா எழுந்துகொண்டார். "தீபாவளி வருதுல்ல பிள்ளைக்கு நல்லதா நாலு செட் துணி எடுத்துக் கொடுத்துக்கலாம் எந்திரிங்க. எந்திரிச்சி முகத்த கழுவுங்க. சாயந்திர நேரத்தில உக்காந்து அழுதுகிட்டு. வாங்க விளக்கு போட்டுட்டு சாமி கும்பிடலாம்" என்று உள்ளறைக்குள் நுழைந்தார்.

மகளிடம், "தோச ஊத்த போயி மாவு பத்து ரூபாய்க்கி பொட்டுக் கடலை பத்து ரூபாய்க்கி வாங்கீட்டு வா" என்றார்.

மஞ்சளா விளக்கைப் போட்டுவிட்டு வெங்காயம் தக்காளிப் பழங்களை எடுத்து வந்து அரிவாள்மனையோடு உட்கார்ந்தார்.

"எங்கியாவது இடத்தைப் பாத்துச் சின்னதா ஒரு கடை போடப் பாக்கலாமில்ல" என்றார்.

"இருக்கிற நிலமைய தெரிஞ்சிக்கிட்டேதான கேக்கிற. கடை போடப் பணம் எங்க இருக்குது? இனிமே கடை போட இங்க என்ன பையனா இருக்கான்... மூட்ட மூட்டையா ஜாமான்களைத் தூக்கி நிறுத்த. நா இனிமே அவ்வளவுதான். நேரம் வந்தா போயி சேர வேண்டியதுதான்" என்றார்.

"ஆமா வெள்ளிக்கிழமையும் அதுவுமா விளக்கு வெச்ச நேரத்தில பேச்சைப் பாருங்க. எல்லாம் முடிஞ்சி போச்சாம். பிள்ளைய எங்க கொண்டுபோய் விடுவீங்க" என்றார் ஆற்றாமையோடு.

"பிள்ளைய உன் சொந்தத்துல பாத்து நீ கட்டிக் குடுக்க மாட்டியா?" என்றார்.

மஞ்சுளா எதுவும் பேசவில்லை. தக்காளியை அரிய ஆரம்பித்தார். இளமதி பாத்திரத்தில் மாவு வாங்கிக்கொண்டு உள்ளே வந்தாள்.

காலையில் மஞ்சுளா நேரத்தோடு எழுந்து சமையல் வேலையைத் தொடங்கினார். ஒன்பது மணிக்குள் இருவரும் மில்லுக்குப் போக வேண்டும். இளமதி பள்ளிக்கூடம் போக வேண்டும்.

அண்ணாச்சி எழுந்தவுடன் போய்க் குளித்துவிட்டு வந்தார். நேற்று நடந்தது எதுவும் அவர் நினைவில் இல்லை. பழைய சம்பவங்கள்கூட எப்போதும்போல அவர் மனதை அறுக்கவில்லை. ஏதோ ஒரு இனம்புரியாத தெம்பில் தெளிவாக அமைதியாக இருந்தார்.

இளமதியின் முகத்தைப் பார்க்கப் பார்க்க மனதில் வாஞ்சை பொங்கியது. "அம்மா நல்லாப் படிக்கணும். பெரிய வேலைக்குப் போகணும் தெரியுதா" என்றார்.

இளமதிக்குச் சலிப்பாய் இருந்தது. இந்த அப்பாவுக்கு இதைவிட்டால் வேறு எதுவும் தெரியாதா, எனத் தோன்றினாலும் "சரிப்பா" என்றாள்.

பெரியவளாகி பெரிய டெய்லர் ஆகிவிட வேண்டும் என்பதுதான் அவள் கனவாக இருந்தது.

அண்ணாச்சிக்கு எப்போது பார்த்தாலும் மகள் பாந்தமான தோற்றத்தில் பெரிய ஆபீசராக வேலைக்குப் போவது போன்ற சித்திரம் மனதுக்குள் தோன்றிக்கொண்டே இருந்தது.

மஞ்சுளாவுக்கு அப்படியான காட்சிகள் எதுவும் தோன்றுவதில்லை என்றாலும் மகளும் கண்ணுக்கு இலட்சணமான மருமகனும் பைக்கில் வந்து இறங்கிச் சிரித்த முகத்துடன் வீட்டுக்குள் வரும் ஒரே ஒரு காட்சிதான் அவர் மனதுக்குள் வந்துகொண்டிருந்தது.

வெளியே மில் வண்டியின் ஹாரன் சத்தம் கேட்பதற்கும் அவர்கள் சாப்பாட்டுப் பையைத் தயார் செய்துகொண்டு வீட்டைப் பூட்டுவதற்கும் சரியாக இருந்தது.

மில் பஸ் கடைவீதி வழியாக ஊர்ந்து சென்றது. அண்ணாச்சி முன்பு மளிகைக்கடை வைத்திருந்தபோது சின்னச் சின்னதாய் இருந்த கடைகள் எல்லாம் இப்போது பிரம்மாண்டமாய் வளர்ந்து நின்றன. அவர் உறவினர்கள் ஒருவர்கூடச் சோடை போகவில்லை. நாம் மட்டும் எப்படி இப்படி ஆனோம் என்ற நினைவு நெஞ்சைக் கத்திபோல் அறுத்தது. கலங்கும் கண்களை இமை மூடிக் கட்டுப்படுத்தினார். இந்தக் காட்சிகள்தான் சாயந்திரம் அவரை மதுக் கடைக்குத் துரத்துகின்றன.

மஞ்சுளா சக பெண்களுடன் வேலையைப் பற்றி ஏதோ பேசிக்கொண்டு புன்னகையுடன் உட்கார்ந்திருந்தார்.

அண்ணாச்சி செல்வாக்காய் இருந்தபோது அவரிடம் அன்னியோன்யமாய் பழகியவர்கள் எல்லாம் இப்போது அப்படி இல்லை. பரிதாப உணர்ச்சியின்மீது கேலி கிண்டலைப் பூசி அதன்மீது சம்பிரதாயமான அன்பைத் தடவிப் பேசுவார்கள். ஏதோ உலகத்திலேயே அவர் மட்டும்தான் வீழ்ச்சியடைந்துவிட்ட மாதிரியும் அவர்கள் எல்லாம் புத்திசாலிகள் என்பது மாதிரியும் பேசுவார்கள். அப்படிப்பட்டவர்களோடு பேசுவதற்கே அண்ணாச்சிக்குப் பிடிப்பதில்லை.

ஒரே நாளைப் பிரதி எடுத்ததைப்போல ஒவ்வொரு நாளும் கழிந்துகொண்டிருந்தது. மாயம்போலச் சில ஆண்டுகள் ஓடிவிட்டன. அண்ணாச்சிக்கு உண்மையில் நாம் வாழ்கிறோமா அல்லது வாழ்வதைப்போலக் கனவு காண்கிறோமா எனச் சந்தேகமாய் இருந்தது. அவரைச் சுற்றி இருப்பவர்கள் எல்லோரும் ஏதோ ஒரு நிலைக்கு மாறிக்கொண்டிருந்தார்கள். சின்னக் குழந்தையாய் இருந்தவர்கள் சிறுவர்கள் ஆகிறார்கள். சிறுவர்கள் வாலிபர்கள் ஆகிறார்கள். வாலிபர்கள் குடும்பஸ்தர்கள் ஆகிறார்கள். ஊரைச் சுற்றிக்கொண்டிருந்தவர்கள் பெரிய ஆபீசர் ஆகிறார்கள். சிலர் வெளிநாட்டுக்கு வேலைக்குப் போய்விட்டார்கள். ஊரில் நான்கு வழிச்சாலை வந்துவிட்டது. நகைக்கடைகள் எல்லாம்கூட வந்துவிட்டது. ஒரு நகரின் சாயல் ஊருக்கு வந்துவிட்டது.

ஆனால் அவரும் மஞ்சுளாவும் மட்டும் அப்படியேதான் இருக்கிறார்கள்.

குடியாலும் மன உளைச்சலாலும் அவருக்குச் சீக்கிரமே வயோதிகம் வந்துவிட்டது. அவர் மனைவிக்கும் வயதாகிவிட்டது என்றாலும் அவர் முகத்தில் கவலையின் ரேகைகள் இல்லை. அண்ணாச்சிக்கு ஆச்சரியமாய் இருந்தது. அவரால் மட்டும் எப்படி அப்படி இருக்க முடிகிறது? சாமி கும்பிட்டுக் கும்பிட்டு ஞானியாகிவிட்டாளா எனச் சந்தேகமாய் இருந்தது. ஆனாலும்

அவரின் தலைமுடிகள் வெளுத்திருந்ததை வைத்து அவருக்குள்ளும் கவலை இருக்கிறது என அண்ணாச்சி நினைத்துக்கொண்டார். வெளுத்த தலைமுடியை வாரி, அதில் அளவான கனகாம்பரச் சரத்தை வைத்துக்கொள்ளும்போது காலம் என்பது ஒரு பஸ் போலவும் அவர் அதில் ஏறிச் செல்லும் ஒரு பயணி போலவும் எந்த மாற்றமும் இல்லாமல் இருப்பது போலத்தான் தோன்றினார்.

இளமதி பிளஸ் டூ படிக்கிறாள். பேரழகிக்கான சாயல் அவளிடம் தென்பட்டது.

அது இருவரையும் திகிலடையச் செய்தது. அவளை ஒரு ஆபீசராக்கிவிட வேண்டும் என்ற கனவு அவரை அறியாமலேயே எப்போதோ விடைபெற்றுப் போய்விட்டது. இவளை யாருக்குக் கட்டிக் கொடுப்பது என்ற யோசனைதான் இப்போது அண்ணாச்சியின் ஒரே சிந்தனையாக இருந்தது.

என்றாலும் அண்ணாச்சிக்கு ஒரு நம்பிக்கை இருந்தது. தங்கள் சாதியில் யாராவது ஒருவன் பெரிய ஆபீசராக இருப்பவன் அல்லது எங்காவது பெரிய ஜவுளிக்கடை வைத்திருப்பவன் எந்த எதிர்பார்ப்பும் இல்லாமல் மகளைக் கட்டிக்கொண்டு போவான் என நினைத்திருந்தார்.

இளமதி சுமாராகத்தான் படித்தாள். வகுப்பில் பத்தாவது ரேங்க் எடுத்தாள். அவள் நடை உடை பாவனைகளில் ஆபீசர் என்பதற்கான எந்த அறிகுறியும் தென்படவில்லை. பொருளாதாரத்தில் தனக்கு ஏற்பட்ட வீழ்ச்சிதான் மகளை இப்படி மாற்றிவிட்டது என நினைத்து நினைத்து மறுகினார் அண்ணாச்சி. மளிகைக்கடை அப்படியே இருந்து கடனாளி ஆகாமல் இருந்திருந்தால், இவள் சீமாட்டிபோல் இருந்திருப்பாள். டாக்டருக்கு அல்லது கலெக்டருக்குப் படித்திருப்பாள் என்ற நினைவை அவரால் சமன் செய்ய முடியவில்லை.

அந்த வீட்டில் மூன்று கனவுகள் சுற்றிக்கொண்டிருந்தன. மஞ்சுளாவின் கனவில் இளமதியின் அருமையான கணவன் அவளோடு மகிழ்ச்சியாய் ஒரு நல்ல வேலையில் அழகான வீட்டில் இருந்தான்.

அண்ணாச்சியின் கனவில் அவள் ஒரு செல்வந்தர் வீட்டு மருமகளாய் அரண்மனை போன்ற வீட்டில் இருந்தாள்.

இளமதியின் கனவில் அவள் ஒரு புகழ்பெற்ற டெய்லராய் இருந்தாள். தைக்க முடியாத அளவுக்கு அவளிடம் துணிகள் குவிந்துகொண்டிருந்தன. வேலைக்கு நான்கு பேரை நியமித்து எந்நேரமும் தைத்துக்கொண்டே இருந்தாள்.

மில்வேலை அண்ணாச்சிக்கு ஒத்துக்கொள்ளவில்லை. ஓயாமல் இருமல் வந்துகொண்டே இருந்தது. சில சமயம் இருமலோடு இரத்தம் வந்தது. ஒருமுறை இருமல் நிற்காமல் வந்தது. இருமி இருமி இரத்தம் இரத்தமாய்த் துப்பினார். இதயமும் நுரையீரலும் தூள் தூளாய்க் கிழிந்து இரத்தம் வழியாய் வெளியேறிவிட்டதா எனப் பார்த்தார். சாவு வந்துவிட்டதைப்போல அவ்வளவு களைப்பாய் இருந்தது. மஞ்சுளா தாரைதாரையாய்க் கண்ணீர் வடித்துக்கொண்டு வாடகை வண்டி பிடித்து அவரை டாக்டரிடம் கூட்டிப்போய்க் காட்டினார். சோதித்துப் பார்த்த டாக்டர் அவர் எங்கே வேலை செய்கிறார் எனக் கேட்டார். நூல் மில் என்றதும், “அவருக்குப் பஞ்சுத் தூசி ஒத்துக்கொள்ளவில்லை. நுரையீரல் பாதிக்கப்பட்டுள்ளது. அவர் இனிமேல் மில் வேலைக்குப் போகக்கூடாது” எனச் சொல்லி மருந்து எழுதிக் கொடுத்தார்.

அண்ணாச்சி வேறு எங்கே வேலைக்குப் போகலாம் என்ற பலத்த யோசனையோடே வீட்டுக்கு வந்தார்.

நாட்கள் போய்க்கொண்டே இருந்தன. மஞ்சுளாவின் வாரக்கூலியை மட்டும் வைத்து நாட்களை உருட்டித் தள்ள வேண்டியிருந்தது. குடிக்க வேண்டும் என்று தோன்றினாலும் கையில் காசு இல்லாமல் என்ன செய்வது எனத் தெரியவில்லை. மஞ்சுளா வேலைக்குப் போயிருக்கும்போது வீட்டில் தனக்குத் தெரியாமல் பணம் ஏதாவது வைத்திருக்கிறாரா என ஒரு பக்கமாய் இருந்து துலாவிப் பார்த்தார். பத்து ரூபாய்கூடச் சிக்கவில்லை.

படுத்துக்கொண்டு எத்தனை நாள் பொழுதுபோக்குவது என்று தெரியவில்லை. ஏதாவது ஓட்டலில் வேலை செய்யலாமா என்ற எண்ணம் அவரைப் பிடித்து ஆட்டத் தொடங்கியது. அன்று சாயந்திரம் மழை பெய்துகொண்டிருந்தது. இளமதி பள்ளி முடித்து வந்துவிட்டாள். நனைந்த பையில் இருந்து புத்தகங்களை எடுத்துப் பரப்பி வைத்தாள். “அப்பா இன்னும் மூணு மாசம்தான் இருக்குது பரிச்சைக்கு” என்றாள். அவள் குரலில் எந்த உணர்வும் இல்லை.

அவருக்குத் திகிலாய் இருந்தது. மில் பஸ்சில் இருந்து இறங்கி மழையில் நனைந்துகொண்டே வந்த மஞ்சுளா வந்தவுடன் படுக்கையில் சாய்ந்துவிட்டார். அவர் உடலில் காய்ச்சல் கொதித்தது.

“மஞ்சு வா டாக்டரைப் போய் பார்க்கலாம்” என்றார். அவர் “அதெல்லாம் ஒண்ணும் வேண்டாம். ஒரு அனாசின் வாங்கிப்போட்டா சரியாயிடும்” என்றார்.

“நான் டவுன்ல ஓட்டல் கடைக்கு வேலைக்குப் போகலாம்னு இருக்கேன். எத்தனை நாளைக்குச் சும்மாவே உக்காந்திருக்கிறது” என்றார்.

மஞ்சுளா ஒன்றும் பேசவில்லை.

மறுநாள் காலையில் எழுந்ததும் குளித்துவிட்டு டவுனுக்குப் போனார். ஓட்டல் கடையில் போய் எப்படி வேலை கேட்பது என்றே அவருக்குத் தெரியவில்லை. பஸ் ஸ்டாண்டை ஒட்டி வரிசையாய் இருந்த கடைகளை வேடிக்கைப் பார்த்துக்கொண்டே கடந்துவிட்டார். நான்கைந்து கடைகள் தள்ளி இருந்த அன்னபூரணா ஓட்டலைப் பார்த்ததும் இங்கே போய்க் கேட்கலாம் என்று தோன்றியது. உள்ளே போய்க் கல்லாவுக்கு முன்னால் இருந்தவரிடம் தயங்கித் தயங்கி “வேலை எதாவது கிடைக்குமா ?” என்றார்.

கல்லாவில் இருந்தவர் கடை முதலாளியாகத்தான் இருக்க வேண்டும். வெள்ளைச் சட்டையும் நெற்றியில் திருநீறுமாய் எளிமையாக இருந்தாலும் அவர்தான் முதலாளி என்பதைச் சொல்லாமலேயே தெரிந்துகொள்ள முடிந்தது.

அவர் அண்ணாச்சியை ஒரு கணம் கூர்ந்து பார்த்தார். அவர் கண்களைப் பார்த்து அவர் வாழ்க்கை முழுவதையும் தெரிந்து கொண்டவர் போன்ற தோற்றத்துக்கு அவர் முகபாவம் மாறியது.

யார் நீங்க என்ன வேலை தெரியும் என எதுவும் கேட்கவில்லை. “சரி உள்ளபோய் வேலை செய்ங்க” என்றார். உள்ளே பார்த்துப் “பரந்தாமன் ஐயா புதுசா வேலையில சேந்திருக்கார். அவர் என்ன செய்யணும்னு பார்த்துச் சொல்லுங்க” என்றார்.

அண்ணாச்சிக்கு அழுகை வந்தது. தேம்பி அழுது விடுவார்போலல இருந்தது.

அன்றிரவு இருவருக்கும் டிபன் கட்டிக்கொண்டு வந்தார். ஓட்டல் முதலாளியைப் பற்றி மஞ்சுளாவிடம் கதை கதையாய்ச் சொன்னார்.

மஞ்சுளா அன்று அபூர்வமாக உதிரி மல்லி வாங்கியிருந்தார். சாப்பிட்டு முடித்துவிட்டுத் தூங்கப் போகும் முன் மல்லிகைப் பூக்களைச் சரம் தொடுத்தார்.

அதைத் துணியில் சுற்றிவைத்துவிட்டுப் படுத்தார். காலையில் எழுந்திருக்கவில்லை.

❍ ❍ ❍

இளமதி பள்ளிக்கூடம் முடித்துவிட்டு வீட்டில் இருந்தாள் ... அவளைக் காலேஜில் சேர்க்க உதவ முடியுமா என ஓட்டல் முதலாளியிடம் அண்ணாச்சி கேட்டார். அவர் நிச்சயம் உதவுவதாகச் சொன்னார்.

❍ ❍ ❍

அண்ணாச்சிக்கு சப்ளையர் வேலை நன்கு பழகிவிட்டது. பரம்பரை பரம்பரையாய் ஓட்டல் தொழிலில் இருந்தவர்போல வேலை செய்தார்.

இளமதி எப்போது பார்த்தாலும் படித்துக்கொண்டும் ஏதாவது வேலை சம்பந்தமான பயிற்சி செய்வதுமாக இருந்தாள். அண்ணாச்சியின் கையில் ஏதோ கொஞ்சம் காசு சேர ஆரம்பித்தது.

இத்தனை ஆண்டுகளுக்குப் பின் இப்போதுதான் தன் கையில் பணம் புழங்குவதை நினைத்து அவருக்கு ஆச்சரியமாய் இருந்தது. ஆனால் இந்தச் சொற்பத் தொகையை வைத்துக்கொண்டு பெண்ணை எப்படி வேலையில் சேர்ப்பது, திருமணம் செய்து வைப்பது என்று அவருக்குத் தெரியவில்லை.

ஆனால் இளமதி அவருக்கு அந்தக் கஷ்டத்தை வைக்க வில்லை. ஒருநாள் வேலை முடிந்து வந்தபோது மகளின் கடிதம் அண்ணாச்சியை வரவேற்றது.

அப்பா நான் ஒருவரைக் காதலிக்கிறேன். அதை எப்படி உங்களிடம்சொல்வதுஎனத்தெரியவில்லை.அவருக்கும்அவர் அப்பாவிடம் சொல்லப் பயம். நாங்கள் இருவரும் கல்யாணம் செய்துகொள்கிறோம். என்னை மன்னித்துவிடுங்கள்.

கடிதத்தைப் படித்தவுடன் மயங்கி விழுந்தார் அண்ணாச்சி. அப்படியே எவ்வளவு நேரம் கிடந்தாரோ தெரியவில்லை. மயக்கம் தெளிந்து எழுந்தபோது அவருக்குப் பழைய நினைவுகள் எதுவும் இல்லை. தான் யார் என்பதே நினைவில் இல்லை.

பைத்தியக்காரன்போலச் சாலையில் போய்க்கொண்டும் வந்துகொண்டும் இருந்தார். அவர் பக்கத்து வீட்டுக்காரர் பார்த்துவிட்டு அவரிடம் விசாரித்திருக்கிறார். ஆனால் அவருக்குத் தான் யார் என்பதே தெரியவில்லை என்பதை அறிந்து பரிதாபப்பட்டு அவருக்குச் சாப்பாடு போட்டுக் கொடுத்தார்.

அண்ணாச்சியைக் காணாத ஓட்டல் முதலாளி இரண்டு நாள் கழித்து கார் எடுத்துக்கொண்டு அவரைத் தேடி வீட்டுக்கு வந்தார். அண்ணாச்சி இருந்த கோலத்தைப் பார்த்ததும் அவர் ஒரு கணம்கூட யோசிக்கவில்லை. அவரை காரில் ஏறச் சொல்லித் தன் வீட்டுக்குக் கூட்டிப் போய்விட்டார்.

இளமதி பெங்களூரில் மெட்டல் டையில் நிறுவனமொன்றில் மேலாளராக இருக்கும் கணவனுடன் நிம்மதியாய் இருக்க முடியாமல் தவித்தாள். அப்பாவை அப்படியே விட்டுவிட்டு வந்துவிட்டோமேஎன்றகுற்றவுணர்வு அவளை அறுத்துக்கொண்டே

இருந்தது. கணவனிடம் அப்பாவைப் பார்க்கப் போலாம் என நச்சரிக்க ஆரம்பித்தாள். மூன்று மாதங்கள் கழித்து இருவரும் சொந்த ஊருக்கு வந்தனர். அப்பாவை ஓட்டல் கடைக்காரர் கூட்டிப் போய்விட்டதைத் தெரிந்து அவரைத் தேடிக்கொண்டு போனாள் இளமதி.

சுயநினைவில்லாத அப்பாவைக் கட்டிக்கொண்டு அழுதாள்.

அண்ணாச்சி, "யார் இந்தப் பொண்ணு" எனக் கேட்டார்.

❍ ❍ ❍

கவுதமின் அப்பா மகனின் காதல் திருமணத்தை எதிர்க்கவில்லை. இருவரும் அவர் காலில் விழுந்து ஆசீர்வாதம் வாங்கிக்கொண்டு அங்கேயே இருந்துவிட்டனர். கவுதம் பெங்களூரு வேலையை ராஜினாமா செய்துவிட்டு, அப்பாவின் எக்ஸ்போர்ட் கடையைப் பார்த்துக்கொள்ள ஆரம்பித்தான்.

❍ ❍ ❍

மருமகளின் அப்பா சுயநினைவில்லாமல் ஓட்டல்காரரின் வீட்டில் தங்கியிருப்பது கவுதமின் அப்பாவுக்குத் தெரிய வந்தது. "அவரை நம் வீட்டுக்கே கூட்டி வந்துவிடலாம்" என்றார்.

எல்லோரும் போய் அண்ணாச்சியைப் பார்த்துத் தங்களுடன் வரும்படி கேட்டார்கள். நரசிம்மனுக்கு அப்போதுதான் தம்மிடம் வீட்டை விற்றவர்தான் தனக்குச் சம்பந்தியாகியிருக்கிறார் எனத் தெரிந்தது. அண்ணாச்சி ஓட்டல் கடைக்காரரிடம் சொல்லிக்கொண்டு இளமதியுடன் கிளம்பினார். வீட்டுக்கு முன்னால் கார் வந்து நின்றதும், "இந்த வீட்டை எங்கியோ பார்த்த மாதிரி இருக்குது" என்றார் அண்ணாச்சி.

தாள்களில் இருந்து கண்களை விலக்கினேன். அண்ணாச்சி, அவர் மகள், நரசிம்மன், அசோக் எல்லோர் முகமும் மனதில் வந்து வந்து போனது.

வாசக சாலை, ஜூலை 4, 2020

16

அந்நியன்

பசுபதி அரசுப் பள்ளியில் கிளார்க்காகப் பணியாற்றிச் சமீபத்தில் ஓய்வு பெற்றிருந்தார். அந்தப் பள்ளியில் கணக்கு ஆசிரியராய் இருந்த மனோகரன் ஓய்வு பெறும்போது இளைஞனைப் போன்ற தோற்றம் மாறாதவராய் இருந்தார். அவர் ஓய்வு பெறும் வயதை அடைந்துவிட்டார் என்பதை யாராலும் நம்ப முடியவில்லை.

ஆனால் பசுபதி அப்படியில்லை.வயோதிகத்தின் அத்தனை குறிப்புகளையும் உடலில் பெற்றிருந்தார். சரீரம் பெருத்துப் போய், தோல் முதிர்ந்தும் தளர்ந்தும் இருந்தது. புருவம், இமை முதற்கொண்டு அனைத்து முடிகளும் நரைத்துவிட்டிருந்தன. குளித்துத் துண்டைக் கட்டிக்கொண்டு வரும்போது பஞ்சுப் பொதியில் இருந்து குதித்தெழுந்து வந்தவரைப்போல இருந்தார்.

அந்தப் பழைய வீட்டின் முன் அறையில் அவரும் அப்பாவும் உட்காரும் சாய்வு நாற்காலிக்குப் பக்கத்தில் இருக்கும் தேக்குமர நாற்காலியில் அந்த இளைஞன் உட்கார்ந்திருந்தான். இளமையின் உச்சியில் இருந்த அவனைப் பார்க்கப் பசுபதியின் மனதில் பொறாமையின் தீ உயிர்ப்பெற்றது. அந்த இளமை அவருக்குச் சகிக்க முடியாததாய் இருந்தது. அவனை யார் என்னவென்று விசாரிக்க நினைத்தவர் அவன் அமர்ந்திருந்த உரிமையின் தோரணையைக் கண்டு தயங்கி நின்றுவிட்டார். ஒருவேளை அப்பாவைப் பார்க்க வந்திருப்பானோ? ஈரோட்டிலிருந்து வரும் வைத்தியநாதனைத் தவிர, அப்பாவைத் தேடி இந்த

வீட்டுக்கு யாரும் வந்ததில்லை. வயதாகிவிட்டதால் அவரும் வீட்டுக்கு வந்து மூன்றாண்டுகளுக்கும் மேலாகிவிட்டது.

அவன் கையில் ஏதோ புத்தகம் இருந்தது. எவ்வளவு உற்றுப் பார்த்தும் அது என்ன புத்தகம் என்று தெரியவில்லை. கண்ணைப் பரிசோதித்துக் கண்ணாடி மாட்ட வேண்டும் என நினைத்துக்கொண்டார். ஆனால் இத்தனை ஆண்டுகாலம் கண்ணாடி இல்லாமலேயே சமாளித்துவிட்டு, இப்போது போய்க் கண்ணாடி போட்டுக்கொள்வதை அவர் விரும்பவில்லை. அந்த எண்ணத்தைக் கைவிட்டு உள்ளறைக்குத் திரும்பினார்.

சமையல் கட்டில் இருந்த அம்மாவிடம் போய்ச் சைகையாலேயே "அங்க யாரோ வந்திருக்காங்க. காபி போட்டுக் கொடு" என்றார். கமலம் அம்மாளுக்குக் கண்களில் பூஞ்சை படர்ந்ததைப்போலக் காட்சிகள் திட்டுத் திட்டாய்த் தெரிந்தன. காது மிக மெலிதாகத்தான் கேட்கும் என்பதால், கணவரும் மகனும் அவருடன் சைகையில் உரையாட ஆரம்பித்துப் பல காலம் ஆகிவிட்டது. கமலம் வியந்தவராய், 'யாரு?' எனச் சைகையில் கேட்டார். அவர் 'தெரியல' என உதட்டைப் பிதுக்கிக் கைகளை விரித்தார்.

கமலம் வியப்பு மாறாதவராய், வாயைத் திறந்தபடி அவரைப் பார்த்தார். பின் என்னவோ நினைத்துக்கொண்டு சிரித்தார். பசுபதி, "அப்பா எங்கே?" என்றார். "கடைக்குப் போயிருப்பார்" எனச் சைகை காட்டிவிட்டுச் சமையல் கட்டுக்குப் போய்ப் பால் பாக்கெட்டைக் கத்தரித்துக்கொண்டு, "நீ டீ குடிக்கிறியா?" எனக் கை காட்டினார் அவர் "கொஞ்சமாய் வேண்டும்" எனச் சைகை காட்டிவிட்டு உள்ளறைக்குப் போய்ப் படுத்துக்கொண்டார்.

ஒருவேளை அவன் தன் மருமகனாய் இருக்கக் கூடுமோ என பசுபதிக்குச் சந்தேகமாய் இருந்தது. அந்த நினைவே அவர் நெஞ்சில் சந்தனத்தைப் பூசியதைப்போலக் குளுமையாய் இருந்தது.

மகளை ஒன்றரை வயதாய் இருக்கும்போது பார்த்தது. இப்போது அவளுக்கு முப்பது வயதுக்குமேல் இருக்கும். அவளுடைய கணவன் இவ்வளவு இளைஞனாய் இருக்க வாய்ப்பில்லை என நினைத்தவராய், மகளைப் பற்றிய நினைவில் மூழ்கிப் போனார்.

அவள் உருவம்பற்றிய மூன்று விதமான கற்பனைகள் அவரிடம் இருந்தன. ஒன்று அவள் அவளுடைய அம்மாவின் அச்சுப் பிரதியைப்போல அப்படியே இருக்கக்கூடும். அல்லது அவருக்குப் பெண் வேடமிட்டதைப்போல அவருடைய பெண் உடலைப்போல இருக்கக்கூடும். அல்லது தங்கள் இருவரின் அடையாளங்களையும் கொண்ட உருவமாய் இருக்கும். அந்த

மகா மாயா 181

உருவத்தையும் அவரால் கற்பனை செய்ய முடிந்தது. அந்த உருவைப் பார்த்து அவருக்கு ஆச்சரியமாய் இருந்தது. பூமியில் இல்லாத ஒரு பெண் அல்லது இருக்கிறாளா இல்லையா எனத் தெரியாத ஒரு பெண் தனக்குள் இருந்து, தன்னைப் பார்த்துக்கொண்டும் 'அப்பா அப்பா' என்று பேசிக்கொண்டும் இருக்கிறாள்.

ஏறக்குறைய முப்பது வருடங்களுக்கு முன்னால், ஒன்றரை வயதுச் சிறுமியாய் இருந்த கற்பகத்துடன் அவரை விட்டு விலகிச் சென்றுவிட்ட செல்லம்மாளின் நினைவுகளுக்குள் அவர் மனம் மீண்டும் அமிழ்ந்தது.

செல்லம்மாள் முன்கொசுவம் வைத்துச் சேலை கட்டியிருந்தார். அந்த ஊரில் அப்படிச் சேலை கட்டும் பழக்கம் உள்ள ஒரே ஒரு பெண்ணாக அவர் இருந்தார். அவரின் சேலைக்கட்டும், ஜாக்கெட்டின் மிகச் சிறிய கையும் அந்த ஊர்ப் பெண்களுக்கு விசித்திரமாய் இருந்தது. வாளிப்பான அவர் உடல் யாரோ ஒரு நடிகையை ஞாபகப்படுத்துவதாய்ப் பெண்கள் கூடிக் கூடிப் பேசிக் கொண்டனர். அவரையே ஒரு நடிகையைப்போலப் பார்த்தனர். நடிகை என்றால் பரத்தை என்றொரு எண்ணம் அவர்களுக்கு இருந்தது. எனவே செல்லம்மாளும் அப்படிப்பட்டவளாய்த்தான் இருக்கும் என அவர்கள் கெக்கொலி கொட்டிச் சிரித்துப் பேசினர்.

ஏதோ ஒரு சாக்கில் செல்லம்மாளைப் பார்க்க இளவயதுப் பெண்கள் வீட்டுக்கு வந்த வண்ணம் இருந்தனர். வந்தவர்கள் எல்லோருமே சந்தர்ப்பம் பார்த்து அவர் அந்தச் சேலைக்கட்டை எப்படிக் கட்டுகிறார் என விவரம் கேட்டுக்கொண்டனர்.

சிறு நகரத்தால் வடிவமைக்கப்பட்டவர் என்றாலும், அவர் முற்றிலும் வெள்ளந்தியான சிறு பெண்ணாக இருந்தார். கேட்டவர்களுக்கெல்லாம் முகம் சுளிக்காமல் சேலைக்கட்டை கற்றுத் தந்தார். ஒரு பக்கம் அவரை வக்கிரமாக விமர்சிப்பதும், இன்னொரு பக்கம் அவரைப்போல மாறத் துடிப்பதுமாக ஊர்ப் பெண்கள் விசித்திரமானவர்களாய் மாறிப் போயினர்.

பசுபதிக்கு அவர் உடல் மீதான காமம் மட்டுமே இருந்தது. கல்யாணம் ஆகிவந்த இரண்டு வருடத்தில் அது காதலாக மலரவே இல்லை. செல்லம்மாளைப் பார்க்கும்போதெல்லாம் அவருக்குள் வெப்பம் மூளும். மாதவிலக்கு நாட்கள் தவிர மற்ற நாட்களில் அவரைக் கூடியபடியே இருந்தார். ஒரு கட்டத்தில் செல்லம்மாள் பயந்து போய்விட்டார்.

குழந்தை பிறந்து வீட்டுக்கு அழைத்த பின்னும் பசுபதி அப்படியேதான் இருந்தார். இளம் வயதுதான் என்றாலும்

செல்லம்மாளுக்கு வெறுத்துப் போய்விட்டது. கணவனைப் பற்றிய எண்ணங்கள் மாறின. அவரை ஒரு மிருகம் என நினைக்க ஆரம்பித்தார். எதற்கெடுத்தாலும் சண்டையிட்டார். இரவில் நாயை விரட்டுவது மாதிரி விரட்டினார் அல்லது மரக்கட்டை மாதிரிக் கிடந்தார். தினமும் இதே தொடர வெறுப்பு வளர்ந்து உருண்டு திரண்டது. அந்தக் கசப்பை பசுபதி மனித இயல்புக்கே உரிய கோணலோடு அர்த்தப்படுத்திக்கொண்டார். செல்லம்மாளின் அழகு அவர் கண்ணை உறுத்தியது. அவருக்கு இன்னும் பலருடன் தொடர்பு இருக்கக்கூடும் என நினைக்க ஆரம்பித்தார். வன்மம் தலை தூக்கியது. அவரின் நடவடிக்கைகளின் குரூரமும் பேச்சின் விஷமும் செல்லம்மாளை நிலைகுலைய வைத்தன. ஒன்றரை வயது மகள் கற்பகத்தைத் தூக்கிக்கொண்டு செல்லம்மாள் அவர் வாழ்க்கையில் இருந்து காணாமல் போய்விட்டாள்.

முதலில் போய்த் தொலையட்டும் என நினைத்தார் பசுபதி. அவர்களே எப்போது வந்து அழைத்துப் போகச் சொல்லிக் கூப்பிடுகிறார்களோ அப்போது போய்க் கூட்டிவரலாம் என இருந்தார். ஒரு வருடத்திற்கு மேலாகியும் அவரிடமிருந்தோ அவர் வீட்டிலிருந்தோ எந்த விசாரிப்பும் இல்லை என்றதும் இனிச் செல்லம்மாள் வர மாட்டார் என அவருக்குத் தெரிந்துவிட்டது என்றாலும் அவராகப் போய்க் கூப்பிட மனம் இடம் கொடுக்கவில்லை. இரண்டு வருடம் கழித்து அவருக்கு வேறு கல்யாணம் செய்துவைக்க நினைத்து அப்பா பல இடங்களில் பெண் பார்த்தார். எதுவும் அமையவில்லை. அமைந்துவிடும் என்ற நம்பிக்கைகூட ஏற்படவில்லையென்பதால் அவரும் அப்படியே விட்டுவிட்டார்.

வேலைக்குப் போய்க்கொண்டும் வந்துகொண்டும் இருந்த அவருக்கு, பத்தாண்டுகள் கழித்துத் திடீரென ஒருநாள், செல்லம்மாள் விஷயத்தில் தான் மிகவும் முட்டாள்த்தனமாக நடந்துகொண்டுவிட்டதாக ஒரு எண்ணம் ஏற்பட்டது. எப்படி அப்படி முற்றிலும் தலைகீழாகத் தாம் மாறினோம் என அவருக்கே புரியவில்லை. வியப்பாய் இருந்தது. அந்த எண்ணத்தை ஒதுக்கித் தள்ள முயன்றார். முடியவில்லை. திகைத்துப் போனார். உடனே செல்லம்மாளின் வீட்டுக்குக் கிளம்பினார். அவர் பயந்தபடியே அந்த வீட்டில் அவர்கள் இல்லை. அவர்கள் எங்கே போனார்கள் என அக்கம் பக்கத்தில் உள்ளவர்களுக்கும் யாருக்கும் எதுவும் தெரியவில்லை. அப்போதுதான் அவருக்குச் செல்லம்மாளின்மீது காதல் உண்டானது. காதலின் துயரம் அவரை வாட்டியது. திடகாத்திரமான அவர் உடல் கொஞ்சம் கொஞ்சமாகத் தக்கையைப்போல மாற ஆரம்பித்தது.

சாய்வு நாற்காலியில் சாய்ந்தபடி கையில் பனையோலை விசிறியால் விசிறியபடி அவர் அந்த நாட்களை எப்போதும் அசைபோட்டுக்கொண்டிருந்தார்.

கமலம் டீ தம்ளருடன் வந்து, ஒரு தம்ளரை அவரிடம் கொடுத்துவிட்டு, “அந்தப் பையன் எங்கே?” என்றார். பசுபதி அவரிடம் முன் அறையைக் கை காட்டினார். “அங்கே யாரும் இல்லை” எனச் சைகை செய்துவிட்டு, அவர் டீ இருந்த இன்னொரு தம்ளருடன் உள்ளே போய்விட்டார்.

கமலத்திற்கு நரையும் கருமையும் சரிசமமாய்க் கலந்த தலைமுடி. அதில் எப்போதும் ஒரு முடிச்சுப் போன்ற கொண்டை இடுப்புக்கு மேலே நடுமுதுகில் கிடக்கும். எங்கேயாவது வெளியே போனால் அவர் அந்தக் கொண்டையை உயர்த்தித் தலையில் போட்டுக்கொள்வார். ஆனால் எதற்கும் வெளியே போகும் பழக்கத்தை அவர் எப்போதோ விட்டிருந்தார். உப்போ தீப்பெட்டியோ வேண்டும் என்றாலும் அவர் இரண்டு நாட்களுக்கு முன்பே தன் கணவனிடமோ இல்லை மகனிடமோ சொல்லி வைத்துவிடுவார். ஒல்லியான அவர் தேகம் மிகப் பலவீனமாய் கைகள் எப்போதும் மெல்லிய நடுக்கம் கொண்டதாய், தண்ணீர் நிறைந்த சொம்பையும் தூக்க முடியாததாய் இருந்தன. கீழே உட்காருவதற்காகக் கைகளைக் கொஞ்சம் வேகமாக ஊன்றிவிட்டாலும் நொறுங்கிவிடும் அளவிற்கு எலும்புகள் கடற்பஞ்சுபோல் மாறிவிட்டதை அவரால் உணர முடிந்தது.

அவர் அக்காவும் மாமாவும் எப்போது அவர் வாழ்க்கையில் இருந்து விலகினார்களோ, அப்போதே வாழ்க்கை முடிந்து விட்டதாகவும் அதன்பின் அதன் எச்சமே நடப்பதாகவும் அவருக்கு ஒரு எண்ணம். அதனால் என்ன நடந்தாலும் பெரிதாக அலட்டிக்கொள்ள மாட்டார்.

அக்கா வீட்டுக்காரர் சிதம்பரம் அழகான மனிதர். அக்காவும் மாமாவும் ஜோடியாக நடந்துபோவதைப் பார்க்க இரண்டு கண்கள் போதாது. அவர்கள் வெளியே போய்விட்டு வந்தால், அம்மா உப்பும் மிளகாயும் வைத்து எப்போதும் சுற்றிப் போடுவார். ஒவ்வொரு முறையும் மிளகாய் கார நெடியின்றி எரிந்து போகும். “பாத்தியா இந்த ஒரு மொளகா தப்பித் தவறி அடுப்புல விழுந்துட்டா அப்படிக் காந்தும். மூச்சு விடவே முடியாது. அப்படியாப்பட்ட மொளகா துளி காரமில்லாம எரியுதே. ஊர்ல அவ்வளவு கண்ணு உங்க மேல” என்பதையும் அவர் ஒவ்வொருமுறையும் சொல்லத் தவறமாட்டார்.

அக்கா நல்ல பக்திமான். வீட்டில் இராமாயணம், மகாபாரதம், கந்தபுராணம் எனப் புத்தகங்கள் வைத்திருப்பார்.

அப்போதெல்லாம் இரவில் சமைக்கும் வழக்கம் கிடையாது. காலையிலோ அல்லது மதியத்திலோ செய்த சாப்பாடுதான் இரவுக்கும்.

மாலையில் விளக்கு வைத்ததும் பக்தி சிரத்தையாய் ஏதாவது ஒரு புத்தகத்தை எடுத்து வைத்துக்கொண்டு சத்தமாகப் படிக்க ஆரம்பித்துவிடுவார். கமலமும் தவறாமல் போய் அக்காவின் முன்னால் உட்கார்ந்துகொள்வார். கமலம் அவருக்குத் தங்கை யென்றாலும் ஒரு தாயின் பாவனையில்தான் அவர் பார்ப்பதும் பேசுவதும்.

அந்தப் புத்தகங்கள் எல்லாம் ஒப்புக்குத்தான். பெரும்பாலும் மனதில் இருந்தே அந்தப் பாடல்களைப் படித்தார். அவர் குரல் அவ்வளவு கணீர் என்றிருக்கும். அக்கம் பக்கத்தில் இருப்பவர்கள் எல்லாம் வந்துவிடுவார்கள். பாடலைப் பாடி கமலத்திற்கு விளக்கம் சொல்வதைப்போல எல்லோருக்கும் விளக்கம் சொல்லிப் பக்தியில் திளைத்துத் திருநீறு பூசிக்கொண்டு எழுவார். அப்போது வாழ்க்கைதான் எவ்வளவு அர்த்தமுள்ளதாய் இருந்தது.

மாமாவுக்கும் கடவுள் பக்தி அதிகம். மங்கை தன் மனைவியாய் இருப்பது அவருக்கு அளவில்லாப் பெருமை. அது எப்போதும் அவர் முகத்தில் பொங்கிப் பிரவகித்துக்கொண்டிருக்கும்.

மாமாவின் அப்பா வீடு பக்கத்துத் தெருவிலேயே இருந்தது என்பதால், அக்கா பெரும்பாலும் அம்மா வீட்டிலேயே இருப்பார். சிதம்பரமும் தன் வீடு, மாமியார் வீடு என்ற வித்தியாசம் இல்லாமல் இருப்பார்.

சிதம்பரத்தின் அப்பா தன் ஜவுளிக்கடை நிர்வாகத்தைக் கல்யாணத்துக்குப் பின் மகனிடம் விட்டிருந்தார். நிர்வாகம் கைமாறியவுடனேயே தான் ஒரு பரோபகாரி என்பதை சிதம்பரம் நிரூபித்தார். தலைச்சுமையாய் எடுத்து ஊர் ஊராய்ப் போய் விற்கும் வியாபாரிகளுக்கெல்லாம் தாராளமாய்க் கடன் கொடுத்தார். இவரின் குணத்தைத் தெரிந்துகொண்ட வியாபாரிகள் கூட்டம் கூட்டமாய் வர ஆரம்பித்தனர். நாட்கள் போகப் போகத்தான் என்ன நடந்துகொண்டிருக்கிறது என்பதே அவருக்குப் புரிய ஆரம்பித்தது. கடன் வாங்கிப் போனவர்களில் பெரும்பாலானோர் திரும்பி வரவில்லை. திரும்பி வந்தாலும் பழைய கடனைக் கொடுக்காமல் புதிதாக மேலும் கடன் கேட்டார்கள். அவருக்கு இல்லையென்று சொல்லும் மனம் இல்லை. இன்னும் ஜவுளிகளைத் தூக்கிக் கொடுத்து அனுப்பினார். இந்த விஷயம் அவர் அப்பாவுக்குக் கடைசிவரை தெரியவில்லை. மகன்மீது அவ்வளவு நம்பிக்கை.

அலர்மேல் மங்கைக்கும் இதைப் பற்றித் துளியும் அச்சம் இல்லை. அவர் நல்லவர், மக்களுக்கு நல்லது பண்ணுகிறார். நல்லது செய்பவர்களைக் கடவுள் எப்போதும் கைவிட மாட்டான் என்ற அசைக்க முடியாத சித்தம் அவருக்கு இருந்தது.

ஒரே வருடத்தில் கடை காலியானது. சிதம்பரம் ஒரு சில்லறை ஜவுளி வியாபாரியாக மாறினார். என்றாலும் கணவன் மனைவி இருவருக்கும் யார் மீதும் எந்தக் கசப்பும் வெறுப்பும் ஏற்படவில்லை. அப்பாவுக்கோ, மாமனார் வீட்டுக்கோ சுமையாய் இருந்துவிடக் கூடாது என அதே ஊரில் வேறொரு தெருவில் தனியாகக் குடித்தனம் போனார்கள். ஜவுளிக்கடைக் கடன் சுமை அவர்களைத் தலையெடுக்க விடாமல் அழுத்திக்கொண்டிருந்தது. ஏழ்மையும் தரித்திரமும் மேலும் மேலும் இறுக்கிப் பிழிந்தது. அப்போதும் அவர்களின் பக்தி கொஞ்சமும் குறையவில்லை.

மாமாவின் அப்பா தெருவில் நின்று கத்தினார். "உன்னை யார் இப்படி இருக்கச் சொன்னா. எனக்கு ஒரே பையன் நீதானே. நான் ஜவுளிக்கடையில சேத்து வைச்சிருக்கிற சொத்தெல்லாம் உனக்குத் தானே. திரும்ப வீட்டுக்கு வா. நான் முதல் தர்றேன். திரும்ப கடைய நடத்து. அறிவுள்ள புள்ள, கூட இருந்து வியாபாரத்தைப் பாத்தவன், விஷயம் தெரிஞ்சி நடந்துக்குவான்னு பெரும்போக்கா விட்டுட்டேன். இப்ப என்ன பணம்தானே... போயிட்டுப் போவுது. வயசிருக்குது ... சம்பாதிச்சிக்கலாம் ... வீட்டுக்கு வா" என்றார்.

"போங்கப்பா ... இன்னைக்கி வெறுமானம். நாளைக்கி வர்றேன்" எனத் தலையைக் குனிந்துகொண்டே முணுமுணுத்தார் சிதம்பரம்.

மறுநாள் அக்கா, மாமா இரண்டு பேரும் அந்த வீட்டில் இல்லை. அந்த ஊரிலேயே இல்லை. அதற்குப்பின் அவர்களைப் பற்றிய எந்தத் தகவலும் இல்லை.

கமலம் சமையல் வேலையை மிகச் சீக்கிரமாக முடித்துவிடுவார். அதில் அவர் ஒரு எந்திரத் தன்மையை அடைந்துவிட்டிருந்தார். அவர் சமையலும் ஒரு எந்திரத்தால் செய்யப்பட்டதைப் போலவே இருக்கும். அவர் கணவரோ மகனோ அதைக் குறைகூற மாட்டார்கள். அவர்களும் எந்த முகக் குறிப்பும் இல்லாமல் அதைச் சாப்பிட்டு எழுந்துவிடுவார்கள்.

கமலத்தின் அன்றைய காலைச் சாப்பாடு தயாரிக்கும் பணி முடிந்தது. சமையல் மேடையைக் கழுவித் துடைத்துவிட்டு முன் அறைக்கு வந்தார். அங்கே அந்த இளைஞன் உட்கார்ந்திருந்தான். அவரைப் பார்த்துப் புன்னகைத்தான். அந்தப் புன்னகையின் வசீகரத்தில் அவர் தன்னை மறந்தார்.

"முன்னயே நீயா வந்த?" எனச் சைகையால் கேட்டார்.

அவன் "ஆமாம்" எனத் தலையாட்டினான்.

"எங்க போன?" என்றார்.

அவன் மீண்டும் புன்னகைத்தான்.

"டீ சாப்டு" என்றார்

அவன், "வேண்டாம்" என்றான்.

மெல்லிய குரலில் "இட்லி சாப்புடுறியா" என்றார்.

வேண்டாம் என்று அவன் தலையாட்டினான்.

அவர், "இரு நான் கொண்டு வர்றேன்" என்றுவிட்டு உள்ளே போனார். இரண்டு இட்லிகளைத் தட்டில் வைத்து எடுத்துக்கொண்டு வந்தார். அறையில் அவனைக் காணவில்லை. முன் வாசலுக்கு வந்து பார்த்தார். தெருவில் யாரும் இல்லை.

வீட்டின் வெளிப்புறம் அமைதியை உள்வாங்கி மேலும் அமைதியைப் பரப்பிக்கொண்டிருப்பதைப்போல இருந்தது. வீட்டையொட்டியிருந்த இருவாட்சி மரம் தன் அபூர்வத் தன்மையால் அந்த வீட்டையும் ஓர் அபூர்வப் பொருளாக மாற்றியிருந்தது. வீட்டைச் சுற்றி இன்னும் இரண்டு வீடு கட்டும் அளவுக்கு இருந்த காலியிடத்தை, தக்காளிச் செடிகளும், புடலை, அவரை, சுரைக்கொடிகளும் தன்னிச்சையாய் வளர்ந்து ஆக்கிரமித்திருந்தன. புற்களும் பூடுகளும் ஏராளமாக மண்டி வீடு ஒரு காட்டுக்குள் இருப்பதைப் போன்ற தோற்றத்தில் இருந்தது. காம்பவுண்ட்டில் இருந்து வீட்டுக்குப் போக இருந்த பாதை ஒற்றையடிப் பாதையாகச் சுருங்கி மெலிந்திருந்தது.

ஜோதி எங்கோ போய்விட்டு வீட்டுக்கு வர, சாலையில் இருந்து தெருமுக்கில் திரும்புவது தெரிந்தது. கணவரின் தலை தெரிந்ததும் கமலம் உள்ளே போய்விட்டார்.

ஜோதிக்கு இப்போது எண்பது வயதிருக்கும். கருவூல அலுவலகத்தில் பணியாற்றி ஓய்வு பெற்றவர். கண் பார்வை தீர்க்கம். காது நன்றாகக் கேட்கிறது. ஒல்லியான சரீரம். வேகமாக நடப்பார். அவரும் பசுபதியும் சேர்ந்து போனால் பசுபதி வயோதிகராகத் தெரிவார்.

அவர் உள்ளே வரும்போது முன்னறையில் அப்படி ஒரு இளைஞன் உட்கார்ந்திருப்பான் என அவர் எதிர்பார்க்க வில்லை. விருந்தாளியை வரவேற்பது போன்ற தொனியில், புன்னகையைவிடப் பெரிதாக, சிரிப்பைவிடச் சிறிதாக ஒன்றைச் செய்தார். வேகமாக உள்ளறைக்குப் போனார்.

பசுபதி தூங்கிக்கொண்டிருந்தார். ஜோதி சட்டையைக் கழற்றிப் போட்டுவிட்டுப் பனியனை மாட்டிக்கொண்டார். வெளியே வெய்யிலில் உட்கார்ந்துகொண்டு கமலம் பாத்திரம் தேய்த்துக்கொண்டிருந்தார்.

"இந்தப் பக்கம் நிழல்ல வந்து உட்காரு" எனக் கை காட்டினார். அவர், "அவ்வளவுதான் முடிஞ்சது" என்பதுபோலச் சிரித்தார்.

ஜோதி "அவன் யாரு" எனக் கையாட்டிக் கேட்டார்.

அவர் "வந்துட்டானா" என்றார் ஆச்சரியமாய். ஒரு கணம் அப்படியே ஆச்சரியத்தில் உறைந்திருந்தவர், 'தெரியல' எனக் கைவிரித்துவிட்டு வேலையைத் தொடர்ந்தார்.

ஜோதி உள்ளறைக்குப் போய்ப் பார்த்தார். பசுபதி கட்டிலில் படுத்திருந்தார். ஏதாவது காரணமாக மகனைப் பார்க்கத்தான் அவன் வந்திருக்க வேண்டும் என நினைத்தவராய் மீண்டும் முன்னறைக்கு வந்தார். அவன் இன்னமும் அங்கேதான் உட்கார்ந்திருந்தான். இவர் பேனைப் போட்டுவிட்டுச் சாய்வு நாற்காலியில் சாய்ந்துகொண்டார். வெளியே நடந்து போய்விட்டு வந்தது அசதியாய் இருந்தது. கண்களை மூடிக்கொண்டார்.

ஜோதியின் அப்பாவும் ஒரு ஜவுளி வியாபாரிதான். வாலிபனாய் இருக்கும்போது, இலங்கைக்கெல்லாம் போய் வியாபாரம் செய்திருக்கிறார். ஜோதி சிறுவனாய் இருந்தபோது, அவர் அந்த விஷயங்களைக் கதைகதையாய்ச் சொல்லுவார். அங்கே காய்கறிகள் எல்லாம் பெரிது பெரிதாக இருக்கும். கத்திரிக்காய் சுரைக்காய் அளவுக்கு இருக்கும். சுரைக்காய் ஒரு கூடையில் ஒரு காயை மட்டும் வைக்கும் அளவுக்குப் பெரிதாக இருக்கும். தேங்காயில் ஒரு வல்லம் (நான்கு படி) இளநீர் இருக்கும். இங்கே பிச்சையெடுப்பவர்கள் கையில் வைத்திருப்பதெல்லாம் அந்தத் தேங்காய் ஓடுதான் என்பார்.

ஜோதி பிச்சை கேட்டு வருபவர்களின் கைகளை ஆராய்ச்சி செய்வதைப் போலவே எப்போதும் பார்ப்பார். அதில் இருக்கும் ஓடு தேங்காய் ஓடு என்பதை அவரால் நம்பமுடியவில்லை.

அவனிடமும் அம்மாவிடமும் அன்பாகத்தான் இருந்தார். ஆனால் எப்படி அப்படி நடந்துகொண்டார் என இன்னமும் புரியாத புதிராகத்தான் இருக்கிறது. திடீரென ஒருநாள் அப்பா காணாமல் போய்விட்டார். அதே தெருவில் இருக்கும் பெண்ணை அவர் கூட்டிக்கொண்டு ஓடிவிட்டதாக ஊரெல்லாம் ஒரே பேச்சாய் இருந்தது.

188 குமாரநந்தன்

அம்மா வீட்டுக்குள் உட்கார்ந்துகொண்டு தலை தலையாய் அடித்துக்கொண்டு அழுதுகொண்டிருந்தாள். அந்தப் பெண்ணின் கணவன் வாசலில் வந்து நின்று அப்பாவைப் பச்சைப் பச்சையாய்த் திட்டினான்.

அக்கம் பக்கத்தில் இருந்தவர்கள் ஆளாளுக்குப் பேசி அவனை அங்கே இருந்து அனுப்பிவைத்தார்கள்.

அப்பாவின்மீது அளவற்ற கோபம் இருந்தாலும், அவரின் மீதான ஏக்கம் ஜோதியின் மனதில் பிசின் மாதிரி நீங்காமல் ஒட்டிக்கொண்டிருந்தது. அப்பா என்றாவது ஒருநாள் அம்மாவை இல்லாவிட்டாலும், தன்னையாவது வந்து பார்ப்பார் என்ற அசைக்க முடியாத நம்பிக்கை அவருக்கு இருந்தது. ஆனால் அவர் திரும்பி வரவே இல்லை.

ஜோதியின் அப்பா அடர்ந்த தலைமுடியுடன், மையிட்டதைப் போன்ற மீசையுடன் ஒளிரும் வெண்கலச் சிற்பம் போன்ற இளமையின் பூரணத்தில்தான் இப்போதும் அவர் மனதில் இருந்தார். தன் கிழ மனதுக்குள் இருக்கும் இளம் அப்பாவின் குளிர்ந்த முத்தத்தை அவர் எப்போதும் தன் கன்னத்தில் உணர்ந்தபடியே இருந்தார்.

ஜோதியின் மூடிய விழிகளுக்குள் இருந்து ஒரு கண்ணீர்த் துளி எட்டிப் பார்த்து, கண்களுக்குக் கீழே இருந்த பள்ளத்தில் தயங்கி நின்றது. அந்த இளைஞன் வீட்டுக்குள் என்னவோ தேடுவதைப்போல இருந்தது. திடுக்கிட்டு விழித்தார். அனிச்சையாய்க் கண்ணீரைத் துடைத்துக்கொண்டார். சரியான வேக்காடாய் இருந்தது. பக்கத்தில் திரும்பிப் பார்த்தார். இளைஞனைக் காணவில்லை. எழுந்து போய்த் தண்ணீர் குடித்தார்.

உள்ளறையில் தரையில் கமலம் ஒருக்களித்து ஒடுங்கி, பாவம்போலப் படுத்துத் தூங்கிக்கொண்டிருந்தார். கட்டிலில் இன்னும் பலமணி நேரம் தூங்குபவரைப்போலப் பசுபதி ஆழ்ந்த உறக்கத்தில் இருந்தார்.

சமையல் கட்டில் செய்துவைத்திருந்த இட்லியும் சாம்பாரும் ஆறிப் போயிருந்தன. ஜோதி தட்டில் இரண்டு இட்லிகளைப் போட்டுக்கொண்டு வந்து உட்கார்ந்து சாப்பிட ஆரம்பித்தார்.

சுவர்க் கடிகாரத்தைப் பார்த்தார். பத்து மணி ஆகியிருந்தது. இப்போதே இவ்வளவு சலிப்பாய் இருக்கிறது. இன்னும் மிச்சப் பொழுதும் எப்படிப் போகப் போகிறதோ என அவருக்குப் பயமாய் இருந்தது.

அவர் சாப்பிட்டு முடிக்கும்போது, கமலமும் பசுபதியும் எழுந்தார்கள். எழுந்துபோய் முகத்தைக் கழுவிக்கொண்டு வந்து சாப்பிட உட்கார்ந்தார்கள். பசுபதியின் பார்வை தரையில் ஒரு புள்ளியில் நிலைத்திருந்தது. கமலத்திடம் சாப்பிட்டுக் கொண்டிருப்பதற்கான எந்த வெளிப்பாடும் இல்லை. சாப்பிடும் முன் எப்படி இருந்தாரோ அப்படித்தான் சாப்பிடும் போதும், சாப்பிட்ட பின்னும் இருந்தார்.

அப்போது அந்த இளைஞன் வீட்டுக்குள் நுழைந்து, தன் வீட்டைப்போலச் சர்வ சகஜமாய் உள் அறைக்குப் போனான். பசுபதியோ கமலமோ அவனைக் கவனிக்கவில்லை. அந்நியனின் நடமாட்டத்தை உள்ளுணர்வாகவும் அறியாதவர்களாக இருந்தனர்.

ஜோதிக்கு என்னவோ புரிவதுபோல இருந்தது. சந்தேகத்துடன் எழுந்து உள்ளறைக்குப் போய்ப் பார்த்தார். அங்கே அவனைக் காணவில்லை. அவன் வந்தது மாயக்காட்சியாய் இருக்குமோ என யோசித்தார். அப்படி நினைக்க முடியவில்லை என்பதைக் கண்டு, திகிலில் அவருக்கு வியர்த்துவிட்டது.

மூவருமே பல சமயங்களில் அவனை அங்கே கண்டனர். அவன் யாரோடும் எதுவும் பேசவில்லை. யாருக்கும் அவனோடு பேசும் துணிச்சல் வரவில்லை. சில சமயங்களில் அவனைச் சிநேகிதனாக உணர்ந்தனர். நாளாக நாளாக அவன் இருப்பு அங்கே மிக இயல்பானதொன்றாக ஆகிவிட்டது. கமலம் தனியாக இருக்கும் போது, சைகையில் ஏதாவது அவனோடு உரையாட விரும்பினார். என்ன கேட்டாலும் அவன் புன்னகைத்துக்கொண்டுதான் இருந்தான். ஒருமுறை அவனிடம் மேலே கைகாட்டி, "அக்காவும், மாமாவும் நல்லா இருக்காங்களா?" என்றார். அப்போது அவர் கண்களில் இருந்து கண்ணீர்த் துளிகள் சரம் சரமாய்க் கொட்டின.

"என்னைக் கூட்டிப் போயிடு. உடம்பெல்லாம் நோவுது. கண் சரியா தெரியல. காது ஒன்னும் கேக்கல. இன்னும் நான் எதுக்கு இந்தப் பூமிக்குப் பாரமா?" என ஆவேசம் வந்தவரைப்போலப் படபடவெனச் சைகையிலேயே பேசிவிட்டார். அந்தச் சமயத்தில் ஜோதி அங்கே வந்து அவரின் நடவடிக்கைகளைப் பார்த்து வியந்தவராய் நின்றார்.

கமலம் அவரைப் பார்த்ததும் எதுவுமே நடக்காததுபோல உள்ளறைக்குப் போய்விட்டார்.

அன்று ஞாயிற்றுக்கிழமை. ஜோதி இரவு முழுவதும் சாய்வு நாற்காலியிலேயே கிடந்து தூங்கிக்கொண்டிருந்தார். எழுந்து போய்ப் படுக்கையில் படுக்க வேண்டும் என்று தோன்றவே இல்லை. வெயில் வந்த பின்னும் தூங்கிக்கொண்டே இருந்தவர் கண்

விழித்தபோது, அறையில் அவன் உட்கார்ந்திருப்பதைக் கண்டார். திடீரென அவருக்கு அனைத்தின் மீதும் சலிப்பு ஏற்பட்டது. எங்கோ பார்த்துக்கொண்டிருந்த அவன் தோளைத் தட்டித் திரும்ப வைத்தார். அவன் புன்னகைத்தான். அது அவருக்கு மேலும் சலிப்பூட்டுவதாய் இருந்தது. தலையெழுத்து என்பதைப்போலத் தலையில் தட்டிக்கொண்டே எழுந்து டாய்லெட்டுக்குப் போனார்.

குளித்துத் தலை துவட்டிக்கொண்டிருந்த பசுபதிக்குத் திடீரென தலைசுற்றலும் மயக்கமும் வந்தது. அப்படியே பொத்தென சேரில் விழுந்துவிட்டார். கமலமோ ஜோதியோ அதைக் கவனிக்கவில்லை. கொஞ்ச நேரத்தில் அவரே கண்விழித்து எழுந்தார். அசதி ஆளைத் தள்ளியது. மெல்ல நடந்துபோய் உள்ளறைக் கட்டிலில் சாய்ந்தார்.

நிலைப்படி அருகே, அந்த இளைஞனின் உருவம்போலத் தெரிந்தது. நடுங்கும் கைகளைக் குவித்து அவனைக் கும்பிட்டார்.

ஆடிப் பதினெட்டன்று விடியற்காலையிலேயே வானம் கருங்கும்மென இருண்டிருந்தது. மழைக்கு முன்பான குளிர்ந்த காற்று உடலைத் தழுவி முத்தம் இடுவதைப்போல இருந்தது.

அன்று ஜோதி கொஞ்சம் ஆட்டுக்கறி எடுத்து வந்திருந்தார். பசுபதி கறியை அரிந்து கொடுத்துவிட்டுத் தேங்காய், மல்லி, மிளகாய் எல்லாம் அரைத்துக் கொடுத்தார். அன்று கமலம் அபூர்வமாகச் சுவையாகச் சமைத்திருந்தார். மூவரும் வட்டமாக உட்கார்ந்து சாப்பிட்டுக்கொண்டிருந்தனர்.

அந்த இளைஞன் சற்றுத் தூரத்தில் உட்கார்ந்து அவர்களைப் பார்த்துப் புன்னகைத்துக்கொண்டிருந்தான்.

“தம்பி கை கழுவிக்கிட்டு வந்து கொஞ்சம் சாப்பிடு, கமலம் இன்னைக்கி கறிக்குழம்பு அட்டகாசமா வச்சிருக்கா” என்றார் ஜோதி. சொல்லும்போதே அவரிடமிருந்து வெடிச் சிரிப்பொன்று கிளம்பியது.

***கனலி*, ஜூன் 22, 2021**

17

ஒரு சாத்தானின் கடிதம்

அன்புள்ள சௌந்தர் வணக்கம்.

இனி நான் உன்னுடன் போனில் பேசும் துணிவை இழந்துவிட்டேன். என்னுடைய எண்ணி லிருந்து அந்த லிங்க் சென்ற வாரமே உனக்கு அனுப்பப்பட்டிருந்தது. ஆனால் நேற்றுத்தான் நான் அதைக் கவனித்தேன். அது எப்படி நடந்ததோ என்ன நடந்ததோ உண்மையாகவே எனக்குத் தெரியவில்லை ... ஆனால் இதைச் சொன்னால் உன்னால் நம்ப முடியாது. ஏன் என்றால் நமக்குள் ஏற்கெனவே இருக்கும் விஷயங்கள் அப்படி. அதனால்தான் நான் அதற்காகப் பதற்றப்படவோ உன்னிடம் விளக்கம் சொல்லவோ முயற்சிக்கப் போவதில்லை ...

நமக்கிடையேயான ஒரு சகஜமான உறவை இயற்கையே விரும்பவில்லை என நான் இதைப் புரிந்துகொள்கிறேன். விதி என்பதன் அர்த்தம் தெரியாமல் அல்லது அது சோம்பேறிகளால் சொல்லப்படும் வார்த்தை என நினைத்திருந்தேன். இந்தச் சம்பவத்திற்குப் பின் விதி என்பதற்கான சரியான விளக்கம் இதுவாகத்தான் இருக்க முடியும் என நான் நினைக்கிறேன்.

நேற்று உனக்கு ஏதாவது மெசேஜ் அனுப்பலாமா என உன்னுடைய வாட்ஸ் அப் இணைப்பைத் திறந்தபோது என்னிடமிருந்து உனக்கு ஒரு போர்னோ பக்கத்தின் இணைப்பு தரப்பட்டிருப்பதைக் கண்டு நான் அவ்வளவு அதிர்ச்சி அடைந்தேன். அதை நீ பார்த்துவிட்டதற்கான நீல நிற டிக் குறியும் இருந்ததைக் கண்டு மிகவும் கசப்பாகவும் வேதனையாகவும் இருந்தது. அது ஒரு வெறும் போர்னோ வீடியோ

இணைப்பாக இருந்திருந்தால் ஒரு வெடிச் சிரிப்போடு அதை நாம் இருவரும் கடந்திருக்கலாம். ஆனால் அது கே செக்ஸ் வீடியோ இணைப்பு.

அதைப் பார்த்து உனக்கு அதிர்ச்சி ஏற்பட்டிருக்கும் அல்லது குழப்பம் ஏற்பட்டிருக்கலாம் அல்லது நீ இன்னும் மாறவே இல்லையா என நினைத்திருக்கலாம்... இல்லையென்றால் சீ உன் புத்தி... நாயைக் குளிப்பாட்டி நடுவீட்டில் வெச்சாலும் என நினைத்திருக்கலாம். ஆம் உன்னுடைய இயல்புக்கு நீ அப்படித்தான் நினைத்திருக்கக்கூடும்.

நடந்திருக்கத் தேவையில்லாத அந்தச் சம்பவத்திற்குப் பின் ஏறக்குறைய பதினேழு ஆண்டுகள் கழித்து நாம் மீண்டும் நண்பர்கள் ஆகியிருக்கிறோம். அப்படிப்பட்ட உறவை நான் இப்படிப் போட்டு உடைக்கக்கூடிய அளவுக்கு முட்டாளா என நீ யோசித்திருக்கலாம். ஆனால் எப்படி யோசித்தாலும் இது தவறுதலாக அனுப்பப்பட்டிருக்கக்கூடும் என்ற இடத்துக்கு மட்டும் உன்னால் வந்திருக்க முடியாது. உன்னால் மட்டுமல்ல யாராலுமே அப்படி நினைக்க முடியாது.

இனி நாம் மீண்டும் சகஜமாகப் பேசிக்கொள்வதோ சந்தித்துக் கொள்வதோ சாத்தியமா எனத் தெரியவில்லை. எனவே நம் சந்திப்பின் நினைவுகளை மீண்டும் ஒருமுறை இங்கே நினைவுகூர நீ என்னை அனுமதிக்க வேண்டும்.

அன்று ஆகஸ்ட் 27ஆம் தேதி 1997ஆம் ஆண்டு. அன்று ஒரு கவிதை நூல் வெளியீட்டு விழாவில் நாம் சந்தித்துக்கொண்டோம். நீ அருகில் இருந்த கல்லூரியில் மூன்றாம் ஆண்டு மாணவனாய் இருந்தாய். நான் அப்போதுதான் கல்லூரி முடித்திருந்தேன். நாம் இருவருமே அதற்கு முன் எத்தனையோ இலட்சம் முகங்களைப் பார்த்திருப்போம்– அவர்கள் யாரிடமும் நமக்கு அவ்வளவு ஈர்ப்பு ஏற்பட்டதில்லையே. நமக்கேன் ஒருவர்மீது ஒருவருக்கு அவ்வளவு ஈர்ப்பு ஏற்பட்டது. ஒரு காதலன் காதலியின் முதல் சந்திப்பைப்போல. ஆமாம், என்னால் அதை உறுதியாகச் சொல்ல முடியும். நீயும் அவ்வளவு ஈர்க்கப்பட்டிருந்தாய்.

ஒருவர் பெயரை ஒருவர் கேட்டுக்கொண்டு அருகருகே அமர்ந்துகொண்டு ஏதோ பல காலம் பழகியவர்களைப்போலச் சள சளவெனப் பேசிக்கொண்டு நாம் அன்று எத்தனை மகிழ்ச்சியாய் இருந்தோம். அந்த நிகழ்வு ஒரு கல்யாணமோ அல்லது வேறு எதுவாகவோ இல்லாமல் ஒரு கவிதை நூல் வெளியீட்டு விழா என்பதை நாம் திரும்பத் திரும்ப நினைவுகூர்ந்துகொண்டோம். அந்த நாளை நாம் என்றுமே மறக்கக் கூடாது எனப் பேசிக் கொண்டோம். ஆம், அந்த நாளை நான் இன்றும் மறக்கவில்லை.

அந்த நாளின் ஒவ்வொரு வினாடியும் நகர்ந்த விதம் அன்று பலமுறை வீசிய புழுதிக் காற்று, அடித்த வெயில், அன்று மதியம் நாம் சாப்பிட்ட சாப்பாடு, அதன் ருசி, நாம் அணிந்திருந்த சட்டை எதையுமே நான் இன்னும் மறக்கவில்லை. இனி எப்போதும் அதை மறக்கச் சாத்தியமில்லை. நினைத்துப் பார்த்தால் அந்த நாளைப் போல எந்த நாளும் என் நினைவில் இல்லை.

அதன்பின் நாம் அடிக்கடி சந்தித்துக்கொண்டோம். ஞாயிற்றுக்கிழமைகளில் நான் உன் ஆஸ்டலுக்கு வந்துவிடுவேன். உன் வகுப்புத் தோழர்கள் ஆஸ்டல் தோழர்கள் எல்லாம் எனக்கும் நண்பர்கள் ஆனார்கள். நாம் இந்த வானத்துக்குக் கீழே இருக்கிற வானத்துக்கு அப்பால் இருக்கிற எல்லா விஷயங்களையும் பேசினோம். ஒரு கட்டத்தில் உன் நண்பர்கள் எல்லாம் சலித்துப் போனார்கள். 'டேய் அப்படி என்னதான்டா பேசுவீங்க' என அலுத்துக்கொண்டார்கள். சந்திப்பு போதாதென்று கார்டு, கவர் என நம் உரையாடல் முடிவில்லாமல் தொடர்ந்துகொண்டே இருந்தது.

அந்த நாட்கள்தான் எவ்வளவு இனிமையானவை. கால இயந்திரம் மட்டும் இருந்தால் நாம் மீண்டும் ஒருமுறை அந்த நாட்களுக்குப் போகலாம். அந்த வெயிலில் காயலாம். அதேபோல் பேசிக்கொண்டே இருக்கலாம். இனிமையான தருணங்களை இழந்துகொண்டு வரும்போதுதான் தெரிகிறது. காலம் எவ்வளவு கொடூரமானது, இரக்கமில்லாதது. நம்முடைய அந்தக் காலம் இறந்துவிட்டது. நாம் உயிரோடு இருந்துகொண்டு அதை இறந்த மனிதர்களைப் பார்ப்பதுபோல ஏக்கத்துடன் பார்த்துக்கொண்டிருக்கிறோம்.

நம்முடைய உரையாடல் எப்போதும் இப்படித்தான் தத்துவக் கடலுக்குள் சென்று சேர்ந்துவிடும். அதில் நாம் ஆளுக்கொரு புகழ்பெற்ற வாக்கியங்களைப் பற்றிக்கொண்டு தத்தளித்துக்கொண்டிருப்போம். நமக்கிடையே உருவாகியிருந்த இந்த மிகச் சிறந்த நட்பின்மீது எந்தக் கண் பட்டிருக்கும். இப்போது யோசித்தால் நம் கண்ணேதான் பட்டிருக்கும் என்று தோன்றுகிறது. நாம் பயந்திருப்போம். இதை முடிவுக்குக் கொண்டுவர வேண்டும் என நாம் நினைத்திருப்போம். அதற்குப் பின்தான் அந்தச் சம்பவம் நடந்திருக்கக்கூடும்.

நம்முடைய சந்திப்புக்குப் பின் நீ உன்னுடைய கல்லூரியில் அந்த வருடம் சேர்ந்த புவனாவைக் காதலிக்கத் துவங்கினாய். அதன்பின் நம்முடைய சந்திப்பின் போதெல்லாம் உன்னுடைய பேச்சு புவனாவைப் பற்றி உன் காதல் உணர்வுகளைப் பற்றியதாக உன் எதிர்காலக் கலக்கங்களைப் பற்றியதாக மாறிப் போனது.

உனக்கு வேறு நினைவே இல்லை. நீ எப்போதும் அதையே பேசிக்கொண்டு அதையே சிந்தித்துக்கொண்டு புவனாவையே நினைத்துக்கொண்டு இருந்தாய். உன்னுடைய இந்தக் காதல் கைகூடாது என என் உள்ளுணர்வு சொல்லிக்கொண்டே இருந்தது. அது உள்ளுணர்வா இல்லை என்னுடைய எதிர்பார்ப்பா என இப்போது நான் யோசித்துப் பார்க்கிறேன். நம் நட்புணர்வுக்கு இணையாக அல்லது அதற்கும் மேலாக உனக்குக் காதல் உணர்வு ஏற்பட்டதை நான் சகிக்கவில்லை என நினைக்கிறேன். அதனால் தான் எனக்கு அப்படி உள்ளுணர்வு ஏற்பட்டிருக்கும்.

பிபிஏ படித்துக்கொண்டிருந்த நீ திடீரென டிவி, மீடியா பக்கம் போனாய். சென்னையில் நீ உன் நண்பர்களுடன் தங்கியிருந்தாய். என்னிடம் பேசும்போதெல்லாம் சென்னைக்கு வரச் சொல்லிக் கொண்டே இருந்தாய்.

அதன்படி நான் சென்னைக்கு வடபழனியில் நீ தங்கியிருக்கும் அறைக்கு வந்தேன். அங்கே என்னால் எதுவுமே பேச முடியவில்லை. நீதான் புவனாவைப் பற்றிக் காட்டாற்று வெள்ளம்போல் பேசிக்கொண்டே இருந்தாய். உங்கள் சந்திப்பைப் பற்றி, நீ புவனாவிடம் பிரப்போஸ் செய்த விதம்பற்றி, உங்களிடையே நடந்த உரையாடல்களை வார்த்தை மாறாமல் அப்படியே என்னிடம் ஒப்பித்தாய். அப்போது நீ கிட்டத்தட்ட ஒரு இந்திய சினிமாக் கதாநாயகன்போல இருந்தாய். எனக்குப் போரடித்து விட்டபோதிலும் உன்னால் பேசுவதை நிறுத்த முடியவில்லை. உன் அறைவாசிகள் நம்மை ஒருமாதிரியாகப் பார்த்தார்கள். அன்றிரவு நான் அங்கு தங்கினேன். நீ தூங்கிவிட்டாய். ஆனால் பகல் முழுவதும் நீ பேசிய பேச்சுக்கள் தூங்கவிடாமல் எனக்குள் திரும்பத் திரும்ப ஓடிக்கொண்டே இருந்தன. நான் உன்னை இழந்துகொண்டிருப்பதாகத் தோன்றியது. அதை என்னால் தாங்கவே முடியவில்லை.

நள்ளிரவில் அனைவரும் தூங்கிக்கொண்டிருக்கிறார்கள் என்ற நினைவில் அந்த நண்பர்களில் இருவர் திடீரென ஆவேசமாய்ப் புணர ஆரம்பித்தார்கள். நான் அதை எதிர்பார்க்கவில்லை. படுத்தபடியே அச்சத்தோடு அவர்களைக் கவனித்துக்கொண்டிருந்தேன். அந்த நிகழ்வு எனக்குள் ஒரு பெரும் குழப்பத்தை உண்டாக்கியது. ஒருவேளை நமக்குள்ளும் நடக்க வேண்டியது இதுதானோ. ஆனால் நான் இதை நினைத்தேனா என்ன? இப்போது யோசித்துப் பார்த்தால் நினைத்திருக்கிறேன் என்றுதான் தோன்றுகிறது. ஆனால் அந்த இரவில் ஒன்றும் தெரியாதவன் போலவும் பயங்கரக் குழப்பத்தில் இருப்பது போலவும் நான் என்னிடமே நடித்துக்கொண்டிருந்தேன். அதை நான் நம்பியும் விட்டேன்.

நான் இப்படி நினைத்தேன். ஒருவேளை நீ என்னிடம் எதிர்பார்ப்பது இந்த உறவைத்தானோ? ஆனால் இவ்வளவு தூரம் பழகிவிட்டு இனி இப்படி ஒரு நகர்வை எப்படி ஏற்படுத்துவது என்று நீ இருந்துகொண்டாயோ? அப்படியென்றால் ஒரு நண்பனாகிய உன்னுடைய அந்த ஆசையை நிறைவேற்ற வேண்டியது என்னுடைய கடமை அல்லவா? என் மனம் அந்த இடத்தில் என்னைக் கொண்டுவந்து நிறுத்தியது.

இன்று நினைத்துப் பார்த்தால் பலவீனமாகிவிட்ட நம் உறவை இதன்மூலம் பலப்படுத்திக்கொள்ள முடியும் என உள்ளூர நான் நினைத்திருக்கலாம் அல்லது அதுதான் என்னுடைய ஆசையாகவும் இருந்திருக்கலாம். அதை உன் நண்பர்களின் செயல் உடைத்துக் காட்டிவிட்டபோதும் அப்படியான ஒரு சிந்தனையை ஒப்புக்கொள்ளத் தயங்கிக்கொண்டு அதுதான் உன்னுடைய விருப்பம் என எவ்வளவு சாமர்த்தியமாகப் புனைந்துகொண்டு அந்தப் பாதையில் துணிந்து செல்ல ஆரம்பித்துவிட்டது என் மனம். (எல்லாவற்றையும் வெளிப்படையாகப் பேச வேண்டும் என்ற முடிவில் நான் இவ்வாறு எழுதுகிறேன். ஆனால் அது என்னுடைய ஆசையாக இருக்கக்கூடும் என்பதை இன்னும் என்னால் நம்ப முடியவில்லை.)

நான் மறுநாளும் அங்கு தங்கினேன். அன்றும் நான் தூங்கவில்லை. நண்பர்கள் அனைவரும் தூங்கிவிட்டார்கள். தூங்கிக்கொண்டிருந்த உன்னை நான் இறுக்கி அணைத்தேன். என் முகம் அருகே ஆழ்ந்து தூங்கிக்கொண்டிருந்த உன் முகத்தில் உன் கன்னத்தில் முத்தமிட்டேன். அப்போது என் உதடுகள் அத்தனை சூடாய் இருப்பதைப் பார்த்து நான் அச்சத்தில் வியர்த்தேன். அதற்குமேல் என்ன செய்வதென்று எனக்குத் தெரியவில்லை. மேலும் என் பிடியை இறுக்கினேன். ஒரு நிமிடம்போல என்னுடைய பிடியில் இருந்த நீ திடீரென என்னை உதறித் தள்ளினாய். என்னுடைய புனைவுகள் அனைத்தும் சுக்குநூறாய் உடைந்து சிதறின.

நான் நடுங்கிப் போய்விட்டேன். என்ன செயலைச் செய்துவிட்டேன். இதை எப்படிச் சரிசெய்யப் போகிறேன். இப்படிச் செய்ய எப்படி எனக்குத் தோன்றியது. எந்தச் சாத்தான் எனக்குள் புகுந்தது? என்னென்னவோ நினைத்துக்கொண்டு அன்றிரவு முழுவதும் நான் தூங்கவே இல்லை. ஜொலித்துக்கொண்டிருந்த நம் நட்பின்மீது நானே சேற்றை அள்ளிக் கொட்டிவிட்டேன். அதன் ஜொலிப்பு அவிந்துவிட்டது. இனி அவ்வளவுதான். இந்த வாழ்க்கையில் இந்த விஷயம் இவ்விதமாக முடித்து வைக்கப்பட்டுவிட்டது. ஆனாலும் மனதின் ஓரத்தில் எனக்குக்

கொஞ்சம் நம்பிக்கையும் இருந்ததைக் கண்டு எனக்கு வெட்கமாய் இருந்தது.

நீ எதுவும் பேசவில்லை. வேறு இடத்தில் சென்று படுத்துக்கொண்டாய். என்ன யோசித்தாலும் எதைச் செய்தாலும் இதை இனிச் சரிசெய்யவே முடியாது என்ற வேதனையை என்னால் தாங்கிக்கொள்ளவே முடியவில்லை. அச்சத்திலும் துயரத்திலும் மாற்றி மாற்றி என்னை நானே துவைத்துப் பிழிந்துகொண்டேன். அந்த இரவு நொடிப் பொழுதாகக் கடந்துவிட்டது.

மறுநாள் நான் எவ்வளவு தாமதமாக எழ முடியுமோ அவ்வளவு தாமதமாக எழுந்தேன். நீ வேலைக்குச் சென்றுவிட்டாய். நான் செத்த சவம்போல் அறைக்குள் உட்கார்ந்துகொண்டே இருந்தேன். மாலையில் நீ வந்தபோது நான் உன்னிடம் மன்னிப்புக் கேட்டேன். நீ என் முதுகில் தட்டிக் கொடுத்துவிட்டு, 'இப்ப என்ன நடந்துடுச்சிப்பா' என்றாய்.

ஆனால் அதற்குப் பின் நம்முடைய உரையாடலில் உயிர்ப்பில்லை. வெறும் நாடக மேடை வசனங்களைப்போல இருந்தது. பழையபடி சகஜமாய் இருக்க நீயும் எவ்வளவோ முயன்றாய். நானும் முயன்றேன். ஆனால் நம்மால் முன்பிருந்ததைப் போல ஆக முடியவில்லை. நம்மைவிட்டு வெகுதூரத்தில் இருந்த சம்பிரதாயமான மொழி நமக்கிடையே வந்து நம்மை மேலும் மேலும் வெவ்வேறு திசையில் விலக்கி இழுத்துச் சென்றுகொண்டே இருந்தது. அதற்கடுத்த இரண்டு மாதத்தில் நம்முடைய உரையாடல் தேய்ந்து மறைந்துவிட்டது. நாம் வாழ்வின் கடலுக்குள் இரு தீவுகளாக அல்லது இரு மீன்களாக விலகிக்கொண்டோம்.

காலத்தால் எனக்கு வழங்கப்பட்ட ஒரு இணையற்ற நட்பை நான் விதியின் பலிபீடத்தில் வைத்துப் பலியிட்டுவிட்டேன் என்பதைப் புரிந்துகொண்டேன். அந்தக் கசப்பு என் வாழ்க்கை முழுவதும் படர்ந்திருப்பதை என்னால் புரிந்துகொள்ள முடிந்தது. அதை நான் இனி எதைக்கொண்டும் சரிசெய்ய முடியாது.

மற்ற நண்பர்களோடு பழையபடி சிரித்துப் பேச எனக்கு முழுமையாக இரண்டு வருடங்கள் ஆனது. ஆனாலும் உன் நினைவு, உன் நட்பைத் தவறவிட்டுவிட்டோம் என்கிற ஏக்கம் எனக்குள் பெரிய இரும்பு முள்ளைப்போல உறுத்திக்கொண்டே இருந்தது.

பின்னர் இரண்டு ஆண்டுகளில் எனக்குத் திருமணம் ஆனது. டிவி சேனலில் நிகழ்ச்சி ஒருங்கிணைப்பாளராக நீ உயர்ந்தாய். புவனாவுக்கும் உனக்கும் திருமணம் ஆனது. உன் திருமணத்திற்கு அழைத்திருந்தாய். நானும் வந்திருந்தேன். கல்யாணப் பரபரப்பில் உன்னால் என்னோடு எதுவும் பேச முடியவில்லை. அப்போது உன்னைப் பார்க்கும்போது நீ என் நண்பனைப் போலவே

தெரியவில்லை. யாரோ வேற்றாள் மாதிரி இருந்தாய். நீ யார், நான் யார், எப்படி நமக்குள் இவ்வளவு உறவு என்றெல்லாம் யோசித்தபடியே மேடையில் உன்னைச் சந்திக்காமலேயே மண்டபத்திலிருந்து வெளியேறிவிட்டேன்.

அதற்குப் பின்னும்கூட நான் உன்னிடத்தில் நடந்துகொண்ட விதம் என்னை உறுத்திக்கொண்டே இருந்தது. அதற்காக மனப் பூர்வமாக உன்னிடம் மன்னிப்புக் கேட்கவேண்டும் என நினைத்தேன்.

நான் செய்த தவறை நீ மன்னிக்க வேண்டும். பழையபடி நாம் நண்பர்களாக வேண்டும் எனக் கேட்டு நான் பலமுறை உனக்கு மெயில் செய்தேன். உன் நம்பருக்கு போன் செய்தபோது அதை நீ எடுத்துப் பேசவே இல்லை. உன்னிடமிருந்து எப்படியும் பதில் வரும், ஏனென்றால் நமக்கிடையே உள்ள பந்தம் அந்த மாதிரியானது என நானும் பல வருடங்கள் காத்திருந்தேன். ஆனால் என்னைத் தவிர்ப்பதில் உறுதியாக இருந்து நமக்கிடையே அப்படிச் சிறப்பான உறவெல்லாம் ஒன்றும் இல்லை என நீ நிரூபித்துவிட்டாய் என நான் அயர்ந்துபோய்விட்டேன்.

எனக்கும் உன்னை மறப்பதைத் தவிர வேறு வழியே இல்லை. நான் கொஞ்சம் கொஞ்சமாக என் முழுக் கவனத்தையும் என் வாழ்க்கைக்குத் திருப்பினேன்.

ஏறக்குறையப் பதினேழு ஆண்டுகளுக்குப் பின் என் முகநூல் கணக்கில் வந்து நீ கையசைத்து எப்படி இருக்கிறாய் எனக் கேட்டிருந்தாய். உண்மையில் அன்று நான் மிக மகிழ்ச்சியாக இருந்தேன். என்னுடைய கண்ணுக்குத் தெரியாத காயங்கள் எல்லாம் நொடிப் பொழுதில் ஆறிவிட்டதைப்போல இன்பமாக இருந்தது. நாம் நம் புதிய தொலைபேசி எண்களைப் பறிமாறிக் கொண்டோம்.

மீண்டும் நம் பழைய உரையாடல்களைத் தொடங்கினோம். பார்த்த சினிமாக்கள், படித்த புத்தகங்கள், பாதித்த சம்பவங்கள், வாழ்க்கையின் வேடிக்கைகள் வினோதங்கள் என்று பேச ஆரம்பித்தோம். நம் ரசனைகள் பல பரிமாணங்களை எட்டியிருந்தாலும் அவற்றின் வளர்ச்சிக்கிடையே அன்று போலவே இன்றும் இருந்த ஒத்திசைவைக் கண்டு அதிசயித்துப் போனோம். நமக்கிடையே இருந்த அந்த மிக நீண்ட காலவெளி ஒருமணிப் பொழுதாய் சுருங்கிவிட்டிருந்தது.

இந்த நிலையில்தான் கடந்த வாரத்தில் என்னுடைய எண்ணிலிருந்து உனக்கு ஒரு கே செக்ஸ் வீடியோ பகிரப்பட்டி ருந்ததைக் கண்டேன். அது எப்படி நடந்தது என இதுவரை எனக்குத் தெரியவில்லை.

எனக்கு ஒரு கதை நினைவுக்கு வருகிறது. ஒரு ராஜாவும் மந்திரியும் நண்பர்களாய் இருந்தார்கள். அவர்களுடைய நட்பைப் பிரிக்கும் சக்தி அவர்களைச் சுற்றியுள்ள எவருக்குமே இல்லாமல் இருந்தது. இந்தச் சமயத்தில் மந்திரிக்கு மோசமான விதியின் காலம் துவங்கியது. அதன்பின் ஒருநாள் ராஜாவும் மந்திரியும் தனித்திருந்த வேளையில் ராஜா தனக்குக் கிடைத்த அரிய இரத்தின மாலையொன்றைக் கழற்றி ஒரு பதுமைமேல் வைத்துவிட்டு முகம் கழுவச் சென்றார். அப்போது அந்தப் பதுமை மந்திரியைப் பார்த்துச் சிரித்துவிட்டு அந்த இரத்தின மாலையை விழுங்கிவிட்டது. ராஜா திரும்பி வந்து, "இங்கே இருந்த இரத்தின மாலை எங்கே" எனக் கேட்டார். மந்திரி அதைப் பதுமை விழுங்கிவிட்டதாகச் சொன்னார். இதற்குமேல் நான் இந்தக் கதையை விளக்கத் தேவையில்லை. மந்திரி சொன்னதை ராஜா நம்பினான். பதுமையை உடைத்தான். ஆனால், அதற்குள் மாலை இல்லை. "நண்பன் என்பதால் என்ன சொன்னாலும் நம்பிவிடுவான் என நினைத்து, இரத்தினமாலையைப் பதுமை விழுங்கியதாகச் சொல்லி என்னை முட்டாளாக்கப் பார்த்தாயா?" என ஆத்திரம் கொண்டு மந்திரியைச் சிரச் சேதம் செய்துவிட்டான்.

ஆமாம், சிரச்சேதம். இதுபோல எத்தனை கதைகள் சொன்னாலும் எவ்வளவு விளக்கங்கள் கொடுத்தாலும் அவையெல்லாம் கதைகள்தானே? அவை எதுவும் என்னைப் பற்றிய உன் சித்திரத்தை மாற்றிவிடும் என நான் நம்பவில்லை. என்றாலும் எனக்குத் தெரிந்ததையெல்லாம் சொல்லிக்கொண்டிருக்கிறேன்.

எனக்கு இப்போது 'மிஸ்டர் பீன்' திரைப்படத்தின் ஒரு காட்சி நினைவுக்கு வருகிறது. அதில் மிஸ்டர் பீன் ஒரு விலை மதிப்புமிக்க ஓவியத்தைப் பாதுகாத்துக்கொண்டிருப்பார். தவறு எதுவும் ஏற்பட்டுவிடக் கூடாதே என்ற பதற்றத்தில் அவர் அதை அடிக்கடி திறந்து பார்த்துக்கொண்டிருப்பார். அப்போது அதில் ஏதோ ஒட்டிக்கொண்டிருப்பதைப் பார்த்து அதைத் துடைத்துவிடுவார். ஓவியம் லேசாக அழிந்துவிடும். பதற்றத்தில் அவர் என்னென்னவோ செய்யச் செய்ய அந்த ஓவியம் மேலும் மேலும் சிதைந்துகொண்டே போய்விடும். அது அவ்வளவு நகைச்சுவையாகச் சொல்லப்பட்டிருந்தாலும் இப்போது நினைத்துப் பார்க்க எனக்கு அவ்வளவு துயரம் மேலிடுகிறது.

திடீரென எனக்கு எல்லாவற்றின் மீதும் வெறுப்பு ஏற்படுகிறது.

அன்புடன்,

உன் நட்பை இழந்த நண்பன்.

சொல்வனம், ஜூன் 28, 2021

18

லூப்

தில்லை திடுக்கிட்டுப் போய் நகர்ந்து நடந்தாள். அப்போதுதான் தான் இந்த உலகத்தில் இருப்பதை உணர்ந்தவள்போலச் சுற்றும் முற்றும் பார்த்தாள். அவள் காதருகே ஏதோ ஒரு வாகனத்தின் ஹாரன் அல்லது கிறீச்சிடும் பிரேக் என ஏதோ ஒன்றின் சத்தம் ஒரு சில வினாடிகளுக்கு முன்பிருந்த காலத்தில் இருந்து ஒலித்தது. சாலையில் இப்போது அந்தச் சத்தத்திற்கான எந்த அடையாளமும் இல்லை. வழக்கமான பழகிய ஹார்ன் சப்தங்களோடு கிட்டத்தட்ட அமைதியாகவே இருந்தது. அவள் தன்னைச் சுற்றிலும் பார்த்தாள். அருகிலிருந்து எந்த வாகனமும் விலகிச் செல்லவில்லை. என்ன நடந்ததென்று தெரியாமல் குழப்பமும் பதற்றமும் கொண்டவளாய், என்ன நடந்திருக்கும் என மீண்டும் ஒருமுறை யோசித்தபடி மேலே நடந்தாள். எல்லோரும் அவளைத் தீவிரமாகப் பார்ப்பதுபோல இருந்தது. தனக்கு முன்னால் சாத்தியமுள்ள தொலைவில் அதிவிரைவாகச் சென்ற ஒரு காரை வைத்து, அவள் என்ன நடந்திருக்கக்கூடும் என யூகிக்க முயற்சித்தாள். அதிவேகமாக அவளை நெருங்கி வந்துவிட்ட கார், அபாயகரமான முறையில் அவளை மோதுவதுபோல வந்துவிட்டு மயிரிழையில் விலகி, கடந்து சென்றிருக்கும். அப்போதுதான் அந்த ஹார்ன் அல்லது பிரேக் கிரீச்சிடும் சத்தம் அவளின் மிதக்கும் நினைவுகளைத் துப்பாக்கிக் குண்டு பட்டதுபோலச் சிதறடித்துக் கேட்டிருக்கக்கூடும். சாலையில் தான் எங்கிருக்கிறோம் எனக் கவனித்தாள். சாலையின்

விளிம்பிலிருந்து மிகவும் உள் நகர்ந்து நடந்துகொண்டிருப்பதை அறிந்து பதறியவளாய் ஓரமாய் வந்தாள்.

அந்தக் கார் தன்மீது மோதி இருந்தால் என்னவாகியிருக்கும் எனக் கற்பனை சென்றது. சாலையில் தான் அடிபட்டுக் கிடப்பதை, கை,கால்கள் முறிந்து கிடப்பதை, அடையாளம் தெரியாமல் சிதைந்து கிடப்பதை அவள் மனம் அடுத்தடுத்துக் காட்சிப்படுத்தியது. அவள் தன் நொறுங்கிய தலையில் இருந்து வெளியேறும் இரத்தம், அதன் அவலத்தின் பித்தேறிய நிறம், அப்போது எழும் கொடூரமான வாசனை அவளை மிரட்சியடையச் செய்தது. மோசமான கற்பனைகளில் மனம் பாய்ந்தோடுவதை உடனடியாக நிறுத்தும் விதமாகத் தலையை நிமிர்த்தி உள்காட்சிகளில் இருந்து வெளியே கண்களைத் திருப்பினாள். வெயிலும் சாலையில் வாகனங்களின் அடர்த்தியும் ஒன்றுக்கொன்று பொருந்தாததாய் இருந்தது. ரமணி தியேட்டரில் காலைக் காட்சி முடிந்துவிட்டதற்கு அறிகுறியாக, கேட் விரியத் திறந்துவிடப்பட்டு ஆள்நடமாற்றமின்றி இருந்தது.

சந்துரு இருப்பானா என யோசித்தாள். அவள் வரும்போது ஒருமுறைகூட அவன் இல்லாமல் போனதில்லை என்றாலும் இந்தப் பதற்றம் ஏன் வருகிறதென்று தெரியவில்லை. அவனிடம் என்ன சொல்வது? யோசித்துக்கொண்டு டிக்கட் கொடுக்கும் கவுண்டருக்கு அருகே சென்றாள். இந்த நேரத்தில் இங்கே தன்னைத் தெரிந்தவர்கள் யாரும் கவனித்துவிடக் கூடாது என்ற எச்சரிக்கை உணர்வுடன் சாலையை உற்றுப் பார்த்தாள். இமைக்கும் பொழுதில் மோட்டார் வண்டிகளில் செல்பவர்களின் முகங்களைப் பார்த்து அதில் தனக்குத் தெரிந்த முகம் எதுவும் இல்லையென ஆசுவாசம் அடைந்தவளாய்த் திரும்பிக்கொண்டாள். உடனே பின்னால் தனக்குத் தெரிந்தவர்கள் அனைவருமே இப்போது சாலையில் சென்றுகொண்டிருப்பதைப் போன்ற உள்ளுணர்வினால் பதற்றமடைந்து மீண்டும் திரும்பிப் பார்த்தாள். சாலையில் வாகனங்கள், முகங்கள் எல்லாம் மாறி இருந்தன. இதிலும் தெரிந்தவர்கள் யாரும் இல்லை என்றாலும் இப்படி இந்தச் சாலையைத் தன்னால் பார்த்துக்கொண்டே இருக்க முடியாது என்பதை உணர்ந்தவளாய், தியேட்டர் பக்கம் திரும்பி உறுதியாக நின்றுகொண்டாள்.

சந்துருவை இப்படி வந்து ஒரு குற்றவாளியைப்போலப் பார்ப்பது சகிக்க முடியாததாய் இருந்தது. பகல் காட்சி ஆரம்பிக்க இன்னும் நேரம் ஆகும். புதுப்படம் என்றால் இப்போதிருந்தே கூட்டம் காத்திருக்கும். இந்தப் படம் வெளியாகி கொஞ்சநாள் ஆகிவிட்டது. கூட்டம் முற்றிலும் குறைந்துவிட்டது. அடுத்த காட்சிக்காகக் காத்திருப்பவர்கள் யாரும் இல்லை. திரையரங்கின்

முன்னால் இருந்த பிரம்மாண்டமான போஸ்டரில் கதாநாயகன் ஆவேசமாய்க் கைகளை உயர்த்தி நின்றான். அவனைச் சுற்றி நான்கைந்து பேர், விதவிதமான முடிகள் காற்றில் பறக்க, வியர்வைத் துளிகள் தெறிக்க, பலவிதமான நிலைகளில் அச்சத்தையும், அவர்கள் வாழ்வில் அனுபவித்திராத பயங்கர வலியையும் உணர்ந்தபடி அந்தரத்தில் உறைந்திருந்தனர். சொர்க்கத்தில் நெய்யப்பட்ட உடையை அணிந்திருந்த கதாநாயகி முகத்தில் விழும் அழகான முடிக்கற்றைகளைக் கையால் ஒதுக்கியபடி தொலைவில் எங்கோ பார்த்துக்கொண்டிருந்தாள். அவள் கண்களில் இருந்து விதவிதமான கனவுகள் மிதந்து வெளியேறிக்கொண்டிருந்தன. அதன் அருகிலேயே நாயகனும் நாயகியும் வெடித்துச் சிரித்தபடி இருந்தார்கள். சிரிப்பு நடிகர் வெறுத்துப் போனவராய் அவர்களைப் பார்த்துக்கொண்டு நின்றார். அந்தக் காட்சியைப் பார்க்கும்போதே அவளுக்குச் சிரிப்பு வந்தது. படம் நல்லா இருக்கும் என நினைத்துக்கொண்டாள்.

அரங்கத்தின் கனத்த கதவைத் திறந்துகொண்டு உள்ளே நிறைந்திருந்த முடிவற்ற இருளில் இருந்து வெளியே வருபவனைப் போல சந்துரு வந்தான். அவளைப் பார்த்து, வேறு யாருக்கும் இல்லாத ஒரு புன்னகையைச் செய்து, “ஏன் இங்கியே நின்னுட்ட ... உள்ள வர வேண்டியதுதான?” என்றான்.

அந்தப் புன்னகை அவள் திருமண வாழ்க்கையை, அதன் துன்பத்தை எல்லாவற்றையும் ஒன்றுமில்லை எனச் செய்துவிட்டதைப்போல இருந்தது. இப்போது அவளால் புன்னகைக்க முடிந்தது. ஆனால் அவள் அதை வெளியிடவில்லை. அவள் முகத்துக்குள் மறைந்திருந்த அந்தப் புன்னகையைப் பார்த்தபடி அவன் அவள் சொல்வதைக் கேட்கத் தயாராய் இருப்பதை உணர்த்தி நின்றான். கூர்மையாகக் கேட்க வேண்டும் என நினைத்தவன்போல, லேசாக வலதுபுறம் திரும்பிக் காதை அவள் வாய்க்கு நேராக இருக்குமாறு வைத்துக்கொண்டு காத்திருந்தான். மௌனமாக அவனை, அவள் பேச்சின் ஒலிகளைக் கண்களால் காண இருப்பவன்போலத் தோன்றிய அவன் கூர்த்த பார்வைக்கு முன்னால் தொங்கி ஆடிக்கொண்டிருக்கும் கேள்விக்குறியை அவள் பார்த்தாள். “அவன் என்ன எப்பப் பாத்தாலும் அடிச்சிக்கிட்டே இருக்கான். கொன்னுருவான்போல இருக்கு. இதுக்கு ஏதாவது ஒரு வழி பண்ணு” என்றாள்.

அவன் கண்களின் முன்னால் இருந்த அந்த மாயக் கேள்விக்குறி மறைந்துவிட்டதைப்போலத் திருப்தியடைந்தவனாய் நிமிர்ந்து அவளைப் பார்த்தான். “சரி யோசிக்கலாம் போ” என்றான். மீண்டும் உத்தரவாதமளிக்கும் அந்தப் புன்னகையைச் செய்தான்.

உண்மையை அவன் உணர்ந்துகொள்ளவில்லை என்பதைப்போல, அதை அவனுக்கு உணர்த்திவிட வேண்டும் என்பதைப்போல, கலக்கமுற்ற குரலில், "ரொம்ப நாளைக்கு யோசிச்சிக்கிட்டு இருக்க முடியாது. அவன் என்ன கொன்னுருவான்" என்றாள்.

பின் அவன் முகத்தைப் பார்க்க விரும்பாதவளாய்ச் சட்டெனத் திரும்பி நடந்தாள். அவளுக்கு என்ன செய்வதென்று தெரியவில்லை. ஒருவேளை அவன் தன்னைக் கொல்லட்டும் ஒரு பிரச்சினை தீர்ந்தது என இவன் நினைக்கிறானோ எனச் சந்தேகமாய் இருந்தது. 'அப்படியா' எனக் கேட்டுவிடலாமா எனப் பார்த்தாள். அப்படி அவள் கேட்டால், அவன் பயங்கரமாய்க் கோபப்படுவான். அறைவான். ஏற்கெனவே அறைந்திருக்கிறான். இப்படிச் சந்தேகப்படுவது தன்னை மிகவும் கேவலப்படுத்துவதாகக் கத்துவான். ஆனாலும் அது ஒரு பாசாங்கோ என்ற சந்தேகம் எழுவதை அவளால் தவிர்க்க முடியவில்லை.

சிவாவை நினைக்கும் போதெல்லாம் அவளுக்கு ஒரு பயம் உடல் முழுவதும் பரவுகிறது. அவன் என்றாவது ஒருநாள் தன்னைக் கொன்றுவிடக்கூடும் என்ற எண்ணம் ஒரு அகற்ற முடியாத முன்னுணர்வைப்போல அவள் மனதுக்குள் படிந்து கிடக்கிறது. அது நடக்கும். அவன் குணத்துக்கு வேறு எதுவும் நடக்க வாய்ப்பில்லை. அவள் பெட்ரோல் ஊற்றிக் கொளுத்தப்பட்டு அலறித் துடிப்பவளாக, அரிவாளால் துண்டாகத் தலை வெட்டப்பட்டவளாக உத்திரத்தில் கட்டித் தொங்கவிடப்பட்டவளாக... எப்படி மரிக்கப் போகிறாள்? அவள் தன் உடல்மீது நிகழ்த்தப்படும் பலவித வாதைகளை, கொடூரத் தாக்குதல்களை, அப்போதைய துடிப்புகளை மனக்காட்சியில் அமைதியாகப் பார்த்துக்கொண்டிருந்தாள்.

சந்துருவிடம் இருந்து முடிவான பதில் எதுவும் கிடைக்கவில்லை. எப்போதும் போலவே அவன், 'போ பாக்கலாம்' என்றுவிட்டான். அவனைக் காதலித்த போதிருந்தே அப்படித்தான். அவன் எந்த முடிவையும் எடுத்ததில்லை. 'இரு பாக்கலாம்' அல்லது 'போ பாத்துக்கலாம்' என்றேதான் சொல்லிக்கொண்டிருந்தான். தானாகவே தனக்குச் சாதகமாக ஏதாவது நடக்கும் என நம்புபவனைப்போல அலட்டிக்கொள்ளாமல் இருந்தான். ஒரு மனிதன் அவ்வளவு முட்டாள்த்தனமாய் எப்படி இருக்க முடியும் என அவளுக்கு ஆச்சரியமாய் இருந்தது. ஒருவேளை தான் கட்டாயம் வேண்டும், நான் இல்லாவிட்டால் வாழ்க்கையில் எதுவுமே இல்லை என நினைத்திருந்தால், அவன் அப்படி இருந்திருக்க மாட்டானோ என இப்போது சந்தேகமாய் இருந்தது.

அவனுக்காக அவள் தன்னை உள்ளங்கையில் வைத்துத் தாங்கிய அப்பாவையே விரோதியாக்கிக்கொண்டாள். அவரிடம் சாகும் அளவுக்கு அடிவாங்கியிருக்கிறாள். அப்பாவிடம் இருந்து கேட்கக் கூடாத வசைகளைக் காதில் கேட்டு, சாகாமல் தாங்கிக்கொண்டாள். என்ன செய்தும் அவன் துணிந்து வரவில்லையே ... அவள் என்ன செய்ய முடியும்?

சந்துரு தன்மீது படர்ந்து இயங்கும் வேகத்தை நினைத்துக் கொண்டாள். அந்த மாதிரி நேரங்களில் அவளுக்கு இதற்காகத்தான் இவன் தன்னைக் காதலிப்பதாகச் சொன்னானோ என எப்போதுமே தோன்றுவதுண்டு. ஆனால் ஒவ்வொரு முறையும் அவள் அந்த எண்ணத்தை ஒதுக்கித் தள்ளினாள். தானும் கூடத்தான் அவனுக்கு இணங்கினேன். அப்படியென்றால் தானும் அப்படி நினைத்துத்தான் அவனிடம் பழகினேனா என அவள் பதில் சொல்ல முடியாத கேள்வியைக் கேட்டுக்கொண்டு, தன்னையே மடக்கிவிடுவாள். இப்போது அந்தக் கேள்வியை நேரடியாகச் சந்திக்க விரும்பினாள். தானும் அதற்காகத்தான் இவனைக் காதலித்தேனா? அவள் மனதில் இருந்து எந்தப் பதிலும் வரவில்லை. அது கைக்கெட்டும் ஒரு மறைவிடத்தில் மறைந்துகொண்டு கள்ளத்தனமாய் இவளைப் பார்ப்பதைப்போல இருந்தது. அது அவள் எதிர்பார்த்ததுதான் என்றாலும் அதைக் கவனிக்காத மாதிரி, 'நான் அதுக்காக ஒன்னும் அவங்கூடப் பழகல' என முணுமுணுத்துக்கொண்டாள்.

அவன் என்ன சொன்னான், தான் என்ன சொல்லிவிட்டுத் திரும்பினோம் எதுவும் அவள் நினைவில் இல்லை. சிவா வீட்டுக்கு வந்திருப்பான். அவன் வரும் நேரத்தில் வீட்டில் இருக்கலாம் என்று நினைத்தாலும் இப்படி ஆகிவிடுகிறது.

சிவாவின் கோபம் கொப்பளிக்கும் முகம் அவள் நினைவில் வந்தது. சிறுவனாய் இருந்து வளர்ந்தவன்தான் அவன் என நம்புவதற்கு எந்தச் சுவடும் அந்த முகத்தில் இருக்காது. அந்த வலுவான பெயர் தெரியாத காட்டுமரம் போன்ற உடலின் தின்மையை அவள் எப்போதும் மறுத்ததில்லை. இந்த இரட்டை நிலைதான் அவளுக்கு அச்சமாய் இருந்தது. தான் யார்? எப்படிப்பட்டவள்? நல்லவளைப்போலத் தெரியவில்லை, மோசமானவளாகவும் நினைத்துக்கொள்ள முடியவில்லை. ஏதாவது ஒரு முடிவை எட்டினால்தான் அமைதியாக முடியும். இந்தச் சந்துருதான் அவளை இந்த இரட்டை நிலையிலேயே வைத்திருக்கிறான். அவன் தன்னை அழைத்துப் போய்விட்டால், தன்மீது படிந்திருக்கும் இந்த விஷக் கசப்பு மறைந்துவிடும். கோடை வெய்யில் எரித்துவிடுவதைப்போல அடித்தது. முந்தானையை

எடுத்து முகத்தில் ஒற்றித் துடைத்துக்கொண்டு வேகமாக நடந்தாள் தில்லை.

அனீஸ் கடையைப் பார்த்ததும், காபி வாங்கிக்கொண்டு போக நினைத்தாள். இந்த நேரத்தில் கொஞ்சம் காபி குடித்தால்தான் சரியாய் இருக்கும். இல்லாவிட்டால் மாலையில் தலைவலி வந்துவிடும். சிவாவும் அப்படித்தான். மதியத்தில் காபி குடிப்பான். காபி வாங்கிக்கொண்டு போனால் அவள் இயல்பாய் வெளியே வந்ததாய்க் காட்டிக்கொள்ளலாம். பார்சல் காபி வாங்கிக் கொண்டு வீட்டுக்குப் போனபோது, சிவா வந்து கட்டிலில் உட்கார்ந்துகொண்டு, “எங்க போய் ஊர் மேஞ்சிட்டு வர்ற?” என்றான்.

இவள் “உனக்கு இதவிட்டா வேற ஒன்னும் தெரியாதா? தலவலிக்கிதுன்னு போய் காப்பி வாங்கிட்டு வந்தேன்” எனக் கவரைப் பிரித்து டம்ளரில் காப்பியை ஊற்றி அவனுக்குக் கொடுத்தாள். அவன் இவளைத் தீவிரமாகப் பார்த்து, “சந்துருவப் பாத்துட்டு வர்றியா?” என்றான்.

எதுவும் சொல்லாமல் டிவியைப் போட்டாள். கொதிக்கும் வெய்யில், கொதிக்கும் மனம், கொதிக்கும் காபி எல்லாமே ஒன்றுக்கொன்று எதிரெதிராய் இருந்தாலும் அவளுக்கு அப்போது அந்தக் காபி தேவையாய்த்தான் இருந்தது. அவன் வேகமாக எழுந்து வந்து அவள் இடுப்பில் உதைத்தான். அவள், ‘ஐயோ’ என்று அலறிக்கொண்டு அப்படியே குப்புற விழுந்தாள். கொதிக்கும் அந்தக் காபியை அவள் மேலே கொட்டிக்கொண்டிருந்தாள். அவள் தீனமாக அலறிக்கொண்டு, அப்படியே கிடந்துகொண்டு அழுதாள்.

அவன் ஒன்றும் நடக்காத மாதிரி நிதானமாகக் காபி குடித்தான். பின் எழுந்து வெளியே போகக் கிளம்பினான். திருகிக்கொண்டு படுத்திருந்தவளின் இடுப்பில் மீண்டும் உதைத்துவிட்டுப் போனான். அவள் “சாப்பிடலையா” எனக் கத்தினாள்.

அவன் போனபின் எழுந்து உட்கார்ந்து அள்ளி முடிந்துகொண்டாள். அடிஎடுத்து வைக்க முடியாதபடி இடுப்பு வலித்தது. காபி பட்ட முகம் கழுத்தில் எல்லாம் தீயைப்போல எரிந்தது. எழுந்துபோய்த் தண்ணீரை வாரி வாரி முகத்தில் அடித்துக்கொண்டாள்.

சந்துரு, தான் செத்தால் எழவுக்கு வருவானோ மாட்டானோ? கல்யாணத்திற்கு முன்பே அவள் அப்படிக் கதறி அழுது ஆர்ப்பாட்டம் செய்து, அவன் காலில் விழுந்து கெஞ்சினாளே ...

அப்போது வராதவனா இனி வந்து தன்னைக் கூட்டிப் போகப் போகிறான் என நினைத்தாள். எப்போதோ இருந்த அந்த உண்மையை இப்போதுதான் அவள் உணர்ந்துகொண்டவளைப் போலத் திகைத்திருந்தாள். இனி அவனை நம்பிக்கொண்டு, அவனைக் கெஞ்சிக்கொண்டு, எதிர்பார்த்துக்கொண்டிருப்பது வீண் வேலை என்று புரிந்தது.

தினம் தினம் அப்படித்தான் போய்க்கொண்டிருந்தது. சிவா அவளைக் கன்னத்தில் அறைவான். முடியைப் பிடித்து உலுக்குவான். எட்டி உதைப்பான். அவள் வாய்விட்டு அழ வெட்கப்படுவதில்லை. முடிந்தவரை அதிகக் கூச்சலிடுகிறாள். தலைவிரிகோலமாகத் தெருப்பக்கம் ஓடிவிடுகிறாள். "என்ன கொல்றானே யாரும் கேட்கமாட்டீங்களா?" என அடித்தொண்டையிலிருந்து அதிகபட்ச ஒலியை எழுப்பி அலறுகிறாள். அவனை, அவன் கோபத்தை அப்படியே அடக்கிக்கொள்ள வேண்டிய நிர்ப்பந்தத்துக்கு உள்ளாக்கித் தப்பித்துக்கொண்டிருந்தாள். அதன்பின் அவளை அடிப்பதைப்போல முன்கையையும் புறங்கையையும் மாறி மாறி ஓங்குவதோடும் பற்களைக் கடிப்பதோடும் கண்களை உருட்டுவதோடும் அவன் நிறுத்திக்கொள்கிறான்.

அவன் அப்படி அடங்கியிருப்பது ஒரு சிறிய பின்னகர்வுதான். உண்மையில் எப்போது அவன் கோபம் தலைக்கேறுகிறதோ அப்போது அவன் எதையும் பார்க்க மாட்டான். அரிவாளை எடுத்து வந்து நடுரோட்டில் வைத்தே தன்னைப் பலாப்பழம்போலப் பிளந்து பிய்த்தெறிந்து விடுவான் என்பதையும் அவள் அறிந்தே இருந்தாள்.

பல நாட்களாக அவள் சந்துருவைப் பார்க்கப் போகவில்லை. அவனும் வரவில்லை. அதை எப்படியோ சிவாவும் உணர்ந்திருந்தான். அடி உதைகளைக் கொஞ்சம் குறைத்துக்கொண்ட மாதிரி இருந்தது. உறுதியாகத் தெரியவில்லை. அன்று மதியம் வாசலில் நிழலாடியது. சந்துரு மாதிரி இருந்தது. அவன்தான். அவளுக்குத் திக்கென்றது. அதற்குள் அவன் உள்ளே வந்து, மூச்சு மேலே படும்படி நெருங்கி நின்றான். இவள் அச்சத்தோடு, "போயிடு சந்துரு... அவன் வந்தா கேவலமாயிடும், என்ன கொன்னு போட்ருவான்" என்றாள். அவன் "நீ வா" என்றான். அவன் அவ்வளவு நெருங்கி நின்றது அவளுக்குப் பெரும் போதையாய் இருந்தது. எங்கே அவனைக் கட்டிப்பிடித்துக் கொள்வோமோ எனப் பயமாய் இருந்தது. அவள் "பேசாம போ" என்றாள். வெளியே எதுவோ அரவம் கேட்டது. அவன் அவளைக் கோபமாகப் பார்த்துவிட்டு வெளியேறிவிட்டான்.

சரச நினைவுகள் மனதில் சுழித்தோடியது. இன்னும் போதை குறையாதவளாய் அவள் அதில் திளைத்திருந்தாள்.

அவன் வெளியே எங்கேயாவது போகத்தான் கூப்பிட்டான் என நினைத்திருந்தாள். ஆனால் அவன் அவளைத் தன்னோடு அழைத்துப் போக வந்திருக்கிறான் எனத் திடீரென தோன்றியது. உடனே பதற்றமும் அழுகையும் வந்தது. அவனுக்கு போன் செய்தாள். அவன் எடுக்கவில்லை. அவன் அதற்காகத்தான் வந்திருக்கிறான். தனக்கு ஏன் அது உடனே புரியவில்லை என நினைத்தபோது அழுகை அதிகமானது. கைக்கு எட்டவிருந்த ஒரு கனவு வாழ்க்கையை அவள் ஒரு நொடியில் இழந்துவிட்ட மாதிரி ஏங்கி அழுதாள்.

தனக்குப் புரியவில்லை என அவனுக்குத் தெரிந்திருக்குமா? இல்லை, தான் கூப்பிட்டு அவள் வரவில்லை என நினைத்திருப்பானா? அப்படித்தான் நினைத்திருப்பான். புரியவில்லை என்பதை நினைத்திருந்தால் அவன் தனக்குப் புரியும்படி மேலும் சில வார்த்தைகள் பேசி இருப்பான்.

அவள் 'எங்க இருக்கன்னு சொல்லு... இப்பவே கிளம்பி வர்றேன்' எனச் செய்தி அனுப்பினாள். அதை அவன் திறந்து பார்க்கவில்லை.

திரும்ப போன் செய்தாள். அவன் எடுக்கவில்லை. இனி இது திரும்ப நடக்கப்போவதில்லை. விடுதலைக்கான காலம் ஒரு வினாடி தன் முன்னால் தோன்றிவிட்டுத் தன் கைக்கெட்டும் தூரத்தில் நின்றுவிட்டு, அவள் முட்டாள்த்தனத்தால் போய்விட்டது. அதை முட்டாள்த்தனம் என்று எப்படிச் சொல்ல முடியும்? அவன் ஏன் தெளிவாகச் சொல்லவில்லை. உண்மையில் அவனுக்கு அந்த எண்ணம் இருந்திருந்தால் தெளிவாகச் சொல்லியிருப்பான்தானே? தெளிவாகச் சொல்லாவிட்டாலும் சரியாகப் புரிந்துகொள்ள வேண்டியது நான்தானே? நான் ஏன் அதைப் புரிந்துகொள்ளவில்லை?

அடுத்தடுத்த நாட்களில் அவன் திரும்ப வரவில்லை. போன் செய்யவில்லை. செய்தி அனுப்பவில்லை. முற்றாகத் துண்டித்துக்கொண்டான். ஒன்றிரண்டு நாட்களில் இதெல்லாம் அவன் நாடகம் என்று தோன்றியது. தான் அவளைக் கைவிட்டுவிட்டதாகச் சந்தேகம் வந்துவிடக்கூடாது என்பதற்காகத் திட்டமிட்டுச் செய்ததைப்போல இருந்தது. ஏன் அவன் நடவடிக்கைகள் தனக்கு உடனே புரிவதில்லை என அவளுக்கு ஆச்சரியமாய் இருந்தது.

அடுத்த வாரத்தில் ஒருநாள், அதேபோலவே திடீரென்று வந்து, தனக்குக் கல்யாணம் உறுதியாகிவிட்டதாக அவன் சொன்னான்.

தில்லை அவன் சட்டையைப் பிடித்து உலுக்கினாள். "நீ எங்கிட்ட என்ன சொன்ன? என்ன இந்த நிலமைல விட்டுட்டு

நீ கல்யாணம் பண்ணிக்கப் போறியா?" என வெறிகொண்டு கத்தினாள்.

அவன் "என்ன என்ன பண்ணச் சொல்ற? நா வந்து கூப்டா நீ உன் புருசனை விட்டு வரமாட்டேங்கிற." அவள் அவன் முகத்தில் அறைந்தாள். "இப்படிச் சொல்ல உனக்கு வெக்கமா இல்ல?"

அவன் கன்னத்தைப் பிடித்துக்கொண்டு, அவளையே குரோதத்துடன் பார்த்தான். அவன் கண்களில் குற்றவுணர்வென்று எதையும் பார்க்க முடியவில்லை.

"என்னைக் கல்யாணம் பண்ணிக்கச் சொல்லி எவ்வளவு கெஞ்சினேன். கல்யாணத்துக்கப்புறமும் நாம எங்கியாவது போயிடலாம்னு நான் உன்னைக் கேட்டுக்கிட்டேதானே இருந்தேன். அப்பல்லாம் சரி சரின்னுட்டு, இப்ப இப்படிப் பண்ணா என்ன அர்த்தம்."

"ஆமா இதுக்கு மேல உன்ன கூட்டிக்கிட்டுப் போயி குடிவச்சி நா வேல தேடி... இதெல்லாம் நடக்கற கதையா சொல்லு."

"ஓ அப்ப அடுத்தவன் பொண்டாட்டி உங்கூட படுக்கறது மட்டும் நடக்கிற கதையா இருந்ததா? என்னடா பேசற. போற பக்கம் உனக்கொரு கூலி வேல கெடைக்காது?"

அவன் அவளை இகழ்ச்சியாய்ப் பார்த்தான். "ஆமா போயி மூட்ட தூக்கிச் சம்பாரிச்சிக்கிட்டு வந்து உங்கிட்ட கொடுப்பேன். நீ அப்படியே ராணி மாதிரி குடும்பத்த நடத்துவ?"

"அப்போ நீ ஏற்கனவே முடிவு பண்ணிட்ட? அப்புறம் எதுக்குப் பாக்கலாம் பாக்கலாம்னுட்டு வந்து வந்து எங்கூடப் படுத்த?"

"வீணா எதுக்குப் பேசிக்கிட்டு... நாம எப்பயும்போல இருப்பம்."

"டேய் எம்புருசன் என்னைக்காவது ஒருநா கொல்லப்போறது என்னைய மட்டும் இல்ல... உன்னையுந்தான்."

அவன் அவளை மீண்டும் இகழ்ச்சியாகப் பார்த்தான். "அதுக்கு அவன் இன்னொருக்கா பொறந்து வரணும்."

அவள் அவனையே தீவிரமாகப் பார்த்தாள். "நீ என் பாவத்த கொட்டிக்கிட்ட. என் பாவத்து மேல நின்னுதான் இன்னொருத்திக்குத் தாலி கட்டப் போற. நீ நல்லா இருக்க மாட்ட."

அவளுக்குள் சத்தியத்தின் ஆற்றல் இறங்குவதைப்போல இருந்தது. அவனை எரித்துவிடுவதைப்போல, அவன் வாழ்க்கையை அழித்துவிடுவதைப்போலப் பார்த்தாள். அவன் வாழ்க்கை என்ற

ஒன்றே இல்லாமல் சீரழிந்து அழிந்து போய்விட்டதற்கான காட்சிகள் எதுவும் சட்டென அவளுக்குள் உருக்கொள்ளவில்லை என்றாலும் அவள் பார்வையில் அது இருந்தது.

"என்னடி பாவம்? நீ என்னமோ கல்யாணம் ஆகாம எனக்காகக் காத்துக்கிட்டிருந்தவளாட்டம், பெரிய பத்தினியாட்டம் பேசற. ஒழிச்சிடுவேன்" என்றுவிட்டுப் போனான்.

சிவா வந்ததும் என்றும் இல்லாமல் அவன் மடியில் படுத்துக்கொண்டு அழுதாள். அவன் அவள் கூந்தலைப் பற்றித் தூக்கி உலுக்கி ஒரு கரப்பான் பூச்சியை எறிவதைப்போல அப்பால் எறிந்தான்.

சிவா இன்னொருத்தியைச் சேர்த்துக்கொண்டு அவள் வீட்டிலேயே கிடந்தான். அவன் அப்படிச் செய்வான் எனத் தில்லை எதிர்பார்க்கவில்லை. அவன் செய்தது நியாயமில்லை, துரோகம் எனத் தனக்கு ஏன் தோன்றுகிறது எனத் தில்லைக்குப் புரியவில்லை. சிவா இருக்கும் வீட்டைத் தேடிக்கொண்டுபோய் தெருவில் நின்றுகொண்டு சத்தம் போட்டாள். அவன் அரிவாளைத் தூக்கிக்கொண்டு வந்தான். அவள் துணிந்து நின்று, "என்னய வெட்டிப் போட்ரு" என்றாள். அப்போது அவள் மரணத்தை நேருக்கு நேராய்ச் சந்திக்கத் தயாராய் இருந்தாள். அவன் உள்ளே போய்விட்டான். அந்தப் பெண் இருநூறு ரூபாயைக் கொண்டுவந்து அவள் கையில் வைத்து அழுத்தி, "போக்கா ... அவரப் பத்தி தெரிஞ்சிக்கிட்டே ஏன் இப்படி எதுத்து நிக்கற? போய் ஏதாவது வேலயப் பாரு. பணம் வேணும்னா எங்கிட்ட வந்து கேளு. அந்த மனுசன கேக்காத" என்றாள். தில்லை அந்தப் பணத்தை அவள் முகத்தில் வீசினாள். திரும்ப அந்தப் பக்கம் போகவில்லை.

தில்லை வேலைக்குப் போக ஆரம்பித்தாள். சட்டென எதிலும் நிலைக்க முடியவில்லை. கட்டட வேலைக்குச் சித்தாளாகப் போனாள். மாட்டுத் தீவனம் வெட்டப் போனாள். அரிசி ஆலையில் நெல் அள்ளிக்கொட்டப் போனாள். எல்லா வேலைகளும் ஒன்றுக்கொன்று கடினமாய் இருந்தது. கொஞ்சநாள் பல்லைக் கடித்துக்கொண்டு செய்வாள். பின் முடியாது என்று அங்கிருந்து நின்றுவிடுவாள். வேறு வேலைக்குப் போவாள். எங்காவது வீடு பராமரிப்பு வேலை, குழந்தைகள் பராமரிப்பு வேலை என்று இருந்தால் போகலாம் என ஆசையாய் இருந்தது. செந்தாமரை அக்கா அவளுக்குத் தெரிந்த ஒரு வீட்டில் வீட்டு வேலைக்குக் கூப்பிடுவதாகச் சொல்லிப் போனாள். அந்தப் பெண் அவ்வளவு அழகாய் இருந்தாள். அவளைப் பார்த்துக்கொண்டே இருக்கலாம்போல இருந்தது.

அவள் இவளை ஏற இறங்கப் பார்த்தாள். இவளின் இளமையும் அழகும் அவளுக்குப் பொறுக்க முடியவில்லை என்பதைக் கண்களால் பட்டவர்த்தனமாகச் சொன்னாள். உலகத்தில் அவள் மட்டுமே அழகாக இருக்க உரிமை உள்ளவள்போல முகத்தில் படர்ந்த எரிச்சலோடு அவளிடம், “இப்போதைக்கு வீட்டு வேலைக்கு யாரும் வேண்டாம்” என்று சொன்னாள். தில்லை பேசாமல் திரும்பி வந்துவிட்டாள்.

ஓட்டலில் சமையல் வேலை பார்க்கும் ரங்கம்மா, இவளை அழைத்துப்போய், காய்கறி நறுக்க, மாவரைக்க, பாத்திரங்களைக் கழுவ என எடுபிடி வேலைக்குச் சேர்த்துவிட்டாள்.

ஓட்டல் சமையல் அறையில், சாப்பாட்டுப் பொருட்களின் வாசமும், ஒருவித அழுக்கு நாற்றமும் கலந்து நிறைந்திருந்தது. ரங்கம் பார்ப்பதற்குப் பொசுக்கென்று இருந்தாலும் அசுரத்தனமாக வேலை செய்தாள். பெரிய பெரிய அண்டாக்களை வைத்துச் சின்ன வேலைதான் என்கிற பாவனையில் குருமா வைத்தாள். சாம்பார், கிரேவி என வரிசையாய் வைத்துக்கொண்டே இருந்தாள். இன்னும் இவ்வளவு வேலை செய்தாலும் அவள் களைப்படைய மாட்டாள் என்றுதான் தோன்றியது. உடல் என்னவோ பார்க்கப் பூஞ்சை மாதிரிதான் இருந்தது. எப்படி இவளுக்கு மட்டும் இது சாத்தியம் என தில்லைக்குத் தெரியவில்லை.

அவளும் அவளைப்போல இருக்க நினைத்தாள். களைப்பின் குறிப்புகளை முகத்தில் வெளியிடுவதை நிறுத்தினாள். பெரிய பாத்திரங்களைத் துலக்கும்போது இடுப்பில் கையை வைத்துக்கொண்டு அப்படியே செய்வதறியாதவளைப்போல நிற்பதைத் தவிர்த்து, அமைதியாகச் சில நிமிடங்கள் நிமிர்ந்து நின்றிருந்துவிட்டு, அதே அமைதியோடு மேலே வேலைகளைத் தொடர்ந்தாள்.

ஆண்கள் ஏன் இப்படி இருக்கிறார்கள் என்பதுதான் அவளுக்குப் புரியாத புதிராக இருந்தது. அங்கே வேலை செய்யும் ஒவ்வொரு ஆணுமே அவளிடம் தனி விதமாகப் பேசுவதைப் போல இருந்தது. அவளுக்கு அப்போதெல்லாம் சந்துருவின் நினைவுதான் வந்தது. அவர்கள் கெட்ட வார்த்தைகளைத் தங்களுக்குள் சகஜமாகப் பேசிக்கொண்டனர். அவள் வேலைக்குச் சேர்ந்த நாளில்கூட, அப்படிப் பேச அவர்களுக்குக் கூச்சமோ தயக்கமோ இருக்கவில்லை. முதலில் அது அவளுக்கு ஒரு மாதிரி இருந்தது. பின் பழகிவிட்டது. சாப்பாடெல்லாம் அங்கேயே சாப்பிட்டுக்கொள்கிறாள். சம்பளம் திருப்தியான அளவுக்கு இருந்தது. வாழ்க்கை பூராவுமே இப்படியே இருந்துவிடலாம்தான். ஆனால் இந்த உடல் அதற்கு விடாதுபோல. இரவில் அவளுக்குச்

சிவாவின் நினைவும், சந்துருவின் நினைவும் மாறி மாறி வந்துகொண்டே இருந்தன. யாராவது ஒருவனிடம் திரும்பத் தொடர்பு கொள்ள வேண்டும் என்ற எண்ணம் வலிமை பெற்றுக்கொண்டே வந்தது. வேறு பல ஆண்களையும் அவள் பரிசீலனை செய்ய ஆரம்பித்துவிட்டாள். ஆனால் அது கூடாது என்பதில் தீர்மானமாய் இருந்தாள். சில நாட்கள் போனால் அந்தத் தீர்மானம் ஆட்டம்கண்டுவிடும் என்பதையும் அவள் உணர்ந்தே இருந்தாள். அது அவளை அச்சத்தில் தள்ளியது. கத்தியை எடுத்து உடல் முழுவதும் வெட்டிக்கொள்ள வேண்டும்போல, குறைந்தபட்சம் தன் உறுப்பிலாவது ஆழ்ந்த காயத்தை ஏற்படுத்திக்கொள்ள வேண்டும்போல இருந்தது. அப்படிச் செய்துகொண்டால் அது சரியாகும்வரை இந்த நினைவுகள் மட்டுப்பட்டுவிடும். அவளுக்கு ஒரே யோசனையாய் இருந்தது.

அவள் வேலையில் கச்சிதமாகப் பொருந்திக்கொண்டாள். ரங்கம் வராத நாட்களில் குழம்பு தாளிக்கும் அளவுக்குத் தயாராகிவிட்டாள். அவள் ஒரு குழம்பு மாஸ்டர் ஆகிவிட்டால் எந்தக் கடையில் வேண்டுமானாலும் போய் வேலை கேட்கலாம். இவ்வளவு சம்பளம் வேண்டும் என அதிகாரமாய்க் கேட்கலாம். ஆண்களை அவள் பார்க்கும் பார்வையும் மெல்ல மெல்ல மாறிக் கொண்டு வந்தது.

சந்துரு மீண்டும் வீட்டுக்கு வந்தான். "நீ வேலக்குப் போறியா? ஏன் எங்கிட்ட வந்து சொல்லல?" என்று கோபித்துக்கொண்டான். தன் மனைவி இவள் அளவுக்கு இல்லை என்றான். தான் அவளை இழந்துவிட்டதாகச் சொல்லி, கண் கலங்கினான். அவள் பேசாமல் எல்லாவற்றையும் கவனித்துக்கொண்டிருந்தாள். அப்போதே அவனைப் படுக்கைக்கு இழுத்துக்கொண்டு போக வேண்டும் என்ற ஆவலைக் கஷ்டப்பட்டு அடக்கிக்கொண்டாள். அவன் அவளை அழைப்பதைப்போலப் பார்த்தான். அவள் தனக்கொன்றும் அதில் அவ்வளவு ஆர்வம் இல்லை என்பதைப்போல இருந்தாள். அவன் கொஞ்ச நேரம் பம்மிக்கொண்டிருந்துவிட்டுப் போய்விட்டான்.

சிவாகூடத் திரும்ப வந்துவிட்டான். சந்துரு சொன்னதைப் போலவே அவனும் "உன்னப்போல இல்ல அவ" என்றான். "நீ அந்தச் சந்துருகூடச் சுத்தனத நெனச்சிதான் எனக்கு வெறி வந்துடுச்சி" என்றான். "அவனுக்கும் கல்யாணம் ஆயிடிச்சிபோல. அவனையும் அவன் பொண்டாட்டியையும் பாத்தேன். உலகத்தில பொம்பளையவே பாக்காதவனாட்டம் அவள ரோடுன்னுகூடப் பாக்காம அப்படிக் கொஞ்சறான்" என்றான். சொல்லிவிட்டு அவள் முகத்தைப் பார்த்தான். அவன் சொன்ன எதையும் அவள் கண்டுகொள்ளவில்லை. அன்று அவளுக்கு விடுமுறை. சினிமாவுக்குப் போகலாம் என்றிருந்தாள். இவன் வந்து

கெடுத்துவிட்டான் என்பதுதான் அப்போது அவள் நினைவாக இருந்தது.

"உனக்கும் சேத்து சோறாக்கட்டா" என்றாள். அவன் "ம்" என்றான். அவள் சமையலுக்கான எல்லாவற்றையும் எடுத்துவைத்துவிட்டு "போய் காபி வாங்கியாறேன்...சாப்டுறியா" என்றாள்.

அவன் ஐம்பது ரூபாயை எடுத்துக் கொடுத்தான். "பரவால்ல வச்சிரு" என்றுவிட்டுப் பையில் இருந்த பணத்தை எடுத்துக்கொண்டு கிளம்பினாள். பெட்டியில் இருக்கும் பணத்தை எடுத்துக்கொண்டு போய்விடுவானோ எனச் சந்தேகமாய் இருந்தது. அவன் அப்படிச் செய்பவனில்லை. பண விஷயத்தில் மிக நேர்மையாக இருக்கக் கூடியவன். அவளுக்குத் தெரியும்.

அவள் தெருவில் இறங்கி நடந்தாள். இந்த நாள் ஏற்கெனவே தான் கடந்துவந்த ஒருநாளைப் போலவே இருந்தது. அவளுக்கு அடிக்கடி இது தோன்றுவதுதான். ஆனால் இன்றென்னவோ அந்த எண்ணம் கூர்மையாக இருந்தது. வெயில் காலம் இல்லையென்றாலும் ஒரு பழைய நாளைப்போல வெயில் பிரகாசமாக அடித்தது. வியர்த்தது. ஒரு பழைய நாளில் அவள் நடந்துகொண்டிருப்பதைப் போன்ற எண்ணத்தில் இருந்து அவளால் வெளியே வர முடியவில்லை.

அவளுக்குச் சந்துருவைப் பார்க்க வேண்டும்போல இருந்தது. இதென்ன பைத்தியக்காரத்தனம் என ஆச்சரியப்பட்டாள். சிவா வந்திருக்கும் நேரத்தில் அவளுக்கு இந்த எண்ணம் வருவதை அவளால் புரிந்துகொள்ள முடியவில்லை. தனக்குச் சந்துருவின் காதலைவிட, சிவாவுக்குத் துரோகம் செய்ய வேண்டும் என்ற எண்ணம்தான் அதிகமாக இருக்கிறது என நினைத்துக்கொண்டாள். அந்த எண்ணம் ஒரு கண்டுபிடிப்பைப்போல இருந்தது. மேலும் மேலும் குழப்பத்திற்குள் மூழ்குவதைப்போல இருந்தது. இந்தச் சமயத்தில் சந்துருவைப் பார்க்கப் போகவே கூடாது என நினைத்துக்கொண்டாள்.

ஆனால் சிவா அவளை அடித்த அடிகள் இப்போது நினைவுக்கு வந்தன. அவள் உள்ளுக்குள் அந்த அடிகளை வாங்கிக் கொண்டு தன்மீதே பரிதாபப்பட்டுக்கொண்டு நடந்தாள்.

திடுக்கிட்டுப் போய் அனிச்சையாய் நகர்ந்து நடந்தாள். அப்போதுதான் தான் இந்த உலகத்தில் இருப்பதை உணர்ந்தவள்போலச் சுற்றுமுற்றும் பார்த்தாள். தன்னைச் சுற்றிலும் பார்த்தாள். தனக்கு மிக அருகிலிருந்து வாகனம் ஒன்று விலகிச் சென்றதைப்போல இருந்தது. குழப்பமும் பதற்றமும்

கொண்டவளாய், வேகமாக நடந்தாள். சாலையில் இருசக்கர வாகனங்களை ஓட்டிக்கொண்டு செல்பவர்கள், அதில் பின்னால் உட்கார்ந்திருக்கும் பெண்கள், கார் ஓட்டிக்கொண்டு போகிறவர்கள், அந்தக் காரில் இளம் இருளுக்குள் பச்சையும் வெள்ளையுமான நிறத்தில் இருக்கும் யுவதிகள், இளைஞர்கள், பஸ் ஓட்டுநர்கள், அதில் இருக்கும் பயணிகள் என எல்லோரும் அவளைத் தீவிரமாகப் பார்ப்பதுபோல இருந்தது.

ரமணி தியேட்டரில் காலைக் காட்சி முடிந்துவிட்டதற்கு அறிகுறியாக, கேட் விரிய திறந்துவிடப்பட்டு, ஆள்நடமாற்றமின்றி இருந்தது.

சந்துரு இருப்பானா என யோசித்தாள். அவள் வரும்போது ஒருமுறைகூட அவன் இல்லாமல் போனதில்லை என்றாலும் இந்தப் பதற்றம் ஏன் வருகிறதென்று தெரியவில்லை. அவனிடம் என்ன சொல்வது? யோசித்துக்கொண்டு டிக்கட் கொடுக்கும் கவுண்டருக்கு அருகே சென்றாள். இந்த நேரத்தில் இங்கே தன்னைத் தெரிந்தவர்கள் யாரும் கவனித்துவிடக் கூடாது என்ற எச்சரிக்கை உணர்வுடன் சாலையை உற்றுப் பார்த்துவிட்டு, திருப்தி இல்லாமலேயே திரும்பி நின்றுகொண்டாள். சந்துரு இரவுக்குள் இருந்து பகலுக்குள் வருபவனைப்போல அரங்கத்தில் இருந்து வெளியே வந்தான். "ஏன் இங்கியே நின்னுட்ட உள்ள வர வேண்டியதுதான?" என்றான். அவன் முகத்தில் அவளுக்கான பிரத்யேகமான புன்னகை படர்ந்திருந்தது. அது இப்போது அவளுக்குள் எந்த விளைவையும் ஏற்படுத்தவில்லை. பசும்புற்களுக்கு அடியில் இருக்கும் வலையைப் பார்ப்பதைப்போல அந்தப் புன்னகையை அவள் பார்த்தாள்.

அவள் அவனைப் பார்த்துச் சிரித்தாள். அவனின் நாடகத்தனத்தை ஊடுருவிக்கொண்டு சென்றது அந்தச் சிரிப்பு. "சும்மாதான் … உன்னப் பாக்கணும்போல இருந்தது. இந்தப் பக்கம் வந்தேன்" என்றாள். அவன் "போ வீட்டுக்கு வர்றேன்" என்றான். "இல்ல நான் போன் பண்றேன்" என்றாள். அவன் அவளை ஆழமாக ஏக்கமாகப் பார்த்துக்கொண்டு, "சரி" என்றான்.

அந்தப் பார்வை அவளை முற்றிலும் புரட்டிப்போட்டுவிட்டது. அவள் திரும்பி நடந்து அனீஸ் கடைக்குப் போய் மாஸ்டரிடம், "பார்சல் காபி" என்றாள். இப்போது அவளுக்கு இந்த சிவா எதற்குத் திரும்ப வந்தான் என எரிச்சலாய் இருந்தது.

காபியை வாங்கிக் கொண்டுபோய் அவனுக்குத் தம்ளரில் ஊற்றிக் கொடுத்தாள். அவளும் ஊற்றிக்கொண்டாள். இருவரும் எதுவும் பேசவில்லை.

காபியைக் குடித்துவிட்டு அவள் பாட்டுக்குச் சமையல் செய்ய ஆரம்பித்தாள். அவன் ஏதோ யோசனையாகவே இருந்தான். அரை மணிநேரத்தில் சாப்பாடு செய்துவிட்டு, "சாப்பிட வா" என்றாள்.

அவன் கையைக் கழுவிக்கொண்டு வந்து உட்கார்ந்து பேசாமல் சாப்பிட்டான். அவள், "ஆட்டோல்லாம் எப்படி ஓடுது" என்றாள்.

அவன், "எப்பயும் போலத்தான்... ஏதோ ஓடுது" என்றான். "அவ எப்பப் பாத்தாலும் காசு காசுன்னு புடுங்கறா. அப்படி என்னதான் செலவு பண்ணுவாளோ தெரியல. நீ நாலு நாளானாலும் எங்கிட்ட காசு கேக்க மாட்ட. கணக்கு கேக்க மாட்ட. நிறைய குடுத்தா கொஞ்சம் தாராளமா செய்வ. கம்மியா குடுத்தா அதுக்குத் தக்க செய்வ. அவ அப்பிடியில்ல. பேசாம இங்கியே வந்திரலாம்னு பாக்கறேன்" என்றான்.

அவள் தன்னிடம் கொடுத்த 200 ரூபாய் அவள் நினைவில் வந்தது. "நீ எல்லாத்தையும் கொற சொல்லுவ. நாளைக்கி இங்க வந்தா அவளப்பத்திச் சொல்லி என்னப் போட்டு அடிப்ப. அப்புறம் அவங்கூடப் போனியா இவங்கூடப் போனியாம்ப" என்றாள். அவள் மிக எச்சரிக்கையாய் இந்த வார்த்தையைப் போட்டு வைத்ததை அதைச் சொன்ன பிறகே உணர்ந்தாள். தன் சாமர்த்தியத்தை நினைத்து அவளுக்கு உள்ளுக்குள் சந்தோஷமாக இருந்தது.

"எப்பியும் அப்படியே இருக்க முடியுமா சொல்லு" என்றான். அவன் இப்போதிருந்தே இங்கேயே இருந்துவிடுவான்போல இருந்தது. ஏனோ அது அவளுக்குப் பிடிக்கவில்லை.

"என்னவோ இப்பதான் நான் பாட்டுக்கு வேலைக்கிப் போயிக்கிட்டு அக்கடான்னு இருக்கேன். திரும்ப உங்கிட்ட அடிவாங்க என்னால ஆகாது. இன்னும் கொஞ்சநாள் இப்பிடியே இருப்பமே" என்றாள்.

அவன் எதுவும் பேசவில்லை.

இரவு வரையும்கூட அவன் கட்டிலில் புரண்டு புரண்டு படுத்துக்கொண்டிருந்தான். "போவலியா" என்றாள். அவன் "காலையில எந்திரிச்சிப் போறேன்" என்றான். அவள் எதுவும் பேசவில்லை.

விடியலில் எழுந்து வேலைக்குக் கிளம்பினாள். அவன், "எதுக்கு வேலைக்கிப் போற?" என்றான்.

"கொஞ்சநாள் பாப்பம்... உன்புத்தி இப்பிடியே இருக்குதான்னு அப்புறம் பேசிக்கலாம்" என்றுவிட்டுக் கிளம்பிவிட்டாள். இரவு

அவனுடைய நெருக்கத்திற்குப் பிறகு இப்போது ஒரு இனம் தெரியாத அமைதி மனதுக்குள் நிலவுவதை உணர்ந்தாள். இப்படியே இருந்தால் நன்றாய் இருக்கும் என நினைத்தாள். ஆனால் அப்படியெல்லாம் இருக்காது என்பதை அவள் உணர்ந்தே இருந்தாள்.

இரவு அவள் வந்தபோது, அவன் வீட்டில் இல்லை. வழக்கமான இடத்தில் வைத்திருந்த சாவியை எடுத்து வீட்டைத் திறந்தாள். டேபிள் மேல் 200 ரூபாய் வைத்திருந்தான். அதையே கொஞ்ச நேரம் பார்த்துக்கொண்டிருந்தாள். அவன் தன்னை ஒரு விபச்சாரியைப்போல நடத்தியிருப்பதாய் அவளுக்குப் பட்டது. ஆனால் ஒரு கணவன் தன் மனைவிக்குப் பணம் கொடுப்பது சகஜம்தானே என அதை இயல்பாய் எடுத்துக்கொள்ள முயன்றாள். ஆனால் இத்தனை நாள் கண்டுகொள்ளாமல் இருந்துவிட்டு நேற்று வந்து இரவு தங்கிவிட்டுப் பணம் கொடுத்துவிட்டுப் போவதை அப்படி அவளால் எடுத்துக்கொள்ள முடியவில்லை.

சந்துருவின் நினைவுகளும் வன்மமும் பெருகின. முன்பு அவனை நினைக்கும்போது காதலும் காமமும் பெருகியது. இப்போது கூடவே வன்மமும் பெருகுகிறது. அதெல்லாம் வேறு யாருடைய மனதிலோ இருக்கும் நினைவுகள் என்பதைப்போல அவள் அவனுக்குப் போன் செய்தாள்.

“நேத்து போன் செய்யறேன்ன?” என்றான். அவள் எதுவும் பேசவில்லை. “செகண்ட் ஷோ டிக்கட் கொடுத்துட்டு வர்றேன்” என்றான்.

அவளுக்குத் திடீரென்று இது ஏதோ ஒரு அருவருப்பான விவகாரம்போலத் தோன்றியது. திரும்ப அவனுக்குப் போன் செய்து வர வேண்டாம் எனச் சொல்ல வேண்டும்போல இருந்தது. அவள் இயல்பாக இருக்க முயன்றாள். திரும்ப அவனுக்கு போன் செய்தாள். “இன்னொரு நாளைக்கி பாக்கலாம் சந்துரு” என்றாள். அவன் கொஞ்சம் மௌனமாய் இருந்துவிட்டு “நேர்ல வர்றேன் பேசிக்கலாம்” என்றான்.

இரவு அவன் வந்தவுடன் எந்த முதற்கட்டச் சம்பிரதாயமும் இல்லாமல் அவனை இறுக்கி அணைத்துக்கொண்டாள்.

ஊரடங்கிய அமைதியான இரவில் எழுந்து உட்கார்ந்து கொண்டு, “இப்பயே வீட்டுக்குப் போயிர்றேன்” என்றான். அவள் எதுவும் பேசவில்லை. அவன் எழுந்து சட்டையைப் போட்டுக்கொண்டான். அவள் எழுந்து லைட்டைப் போட்டு ஆடைகளைச் சரிசெய்து கொண்டாள்.

அவன் கிளம்பும்போது, சட்டையில் இருந்து, 200 ரூபாயை எடுத்து அவள் கையில் கொடுத்தான். அவள் அதை வாங்கி மீண்டும் அவன் சட்டைப் பையிலேயே வைத்தாள். அவன் சிரித்தான்.

அவள் டேபிளில் சிவா வைத்திருந்த 200 ரூபாயை எடுத்து அவன் கையில் திணித்தாள். "நான்தான உன்ன கூப்பிட்டேன்" என்றாள்.

அவன் அடிபட்டவன்போலச் சட்டென அவளைப் பார்த்தான். கொஞ்சம் கொஞ்சமாய்க் கோபம் அவன் தலைக்கேறுவதை அவளால் பார்க்க முடிந்தது. ஏன் இவனுக்கு இப்படிக் கோபம் வருகிறது என்பதை அவளால் புரிந்துகொள்ள முடியவில்லை. அதற்குள் அவன் பளாரென அவள் முகத்தில் அறைந்தான்.

"எதுக்குடி எனக்குப் பணம் கொடுக்கற?" என அவள் முடியைப் பிடித்து உலுக்கினான்.

"உனக்கு அவ்வளவு திமிராடி?" என்று மீண்டும் உலுக்கிவிட்டு அறைந்தான். "அறுத்துப் போட்ருவேன்... ஜாக்கிரத..." என்றுவிட்டு வேகமாக வெளியேறிப் போய்விட்டான்.

அவளுக்கு அவன் ஏன் அப்படி நடந்துகொண்டான் எனப் புரிந்தது. சந்தோஷமாய் இருந்தது.

ஒருவாரத்தில் சிவா திரும்ப அவள் வீட்டுக்கு வந்துவிட்டான். அடுத்த பத்து நாட்களுக்கு அவளிடம் கல்யாணமான புதிதில் இருந்ததைப்போல இருந்தான். அவளுக்கு ஏனோ இந்த நிலையில் நம்பிக்கை வரவில்லை. இது மாறிவிடும் மாறிவிடும் என்று உள்ளுணர்த்திக்கொண்டே இருந்தது.

அடுத்த வாரம் "நீ வேலைக்குப் போ வேணாம்" என்றான். அவள் "நா வேலைக்கிப் போறதுல உனக்கென்ன?" என்றாள்.

அவன் "அங்க தடிமாடுங்களாட்டம் அத்தனை பேரு இருக்கறாங்க. அவனுங்ககூட நீ என்ன அப்பிடி சிரிச்சிக்கிட்டு இருக்கற. அந்த வேலையும் வேண்டாம் மயிறும் வேண்டாம் வீட்லயே இரு" என்றான்.

"உம்புத்தி உன்னவிட்டுப் போவுமா? வீட்ல இருந்தா மட்டும் நீ வேறயா சொல்லப் போற?" என்றாள்.

அவன் அவளை இடுப்பில் உதைத்தான். "உன்ன கொன்னு போட்ருவேன்" என்றான். அவள் நிதானமாக எழுந்து, கலங்கிய கண்களைத் துடைத்துக்கொண்டு வேலைக்குப் போய்விட்டாள். அன்றிரவு அவனை வீட்டில் காணவில்லை.

சாப்பிட்டுவிட்டு, கட்டிலில் படுத்துக்கொண்டு தூக்கம் வராமல் விழித்துக்கொண்டிருந்தாள்.

சந்துரு போன் செய்தான்.

அவள் போனை எடுத்துக்கொண்டு மௌனமாய் இருந்தாள்.

அவன், "நீ அன்னைக்கி அப்பிடி பண்ணது சரியா?" என்றான்.

அவள் மௌனமாய் இருந்தாள்.

அவன், "இனிமே அந்த மாதிரி பண்ணாத. உனக்கு எவ்வளவு வேணும் கேளு. என்ன வேணும் கேளு நான் தர்றேன்" என்றான்.

"அதுக்கு என் வீட்டுக்காரன் இருக்கான்" என்றாள்.

"உனக்கின்னும் கோவம் போவல போலயிருக்கு" என்றான்.

அவள் எதுவும் பேசவில்லை.

"இன்னிக்கி பாக்கலாமா?"

அவன் முகத்தில் அறைந்தது ஞாபகத்துக்கு வந்தது. அவள் "எனக்கின்னிக்கி ஒடம்பு ஒரு மாதிரி இருக்குது" என்றாள்.

அவன் "சரி நாளைக்கிப் பாக்கலாம். நாளக்கி நான் போன் பண்ண மாட்டேன். நேரா வந்துருவேன்" என்றான்.

மறுநாள் அவன் வரவில்லை. அவளுக்கு ஏமாற்றமாய் இருந்தது.

அடுத்த நாள் மாலை சிவா வந்துவிட்டான். இரவு அவளின் அனுமதியை அவன் எதிர்பார்க்கவில்லை. அவளுக்கு அவனை மறுக்க முடியவில்லை. முடிந்தபின் அவன் முகத்தைப் பார்க்கவே பிடிக்கவில்லை. அருவருப்பாய் இருந்தது. அவனைக் கொல்ல வேண்டும்போல இருந்தது.

அடுத்த நாள் அவளுக்கு விடுமுறை. வீட்டில் இருக்கவே அவளுக்கு வெறுப்பாய் இருந்தது.

அவன் அவளையும் ஓட்டல் கடை மாஸ்டர்களையும் சம்பந்தப்படுத்தி அசிங்க அசிங்கமாய்ப் பேசிக்கொண்டிருந்தான். வக்கிரமாய்ச் சிரித்தான். ஒரு கட்டத்தில் அவளால் கோபத்தைக் கட்டுப்படுத்த முடியவில்லை. "மரியாதையாய் எந்திரிச்சி வெளிய போயிடு" என்று சத்தம் போட்டாள்.

அவன் அவளை இடுப்பில் உதைத்துக் கீழே விழுந்தவளின் முகத்தில் திரும்பத் திரும்ப அறைந்தான்.

அவள் எழுந்து ஓடிப்போய் தெருவில் நின்று தலையைப் பிடித்துக்கொண்டு “ஐயோ என்னக் கொல்றானே” எனச் சத்தம் போட்டாள்.

அவன் உள்ளே இருந்துகொண்டே அவளை வெட்டிவிடப் போவதாகச் சைகை காட்டினான். பின் உள்ளே போய்ப் படுத்துக் கொண்டான். அவள் கொஞ்சநேரம் கத்திக்கொண்டிருந்துவிட்டு வீட்டுக்குள் போனாள்.

படுத்துத்தூங்கிஎழுந்தாள்.அவன்எழுந்துஉட்கார்ந்துகொண்டு இவளையே பார்த்துக்கொண்டிருந்தான்.

அவன் சிகரெட்டைப் பற்றவைத்துக்கொண்டு, “போய் காபி வாங்கிட்டு வா” என்றான்.

அவள் எழுந்து முகம் கழுவப் போனாள். சந்துருவின் நினைவு வந்தது.

தெருவில் இறங்கி நடந்தாள்.

வெயிலும் சாலையில் வாகனங்களின் அடர்த்தியும் ஒன்றுக்கொன்று பொருந்தாததாய் இருந்தது. சாலை வழக்கமான ஹார்ன் சப்தங்களோடு கிட்டத்தட்ட அமைதியாக இருந்தது. அவள் தன்னைச் சுற்றிலும் பார்த்தாள். எல்லோரும் அவளையே தீவிரமாய் உற்றுப் பார்ப்பதைப்போல இருந்தது. ரமணி தியேட்டரில் பகல்காட்சி முடிந்துவிட்டதற்கு அறிகுறியாக, கேட் விரிய திறந்துவிடப்பட்டு, ஆள்நடமாற்றமின்றி இருந்தது.

சந்துரு இருப்பானா என யோசித்தாள். அவள் வரும்போது ஒருமுறைகூட அவன் இல்லாமல் போனதில்லை என்றாலும் இந்தப் பதற்றம் ஏன் வருகிறதென்று தெரியவில்லை. அவனிடம் என்ன சொல்வது? யோசித்துக்கொண்டு டிக்கட் கவுண்டருக்கு அருகே சென்றாள்.

வனம், இதழ் – 06

19

அறம் என்றொரு புனைவு

சாலையில் வாகனப் போக்குவரத்து, அடர்த்தியாகவும் சுறுசுறுப்பாகவும் இருந்தது. பஸ் நிறுத்தத்தில் பெண்களும் ஆண்களுமாகப் பெரிய கும்பல் காத்திருந்தது. பள்ளி மாணவர்கள், மாணவிகள் இவற்றுக்கும் தங்களுக்கும் சம்பந்தமில்லை என்பதைப்போலப் பேசிச் சிரித்தபடி நடந்துகொண்டிருந்தார்கள். சைக்கிளில், டூவீலர்களில் குடத்தையும் பெரிய பிளாஸ்டிக் கேன்களையும் வைத்து, சாலையை ஒட்டியிருந்த டேங்கில் தண்ணீர் பிடித்துக்கொண்டு போகும் ஆண்களைக் கணிசமாகப் பார்க்க முடிந்தது.

சூர்யா மளிகை ஸ்டோர், சரவணா ஸ்டோர் எனச் சாலை நெடுவிலும் சீரான இடைவெளியில் இருந்த மளிகைக் கடைகளில், மக்கள் கூட்டம். பேக்கரிகள், டீக்கடைகளிலும் அதிகாரிகள், தனியார் நிறுவன ஊழியர்கள், மாணவர்கள், தொழிலாளர்கள் எனக் கலவையாகக் கூட்டம் இருந்தது. சாலையின் வலது பக்கம் பஸ் நிறுத்தத்திலிருந்து சற்றுத் தள்ளியிருந்த காய்கறிக் கடையில் ஒன்றிரண்டு பேர் நின்றிருந்தனர். ஜூஸ் கடையில் பழங்களைச் சீராக அடுக்கிவைக்கும் வேலையில், இளைஞன் ஒருவன் நிதானமாக ஈடுபட்டுக்கொண்டிருந்தான்.

சாலையின் மேல்பக்கக் கடைக்கோடியிலிருந்து, கையில் கோல் ஒன்றை ஊன்றியபடி ஒரு ஆள் வந்துகொண்டிருந்தான். புருவங்களைச் சுறுக்கி அவன் பார்க்கும் விதம் கொஞ்சம் விசித்திரமாய் இருந்தது. நெற்றியில் திருநீற்றுப் பட்டை, பரட்டைத் தலை

அள்ளி உச்சிக்குக் கொஞ்சம் கீழே முடிந்து வைக்கப்பட்டிருந்தது. அருகே போனால் நாற்றம் அடிக்கும் என்பதை உணர்ந்துகொள்ளும் அளவுக்கு உடலில் அழுக்கு. அவன் நடக்கும் விதத்தில் அசாத்திய நிதானம், குறைந்த உயரம், குறுகிய தோள்கள், எரிக்கவும் முடியாத அளவுக்கு இருந்த கந்தல் துணியொன்றைப் போர்வையைப் போலப் போர்த்திக்கொண்டிருந்தான்.

ஊருக்கு முன்பாக இருந்த எழில் டீக்கடையில் ஒதுங்கி நின்றான். மாஸ்டர் அவனைப் பார்த்து "இது ஏதோ புதுசா வந்திருக்கு. எங்கிருந்துதான் வருவாங்களோ... புதுசு புதுசா வந்துகிட்டே இருக்காங்க" எனக் கடையில் இருந்தவர்களிடம் சலித்துக்கொண்டான்.

கடையில் டீ குடித்துக்கொண்டிருந்த அரசு அதிகாரியைப் போன்ற தோரணையில் இருந்தவர் "டீ குடிக்கிறியா" என அவனைப் பார்த்துக் கேட்டார். அவன் தன் தத்தளிக்கும் மனதை வெளிப்படுத்தும் கண்களில் அவரை ஆழ்ந்து பார்த்துக்கொண்டே இருந்தான்.

"அவருக்கு ஒரு டீ குடுத்துடுப்பா" எனக் கடைக்காரரிடம் காசு கொடுத்துவிட்டு, அவர் அவனிடம் "டீ வாங்கிக்க" என்று சொல்லிவிட்டுக் கிளம்பினார்.

இப்போது அவன் டீ மாஸ்டரை வெறித்துப் பார்த்தான். "நில்லு போட்டுத் தர்றேன்" என்றபடி மாஸ்டர் டீயைப் போட்டுப் பிளாஸ்டிக் கப்பில் ஊற்றி அவன் முன்னால் ஸ்டாலில் இருந்த ஸ்டேண்டில் வைத்தான். அவன் கை டீயை நோக்கி நீண்டபோது நடுங்கியது.

மாஸ்டர், "இரு இரு" என்றுவிட்டு, அதை ஒரு பழைய கண்ணாடி தம்ளரில் மாற்றிக் கொடுத்தான்.

அவன், "பஜ்ஜி" என்றான்.

மாஸ்டர் சலிப்புடன் "பஜ்ஜியா... யோவ் காசு வச்சிருக்கியா? காலங்காத்தால வந்து ஏய்யா கழுத்தை அறுக்கறீங்க. டீய எடுத்துக்கிட்டுப் போய்யா" என்றான். பின் ஸ்டாலில் தேடி, ஆறிய சிறிய பஜ்ஜியொன்றை எடுத்துப் பேப்பரில் வைத்து "இந்தா கிளம்பு கிளம்பு" என்றுவிட்டு, ஆட்டோவில் வந்த கூட்டத்தின் பக்கம் கவனத்தைத் திருப்பிக்கொண்டான்.

அவன் டீ குடித்து, தம்ளரை வைத்துவிட்டு ஊர்வதைப் போல நிதானமாக நடந்து கடையைக் கடந்து போனான்.

அவனுடைய நிதானமான நடை கடைவீதியில் இருந்த அனைவரையுமே கவனிக்க வைத்தது. அரை மணிநேரத்துக்கும்

மேலாக அவன் அந்தச் சாலையோரம் நடந்து சென்று தன் வருகையை அங்கு அழுத்தம் திருத்தமாகப் பதிவு செய்துகொண்டான். சாயந்திர நேரத்தில் மீண்டும் அதே நடையில் அவன் அந்தக் கடைவீதியில் தோன்றினான்.

அன்னபூரணா ஓட்டல் அருகே நின்று "பசிக்கிது சாப்பாடு வேணும்" என்றான். முதலாளி உள்ளே பார்த்து 'எப்பா' எனக் குரல் கொடுக்க, உள்ளே இருந்து ஓடிவந்த பணியாளிடம் "இவருக்குச் சாப்பாடு கொடுப்பா" என்றார். அவன் உள்ளே போய் ஒரு கேரிபேக்கில் சாப்பாடு, குழம்புப் பொட்டலத்தைப் போட்டு எடுத்து வந்து அவனிடம் நீட்டினான். அதை வாங்கிக்கொண்டு சந்தைப் பேட்டைப் பக்கமாக நடக்க ஆரம்பித்தான் அந்தப் புதியவன்.

விநாயகம் கண்ணாடியைப் பார்த்து ஷேவ் செய்து கொண்டிருந்தான். மணி பார்த்துக்கொண்டே ஷேவரை வேகவேகமாக இழுத்துக்கொண்டிருந்தான்.

சாந்தி அவனுடைய சாப்பாட்டுப் பையைத் தயார் செய்து முன்னறையில் கொண்டுவந்து வைத்துவிட்டு, "சாப்பாடு போட்டு வச்சிட்டேன்" எனச் சுரத்தில்லாமல் சொல்லிவிட்டு உள்ளே போய்விட்டாள். விநாயகம் இரண்டு நாளாய் அவளிடம் பேசவில்லை. அவளும் 'என்ன என்ன' என்று கேட்டுப் பார்த்தாள். அவன் வாயே திறக்கவில்லை. 'சரி போ அது குணம் அப்படி' என அவளும் பேசாமல் விட்டுவிட்டாள்.

அவன் எப்போதும் அப்படித்தான். முணுக்கென்றால் கோபித்துக்கொள்வான். பேசமாட்டான். சமயத்தில் ஒருவாரம் கூடப் பேசமாட்டான். பிறகு அவனுக்கே தோன்றும்போதுதான் பேசுவான்.

வாசல் பக்கம் நிழலாடியது. யார் வந்திருக்கிறார்கள் என விநாயகம் நிமிர்ந்து பார்த்தான்.

அள்ளி முடிந்த பரட்டைத் தலையோடு அவன் நின்றிருந்தான். சாப்பாடு எனக் கை காட்டினான். விநாயகம், "சாந்தி இந்தாளுகிட்ட அந்தப் பழைய சாப்பாட்ட கொடு" எனச் சொல்ல நினைத்தவன் அமைதியாகி, உள்ளே போய் ஒரு பிளாஸ்டிக் பையில் நேற்றிரவு சாப்பாட்டில் மீந்திருந்த கொஞ்சம் சோற்றைப் போட்டு அதிலேயே கொஞ்சம் குழம்பை ஊற்றிக்கொண்டு வந்து தந்தான். எவ்வளவு முடியுமோ அவ்வளவு சீக்கிரமாகக் கிளம்பி வீட்டை விட்டு வெளியேறினான்.

எப்போதும் அவனுக்குச் சாந்தியைப் பற்றிய நினைவாகவே இருந்தது. அவளுடன் முத்துக்குமார் பேசிக்கொண்டிருக்கிறான்.

அவள் அவனுடன் நெருக்கமாக மலர்ச்சியோடு பேசிக்கொண்டிருக்கிறாள். மனதில் தோன்றும் இந்தக் காட்சியை அவனால் மாற்றி எழுத முடியவில்லை. அனலை வாரி இறைக்கும் அந்தக் காட்சியிலிருந்து அவனால் தப்பிக்கவும் முடிந்ததில்லை.

அவர்கள் இருவரும் பேசிக்கொண்டிருக்கும் காட்சிகள் மெல்ல மங்கி, பின் அவர்கள் ஆவேசமாக உறவில் ஈடுபடும் காட்சி. அந்தக் காட்சிகளை அவனால் சகிக்கவே முடிந்ததில்லை. நெஞ்சம் அமிலப் பாத்திரம்போலக் காந்தல் வீசியது.

இப்படியே மனம் புழுங்கிப் புழுங்கித் தான் சீக்கிரம் செத்துப் போய்விடுவோம் என்ற எண்ணம் பதற்றமடையச் செய்தது. தான் எதற்காகச் சாக வேண்டும். தப்பு செய்தவர்கள்தான் சாக வேண்டும். அவர்களை அவன் கொல்வதுபோல . . . ஆனால் அந்தக் காட்சிகளை அவனால் கற்பனைகூடச் செய்ய முடியாமல் இருந்தது.

அவன் முகம் வெப்பத்தை வெளியிடுவதாக, எப்போதும் ஏதோ சிந்தனையில் ஆழ்ந்தவனாக அவன் இருந்தான். தன் கைகள் ஒரு மாயக் கயிற்றால் கட்டப்பட்டிருப்பதைப் போல எரிச்சலின் சுவடுகள் முகத்தில் தேங்கியிருந்தன.

இத்தனையும் மீறித்தான் வேலை செய்தாக வேண்டும். அவளுக்காக உழைக்க வேண்டும். அவளுக்கு வேண்டியதைச் செய்ய வேண்டும். நினைக்க நினைக்க வாழ்க்கையின் மீது வெறுப்பு வந்தது. எதற்காக இப்படியொரு வாழ்க்கை? இப்படியும் இதை வாழத்தான் வேண்டுமா என்ற கேள்வி அவனைக் குடைந்தெடுத்தது.

அவன் பிரபலமான ஒரு ஜவுளிக்கடையில் விற்பனையாளனாக வேலை செய்தான். இத்தனை மன உளைச்சலுக்கும் இடையே அன்றைய அவன் வேலையைச் செய்து முடித்திருந்தான்.

எவ்வளவோ பேருக்கு அவன் துணிகளை விரித்துக் காட்டியிருந்தான். அவர்களில் எந்த முகமும் நினைவில் இல்லை. அவர்களில் பல பேரிடம் அவன் சிரித்துப் பேசியிருக்கிறான். என்ன சொன்னான், எதற்காகச் சிரித்தார்கள் எதுவும் தெரியவில்லை. கடைக்கு இன்று பெரிய முதலாளி வந்தாரா, சின்ன முதலாளி வந்தாரா தெரியாது. கடையில் யாருடைய உறவினரோ இறந்து போய்விட்டதாக ஒரே பேச்சாய் இருந்தது. அதைப் பற்றிய மேலதிக விபரங்கள் எதுவும் நினைவில் இல்லை. எல்லா விஷயங்களையும் ஒதுக்கித் தள்ளிவிட்டு அவன் இதில் அப்படி நிலைத்திருந்தான்.

இரவு பஸ்ஸைவிட்டு இறங்கும்போது, கடைகளை மூடுவதற்கான ஆயத்தங்கள் நடந்துகொண்டிருந்தன. மளிகைக்

கடைகள் ஒன்றிரண்டைத் தவிர மற்றவை ஏற்கெனவே அடைக்கப்பட்டிருந்தன.

பேக்கரிகள், டீக்கடைகளில் ஒருவர் இருவர் நின்றிருந்தனர். ஓட்டல் கடைகளில் இன்னும் சுறுசுறுப்புக் குறையாமல் இருந்தது. சில்லி சிக்கன் கடையில், பாஸ்ட் புட் கடைகளில் ஜனங்கள் கொத்துக் கொத்தாய் நின்றிருந்தனர்.

எல்லாவற்றையும் பராக்குப் பார்த்துக்கொண்டே அவன் மெதுவாக நடந்துகொண்டிருந்தான். எதிரில் அந்த உச்சி முடிக்காரன் இவனைத் தீவிரமாகப் பார்த்தபடி ஊர்ந்து நடந்துகொண்டிருந்தான். அருகில் வந்தவன் "காசு கொடு… ரொட்டி வாங்கித் திங்கறேன்" என்றான்.

இவன் சலிப்பாய் அவனைக் கடந்து போய்விடலாம் என்று பார்த்தான். ஏனோ அப்படிப் போக முடியவில்லை. பாக்கெட்டில் இருந்து பத்து ரூபாய்த் தாளை எடுத்து நீட்டினான்.

அவன் அதை வாங்கிக்கொண்டு "சரிங்க பொன்னு கவுண்டரே… பாத்துப் போங்க" என்றான்.

அவன் புரியாமல் பார்த்தான். அவன் சிநேகமாய்ச் சிரித்துக் கொண்டே, "கவுண்டரே உங்களை எனக்குத் தெரியாதா… எங்க பொன்னு கவுண்டரு" என அவன் மொழியில் என்னவோ பேச்சைத் தொடர்ந்தபடியே நடக்க ஆரமபித்தான்.

அவன் தினமும் அந்த டவுன் பஸ்சில்தான் வருவான். இறங்கிக் கொஞ்சதூரம் நடந்ததும் அந்தப் பைத்தியக்காரன் எதிர்ப்பட்டு "பொன்னு கவுண்டரே காசு கொடு" என்பது தினசரி வாடிக்கையாகிவிட்டது.

விநாயகம் ஒருநாள் அவனிடம் "உம் பேரென்ன?" என்றான். அவன் அவனைத் தீவிரமாய்ப் பார்த்துக்கொண்டு "கணேசன்" என்றான்.

விநாயகம் உனக்கு "எந்த ஊரு" என்றான். அவன் அவனை விசித்திரமான ஆழத்தில் பார்த்துக்கொண்டு, அந்தக் கேள்விக்கும் தனக்கும் சம்பந்தமில்லை என்பதைப் போலப் "போயிட்டு வர்றனுங்க பொன்னு கவுண்டரே" என நடக்க ஆரம்பித்தான்.

விநாயகம் தினமும் அவனிடம் ஏதாவது சகஜமாகப் பேச நினைத்தான். ஆனால் அவன் "காசு கொடுங்க பொன்னு கவுண்டரே" என்று கேட்பதைத் தவிர வேறு எதுவும் பேச்சு வளர்க்காதவனாக இருந்தான்.

சாந்திக்கும் அவனுக்கும் இப்போது தினமும் தகராறு நடக்கிறது. இரவு வீட்டுக்குப் போனதும், முத்துக்குமார் இவ்வளவு

நேரம் இங்கிருந்துவிட்டு இப்போதுதான் கிளம்பியிருப்பான் என்ற எண்ணம் வந்துவிடும். அவளைப் பார்த்ததும் அவனுக்கு எங்கிருந்தோ ஆத்திரம் வருகிறது. எப்படியாவது அவளை அடித்துவிடுகிறான். அவளுக்குப் போக்கிடம் எதுவும் இல்லை. அம்மா இல்லை. அப்பாதான். இப்படிப் போய் நின்றால் அவரால் தாங்க முடியாது. என்றாலும் அவளுக்கு அப்பா வீட்டுக்கே திரும்பி விடும் யோசனை தீவிரமாக எழ ஆரம்பித்தது.

எதனால் இவனுக்கு இப்படியொரு சந்தேகம் வந்திருக்கும் என்பதை அவளால் அனுமானிக்க முடியவில்லை. முத்துக்குமாரையும் தன்னையும் இணைத்துச் சந்தேகப்படுகிறான் என்பதை மட்டும் புரிந்துகொள்ள முடிந்தது. இரண்டு மாதம் முன்புவரை அவன் பக்கத்து வீட்டில் குடியிருந்தான். அப்போதெல்லாம்கூட இவன் இப்படிச் சந்தேகப்படவில்லை.

போன மாதத்தில் இரவில் ஒருநாள் இவன் வருகிறானா என்று பார்க்க வீட்டைவிட்டு வெளியே வந்து வாசலில் நின்றாள். சாலைத் திருப்பத்தில் அவனைப் பார்க்க முடியவில்லை. உடனே உள்ளே திரும்ப எத்தனிக்கும்போது, தெருவில் நடந்து போய்க்கொண்டிருந்த முத்துக்குமார் "நல்லா இருக்கீங்களா சாந்தி" என்றான்.

இவள் திரும்பி "நல்லா இருக்றேண்ணா" என்றாள். தர்மசங்கடமாய் உணர்ந்தாள். உள்ளே திரும்ப முயன்றாள். அவன் "சரிங்க... உங்க வீட்டுக்கார்கிட்ட நான் விசாரிச்சேன்னு சொல்லுங்க" என்றுவிட்டுத் தொடர்ந்து நடக்க ஆரம்பித்தான். விநாயகம் தூரத்தில் வந்துகொண்டிருந்தான்.

உள்ளே வந்தவன், "முத்துக்குமார் எதுக்கு வீட்டுக்கு வந்துட்டுப் போறான்" என்றான். "அந்த அண்ணன் வீட்டுக்கு வரலிங்க. ஓட்டல்ல டிபன் வாங்கிட்டுப் போனவரு என்னப் பாத்ததும் நின்னு பேசினாரு" என்றாள்.

"நீ எதுக்கு வெளிய வந்த?"

"நீங்க வர்றீங்களான்னு பாக்கத்தான் வந்தேன்."

"நான் ஒன்பது ஒன்பதரை மணிக்கு வருவேன். அதுவரைக்கும் ரோட்டுல நின்னுக்கிட்டு போறவன் வர்றவன் கிட்ட பேசிக்கிட்டு இருப்பியா?" என்றான்.

அவள் எதுவும் பேசவில்லை. அதற்குப்பின் அவள் இரவில் வெளியே போவதும் இல்லை. ஆனால் அந்த முத்துக்குமார் இவன் வரும் நேரத்திற்குத்தான் டிபன் வாங்கிக்கொண்டு இந்தப் பக்கம் போவான்போல. அதற்குப் பின் இரண்டு மூன்று முறை

கேட்டுவிட்டான். "இன்னைக்கும் அவன் போறான்?" என்றான். "இன்னைக்கி ரோட்டுல அவனைப் பார்த்தேன். நீ என் பொறுமைய சோதிச்சிக்கிட்டிருக்க. என்ன கொலகாரனா ஆக்கிருவ போல" என்றான்.

"ஐயோ இந்த மாதிரியெல்லாம் என்ன பேசாதீங்க" என்று அவள் அழுதாள்.

"நல்லா நடிக்கிறடி, இப்பத்தான் பழக்கமா? பக்கத்து வீட்ல இருக்கும்போதே இருந்தா" என்றான். அவளுக்கு அழுது அழுது களைத்துவிட்டது. என்ன சொன்னாலும் அவன் புரிந்துகொள்ளப் போவதில்லை. தானும் இங்கிருந்து போக வழியில்லை எனப் புரிய ஆரம்பித்ததும் அவள் அழுவதை நிறுத்திவிட்டாள். அவள் அழாமல் இருப்பது அவனுக்கு மேலும் ஆத்திரத்தை மூட்டியது.

தினமும் அவன் தாக்குதலின் அளவு கொஞ்சம் கொஞ்சமாய் உயர ஆரம்பித்தது. அவள் அடி வாங்கி வாங்கிப் பழகிவிட்டாள். வலிக்கும் வரை அழுவாள். வலி கொஞ்சம் தீர்ந்ததும் எழுந்து போய்ப் படுத்துக்கொள்வாள்.

இது வெகு சீக்கிரத்திலேயே தன்னுடைய மரணத்தில் போய் முடியப் போகிறது என அவளுக்குத் தெரிந்துவிட்டது. அதிலிருந்து தப்பிவிட வேண்டும் என அவளுக்கு எந்த ஆவலும் எழவில்லை. பெண்களின் வாழ்க்கை அதிர்ஷ்டம் இருந்தால் நன்றாக அமையும் இல்லாவிட்டால் இப்படித்தான் இருக்கும் என்று நினைத்துக்கொண்டாள். தினமும் குடித்துவிட்டு வந்து அம்மாவை அடிக்கும் அப்பாவின் முகம் அவள் மனதில் நிழலாடியது.

அன்று காலையிலேயே மழை பெய்தது. மழையில் போக வேண்டி இருப்பதை நினைத்து விநாயகத்திற்குச் சலிப்பாய் இருந்தது. முத்துக்குமார் இன்றிரவு எப்படியும் வீட்டுக்கு வருவான் என அவன் உள்ளுணர்வு சொல்லியது. இன்றைக்கு எப்படியாவது ஒரு மணிநேரம் பர்மிஷன் போட்டுவிட்டு வீட்டுக்கு வந்து அவர்களைக் கையும் களவுமாய்ப் பிடித்துவிட வேண்டும் என நினைத்துக்கொண்டான். அப்படி இன்று அவர்கள் சிக்கிவிட்டால் ... நினைக்கும்போதே வெறி தலைக்கேறியது. அவளை அப்படியே கழுத்தைத் திருகிப் போட்டுவிட வேண்டும். மண்டையை உடைத்துச் சாகடிக்க வேண்டும் எனப் பலவிதமான காட்சிகளை அசைபோட்டுக்கொண்டே பஸ் நிறுத்தம் நோக்கிப் போனான்.

என்னதான் குடை பிடித்திருந்தாலும் சட்டையும் பேண்டும் கொஞ்சம் நனைந்துவிட்டது. மழையிலும் ஜனங்கள்

நடமாடிக்கொண்டுதான் இருந்தார்கள். பள்ளி மாணவர்கள் நடந்து போய்க்கொண்டிருந்தார்கள். பஸ் நிறுத்தம் முழுவதும் கூட்டம் நிறைந்திருந்தது. பஸ் வந்ததும் ஓடிப் போய் ஏறி, படிக்கு அருகிலேயே நின்றுகொண்டான்.

உள்ளே சீட்டில் உட்கார்ந்திருந்த சீனிவாசன், "ஏங்க விநாயகம் இங்க வாங்க சீட் இருக்கு" என்றான். இவன் மெல்ல நகர்ந்துபோய் சீட்டில் அவன் அருகே உட்காரும்போது, பஸ் நகர்ந்து கொஞ்சத் தூரம் போயிருந்தது. சீனி ஜன்னல் பக்கம் நகர்ந்துகொண்டே, சாலையைப் பார்த்து "இந்த ஆள் இங்கதான் இருக்கானா" என்றான்.

விநாயகம் சீட்டில் சரியாக உட்கார்ந்துகொண்டே, யாரைச் சொல்கிறான் என ஜன்னலில் எட்டிப் பார்த்தான். அங்கே, கணேசன் நடந்துபோய்க்கொண்டிருந்தான். "இந்த ஆளை உனக்குத் தெரியுமா" என்றான் ஆச்சரியத்துடன்.

"எங்க ஊருதான். ஆளு இப்படி இருக்கான்னு சாதாரணமா நினைச்சிறாத. கொலகாரன்" என்றான் மெல்லிய குரலில்.

விநாயகத்திற்கு ஆச்சரியமாய் இருந்தது. "என்ன சொல்ற?"

சீனியின் வீடு, இங்கிருந்து பத்துக் கிலோமீட்டர் தள்ளி ஒரு கிராமத்தில் இருந்தது. அவனும் விநாயகம் வேலை செய்யும் கடையில்தான் வேலை செய்கிறான். பெரும்பாலும் இதற்கு முன் போகும் பஸ்சிலேயே போய்விடுவான். எப்போதாவதுதான் இப்படி இந்த பஸ்சில் வருவான்.

விநாயகம் திரும்பக் கேட்டான் "என்ன கொலகாரனா? நிஜமாவா?"

"நிஜந்தாங்க. இவனுக்கு இப்ப என்ன வயசு இருக்கும். இவன் பொண்ணுக்குக் கல்யாணம்கூடக் கட்டிக் கொடுத்துட்டான். நிலம், சொந்த வீடு எல்லாம் இருக்கு. ஆளு நல்ல வசதி. ஆனா மோசமான புத்தி. இந்த வயசுல அவன் பொண்டாட்டிய சந்தேகப்பட்டு அடிச்சே கொன்னுட்டாங்க."

விநாயகத்திற்குத் திகிலாய் இருந்தது. "என்ன சொல்றீங்க" என்றான் நம்ப முடியாதவனாய்.

ஆமாங்க "எங்க ஊருக்கே தெரியும் இவனப் பத்தி."

"பைத்தியக்காரனாட்டம் இருக்கானே"

"இப்பதாங்க இப்படி. பொண்டாட்டிய கையாலயே அடிச்சி கொன்னதில நிஜமாவே பைத்தியம் புடிச்சிருச்சா? இல்ல

நடிக்கிறானா தெரியல. அதுக்கு முன்னாடியெல்லாம் நல்லாதான் இருந்தான்."

"எப்பவும் வெள்ள வேட்டிதான் வெள்ள சட்டதான். அப்படி இருந்தவன் இன்னைக்கி இப்படி இருக்கான்."

"போலீஸ் கண்டுபிடிக்கலையா?"

"கண்டுபிடிக்காம என்ன? புடிச்சி கொண்டுபோயி ஜெயில்ல போட்டாங்க. ஆனா அவன் அப்ப இருந்தே ஒரு மாதிரி பேசிக்கிட்டிருந்திருக்கான். என்ன ஆச்சோ தெரியல. நாலு மாசம் கூட உள்ள இல்ல. திரும்ப வீட்டுக்கு வந்துட்டான்."

"வந்தவன் என்னென்னமோ உளறிக்கிட்டிருந்தான். இப்பதான் ஒரு ரெண்டு மூணுமாசமா ஆள் கண்ணுக்குத் தென்படல. இன்னைக்கி பாத்தா இங்க போயிகிட்டிருக்கான்."

கணேசனின் முகத்தில் கொலையின் ரௌத்திரத்தை விநாயகம் நினைத்துப் பார்த்தான். அவனால் அதைக் கற்பனை செய்ய முடியவில்லை. சீ...எவ்வளவு மோசமான மனிதன். அவனை நினைக்கவே அருவருப்பாய் இருந்தது. நானும் இப்படித்தானா? அவன் மனம் தயக்கத்துடன் அவனைக் கேட்டது. அவனால் அதை ஒப்புக்கொள்ள முடியவில்லை. அவனும் நானும் ஒன்றா?

கணேசனைப் பற்றிய நினைவுகளில் அன்றிரவு வீட்டுக்குச் சீக்கிரம் போகலாம் என்றிருந்த திட்டத்தை அவன் மறந்துவிட்டான். வழக்கமாய் வரும் பஸ்சிலேயே வந்து இறங்கினான்.

கணேசனின் வருகையை அவன் மனம் எதிர்பார்த்தது. நினைத்ததைப் போலவே அவன் சரியாக இவன் முன்னால் எதிர்ப்பட்டான். இவனைப் பார்த்துக் கொஞ்சம் சிரிக்கவும் செய்தான்.

இவன் அவனைச் சட்டை செய்யாமல் மேலே நடக்க ஆரம்பித்தான். அவன் "பொன்னு கவுண்டரே பசிக்கிது காசு கொடுங்க பொன்னு கவுண்டரே, பொன்னு கவுண்டரே" என இரண்டு மூன்று முறை கொஞ்சம் சத்தமாகவே கூப்பிட்டான்.

விநாயகம் தன்னை அறியாமலேயே தன்னை அவனைப் போன்ற உருவத்தில் நினைத்துப் பார்த்துக்கொண்டான். விநோதமான சிந்தனையாய் இருந்தது. "மூணு நாலு மாசத்தில வெளிய வந்துட்டான்". சீனியின் குரல் மனதில் துல்லியமாய்க் கேட்டது.

அன்றிரவு அவன் சாந்தியை எதுவும் கேட்கவும் இல்லை. அடிக்கவும் இல்லை. என்னவோ யோசனையோடே சாப்பிட்டு

முடித்தான். கொஞ்ச நேரம் உலாத்தினான். பின் போய்ப் படுத்துத் தூங்கிவிட்டான். சாந்திக்கு ஆச்சரியமாய் இருந்தது. இவனுக்கு என்னவாகியிருக்கும்.அந்த அமைதி ஏதோ ஒரு மோசமான நிகழ்வை முன்னுணர்த்துவதாய் இருந்தது சாந்திக்கு. அன்றிரவு முழுவதும் அவள் தூங்காமல் இதையே யோசித்துக்கொண்டிருந்தாள். தன்னை அவன் கொன்றுவிடுவானோ?

மறுநாள் இரவு அவன் திரும்பும்போது, கணேசன் எதிரில் வந்தான். இன்றும் அவனிடம் எதுவும் பேசாமல் கடந்து போய்விட நினைத்தான். ஆனால் அப்படிப் போக முடியவில்லை.

“பொன்னு கவுண்டரே காசு கொடுங்க”

“காசு எதுவும் இல்லப்பா” சொல்லிவிட்டு அவன் விறுவிறுவென நடையை எட்டிப் போட்டான். அவன் “எங்க பொன்னு கவுண்டரே பசிக்கிது” என்றான். அவனுக்கு மனதை என்னவோ செய்தது.

அவன் கடைகளில் போய்ச் சாப்பிட ஏதாவது தருமாறு கேட்பான். மற்றபடி அவன் வேறு யாரிடமும் போய் இப்படிக் காசு கேட்பதாய் அவனுக்குத் தெரியவில்லை. அவன் அதை யோசித்துக்கொண்டே வீட்டுக்குப் போய்விட்டான்.

சில நாட்கள் இப்படிப் போனாலும் பிறகு இருவரும் சகஜமாகிவிட்டனர். கணேசன் அவனைப் பார்த்து “பொன்னு கவுண்டரே காசு கொடுங்க. காட்டுல கடலையெல்லாம் பிடுங்கியாச்சா” என்றும் இன்னும் என்னென்னவோ புரியாத தெரியாத விவரங்களையெல்லாம் கேட்க ஆரம்பித்தான்.

இவன், “சாப்டியா?” என்று கேட்கும் அளவுக்கு இணக்கமாகிவிட்டான்.

சாந்தியை அடிப்பதைக்கூட நிறுத்திவிட்டான். ஆனால் அவன் மனதில் இருந்த ஆத்திரம் குறைந்துவிட்டதெனச் சொல்ல முடியாது. அது உள்ளே நெருப்பாய்க் கனன்றுகொண்டுதான் இருந்தது. அவனுக்கு என்ன செய்வதென்று தெரியவில்லை. என்றாவது ஒருநாள் தன்னிடம் அடிபட்டு அவள் உயிரை விடுவது நடந்துவிடும். அதற்கு முன்னால் இந்த விதியிடம் இருந்து தப்பித்துவிட மாட்டோமா என என்னென்னவோ யோசித்தான்.

அன்று அவன் பஸ்ஸைவிட்டு இறங்கி வந்தபோது, முத்துக்குமார் தூரத்தில் சைக்கிளில் வருவது தெரிந்தது. கணேசன் ஊர்ந்த நடையில் இவனை நோக்கி வந்துகொண்டிருந்தான்.

முத்துக்குமார் அவனருகே வந்தபோது சைக்கிளை மெதுவாக்கி, அவனைப் பார்த்துப் புன்னகைத்துவிட்டுக் கடந்து

சென்றான். அந்தப் புன்னகையில் இருப்பது ஏளனம்போலத் தெரிந்தது.

"பொன்னு கவுண்டரே"

விநாயகம் கணேசனை ஏறிட்டுப் பார்த்தான். "உன் பொண்டாட்டிகூடத் தொடுப்பு வச்சிருந்தவன் யாருன்னு தெரியுமா?" என்றான்.

கணேசன் அவனை விசித்திரமான பார்வையில் பார்த்தான். "இப்ப போனானே அவன்தான்" என்றுவிட்டு வேகவேகமாய் அந்த இடத்தைவிட்டுச் சென்றான். கணேசன் அவனைத் திரும்ப அழைக்கவில்லை. அப்படியே சிலை மாதிரி ஒரு நிமிடம் நின்றிருந்துவிட்டுப் பின் வழக்கம்போல நடக்க ஆரம்பித்தான்.

மறுநாள் காலை கணேசன் சீக்கிரமாகவே வீட்டுப் பக்கம் வந்தான். "பொன்னு கவுண்டரே பசிக்கிது" என்றான். அவன் ஒதுக்கி வைத்திருந்த சாப்பாட்டை எடுத்துக் கொடுத்தான். அவன் வழக்கம்போல, வாங்கியவுடன் கிளம்பிவிட்டான். முதல்நாள் இரவு அவனிடம் தான் ஏன் அப்படிச் சொன்னோம் என்று இப்போது நினைத்துச் சங்கடமாய் உணர்ந்தான்.

அது நடந்து ஒருவாரம் ஆகியிருந்தது. அன்று மதியம் கடைவீதி மக்கள் நடமாட்டமின்றிச் சோம்பலாய் இருந்தது. கணேசன் ஊருக்குக் கடைசியில் டிரான்ஸ்பார்ம் அருகே ஊரல் நடையில் நடந்துபோய்க்கொண்டிருந்தான். எதிரில் பைக்கில், பைபாஸ் சாலையில் இருந்து திரும்பிய முத்துக்குமார் வேகத் தடையில் வண்டியின் வேகத்தைக் குறைத்துக் கடந்துவிட்டு, வேகத்தை அதிகப்படுத்திக்கொண்டிருந்தான்.

கணேசன் அவனை அடையாளம் கண்டுகொண்டவனைப் போலப் பார்த்தான். அந்த நிமிடத்தில் சாலையில் நடமாட்டமில்லை. அவன் அதையெல்லாம் கவனிக்கவில்லை. கீழே குனிந்து கருங்கல் ஒன்றையெடுத்து, யோசனையோ தயக்கமோ இன்றி முத்துக்குமாரை நோக்கி விசையுடன் வீசினான். அது சரியாகப்போய் அவன் பொட்டில் அடித்தது. என்ன நடந்ததென்றே தெரியாமல் அவன் வண்டியின் பிடியை விட்டுவிட்டுச் சரிந்து விழுந்தான். கணேசன் எந்த முகக் குறிப்பும் இல்லாமல் அதைச் சில விநாடிகள் பார்த்திருந்துவிட்டு மீண்டும் தன் நடையைத் துவக்கினான்.

டமால் என்ற சத்தம் கேட்டது. வண்டி கீழே விழுந்தது. அவனும் கீழே விழுந்தான். வீடுகளும் கடைகளும் தூரத்தில் இருந்தன. ஒரு திருப்பத்திற்கு அப்பால் இருக்கும் பைபாஸ் சாலையில் வாகனங்கள் பறந்துகொண்டிருந்தன.

பின் வந்த வண்டிக்காரர்கள், சாலையோரம் ஒருவன் விழுந்து கிடப்பதைப் பார்த்துப் பதறிப்போய் அவனைத் தூக்க நினைத்துக் குனிந்தபோது அவன் உயிரைவிட்டிருந்தான்.

அன்று கடைவீதி முழுவதும் அதே பேச்சாய் இருந்தது.

விநாயகம் வீடு திரும்பும்போது, கணேசன் அவனிடம் வந்து "பொன்னு கவுண்டரே காசு கொடுங்க பசிக்கிது" என்றான்.

அவன் எதுவும் பேசாமல் அவனைக் கடந்து போனான்.

தமிழ்வெளி, ஜூலை 2021

20

மரண விளையாட்டு

நீர் நிலைக்கு அருகில் இருப்பதைப் போல அறை குளிர்ச்சியாக இருந்தது. புயல் சின்னம் காரணமாக இரண்டு நாட்களாய்ச் சூரியன் தென்படவில்லை. நேற்றிரவு முழுவதும் தூறல் விழுந்துகொண்டிருந்தது. அதிகாலையில் மழை நின்றபின் கோடை காலத்திற்குச் சம்பந்தமில்லாத ஒரு குளிர்ந்த நாளாக அது மாறிவிட்டிருந்தது.

மனோகரன் கண் விழித்தபோது ஜில்லென்ற நாள் அவனைத் தழுவிக்கொண்டிருந்தது. இன்று விடுமுறை என்ற நினைவு மேலும் அவனை லேசாக்கியது. ஓய்ந்திருக்க முடியாத இயந்திரத்தில் இட்டுப் பிழியும் தன்மை கொண்ட வேலை என்ற பூதத்திடம் இருந்து விலகி இருப்பது அவன் மகிழ்ச்சியடையப் போதுமானதாய் இருந்தது.

கதவைத் திறந்தபோது வெளியே கவிந்திருந்த ஈரமான நிசப்தம் நேற்றைய நனைந்த இரவின் மீது பரவியிருந்த அதிகாலை அவனைக் கிளர்ச்சியடையச் செய்தது.

இப்போது நவீன் அவனுடைய ரோஜாநிறப் படுக்கையில் ஆழ்ந்து உறங்கிக்கொண்டிருப்பான். அப்போது அவன் முகத்தில் இருக்கும் புன்னகையை நினைத்துக்கொண்டான். அதை அருகில் இருந்து பார்க்கும் உரிமையை இழந்துவிட்ட சோகத்தின் தடித்த முனைகள் அவன் இதயத்தை மொத்தின. வலியொன்று உருப்பெற்று மெல்ல மெல்லப் பரவிச் சென்றது. அவன் அதை அனுமதிக்கக் கூடாது என

வேறு காட்சிகளுக்குக் கண்களைத் திருப்பினான். மீண்டும் கதவை மூடித் தாழிட்டுத் தன் அறையை வெளி உலகத்தில் இருந்து துண்டித்துக்கொண்டான்.

இதேபோலத் தன்னையும் இந்த உலகத்தில் இருந்து துண்டித்துக் கொள்ள முடிந்தால் எவ்வளவு நன்றாக இருக்கும் என நினைத்துக்கொண்டான். கொஞ்ச நேரம் அதை யோசித்தான். மரணத்திற்கு முன்பாக அது சாத்தியம் இல்லை. மரணத்தின்போதுகூட அது சாத்தியம் இல்லை. எப்போதுமே அது சாத்தியம் இல்லை என்ற நினைவில் எழுந்த கசப்பை அவன் வழக்கம்போல விழுங்கிக்கொண்டான்.

மாலதியின் சுருண்ட முடிக் கற்றைகள் மனக் காட்சியில் துலக்கமாகத் தெரிந்து அவனைத் திகைப்புறச் செய்தது. தங்களுக்கிடையே இவ்வளவு சச்சரவு நடந்தும் அந்தக் கண்களும் சுருள் சுருளான கேசமும் தன்னை இப்படி இம்சிப்பதேன் என்று அவனுக்கு விளங்கவில்லை. தான் அவளை அவ்வளவு காதலிப்பதாக அதை அர்த்தப்படுத்திக்கொள்ளலாமா என யோசித்தான். அதைத் தவிர வேறு அர்த்தம் எதையும் அவனால் நினைக்க முடியவில்லை. ஏதோ ஒரு பொய்மைக்குள் சிக்கி இருப்பதைப்போலச் சோர்வின் அடர்ந்த காட்சிகளுக்குள் மிதந்து விழ ஆரம்பித்தான் (மாலதியும் அவனும் நிரந்தரமாகப் பிரிந்துவிடக் கூடியவர்கள் அல்லர் என்று அவன் நம்பினான்.)

பின் சுதாரித்தவனாய் மனதை வேறு திசையில் திருப்பினான். மகிழ்ச்சி எந்தத் திசையில் இருக்கிறது என்பதை அவனால் கண்டுபிடிக்க முடியவில்லை. எல்லா நிகழ்வுகளும் (அசாதாரண நிகழ்வுகளும்கூட) சாதாரணத்தில் போய் விழுகின்றன என்பதை இப்போது அவன் கண்டுபிடித்தான். அது சோர்வூட்டுவதாய் இருந்தது. காபி தயாரித்துக் குடித்தான். குளித்துவிட்டு, மிக எளிமையாகக் காலை உணவை எடுத்துக்கொண்டான். (பிரிஜ்ஜில் இருந்த மாவை எடுத்துக் கலக்கித் தோசை ஊற்றினான். பொடியை எண்ணெயில் குழப்பித் தொட்டுக்கொண்டு மென்று விழுங்கினான்.)

மாலதி இருந்தால் புதிது புதிதாக ஏதாவதொரு உணவு வகையைத் தயார் செய்வாள். (பின்னாளில் அவளிடம் சமையலிலும் ஒரு விட்டேத்தித்தனம் வந்துவிட்டது.)

என்னதான் பிரச்சினை என்று அவனுக்கு இன்னமும் தெளிவாகத் தெரியவில்லை. தங்களுக்குள் எல்லாமே முரண்பாடாக இருந்தாலும் அவன் அதைப் பொருட்படுத்தாமல் இருக்கவே விரும்பினான். மாலதிக்கு அவை எல்லாமே பூதாகரமாகத் தெரிந்தன. அவனுக்குப் பூனைகள் என்றால்தான்

பிரியம். நாய்கள்பற்றி அவனிடம் எந்த எண்ணமும் இல்லை. மாலதிக்குப் பூனைகளைப் பிடிக்காது.நாய்கள் என்றால்தான் உயிர். திருமணமாகி வந்த புதிதில் அவள் வீட்டில் இருக்கும் டெடியைப் பற்றிப் பேசிக்கொண்டே இருந்தாள். அவன் பொறுமையாகக் கேட்டுக்கொண்டிருந்தான். ஒன்றிரண்டு மாதங்களுக்குப் பிறகே அவனுக்கு நாய்களிடம் ஆர்வம் இல்லை என்பதைக் கண்டுகொண்டு அதிர்ச்சியடைந்தாள். அவனுக்குப் பிடிக்காத ஒரு விஷயத்தைப் பல நாட்களாக ஆர்வமுடன் சொல்லிக் கொண்டிருந்ததை நினைத்து அவமானமாக உணர்ந்தாள். அவனுக்குப் பரிதாபமாகவும் குற்றவுணர்வாகவும் இருந்தது. அதன்பின் நாய்களைக் கூர்ந்து கவனிக்க ஆரம்பித்தான். ஆனால் அவனுக்கு அது என்னவோ அபத்தமாய் இருந்தது. அது ஏதோ தன்னைச் சீண்டுவதற்காக அவன் மேற்கொள்ளும் ஒரு தந்திரம் என அவளுக்கு இருந்தது. அவனுக்கும் அவளுக்கும் இருக்கும் மனவேறுபாடுகளைக் கண்டுபிடித்து அவள் விலகி விலகிச் சென்றுகொண்டே இருந்தாள். சோர்வூட்டும் நினைவுகள் அவனை அதிகாலையிலேயே வெறுமையை நோக்கி இழுத்துச் சென்றன. அதற்குப் பலியாகிவிடக் கூடாது என நினைத்தவனாய் எழுந்து வீட்டைப் பூட்டினான்.

பிரதான சாலையில் பரபரப்பாய் இருந்த டீக்கடை யொன்றில் நுழைந்து டீ குடித்தான். (அப்போது அவனுக்குப் பெரும் ஜனத்திரளில் விஷேசமில்லாத ஒரு துளி நானென்ற உணர்வுண்டாகி, உடலில் ஒரு நடுக்கம் ஏற்பட்டது).

எப்படி எனத் தெரியவில்லை, இப்போது அவனுக்கு யோகேஷின் நினைவு வந்தது. (மாதக் கணக்கில் அவன் நினைவு வந்ததே இல்லை) இப்போது அவன் வீட்டுக்குப் போக வேண்டும் போல இருந்தது. யோகேஷ் பல மாதங்களாகத் தன் வீட்டுக்கு வரச் சொல்லி அழைத்துக்கொண்டிருக்கிறான். இவனும் யோகேஷும் அவன் வீட்டில் அமர்ந்து பேசிக்கொண்டிருக்கும் அந்த நாளை அவன் காலத்துக்குள் தள்ளித் தள்ளி வைத்துக்கொண்டே இருந்தான். அதற்குக் குறிப்பாக எந்தக் காரணமும் இல்லை. இன்றை அந்த நாளாக மாற்றிக்கொண்டால் என்ன என்று யோசித்தான்.

உடனே வீட்டுக்குத் திரும்பி பைக்கைத் தயார்ப்படுத்திக் கொண்டான். யோகேஷுக்கு போன் செய்து தான் வரவிருப்பதைச் சொல்லலாமா என யோசித்து அந்த நினைவைக் கைவிட்டான். பைக்கை வெளியே எடுத்து ஸ்டார்ட் செய்தபோது ஒருவேளை அவன் வேறு எங்கோ போயிருந்தால் என்ற நினைவு அவனைக் குழப்பமடையச் செய்தது. போனை எடுத்து யோகேஷ் நம்பரைத்

தேடினான். பின் அதைக் கைவிட்டு வண்டியைக் கிளப்பினான். அந்த நாளை விசேஷமானதாக்கும் மனநிலை இப்போது அடங்கியிருந்தது. அவன் இல்லாவிட்டால் திரும்பி வந்து ஓய்வெடுக்கலாம். அவ்வளவுதான்.

மேக மூட்டம் விலகாததால் அதிகாலை இன்னும் முதிராமல் இளசாக இருந்தது. சாலையின் இருபுறமும் உள்ள கட்டடங்களை நோட்டமிட்டபடியே சென்றான். முன்பு வங்கியாய் இருந்த பெரிய கட்டடம் ஒன்று இப்போது பாழடைந்து இருந்தது. அதன் முன் பன்றிகள் மேய்ந்துகொண்டிருந்தன. அவன் அங்கே வங்கி செயல்பட்டுக்கொண்டிருந்த நாளை நினைத்துப் பார்த்தான். அப்போது அது எவ்வளவு துடிப்பும் வசீகரமும் உள்ள கட்டடமாய் இருந்தது.

பெரும்பாலான கட்டடங்கள் மாறிவிட்டன. எதுவும் முன்புபோல இல்லை. இந்த மாற்றத்தை எப்படிக் கண்டுகொள்ளவே இல்லை? ஆச்சரியமாய் இருந்தது. முன்பிருந்த வீதியையும் இப்போதிருந்த வீதியையும் ஒப்பிட்டுப் பார்த்துக்கொண்டே சென்றான். ஆண்டுக் கணக்கில் இந்த வழியில் சென்றுகொண்டிருந்தாலும் வழியெங்குமே எல்லாம் மாறியிருப்பதை இப்போதுதான் அவனால் உணர்ந்துகொள்ள முடிந்தது. எல்லாம் மாறிக்கொண்டே இருக்கிறது என்பது அவனுக்குத் துயரம் அளிப்பதாய் இருந்தது.

மனிதர்கள்கூட முன்பிருந்தவர்கள் இல்லை. இப்போது எல்லாம் புதியவர்கள். அவன் தனக்குத் தெரிந்து இறந்து போனவர்கள் யார் யார் என யோசித்தான். இறந்தவர்களின் முகங்கள் முடிவற்று அவனுக்குள் பெருகிக்கொண்டிருந்தன. திடீரென அவனுக்கு அச்சமாய் இருந்தது. நான் ஏன் இப்படியெல்லாம் யோசிக்கிறேன். செத்துப் போய்விடுவேனா?

அந்த நினைவை தீவிரமாக உதறிவிட்டுச் சாலையைப் பார்த்து வண்டியை ஓட்டினான். வாகனங்களில் போகும்போது தோன்றித் தோன்றி மறையும் இந்தக் கட்டடங்கள் வாகனங்களில் போகாமல் இருந்தாலும் அப்படித்தான் தோன்றித் தோன்றி மறையும் என நினைத்துக்கொண்டான். உலகில் எல்லாமும் தோன்றித் தோன்றி மறைகின்றன. நானும் ஒருநாள் மறைந்துபோய்விடுவேன். அதன் பின் நான் யார்? எங்கிருப்பேன்? இப்படிப்பட்ட தன்னுடைய கேள்விகளுக்கும் மாலதி தன்னை விட்டு விலகிப் போனதிற்கும் ஏதோ சம்பந்தம் இருக்கும் என்று யூகித்தான் (ஆனால் அவன் ஒருநாள்கூட அவளிடம் இப்படி லௌகீகமற்ற தன்மையில் பேசியதில்லை.)

யோகேஷ் வீடு இருக்கும் தெருவில் விதவிதமான மரங்கள் இருந்தன. மழை ஈரம் காயாத தார்ச்சாலையில் குல்மொஹர் பூக்களும் பன்னீர்ப் பூக்களும் இறைந்து கிடந்தன. சிவப்பும் வெள்ளையுமான அந்த நிறக்கலவை மனநிலையைக் கனவுத் தன்மைக்கானதாய் மாற்றியது.

தெருவின் எல்லா அடையாளங்களும் அப்படியே இருந்ததால் இவ்வளவு நாளானாலும் எந்தக் குழப்பமும் உண்டாகவில்லை. வீடு இரண்டாவது மாடியில் இருந்தது. மூடிய கதவுகளுக்குள் இருந்த ஆழ்ந்த அமைதியைக் கவனித்தபடி அழைப்புமணியை அழுத்திவிட்டுக் காத்திருந்தான். அதீதமான அமைதி காலத்திற்குள் சில நிமிடங்கள் வளர்ந்தது. கதவைத் திறந்துகொண்டு யோகேஷ் எட்டிப் பார்த்தான். இவனைக் கண்டதும் முதலில் குழம்பி, பின் அதிர்ச்சியடைந்தவனைப் போன்றதொரு இரசிக்கும்படியான பாவனையைக் காட்டி, பிரகாசமான முகத்தோடு அவன் கைகளைப் பற்றிக்கொண்டு, "இப்பதான் வரத் தோணிச்சா வா வா" என உள்ளே அழைத்துப் போனான்.

அறை பெண்ணால் ஒழுங்குபடுத்தப்பட்டிருப்பதைப் புரிந்துகொள்ள முடிந்தது.

சம்பிரதாயமான பேச்சுகளைச் சில நிமிடங்களில் முடித்துக்கொண்டார்கள்.

"மாலதி எங்க வரலையா" என்றான் யோகேஷ்.

"இல்ல அவளும் பையனும் இப்ப அவங்க அம்மா வீட்ல இருக்காங்க" என்றான்.

அவன் ஆச்சரியமாய் இவனைப் பார்த்தான்.

"அவ அங்க போய் மூணு மாசம் ஆயிடுச்சி."

இருவரும் அமைதியாய் இருந்தார்கள்.

"நீலா எங்க?"

"உள்ளதான் இருக்கா. தூங்கிக்கிட்டிருக்கா."

அவனே இருவருக்கும் காபி தயார் செய்துகொண்டு வந்தான். ஒரு கோப்பையை அவனிடம் கொடுத்துவிட்டுத் தன்னுடைய கோப்பையுடன் சோபாவில் உட்கார்ந்துகொண்டு, "இன்னைக்கி என்ன கிழம" என்றான். தன் கேள்வியில் இருந்த அபத்தத்தைச் சமன் செய்பவனாய், "எனக்கு இப்போ ஒருநாளைக்கும் இன்னொரு நாளைக்கும் வித்தியாசமே தெரியறது இல்ல" என்றான். பின் ஆழ்ந்த யோசனையோடு இரண்டு மிடறு காபியை உறிஞ்சிக் குடித்தான். "ஒவ்வொரு நாளும் தனித்தனியானது இல்ல

எல்லாம் ஒன்னுதான். நம்ம வாழ்க்கைங்கறது நீளமான ஒரு நாள். அப்படித்தான் தோணுது.”

மனோகரன் அதைக் கற்பனை செய்து பார்க்க முயன்றான். அவனால் அப்படி யோசிக்க முடியவில்லை. நினைவுவெளியில் பழைய நாட்கள் துண்டு துண்டாக மிதந்துகொண்டிருப்பதைப் போலத்தான் இருந்தது.

எல்லாம் ஒரேநாள் என்றவன் அதைப் பற்றிய தீவிர சிந்தனையில் ஆழ்ந்தான். பின், “வேலையெல்லாம் எப்படிப் போயிட்டிருக்கு” என்றவாறு சோபாவில் சாய்ந்து உட்கார்ந்தான்.

“வாழ்க்கைங்கற விஷயம் ரொம்ப அபத்தமா இருக்கு இல்ல” என்றான் திடீரென்று.

மனோகர் ஒன்றும் சொல்லவில்லை. ஏதோ ஒன்று இயல்பற்றதாய் உணர்ந்தான். யோகேஷ் இப்படியெல்லாம் பேசக் கூடியவனில்லை.

“இப்பல்லாம் இப்படித்தான் அடிக்கடி தோணுது. பல ஆயிரக்கணக்கான வருஷமா மக்கள் பிறக்கறாங்க, சாகறாங்க, பிறக்கறாங்க, சாகறாங்க. இதுக்கெல்லாம் என்னதான் அர்த்தம்? இப்படி இருக்கற ஒன்னு நிஜமானதா இருக்க சாத்தியமில்லையோன்னு ரொம்ப குழப்பமா இருக்கு.”

அவனுடைய வார்த்தைகள் மனோகருக்குள் கால ஓட்டத்தின் பெரும் வடிவத்தை உண்டாக்கின. சற்றுமுன் அவனும் அதையே யோசித்ததை நினைத்துப் பார்த்தான். குழப்பமாக, “ஆமாம் காலம் காலமா கோடிக்கணக்கான ஜனங்கள் பிறக்கறாங்க சாகறாங்க. நாமும்தான் பிறந்திருக்கோம், சாகப் போறோம்” என்றான். இருவருக்கும் இன்று எப்படி ஒரே மாதிரிச் சிந்தனைகள் வருகின்றன என்பதைப் பற்றி யோசிக்க நினைத்தான். ஆனால் யோகேஷின் குரல் ஊடறுத்தது.

“கடைசியா ஒருநாள் இந்த பூமி அழிஞ்சி போயிரும். இருந்த இடம் தெரியாம காணாம போயிரும். ஆமாம் அப்படித்தான் முடியும். அப்போ இதெல்லாத்துக்குமே எதாவது அர்த்தம் இருக்குமா? இந்த வரலாறு அறிவியல், கலைகள் காவியங்கள் இதுக்கெல்லாம் அர்த்தம் என்ன? அண்ட வெளியில் நட்சத்திரங்கள் கோள்கள் இதுக்கெல்லாம் அர்த்தம் என்ன?”

அவன் சொன்னதெல்லாம் மனோகருக்குள் காட்சிகளாய் விரிந்தன. அச்சமாய் இருந்தது.

“நீ என்ன இப்படியெல்லாம் பேசிக்கிட்டிருக்க. நேத்தென்ன

சரக்கு கொஞ்சம் அதிகமா போயிடுச்சோ" கேட்டுவிட்டுச் சிரித்தான்.

யோகேஷ் அவனைப் பார்த்தான்.

மனோகர் சிரித்துக்கொண்டே திரும்பிப் பிரகாசமாய் வெய்யில் வரும் ஜன்னலைப் பார்த்தான். "இந்த நேரத்துக்கும் இந்தப் பேச்சுக்கும் கொஞ்சம்கூட ஒட்டல" என்றான். சட்டென அவன் மனதில் கவிதையின் குதூகலம் மலர்ந்தது. "இங்க பார் இந்த நாள் எவ்வளவு ரம்யமா இருக்கு. வானம் பூரா மேகச் சேறு. குளிர்ச்சி. குளிர்ச்சியாய் இரு" என்றான்.

யோகேஷ் சிரித்தான். "கவிதை மாதிரி ஏதோ சொல்ற. இன்னும் புக்ஸ் எல்லாம் படிச்சிக்கிட்டுதான் இருக்கியா? உனக்கிப்ப யாரோட கவிதைகள் பிடிக்கும்?" கேட்டுக்கொண்டே பதிலுக்கு எதிர்பார்த்திருக்காமல் சம்பந்தமில்லாமல் பேச ஆரம்பித்தான்.

"அண்டவெளியில பல ஒளியாண்டுகள் விலகி இருக்கும் மில்லியன் கணக்கான நட்சத்திரங்களுக்கு இடையில நாம ரொம்ப தனியா இருக்கோம்." அவன் கண்களில் அச்சம் மிளிர்ந்தது.

மனோகருக்கு இப்போது பதற்றமாய் இருந்தது. புத்தி பேதலித்துவிட்டதோ? இந்தப் பேச்சுக்காக அவனை இப்படிச் சந்தேகப்படலாமா எனத் தன் யூகத்தைக் கட்டுப்படுத்தினான். ஆனால், சந்தேகம் என்று வந்தபின் இங்கிருப்பது சரியான விஷயமாய்ப் படவில்லை.

யோகேஷ் சிரித்தான். "ஏன் அமைதியாயிட்ட ... பயமா இருக்கா?" என்றான்.

"இல்ல நான் கிளம்பறேன்."

"இரு ரொம்ப நாளைக்கு அப்புறம் வந்திருக்க. சாப்பிட ஏதாவது செய்யறேன். சாப்டுட்டுப் போ."

"இல்ல நா வரும்போதுதான் சாப்டேன்."

"பரவால்ல கொஞ்சமா சாப்பிடலாம்." சொல்லிக்கொண்டே கிச்சனுக்குள் நுழைந்தான்.

"நீலாவுக்கு என்ன உடம்பு சரியில்லையா?"

"ஆமாம். நல்லா தூங்கினா சரியா போயிரும்னு நினைக்கிறேன். அவ தூங்கட்டும். தொந்தரவு பண்ண வேண்டாம்."

கல்லூரியில் படிக்கும்போது இவன் இப்படியெல்லாம் பேசுபவனாக இல்லை. சினிமாக்களைப் பற்றித்தான் ஓயாது பேசிக்கொண்டிருப்பான். எது இவனை இப்படிப் பேச

வைத்திருக்கும். இறப்புப் பற்றிய சிந்தனையா? இப்போது செல்வத்தின் நினைவு வந்தது. உற்சாகமாகப் பேசுவான். ஆனால் அவன் பேச்சை இரண்டு நிமிடங்களுக்கு மேல் கேட்க முடியாது. அற்ப விஷயங்களைப் பெரும் அதிசயம்போலப் பேசும் அவன் எதிரில் இருப்பவர்களை முட்டாள்களாக நினைத்துக்கொள்வான். அலங்காரமான விவரிப்புகள், அர்த்தமற்ற உதாரணங்கள், எரிச்சல் உண்டாக்கும் உவமானங்கள், ஒப்புமைகள் என அவன் பேச்சு விசித்திரமாக இருக்கும். அவனும் இவனும் சந்தித்துக்கொண்டால் எப்படி இருக்கும் என நினைத்துப் பார்த்தான். சிரிப்பு வந்தது.

“நாம தனியா இருக்கோம்” என்றான் யோகேஷ்.

மனோகருக்குச் சலிப்புணர்வு எழுந்தது.

“நான் கிளம்பலாம்னு பாக்கறேன்.”

“இரு போகாதே. உனக்கு எப்பவாவது தற்கொலை பண்ணிக்கணும்னு தோனியிருக்கா” என்றான். கடாயில் ஏதோ தாளித்துக்கொண்டிருந்தான்.

அந்தக் கேள்வி மனோகருக்குச் சுத்தமாய்ப் பிடிக்கவில்லை என்றாலும் அவன் அது சம்பந்தமான நினைவுகளுக்குள் தள்ளிவிடப்பட்டான்.

பள்ளிக்கூடம் படிக்கும்போது அப்பா திட்டினார் என்றோ அல்லது வேறு என்ன காரணமோ தெரியவில்லை, தற்கொலை செய்துகொள்ள வேண்டும் எனத் தீவிரம் ஏற்பட்டது. அது இன்னும் ஒரு சில நிமிடங்கள் நீடித்திருந்தால் அப்போதே செத்திருப்பான். ஆனால் எப்படியோ அதிலிருந்து வெளியேறிவிட்டான்.

பின் கல்லூரி படிக்கும் சமயத்தில் ஒருமுறை தற்கொலை எண்ணம் உண்டானது. அவன் வாழ்க்கையில் மாலதி வந்த பின் பலமுறை அப்படி யோசித்துவிட்டான். அந்த நினைவுகள் இப்போது அவனுக்கு எரிச்சலை ஏற்படுத்தின. இவன் எதற்காக இதையெல்லாம் கேட்கிறான்.

வேறென்னவோ கேட்க நினைத்து வாயைத் திறந்தவன், “நீ எப்பவாவது அப்படி யோசிச்சிருக்கியா?” என்றான்.

“பலமுறை” என்றுவிட்டு அவன் வாணலியில் எதையோ கிளறிக்கொண்டிருந்தான்.

திரும்பவும் “பலமுறை” என்றான்.

“இப்பகூட நான் அதைத்தான் யோசிச்சேன்.”

மனோகருக்கு நெஞ்சம் நடுங்கியது. “என்ன சொல்ற நீ?”

238 குமாரநந்தன்

“ஆமாம் நிஜமாதான். நாம காலேஜ் படிக்கும்போது வசந்த் சொன்னான்னு ‘இடைவெளி’ நாவல் படிச்சோமே ஞாபகம் இருக்கா? அவங்கப்பா ஒரு ஸ்டோரி ரைட்டர்.”

மனோகர் எதுவும் பேசவில்லை. “சரி நான் கிளம்பட்டா?”

“ஏன்டா பயந்துட்டியா?”

இடைவெளியின் சுருக்குக் கயிறு பல ஆண்டுகளாக அவன் நினைவில் ஆடிக்கொண்டிருந்தது. அதை என்றென்றைக்கும் மறக்க முடியாது என நினைத்திருந்தான். பின் எப்படியோ அதை மறந்துவிட்டிருந்தான். இவன் இப்போது மீண்டும் அதை நினைவு படுத்திவிட்டான்.

அந்தக் கயிறு இப்போது மிக வலிமையாய் இருந்தது. இவனும் யோகேஷும் அதில் சேர்ந்து தொங்குவதைப் போலக் காட்சி மனசுக்குள் வந்தது.

மாலதியும் நவீனும் வந்து சிரித்தார்கள். இவன் மாலதியை வன்மத்துடன் பார்த்தான்.

“நீ இப்ப தற்கொலை பண்ணிக்குவேன்னா எதுக்காகப் பண்ணிக்குவே” என்றான்.

“புல் ஷிட்... நான் இங்க வந்ததுக்காகத்தான் பண்ணிக்குவேன்.”

யோகேஷ் வாய்விட்டுப் பலமாகச் சிரித்தான். அடுப்பை அணைத்துவிட்டுக் கிளறுவதை நிறுத்தினான்.

“நான் ஒரு பைத்தியம். தற்கொலை பண்ணிக்கும்போது யாராவது டிபன் செஞ்சி சாப்டுட்டு தற்கொலை பண்ணிக்குவாங்களா?” என்றுவிட்டு மீண்டும் ஒருமுறை பலமாகச் சிரித்தான்.

“நீ தற்கொலை பண்ணிக்கப் போறியா?”

“சோ வாட்? இந்த மரணம்னா என்னன்னு கண்டுபிடிக்க வேண்டாமா?”

தூக்குக் கயிறு பலமாக ஆடியது. இப்போது அந்தச் சாகச உணர்வு அவனையும் தொற்றிக்கொண்டது.

“நீ தற்கொலை பண்ணிக்கறதா இருந்தா எப்படித் தற்கொலை பண்ணிக்குவ?” என்றான்

யோகேஷ் அவனைப் புன்னகையோடு பார்த்தான்.

“துப்பாக்கியில சுட்டுக்கணும். இல்லாட்டி ரயில் முன்னாடி பாயணும். அதைவிட யாராவது துப்பாக்கியால என்னைச்

சுட்டா?" அந்த நினைவின் போதையில் அவன் உடல் உச்சம் அடைவதைப் போலக் கண்களைச் செருகினான்.

"அதுக்கு வாய்ப்பில்ல. இங்க துப்பாக்கி இல்ல. இருந்தாலும் நான் உன்னைச் சுடமாட்டேன்."

"நான் சுடுவேன். பேசிக்கிட்டே போய் உனக்குத் தெரியாம துப்பாக்கியை எடுத்து ஒரே நொடியில உன் நெஞ்சுக்கு நடுவுல சுட்டுருவேன். நீ பிணம் ஆகறதைப் பாத்துட்டு நானும் சுட்டுக்குவேன்."

"இல்ல நீ ரொம்ப சினிமா பாக்கறவன். உனக்கு அப்படித்தான் தோணும். சுருக்குக் கயிறுதான் என்னோட சாய்ஸ்."

"மரணம்னா எப்படி இருக்கும். இப்பவே நாம அதைப் பாத்துருவோமா?"

மனோகருக்கு ஜிவ்வென எங்கோ வானத்தில் பறப்பதைப் போல இருந்தது.

சுருக்குக் கயிறு ஆடியது.

"இந்தச் சொர்க்கம் நரகம்லாம் உண்மையாவே இருக்குமா?"

"பாத்துருவோம்" யோகேஷ் பலமாகச் சிரித்தான்.

மனோகர் சட்டென விழித்தான். அது ஏதோ தூக்கத்தில் இருந்து அல்லது கனவில் இருந்து விழிப்பதைப் போல இருந்தது.

அது நடந்துவிடும்போல இருந்தது. நடக்க வேண்டும்போல இருந்தது. நடக்கக் கூடாதென்றிருந்தது. என்ன நடக்குமென்றே தெரியாமல் இருந்தது. பயத்தின் பிரம்மாண்டமான கத்தி கூரையில் இருந்து அவன் தலையில் சரேலெனச் செங்குத்தாக விழுந்தது.

"நீலா எந்திரிச்சிருவா" என்றான். இது நடக்கச் சாத்தியமில்லை என்ற தொனியில்.

"அவ எந்திரிக்க மாட்டா" என்றான் யோகேஷ். நிச்சயம் அதுதான் நடக்கப் போகிறது என்ற தொனியில்.

மனோகர் "ஏன்?" என்றான்.

"அதை நீ அப்புறம் தெரிஞ்சிக்குவ?"

"செத்ததுக்கு அப்புறமா?"

"ஆமாம்."

"நீ அவள என்ன பண்ணின?"

"டேய் சும்மா இருடா. சும்மா கண்டதையும் யோசிக்காத."

“நீ தற்கொலை பண்ணிக்கனும்னா எதுக்காகப் பண்ணிக்குவ? அதை மட்டும் யோசி.”

“ஏன்டா இப்படிச் சாவடிக்கற? சரி நீ எதுக்காகச் சாகப் போற? நீலாவுக்காக வா? நீலா நீலா ...” மனோகர் உள்ளறையைப் பார்த்துக் கத்தினான்.

“மனோகர் நீ ஒரு இன்ட்ரஸ்ட்டான கேமை கெடுத்துக் கிட்டிருக்க. நீ ஒரு கோழை. தற்கொலைகூடச் செய்துக்க முடியாத கோழை. நாம் இங்க ஒன்னும் சாதிக்கப் போறதில்லன்னு தெரிஞ்சாலும் சாக மட்டும் மாட்டோம்.”

மனோகர் மவுனமாக இருந்தான். “சரி நீ எதுக்காகச் சாகப் போற.”

“நான் சாகணும்ங்கறதுக்காகச் சாகப் போறேன். வேற எதுக்காகவும் இல்ல. அந்தத் தினகரனோட ஆராய்ச்சியை நான் முடிச்சிவெக்கப் போறேன்.”

“டேய் பெருசா சீன் போடாத. நீ சாகமாட்ட. அப்படியே சாகறதா இருந்தாலும் உன் பொண்டாட்டி மேல இருக்கிற கோபம், சந்தேகம்னு அற்பக் காரணமாத்தான் இருக்கும். அதை ஒத்துக்காம என்னென்னவோ ஜோடிக்கற” சொல்லிவிட்டு மனோகர் பலமாகச் சிரித்தான். அந்தச் சமயத்தைச் சாக்கிட்டு வேண்டுமென்றேதான் அவன் அப்படிச் சிரித்தான். அது அவனுக்கு நம்பிக்கையையும் ஆறுதலையும் அளித்தது.

யோகேஷும் பலமாகச் சிரித்தான். “நீ முதல்ல நெருக்கமா இருந்த... இப்ப விலகி விலகிப் போயிட்டிருக்க. நீ ஒரு கோழை.”

“நான் ஒன்னும் கோழை இல்ல. ஆனா உன்னைப் போலக் கதை சொல்லத் தெரியாது. நான் சாகறதா இருந்தா மாலதிக்காகத்தான் சாவேன். அதுமாதிரி நீயும் உண்மையைச் சொல்லு. ரெண்டு பேரும் இப்பவே கயித்துல தொங்கிறலாம்.”

யோகேஷ் ஒரு கணம் அவனைச் சலனமின்றிப் பார்த்தான். கதவைத் திறந்தபோது சட்டென அவன் கண்களில் தோன்றிய அதிர்ச்சி இப்போது அவன் முகத்தில் மெல்ல மெல்லத் துலக்கமாகி அதன்கீழ் மகிழ்ச்சியின் நிறம் விரிந்துகொண்டு வந்தது.

“சரி நீலாவுக்கும் எனக்கும் இடையில இருக்கற பிரச்சனைக்காகத்தான் நான் தற்கொலை செஞ்சுக்க நினைக்கிறேன்.”

மனோகருக்கு இனியும் இதை இழுத்துக்கொண்டு போவதில் விருப்பமில்லை. “ஏய் மாலதி... இப்ப என்ன சொல்ற... நீ வீட்டுக்கு

வரப்போறியா இல்லையா?" எனக் கடைசியாய் ஒருமுறை கேட்டுவிட நினைத்தான்.

போனை எடுத்தபோது, மாலதி வாட்ஸ்அப் செய்தி அனுப்பியிருந்தாள். 'மனோ எங்கிருக்க. இங்க வீட்டுக்கு முன்னாடி நான் இன்னும் எவ்வளவு நேரம்தான் வெய்ட் பண்றது?'

மனோகருக்கு ஏதோ ஒரு நெருக்கடி நிலையில் இருந்து விடுபட்டதைப் போல இருந்தது. நாடகக் காட்சியில் இருந்து மீண்டவனைப்போல, "ஓகே நான் வீட்டுக்குப் போறேன்" என்றான்.

"என்னாச்சு." அவனுடைய மாற்றத்தை யோகேஷ் எதிர்பார்க்கவில்லை என்பதும் அதனால் உண்டான ஏமாற்றமும் அந்தக் குரலில் வெளிப்படையாக இருந்தது.

"மாலதி வீட்டுக்கு வந்துட்டா. காத்துக்கிட்டிருக்கா."

யோகேஷ், "திரும்பவும் அதே கதைதான் நடக்கப் போவுது" என்றான் அழுத்தம் திருத்தமாக. மனோகர் எதையும் காதில் வாங்கிக்கொள்ளவில்லை. "சரி நான் கிளம்பறேன். நீயும் தற்கொலை அது இதுன்னு யோசிக்காம போய் வேலையைப் பார்."

"நீ மொதல்ல கிளம்பு."

"டேய் என்னடா சொல்ற." தற்கொலை எண்ணத்தில் இருந்து அவனை மீட்க வேண்டி ஏதாவது நீண்ட விளக்கமாகப் பேச வேண்டும் என நினைத்தான். ஆனால் மாலதியின் காத்திருக்கும் முகம் அவனைப் பார்த்துக்கொண்டிருந்தது.

"நீயும் கிளம்பு... மொதல்ல இங்கிருந்து கிளம்பு... அப்பத்தான் இந்த யோசனை மாறும்."

யோகேஷ் சிரித்தான். "மனோ சரியான நேரத்துக்கு நீ வந்த. இல்ல இல்ல நீ வந்தது ஒரு விபத்து. இப்ப எல்லாமே மாறிப் போச்சி."

மனோகர் சிரித்துக்கொண்டே அவன் தோளில் தட்டினான். "சரி வா கடைக்குப் போவோம் நான் அப்படியே கிளம்பறேன்."

யோகேஷ் எதுவும் பேசாமல் எழுந்து வந்து வீட்டைப் பூட்டினான்.

இருவரும் கீழே வந்து வண்டியை ஸ்டாட் செய்தனர். மனோகருக்கு அப்போதுதான் நினைவுக்கு வந்தது. "டேய் நீலா உள்ள இருக்கா."

அவன் அதைக் காதிலேயே போட்டுக்கொள்ளவில்லை. திரும்பிப் பார்க்காமல் வண்டியைச் சீறவிட்டுக்கொண்டு போனான்.

நீரில் நனைந்து மைபோல் கறுப்பாய் இருந்த சாலையில், வெள்ளையும் சிவப்புமாய்ப் பூக்கள் கிடந்த அந்த வசீகரமான பின்னணியில், அவன் இடது கை வண்டியின் பிடியிலிருந்து விடுபட்டு, அவனை நோக்கித் திரும்பி விரிந்து அசைந்தாடி விடைபெற்றது.

தமிழினி, ஜூன் 24, 2021

21

வாழ்வினிலே இரண்டு நாள்

தன் வாழ்க்கையில் இருந்து கழிந்துபோன நாட்களில் ஏதாவது ஒருநாளை மட்டும் மீண்டும் அதேபோல நிகழ்த்திப்பார்க்கவேண்டும் எனச் சத்திய மூர்த்தி பல நாட்களாக நினைத்துக்கொண்டிருந்தார்.

அந்த நாள் எது என்பதையும் அவர் சமீபத்தில் தீர்மானித்துவிட்டார். அது சுகன்யாவை முதன்முதலில் சந்தித்த அந்த நாள்தான்.

சத்தியமூர்த்திக்கு இப்போது அறுபது வயதாகிறது. ஆனால் நம்ப முடியாது. ஐம்பது வயதுதான் மதிக்க முடியும். உடலை இன்னும் கட்டுக் கோப்பாக வைத்திருக்கிறார். நரைத்த தலைக்குக் கொஞ்சக் காலம் சாயமடித்துக் கொண்டிருந்தார். அப்புறம் அது அவருக்கே வெட்கமாய் இருப்பதாக விட்டுவிட்டார்.

அவர்களின் ஒரே மகன் ரகு. ஆட்டோ மொபைல் எஞ்சினீயரிங் முடித்துவிட்டு ஜெர்மனியில் உள்ள புகழ்பெற்ற கார் தயாரிப்பு நிறுவனம் ஒன்றில் வேலையில் இருக்கிறான். படிப்பு முடிந்த கையோடு அங்கே போய்விட்டான். அங்கேயே ஒரு பெண்ணையும் திருமணம் செய்துகொண்டான். வீட்டுக்கு இதோ வருகிறேன் அதோ வருகிறேன் என இரண்டு ஆண்டுகளாய்ச் சொல்லிக்கொண்டிருக்கிறான். இன்னும் வரவில்லை. வாரம் ஒருமுறை வீடியோ காலில் பேசுவான்.

இப்போது பார்க்கும்போது அவனைத் தங்கள் மகன்தான் என்பதை அவரால் நம்பவே

244 குமாரநந்தன்

முடியவில்லை. உடல் நிறம் நல்ல வெளுப்பாகிவிட்டது. நடை, உடை, பாவனைகள், பேச்சு, சிரிப்பு எல்லாமே முற்றிலும் மாறிவிட்டது. ஜெர்மனிலேயே பிறந்து வளர்ந்தவன் மாதிரிப் பேசுகிறான். அவன் இனி இங்கே வரமாட்டான். ஒவ்வொரு முறை போன் செய்யும்போதும் இவர்களை அங்கே வந்துவிடும்படி ஒருமுறை சொல்லிவிட்டு போனை வைப்பதைக் கடமையாகக் கொண்டிருக்கிறான்.

இவர்களுக்கும் மகனோடேயே போய் இருக்க ஆசைதான். ஆனால் ஏதோ ஒன்று அவர்களைத் தடுத்தது. அது பிறந்த மண் மேல் இருக்கும் பிடிப்பா முற்றிலும் புதிய இடம், புதிய நாடு என்ற தயக்கமா அல்லது விமானத்தில் செல்லப் பயமா எதுவென்று தெரியவில்லை.

சுகன்யாவுக்கும் அவருடைய வயதேதான். இருவரும் சென்னைக் கல்லூரியில் ஒன்றாய்ப் படித்தவர்கள். படிக்கும்போதே காதல், பின் திருமணம்.

அப்போது எடுத்த புகைப்படங்கள் எல்லாம் இன்னும் இருக்கின்றன. சுகன்யாவும் அவரும் மட்டுமல்ல. அவர் அப்பா, அம்மா, சுகன்யாவின் அப்பா, அம்மா எல்லோரும் அவ்வளவு அழகாய் இருந்தார்கள். திருமணத்தின்போது சுகன்யாவின் அம்மா அழகியாகவெல்லாம் தெரியவில்லை. இப்போது போட்டோவில் பார்க்கும்போது அவர் அழகாகத் தெரிகிறார். அவர் மட்டுமல்ல. அந்தப் போட்டோக்களில் உள்ள எல்லாமே அழகாக இருக்கின்றன.

கடந்துபோன அந்த நாட்கள்தான் எவ்வளவு அழகானவை என்ற நினைவே அவரைப் பித்தம் கொள்ளச் செய்து கொண்டிருக்கிறது. இன்னொருமுறை அந்த நாட்களைத் திரும்பக் காண வேண்டும் என்ற ஆசை அவரை நோய்போலப் பீடித்திருப்பதில் ஆச்சரியமில்லை.

ஒருவேளை உருப்படியான வேலை என்று ஏதாவது இருந்திருந்தால் அவர் இப்படியெல்லாம் யோசித்துக்கொண்டிருந்திருக்க மாட்டாரோ என்னவோ? அரசு அதிகாரியாக இல்லாமல் இருந்திருந்தால் இன்று அவர் ஓடி ஆடி ஏதாவது வேலை செய்துகொண்டு இருந்திருப்பார். அரசு வேலையில் இருந்து ஓய்வு பெற்றவுடனே என்னவோ உலகின் எல்லா விஷயங்களில் இருந்தும் ஓய்வு பெற்றுவிட்டதைப் போல, மரணத்தை நோக்கிக் காத்திருப்பதைத் தவிர வேறு எந்த வேலையும் இல்லை என்ற எண்ணம் வந்து உட்கார்ந்துகொள்கிறது. அது தவறு என்று தெரிந்தாலும் அதைத் தவிர வேறு ஒன்றும் மனதுக்குள் இருப்பதில்லை.

காலையில் எழுந்ததும் ஒரு வாக்கிங். வந்து கொஞ்சம் யோகா. பிறகு பேப்பர் பார்ப்பது. காலை டிபன். அப்புறம் கொஞ்ச நேரம் டிவியில் செய்தி கேட்பது, படம் பார்ப்பது. அப்படியே சின்னத் தூக்கம். மதியச் சாப்பாடு. தூக்கம். இரவுச் சாப்பாடு. தூக்கம் என்று ஒரு மனிதன் ஒரு வாரம் இருந்தாலே பைத்தியம் பிடித்துவிடுமே? வாழ்க்கை பூராவும் இருக்க வேண்டும் என்றால்? சத்திய மூர்த்திக்கு அதுதான் நடந்துகொண்டிருக்கிறது.

அவர் மனம் முழுவதும் இளமைக் காலம்தான் நிறைந்திருந்தது. அதைத் தவிர வேறு எதுவும் இல்லை. பையனுக்குப் பத்து வயதானபோது என்ன நடந்தது? தெரியாது. ஒருமுறை அவனுக்குக் கடுமையான விஷ ஜூரம் வந்து மருத்துவமனையில் ஒருவாரம் இருந்து பிழைத்து வந்தானே தெரியுமா? என்ன பையனுக்குப் பத்து வயதில் அப்படி ஒரு ஜூரம் வந்ததா? எனக்கு அப்படி எதுவும் ஞாபகத்தில் இல்லையே என்பதுதான் அவர் பதில்.

அதே நேரம், "காலேஜ்ல இங்கிலீஷ் கிளாஸ் எடுத்தாங்களே அவங்கள ஞாபகம் இருக்கா" என்று கேட்டால், "ரேணுகா மிஸ் நல்லா ஞாபகம் இருக்கே. அவங்க குரல் இன்னும் காதுக்குள்ள கேக்குது. இதோ இப்ப அவர் பாடம் எடுக்கற மாதிரி மனசுல அப்படியே ஓடுது. ஒரு தடவை பொங்கல் பண்டிகைக்கு முன்னால கிளாஸ்ல நம்மகூட எல்லாம் ஜாலியா பேசிக்கிட்டிருந்தாங்க தெரியுமா? அன்னைக்கி அவங்க பாசி கலர் மாதிரி ஒரு பச்சையில சேல கட்டியிருந்தாங்க. ஜிமிக்கிகூட அன்னைக்கி புதுசா போட்டிருந்தாங்க . . ." என ஆரம்பித்துவிடுவார்.

இருவருக்கும் எந்த வேலையும் இல்லை. பாத்திரம் தேய்க்க, துணி துவைக்க எல்லாம் மெஷின். சமையல் ஒன்றும் பிரமாதமாக இருக்காது. சுகன்யா அதை அரை மணிநேரத்தில் முடித்துவிடுவார். பின் நாளெல்லாம் உட்கார்ந்து ஒருவர் முகத்தை ஒருவர் பார்த்துக் கொண்டிருப்பது. நாட்கள் இப்படியே தொடர்ந்தால், கடைசியில் சுகன்யாவின் முகத்தைப் பார்க்கவே வெறுப்பு வந்துவிடுமோ என அவருக்குப் பயமாய் இருந்தது.

காலையில் எழும்போதே ஒரு சோம்பல், பின் ஒரு வெறுமை, பின் ஒரு சலிப்பு. இதிலிருந்து எப்படி மீள்வது என யோசித்தபோதுதான் அவருக்குப் பழைய நாளை நிகழ்த்திப் பார்க்கும் யோசனை தோன்றியது.

கல்லூரி நாள் ஒன்றை மீண்டும் நிகழ்த்துவது என்பது முடியாத காரியம். கல்லூரி நாள் என்று நினைத்துக்கொண்டு வீட்டிலேயே வேண்டுமானால் இருக்கலாம். கல்லூரிக்குப் போக முடியாது. சுகன்யாவிடம் காதலைத் தெரிவித்தபின், பீச்சுக்குப் போன

எண்ணற்ற நாட்களில் ஒன்றைத் திரும்ப நிகழ்த்தினால் அதில் பழையபடி மணிக்கணக்காய்ப் பேசிக்கொண்டிருக்க முடியுமா என்று தெரியவில்லை. மேலும் கடல் காற்று இப்போதெல்லாம் அவருக்கு ஒத்துக்கொள்வதில்லை. மூக்கை அடைத்துக்கொள்கிறது.

தியேட்டருக்குப் போகலாம் என்றால் இன்றுள்ள தியேட்டர்கள் அன்றைய தியேட்டர்களைப் போல இல்லை. மேலும் இப்போது வரும் படங்களைப் போய்ப் பார்த்தால் அது பழைய நாளை நிகழ்த்திப் பார்ப்பதைப் போலவே இருக்காது எனப் பல நாட்களாக எதை எதையோ யோசிப்பதும் நிராகரிப்பதுமாய் இருந்தார்.

இறுதியில் வெறுமனே உட்லண்ட்ஸ் ஓட்டலுக்காவது போகலாம் என யோசித்தார். அப்போதுதான் அவருக்கு நினைவுக்கு வந்தது. கல்லூரியில் படித்துக்கொண்டிருக்கும் போது, ஒருநாள் யாருக்கோ பிறந்தநாள். அதற்காக அந்த நண்பன் ஓட்டலில் கொடுத்த சின்ன விருந்தொன்றில் கலந்துகொள்ளும்போதுதான், முதன்முதலில் சுகன்யாவிடம் தன் காதலைத் தெரிவித்திருந்தார்.

அந்த நாளை நினைக்க நினைக்க அவருக்குள் உற்சாகம் கொப்பளித்தது. அந்த நாளைத்தான் திரும்ப நிகழ்த்த வேண்டும் என்று அப்போதே முடிவு செய்துவிட்டார்.

அதைச் சுகன்யாவிடம் சொன்னபோது, ‘சும்மா இருக்க முடியாததுக்கு என்னவோ சொல்றீங்க பாவம்’ என்பதைப் போலப் பார்த்துவிட்டு, சமைக்கும் வேலையில் மூழ்கிவிட்டார்.

சுந்தரமூர்த்தி அதன்பின், ஒரு புதிய மனிதரைப் போல ஆகிவிட்டார். தினமும் உற்சாகமாக எழுகிறார். நண்பர்களுடன் பேசுகிறார். வெளியே போகிறார், வருகிறார். பரபரப்பாக இருக்கிறார். அவருடன் படித்தவர்களில் ரங்கராஜ் புரசைவாக்கத்திலும் மோகன் திருவான்மியூரிலும் இருக்கிறார்கள். அவர்களும் அந்த விருந்தில் கலந்துகொண்டவர்கள்தான். மற்றவர்கள் எல்லாம் யார் யார் அவர்கள் எங்கே எங்கே இருக்கிறார்கள் என ஒருவரிடமிருந்து ஒருவர் மூலமாகத் தகவல் வாங்கியாகிவிட்டது. இதில் தனபால், மந்திரமூர்த்தி இரண்டு பேரும் எங்கே இருக்கிறார்கள் இருக்கிறார்களா இல்லையா எனக் கடைசிவரை கண்டுபிடிக்க முடியவில்லை. மற்றவர்கள் எல்லாம் டெல்லியில் இருந்து கன்னியாகுமரிவரை இந்தியா முழுவதும் பரவியிருந்தார்கள். டெல்லியில் இருக்கும் பிரபாகரனும் அந்த நிகழ்வின்போது உடன் இருந்தவன். அவனை இதற்காக வரச் சொன்னால் வருவானா என்று மலைப்பாய் இருந்தது. அவன் வருவது இருக்கட்டும், இங்கே திருநெல்வேலியில் இருக்கும் குணசீலனிடம் என்ன சொல்லி வரச் சொல்வது என்றும்

தெரியவில்லை. பிறந்தநாள் பார்ட்டி கொடுத்த சுந்தரம் வேறு இறந்துவிட்டான்.

மோகன், "தங்களோடு படித்த சந்திர பிரகாஷ், ஆனந்தன் இருவரையும்கூட அழைக்கலாம்" என்றான். அப்படி இருவர் தன்னோடு படித்ததாய் சத்தியமூர்த்திக்கு நினைவே இல்லை.

"சரி போகட்டும் அவர்கள் இரண்டு பேரும் குறிப்பிட்ட அந்த நாளில் நடந்த பார்ட்டிக்கு வந்தார்களா" எனச் சந்தேகமாய்க் கேட்டபோது, "அப்படி ஒரு விருந்து நடந்ததே தனக்கு நினைவில் இல்லை" என மோகன் சொல்லிவிட்டார்.

சத்தியமூர்த்தி யோசித்துப் பார்த்தார். பத்துப்பேர் போனது மட்டும் நினைவில் இருக்கிறது. அவர்கள் யார் யார் என்று யோசித்தபோது, இந்த மோகன், ரங்கராஜ், பிரபாகரன், மந்திரமூர்த்தி, தனபால், ஹேமாவதியைத் தவிர மற்ற இருவரையும் கடைசி வரை நினைவுக்கு வரவே இல்லை. சரி இருக்கட்டும். அந்தச் சந்திர பிரகாஷ், ஆனந்தன் இருவரையும்கூட அன்றைய பார்ட்டிக்கு வந்தவர்களாகவே வைத்துக்கொள்வோம் அவர்களையும் அழைத்துக்கொள்வோம் என முடிவுக்கு வந்தார் சத்தியமூர்த்தி.

சுந்தரம் இறந்துவிட்டதால் அந்தச் சந்திப்பைப் பிறந்தநாள் பார்ட்டி என்று சொல்ல முடியாது. நீண்ட காலத்துக்குப் பின் பள்ளித் தோழர்கள் சந்திக்கும் நிகழ்வு என்பதாக அது அமைந்துவிடக் கூடாது என்பதில் சத்தியமூர்த்தி உறுதியுடன் இருந்தார். சந்திப்புக்கு எந்தப் பெயரும் அடையாளமும் இல்லாவிட்டால் என்ன? அப்படியே இருந்துவிட்டுப் போகட்டுமே என்று விட்டுவிட்டார்.

பார்ட்டியில் கலந்துகொண்ட இன்னொரு பெண் ஹேமாவதி சேலத்தில் இருந்தாள். அவளும் இதற்கென மெனக்கெட்டு பஸ் பிடித்து வருவாளா மாட்டாளா தெரியவில்லை. இதையெல்லாம் யோசிக்கும்போது, பேசாமல் இந்தத் திட்டத்தைக் கைவிட்டுவிடலாம்போல இருந்தது சத்தியமூர்த்திக்கு. ஆனால் அந்த நிகழ்வை மட்டும் எவ்வளவு அறைகுறையாகவேனும் நிகழ்த்தி முடித்துவிட்டால், காலத்தைக் கொஞ்சமாவது அசைத்துப் பார்த்துவிட்டதாகத் தனக்கு ஒரு திருப்தி கிடைக்கும். அதற்கு இணையாக எதுவும் இருக்க முடியாது என்பதையும் அவர் உணர்ந்திருந்தார்.

சுகன்யா, "இதைச் சாக்காக வைத்துத் தன்னோடு படித்த பரிமளம், மேனகா இருவரையும்கூடக் கூப்பிடுவோம். அவர்கள் இங்கே சென்னையில்தான் இருக்கிறார்கள்" என்றார்.

குழுவில் இரண்டு பெண்கள் அதிகமாகிவிட்டால், அது அன்று நடந்த பார்ட்டியை நினைவுபடுத்துவது மாதிரி இருக்காதே, வேறு ஏதோ பார்ட்டி மாதிரிதானே இருக்கும் என்றார் சத்தியமூர்த்தி

"இப்ப மட்டும் என்ன ... அன்னைக்கி நடந்த மாதிரியேவா நடக்கப் போவுது? எப்படி இருந்தாலும் இது வேற அது வேறதான். நீங்களும் நானுமேகூட அவங்க இல்ல வேறதான்" என்றவர், "அன்னைக்கி யார் யார் கலந்துகிட்டாங்கன்றதே உங்களுக்கு ஞாபகம் இல்ல. அப்படீங்கும்போது, இந்த ரெண்டு பேரும் அதுல கலந்துகிட்டவங்கதான்னு நினைச்சிக்கோங்களேன்" என்றொரு யோசனையையும் முன்வைத்தார்.

அதற்கு மேல் அவரால் ஒன்றும் சொல்ல முடியவில்லை. "சரி நடக்கட்டும்... அவங்ககிட்டயும் சொல்லிடு" என்றுவிட்டார்.

வீட்டில் ஒரு கல்யாணக் கலை வந்துவிட்ட மாதிரி இருந்தது. நாட்கள் பிரகாசமாயும் உற்சாகமளிப்பதாயும் இருந்தன. ஏதோ ஒரு அர்த்தமுள்ள காரியத்தைச் செய்ய இருப்பதாக மனதுக்குள் எப்போதும் சந்தோஷமும் புதுமையும் குமிழிட்டுக்கொண்டிருந்தன.

சுகன்யா முதலில் இதில் ஆர்வம் இல்லாமல் இருந்தாலும், போகப் போக அவருக்கும் ஆர்வம் வளர ஆரம்பித்துவிட்டது. சத்தியமூர்த்தி கிட்டத்தட்டத் தனக்கு இன்னும் கல்யாணம் ஆகாத மாதிரியும் வரும் நாளில்தான் சுகன்யாவிடம் தன் காதலைத் தெரிவிக்க இருப்பதும் மாதிரியான மனநிலைக்குச் சென்றுவிட்டார். மனைவியை அவர் பார்த்த பார்வையில் பழைய காதல் வழிந்தது. அவராலும் கணவனை மிகுந்த வெட்கம் இல்லாமல் பார்க்க முடியவில்லை.

வெள்ளியன்று இரவு வழக்கம்போல போன் செய்த ரகு, இருவரிடமும் தெரிந்த குதூகலத்தைப் பார்த்து அதிர்ந்து போய்விட்டான்.

"அம்மா ... என்னம்மா இப்படி வெக்கப்படறீங்க. அப்பா நீங்க இவ்ளோ ஜாலியா இருக்கீங்க. எனக்கு ஒன்னுமே புரியலையே" என்றான். அவர்களின் உற்சாகம் அவனிடமும் தொற்றிக்கொண்டது.

"ரகு நான் உங்க அம்மாவ லவ் பண்ற விஷயத்தைச் சொல்லிப் பிரப்போஸ் பண்ணப்போறேன்" என்று புதிர் போட்டார் அப்பா.

அவன் உண்மையிலேயே ஒன்றும் புரியாமல் விழித்தான். சத்தியமூர்த்தி தயங்கித் தயங்கித் தன்னுடைய திட்டத்தைச் சொல்லவும் அவனுக்கு ஆச்சரியத்தில் விழிகள் விரிந்தன. "அப்பா எப்படிப்பா உங்களுக்கு மட்டும் இப்படியெல்லாம் தோணுது. நீங்க உண்மையிலேயே கிரேட் பா" என்றான்.

“அந்தப் பார்ட்டில கலந்துக்க நானும் வரட்டா... எனக்கு ரொம்ப ஆசையாய் இருக்குப்பா” என்றான்.

“டேய் என்னவோ நிஜமா வரப்போறவனாட்டம்... நீ ரொம்பப் பண்ணாத” என்றார் கிண்டலாக.

“இல்லப்பா நீங்க அம்மாகிட்ட எப்படிப் பிரப்போஸ் பண்ணீங்கன்னு பாக்க ஆசையா இருக்கு.”

“அடிச்சிருவேன்... நீ வந்து உக்காந்துக்கிட்டிருந்தா உங்க அம்மா எப்படி ரியாக்ட் பண்ணுவா? அப்புறம் இந்த டிராமாவும் வேணாம் ஒரு மண்ணும் வேணாம்னு வீட்லயே உக்காந்துக்குவா” என்று சிரித்தார்.

ரகு மனம் விட்டுச் சிரித்தான். “சரிப்பா... பெஸ்ட் ஆப் லக் நல்லா பண்ணுங்க” என்றுவிட்டு, அம்மாவிடம், “அம்மா அப்பா பிரப்போஸ் பண்ணும்போது, நீங்க அதெல்லாம் கிடையாதுன்னு கலாட்டா பண்ணிடுங்க. இன்னும் வேடிக்கையா இருக்கும்” என்றுவிட்டுச் சிரித்தான். அம்மா வெட்கம் தாங்காமல் உள்ளே ஓடிவிட்டார்.

டெல்லியில் இருக்கும் பிரபாகரன்தான் இப்போது வரமுடியாது என்று சொல்லிவிட்டான். எஞ்சுவது நான், சுகன்யா, மோகன், ஆனந்தன், ரங்கராஜ், சந்திர பிரகாஷ், ஹேமாவதி அப்புறம் சுகன்யாவின் தோழிகள் இரண்டு பேர். ஐந்து ஆண்களும் நான்கு பெண்களும் இருக்கப் போகிறோம். இந்த நான்கு பெண்கள் என்பதுதான் சத்தியமூர்த்திக்கு நெருடலாக இருந்தது.

அன்று நடந்தது ஒரு ஆண்களின் பார்ட்டி. அதில் துணிவும் சாகசமும் போன்றதொரு மனநிலை இருந்தது. ஒருவேளை அன்றே பெண்கள் அதிகம் இருந்திருந்தால் அந்த மனநிலை இருந்திருக்குமா தெரியவில்லை. சத்தம் போட்டுச் சிரித்திருக்க மாட்டோம். உற்சாகமாகக் கத்தி இருக்க மாட்டோம். எல்லாவற்றிலும் ஒரு தயக்கமும், நாசுக்கும் சேர்ந்து ஒரு சுவையில்லாத அல்லது வேறொரு சுவையுள்ள விருந்தாய் இருந்திருக்கும்.

இப்போது வயதாகிவிட்டதால் அன்றுபோல யாரும் சத்தமாய்ப் பேசப் போவதில்லை. யாருக்காவது காது கேட்காமல் இருந்தால் வேண்டுமானால் சத்தமாகப் பேசலாம். ஆனால் அது அன்றைய சத்தமான பேச்சைப் போல இல்லாமல் வேறு மாதிரி இருக்கும்.

சுகன்யா திடீரென்று “ஏங்க இதெல்லாம் பண்ணணுமா வெளிய போகணும்னு தோணினா பேசாம நாம மட்டும் போயிட்டு வரலாமே” என்றார்.

சத்தியமூர்த்தியும் யோசித்தார். இந்தத் திட்டத்தைக் கைவிட்டுவிடலாம் என்று நினைக்கும்போதே ஒரு சோர்வு வந்து சூழ்வதைக் கவனித்தார். அது முன்பு வழக்கமாய் இருந்த சோர்வைவிட வலிமையாய் இருந்தது.

"இதுல இவ்வளவு சங்கடப்பட என்ன இருக்கு. ஒருநாள் நாம நம்மோட பழைய நண்பர்களோட வெளிய போய் சாப்பிடப் போறோம் அவ்வளவுதானே?"

"நீங்க என்னமோ பிரப்போஸ் அது இதுன்னு கிட்டிருக்கீங்களே?"

"அது சும்மா வேடிக்கைதானே? இனிமேதானா நான் உங்கிட்ட பிரப்போஸ் பண்ணப் போறேன்?" என்று கேட்டுவிட்டு விழுந்து விழுந்து சிரித்தார்.

"என்னமோ போங்க" என்றுவிட்டு சுகன்யா அப்பால் போய்விட்டார்.

இப்போது தேதி குறிக்க வேண்டும். அதற்கு எல்லோரையும் கலந்தாலோசிக்க வேண்டும். பிறகு ஓட்டலில் டைம் புக் செய்ய வேண்டும். ஓட்டல்பற்றி நினைக்கும்போதுதான் அவருக்கு இன்னொரு குழப்பம் வந்தது. அவர்கள் கல்லூரியில் படிக்கும்போது, அடிக்கடி நிறைய ஓட்டல்களுக்குப் போயிருக்கிறார்கள். அதில் குறிப்பிட்ட இந்த நிகழ்வு நடந்தது ராயப்பேட்டை உட்லேண்ட்ஸ் ஓட்டல் என்பது அவர் நினைவு. ஆனால் மயிலாப்பூர் கற்பகம் மெஸ்சுக்கும் அடிக்கடி போயிருப்பதால், இது கற்பகம் மெஸ்சில் நடந்ததா, உட்லேண்ஸ்சில் நடந்ததா எனக் குழம்பிவிட்டது. திருமணத்திற்குப் பிறகு இருவருமே அங்கு போயிருக்கிறார்கள்தான். அன்று நடந்ததைத் திரும்பவும் நினைத்துப் பார்த்து மகிழ்ந்திருக்கிறார்கள்தான். ஆனால் இப்போது நினைக்கும்போது என்னவோ குழப்பம் வருகிறது.

அவர் நிதானமாக உட்கார்ந்து இரண்டு ஓட்டல்களின் அமைப்பையும் உணவுக் கூடத்தின் அமைப்பையும் மனதுக்குள் கொண்டுவந்து, நடந்த சம்பவத்தை ஓட்டிப் பார்த்தார். இரண்டு இடத்திலுமே அந்தச் சம்பவம் நடந்ததைப் போலவே மனக் காட்சிகள் தெளிவாக வந்தன. என்ன செய்வதென்று தெரியவில்லை. எல்லாவற்றையும் சமரசம் செய்துகொண்டதைப் போல அவர் இதையும் சமரசம் செய்துகொள்ளலாமா என யோசித்தார்.

நண்பர்களிடம் கேட்கலாம் என்று ரங்கராஜைக் கேட்டால், அவர் இத்தோடு ரெஸிடென்சி ஹோட்டல் அம்பாள் மெஸ் ஆகியவற்றையும் சேர்த்துச் சொல்லி ஒரேயடியாய்க் குழப்பினார்.

'இவங்கிட்ட கேட்டதுக்குச் சும்மா இருந்திருக்கலாம்' எனச் சத்தியமூர்த்தி நொந்து போனார்.

எதற்கும் நேரிலேயே போய்ப் பார்த்துவிட்டு வந்துவிடலாம் என முதலில் உட்லேண்ட்ஸ்க்குப் போனார். நல்லவேளையாக அங்கே போன பின் அவருக்கு எந்தக் குழப்பமும் இல்லாமல் எல்லாம் துலக்கமாகிவிட்டது. தான் காதலைச் சொன்னது உட்லேண்ட்ஸ்சில்தான் என்பது உறுதியாகிவிட்டது.

ஓட்டல் நிர்வாகியைப் பார்த்து, விஷயத்தைச் சுருக்கமாகச் சொன்னார் (பிரப்போஸ் பற்றிச் சொல்லவில்லை). "நாங்கள் பழைய நண்பர்கள், கல்லூரியில் படிக்கும்போது இங்குதான் சந்திப்போம். இப்போது அந்த நாட்களை நினைவுகூரும் வகையில் இங்கே மீண்டும் ஒரு சந்திப்பை நிகழ்த்தத் திட்டமிட்டிருக்கிறோம்" என்றார்.

அவர் முகம் உடனே மலர்ந்துவிட்டது. "ரொம்ப சந்தோஷம் சார். டேட் சொல்லுங்க. தனி ஹால் எதுவும் ஏற்பாடு பண்ணணுமா? விருந்துக்கு என்ன டிஷ் செய்யலாம். எவ்வளவு பேர் வருவீங்க?" எனக் கேள்விகளை அடுக்க ஆரம்பித்தார்.

"அதெல்லாம் வேண்டாம். குறிப்பிட்ட இரண்டு டேபிளை மட்டும் ஒதுக்கி வைத்திருந்தால் போதும். நண்பர்களோடு கலந்து பேசிவிட்டு, தேதியைப் போன் செய்து சொல்லிவிடுகிறேன்" என்று சொல்லிவிட்டு உணவுக் கூடத்தைப் பார்க்க விரும்பினார்.

அவர் கண்களையே அவரால் நம்ப முடியவில்லை. அந்த உணவுக் கூடம் அப்படியே இருந்தது. எந்த மாற்றமும் இல்லை. அந்த மேஜைகள், நாற்காலிகள் அந்தச் சிவப்புத் தரைவிரிப்பு. அந்தப் பெரணிச் செடி இருக்கும் அழகுத் தொட்டிகள் எல்லாம் அப்படி அப்படியே இருந்தன. பரிமாறுபவர்கள்கூட அன்றைய நாளில் இருந்தவர்களை நினைவூட்டுபவர்களைப் போலவே இருந்தனர். அவருக்கு அப்போதே அந்த நாளுக்குப் போய்விட்டதைப் போல இருந்தது.

திரும்பி வந்தவுடனே, எல்லோரிடமும் பேசி வரும் ஞாயிறு இல்லாமல் அடுத்த ஞாயிறு என நாள் முடிவு செய்யப்பட்டது.

இன்னும் ஒருவாரம்தான். நினைக்க நினைக்க ஒரே படபடப்பாய் இருந்தது. அன்று சுகன்யாவிடம் தன் காதலைச் சொன்னபோதுகூட இவ்வளவு நாள் யோசித்திருப்போமா? இப்படியெல்லாம் திட்டமிட்டிருப்போமா என்று யோசித்துப் பார்த்தார். நிச்சயம் அன்று இப்படியெல்லாம் இருந்திருக்க மாட்டோம் என்று நினைத்துக்கொண்டார்.

ஹோட்டலுக்குப் போன் செய்து, ஞாயிற்றுக்கிழமை மாலை நான்கு மணிக்கு என இரண்டு டேபிள்களைப் புக் செய்துவிட்டார். வேறு டேபிள்களை ஒதுக்கிவிடக் கூடாது என்றும் இடதுபுறம் நடுவில் அடுத்தடுத்து இருக்கும் இரண்டு டேபிள்கள்தான் தனக்கு வேண்டும் என உறுதியாகச் சொல்லிவிட்டார்.

நாட்கள் கிடுகிடுவென ஓடிவிட்டன. சனிக்கிழமையன்று காலை மோகனுக்கும், ரங்கராஜுக்கும் நினைவூட்டினார். பிறகு தான் காதலைச் சொல்லப் போகிறவளுடன் சேர்ந்தே ஓட்டலுக்குப் போவதாவது என நினைத்தார்.

அன்று அப்படித்தான் நடந்தது என்றாலும், சுகன்யா என்ன அப்போது ஒரே வீட்டில் என்னோடா இருந்தாள். இல்லையே? இன்று இருவரும் வழக்கம்போல எதையாவது பேசிக்கொண்டே ஒரு வாடகை காரில் போய், ஓட்டலுக்குள் உட்கார்ந்து நான் உன்னைக் காதலிக்கிறேன் என்றால் எவ்வளவு அபத்தமாய் இருக்கும்?

சுகன்யாவிடம் இதைப் பற்றிச் சொல்லி, "இன்னைக்கி ஒருநாள் வேற எங்கியாவது தங்கிகிட்டு அங்கிருந்து நேரா ஓட்டலுக்கு வந்துடேன்" என்றார். "நான் ஏன் எங்கியோ போய் ராத்தங்கிட்டு வரணும். நீங்க வேணா எங்கியாவது போயிட்டு வாங்க" என்றார்.

அவர் திரும்ப மோகனுக்குப் போன் செய்து, "இன்னைக்கே உன் வீட்டுக்கு வர்றேன். அங்கிருந்து காலையில ஓட்டலுக்குப் போயிடலாம்" என்றார்.

"சரி நீ நாளைக்கு மதியத்துக்கு மேல கிளம்பி, டாக்ஸி பிடிச்சி நேரா ஓட்டலுக்கு வந்துடு" என்றுவிட்டு, பேக்கில் ஒரு செட் உடையை எடுத்துக்கொண்டு அப்போதே மோகன் வீட்டுக்குக் கிளம்பினார்.

"ஆமாம்... பிள்ளையில்லாத வீட்ல..." சுகன்யா என்னவோ சொல்ல ஆரம்பித்தார்.

சத்தியமூர்த்தி காதில் விழாதவராய் அங்கிருந்து கிளம்பிவிட்டார்.

மோகன் வீட்டில் யாரும் இல்லை. "என்னடா எல்லாம் எங்க போயிட்டாங்க?" என்றார் ஆச்சரியமாய். "நீ இங்க வர்றப்ப அவங்களும் இருந்தா நல்லா இருக்குமா? அதான் என் ஒய்பையும் பையனையும் பக்கத்தில் இருக்கிற அவங்க அம்மா வீட்டுக்குப் போகச் சொல்லி அனுப்பிட்டேன்" எனச் சிரித்தார் மோகன்.

"இன்னும் ஒரு சர்ப்ரைஸ் இருக்கு" என்றார் தொடர்ந்து.

"என்ன அது?"

"ஆனந்தன், ரங்கராஜ், சந்திர பிரகாஷையும் கிளம்பி வரச் சொல்லிட்டேன்."

"அவங்க எதுக்கு?"

"அவங்களும் இருந்தாத்தானே நல்லா இருக்கும்" என்று விஷமமாய்ச் சிரித்தார்.

அதன் அர்த்தம் பிறகு அவர்கள் வரும்போதுதான் விளங்கியது. ஆனந்தன் ஒரு புல் பாட்டிலோடு உள்ளே வந்தார்.

"டேய் இதென்னடா கத எங்கெங்கயோ போகுது" என்றார் சத்தியமூர்த்தி.

"பிரண்ட்ஸ் மீட்டிங்னா இதெல்லாம் இல்லாம?" என ஆச்சரியமாய்ப் பார்த்தார் ஆனந்தன்.

இரவு இரண்டாவது ரவுண்டுக்கெல்லாம் சத்தியமூர்த்தி எல்லாத் தயக்கங்களையும் உடைத்து எறிந்துவிட்டார்.

அவர் நடவடிக்கைகள் எல்லாம் கல்லூரி மாணவனுடையதைப் போலவே இருந்தன. "நான் சுகன்யாவுக்குப் போன் பண்ணப் போறேன்" என்றார்.

"இப்ப அவங்களுக்கு எதுக்கு? இதெல்லாம் தெரிஞ்சா அவங்க டென்சன் ஆயிடுவாங்க" என மற்றவர்கள் பதறினார்கள்.

"ஒன்னும் ஆக மாட்டா" எனப் போனை எடுத்துச் சுகன்யாவுக்கு டயல் செய்தார். சுகன்யா தூக்கக் கலக்கத்தில் எழுந்து "என்ன ஆச்சி இந்நேரத்துக்குப் போன் பண்றீங்க... மாத்திரை எடுத்துப் போக மறந்துட்டீங்களா? நெஞ்சி வலிக்கிதா?" என்றார்.

"என்னடி வாயி ஒனக்கு" என்று சத்தம் போட்டார். போதையெல்லாம் சட்டெனத் தெளிந்ததுபோல இருந்தது. எதற்காக இதையெல்லாம் செய்துகொண்டிருக்கிறோம் என்பதையே ஒரு கணம் மறந்தவராய் "ஐ லவ் யூ" என்றார்.

"நாளைக்கி சாயந்திரம்தானே இப்ப என்ன?" என்றுவிட்டு எரிச்சலோடு போனை வைத்துவிட்டார் சுகன்யா.

மறுநாள் காலை ஹேமா போன் செய்து, "சென்ட்ரல் வந்துட்டேன். பக்கத்தில எங்க சொந்தக்காரங்க வீடு இருக்கு. அங்க போய் ரிலாக்ஸ் பண்ணிக்கிட்டு சரியா நாலு மணிக்கு உட்லேண்ட்ஸ் வந்தர்றேன்" என்றார்.

"சும்மா உன்ன அங்கிருந்து வரும்படி பண்ணிட்டேன் சாரி" என்றார் சத்தியமூர்த்தி குற்ற உணர்வுடன்.

“அதெல்லாம் ஒண்ணும் இல்ல. இங்க எங்க சித்தி வீட்டுக்கு வர்றதா ரொம்ப நாளா ஒரு பிளான் இருந்தது. அதோட இதையும் சேத்துக்கிட்டேன்... அவ்வளவுதான்” என்று பதில் வந்தது. இவள் குரல் மட்டும் எப்படி இன்னும் இவ்வளவு குளிர்ச்சியாய் இருக்கிறது என அவருக்கு ஒரே ஆச்சரியமாய் இருந்தது.

மோகன் வீட்டில் இருந்து எல்லோரும் கிளம்பும்போது, சத்தியமூர்த்தி தன் கல்லூரி நாட்களுக்கே போய்விட்டார். இருபது வயது இளைஞனாகத் தன்னை உணர்வதில் அவருக்கு எந்தத் தடையும் இல்லை. வாழ்க்கையை அர்த்தமற்ற ஒன்றாக இப்போது அவரால் நினைக்க முடியவில்லை.

டிராபிக் ஏதும் இல்லாததால், திட்டமிட்ட நேரத்திற்கு முன்பே அவர்கள் ஓட்டலுக்குப் போய்விட்டனர். வழியில் சுகன்யாவுக்கு போன் செய்தார்.

மூன்றரை மணிக்கு அவர்கள் ஓட்டல் வளாகத்திற்குள் நுழைந்திருந்தனர். சந்திப்புக்கு இன்னும் அரை மணிநேரம் இருந்ததால், அங்கே இருக்கும் புல்வெளியில் மரநிழலில் உட்கார்ந்திருக்க முடிவு செய்தனர்.

அங்கே போனபோது, ஏற்கெனவே உட்கார்ந்திருந்த பெண்கள் மூவரும் இவர்களைச் சிரித்துக்கொண்டே வரவேற்றனர். சுகன்யா சேலை கட்டியிருந்தார் என்றாலும் என்றும் இல்லாத வனப்புடன் இருந்தார். பல ஆண்டுகளுக்குப் பின், கல்லூரியில் பார்த்ததைப் போலக் காதோரத்தில் ரோஜா சூடியிருந்தார். ஆனால், அன்று போல் ஜடை இல்லாமல், கொண்டை போட்டிருந்தார்.

மற்ற இரண்டு பெண்களும்கூட நேர்த்தியாய் உடை அணிந்திருந்தனர். மேனகா நோயினாலும் வயோதிகத்தினாலும் பீடிக்கப்பட்டதைப் போல இருந்தார். பரிமளம் கல்லூரிப் பெண்ணைப் போலச் சுடிதாரில் வந்திருந்தார்.

கொஞ்ச நேரம் கழித்து அவர்கள் அனைவரும் உணவறைக்குள் நுழைந்தனர். அந்தக் கதவுக்கு வெளியே இருக்கும் நிகழ்காலத்தில் இருந்து, கடந்த காலத்துக்குள் நுழைந்துவிட்டதைப் போல உணர்ந்தார் சத்தியமூர்த்தி. மெய் சிலிர்த்து, கண்ணீர் மல்குவதைப் போல இருந்தது.

மேலாளர் அவர்கள் ஒவ்வொருவருக்கும் ரோஜா மலர் ஒன்றைக் கொடுத்து வரவேற்றார்.

அவர்கள் தங்களுக்காக ஒதுக்கப்பட்டிருந்த டேபிளில் உட்கார்ந்தனர். சத்தியமூர்த்தி அன்று எந்த இடத்தில் உட்கார்ந்தாரோ அதே இடத்தில் உட்கார்ந்துகொண்டார். சுகன்யாவும் பழைய நாள் ஞாபகத்திற்கு முற்றிலும் திரும்பிய நிலையில், அன்று அமர்ந்த

இருக்கையிலேயே சரியாக உட்கார்ந்துகொண்டார். அன்று அவருக்கு சத்தியமூர்த்தி தன் காதலைச் சொல்லப் போகிறார் என்று தெரியாது. ஆனால் இன்று தெரியும் என்பதால் நெஞ்சு படபடப்பாக உணர்ந்தார்.

ஹேமா இன்னும் வரவில்லையே எனச் சத்தியமூர்த்தி நினைப்பதற்கும், ஹேமா வேகமாய் உள்ளே நுழைவதற்கும் சரியாய் இருந்தது.

எல்லோரும் அவளைத் திரும்பிப் பார்த்தனர். அதிர்ச்சியில் அப்படியே உறைந்து போய்விட்டனர். கல்லூரி மாணவியாக இருபது வயது இளம் பெண்ணாக அப்படியே வந்திருந்தாள் ஹேமா.

அதிசயத்தில் வாயடைத்துப் போனவர்கள் அதிலிருந்து மீளாமல் அப்படியே உட்கார்ந்திருக்க, அவள் அவர்களின் டேபிளுக்கு வந்து, எல்லோரையும் பார்த்துப் புன்னகைத்து "ஸாரி வழியில கொஞ்சம் டிராபிக்" என்றுவிட்டுக் காலியாக இருந்த இருக்கையில் உட்கார்ந்தாள்.

எல்லாமே தலைகீழாக மாறிவிட்டது. நிகழ்ச்சி ஹேமாவினுடையதாகிவிட்டது. உண்மையாகவே அவர்கள் எல்லோரும் சரியாக முப்பத்தைந்து வருடங்களுக்கு முன்னால் தங்களுடைய கல்லூரி நாள் ஒன்றுக்குப் போய்விட்டனர்.

சத்தியமூர்த்தி ஒரு துடிப்புள்ள இளைஞராகவே மாறி விட்டிருந்தார். அவர் கவனம் முழுவதும் இப்போது ஹேமாவின் மீது இருந்தது. அன்று நடந்த நிகழ்வில் அவர் ஹேமாவை அவ்வளவாகக் கண்டுகொள்ளவில்லை. இப்போது அவருக்கு எல்லாம் நினைவுக்கு வந்துவிட்டது. ஹேமா, சுகன்யா இருவரும் நெருங்கிய தோழிகள். எங்கே போனாலும் ஒன்றாகவே போவார்கள். இருவருக்குமே சத்தியமூர்த்தியின் மேல் காதல் இருந்தது. அவரும் அதை உணர்ந்தே இருந்தார். ஏனோ அவருக்கு ஹேமாவின் மீது ஈடுபாடு உண்டாகவில்லை.

பழைய சூழல் வந்ததும் ஒவ்வொருவரிடம் இருந்தும் ஒவ்வொரு நிகழ்வுகள் வெளியேறி வந்தன. அதை மறந்திருந்த மற்றவர்களுக்கும் அந்த நினைவுகள் மேலெழுந்தன. யாரும் எதுவும் சொல்லாமலேயே பல நினைவுகள் அடுத்தடுத்து மனதுக்குள் பளிச்சிடத் துவங்கின.

ஹேமா அவர்கள் சொல்வதற்கெல்லாம் சிரித்துக்கொண்டு மட்டுமே இருந்தாள். கொஞ்சநேரம் கழித்து "இதுல கலந்துக்க வேண்டியவங்க எங்க அம்மாதான். வரணுன்னுதான் ரொம்ப ஆசையா இருந்தாங்க. ஆனா மூட்டு வலியால வரமுடியல.

இருந்தாலும் அவர் இதுல கண்டிப்பா கலந்துக்கணும்னு நினைச்சார். எங்கிட்ட சொல்லி நீ போய்ட்டுவான்னார்."

"உன்னோட பிரண்ட்ஸுங்க சந்திக்கிற நிகழ்ச்சியில நான் எப்படிம்மா?"ன்னு யோசிச்சேன். அம்மாதான் 'அதெல்லாம் ஒன்னுமில்ல. நீ என்ன மாதிரியேதானே இருக்கே. நீ அங்க இருக்கறதும் சரியாத்தான் இருக்கும்'னார். முதல்ல எனக்குத் தயக்கமா இருந்துச்சு. அப்புறம் அம்மாவோட ஆசைக்காக 'சரி நான் போறேன்... அவங்ககிட்ட சொல்லிடுங்கன்னேன்.' அம்மா 'இப்ப ஒன்னும் சொல்ல வேண்டாம். பார்ட்டியப்போ நீ போய் நின்னா இன்னும் த்ரில்லிங்கா இருக்கும்' னாங்க. எனக்கும் உங்க முன்னாடி ஹேமாவா வந்தா எப்படி இருக்கும்னு ஒரு எதிர்பார்ப்பு உண்டாகிடுச்சு" தயங்கித் தயங்கி எல்லாவற்றையும் சொன்னாள் அவள்.

"அம்மாவுக்கு ரொம்ப லேட்டாதான் மேரேஜ் ஆச்சி இல்லையா?" என்றார் மோகன்.

அவள், "ஆமாம் அம்மாவுக்குக் கல்யாணம் ஆகும்போது முப்பத்தஞ்சி வயசு. அதுக்கப்புறம் நாலு வருஷம் கழிச்சிதான் நான் பொறந்தேன்."

சத்தியமூர்த்தி உற்சாகமாகப் பழைய நினைவுகளைப் பேசிக்கொண்டே சாப்பிட்டார். சுகன்யாவும் தங்கள் காதல் நாள் நினைவுகளை வெட்கத்தோடு சொல்லிக்கொண்டிருந்தார்.

சத்தியமூர்த்தி தன்னை ஒரு கல்லூரி படிக்கும் இருபது வயது இளைஞனாக உணர்ந்தாலும், சுகன்யாவை அப்படி நினைக்க முடியவில்லை. அவருடைய இன்றைய தோற்றம்தான் மனதுக்குள் வருகிறதே தவிர, பழைய இளம் சுகன்யாவை மனதுக்குள் கொண்டுவரப் படாத பாடுபட வேண்டியிருந்தது. இதனால் அவர் சற்று நேரமாக அவர் பக்கம் திரும்பிப் பார்ப்பதை நிறுத்தியிருந்தார்.

ஹேமா முதலில் சாப்பிட்டு முடித்துக் கை கழுவிக் கொண்டாள். ஒவ்வொருவராய் சாப்பிட்டு முடித்தனர். சத்தியமூர்த்தியும் போய் கைகழுவிக்கொண்டு வந்தார்.

டேபிளில் வைத்திருந்த ரோஜாவை எடுத்தார்.

"ஐ லவ் யூ" எனச் சொல்லி, ஹேமாவிடம் அதை நீட்டினார்.

சுகன்யாவைத் தவிர எல்லோரும் வாய்விட்டுச் சத்தமாகச் சிரித்தனர்.

யாவரும்.காம், ஜூன் 11, 2021

22

ஊரின் அழகான ஆண்

கதிர் இப்போது ஜவ்வரிசி மில்லில் அரிசி வறுக்கிறான். அவன் வாழ்க்கை எந்தவிதச் சம்பவங்களும் இல்லாமல் ஒவ்வொரு நாளும் எந்த வித்தியாசமும் இல்லாமல் கழிந்தபடி இருக்கின்றது. ஆனால் அவன் குழந்தையாய் இருக்கும்போது சில விசித்திரமான சம்பவங்கள் நடந்தன.

கதிர் கைக்குழந்தையாய் இருந்தபோது, அதிக மழை பெய்த மழைக்காலம் முடிந்தபின் வந்த கோடைக்காலத்தில் ஊரெங்கும் பலவிதக் காய்ச்சல்கள் வந்தன. அப்போது கதிருக்கும் முறைக் காய்ச்சல் வந்தது. சாயந்திரம் சரியாய் நான்கு மணி ஆனவுடன் உடலில் காய்ச்சல் கொதிக்க ஆரம்பித்தது. பிறகு அரை மணி நேரத்தில் இருந்த இடம் தெரியாமல் மறைந்து போய்விட்டது.

அவன் அம்மா வெண்ணிலா அவனை அந்தப் பகுதியின் குழந்தைகள் ஸ்பெஷலிஸ்டான டாக்டர் தாமோதரனிடம் காட்ட எடுத்துச் சென்றாள். அவருடைய அறைக்கு முன்பாக ஒரு குழந்தையின் படம் ஒட்டப்பட்டிருந்தது. மருத்துவமனைக்கு வந்திருந்த எல்லோரும் வெண்ணிலாவின் கையில் இருந்த குழந்தையையும், படத்தில் இருந்த குழந்தையையும் மாறி மாறிப் பார்த்தார்கள். இருவரும் அச்சு அசலாய் ஒரே மாதிரி இருப்பதாகப் பேசிக்கொண்டார்கள். நர்ஸ்கூட அவன் கன்னத்தை லேசாகத் தட்டி, "தம்பிக்கு என்ன ஆச்சி" எனக் கேட்டபடி, "அங்க பாருங்க உங்க போட்டோதான அது" எனச் சுவரில் ஒட்டியிருந்த படத்தைக் காட்டிக் கேட்டாள்.

டாக்டரைப் பார்க்க உள்ளே சென்றபோது, டாக்டரும் அவனை உற்றுப் பார்த்துவிட்டு, நர்ஸைப் பார்த்து, "நீங்க சொன்னப்போ நான் நம்பல. உண்மைதான்... இவன் அந்தக் குழந்தை மாதிரியே இருக்கான்" எனக் கண்களாலேயே சொல்லி ஒப்புக்கொண்டார். நர்ஸ் பதிலுக்கு ஒரு புன்னகை செய்தாள்.

இருவரின் சங்கேத மொழிகளைப் பார்த்ததும், கதிர் பிறந்தபோது மருத்துவமனையில் நடந்த இன்னொரு சம்பவம் வெண்ணிலாவின் நினைவுக்கு வந்தது. அப்போது, மிகவும் வசதியான வீட்டுப் பெண் ஒருத்தி செக்கப்புக்காக அங்கு வந்திருந்தாள். அவள் மேல் கையில் அணிந்திருந்த தங்க வங்கியையே அங்கிருந்தவர்கள் எல்லோரும் பிறருக்குத் தெரியாதபடி லேசாக வாயைத் திறந்துகொண்டு பார்த்தார்கள். கதிரைக் குளிப்பாட்டுவதற்காக எடுத்துச் சென்றிருந்த செவிலியின் பின்னாடியே அவளும் வெண்ணிலாவைப் பார்க்க வந்தாள். "அம்மா இது உன் குழந்தையா?" என்று கேட்டுவிட்டுக் கொஞ்ச நேரம் மவுனமாக இருந்தாள். பிறகு மென்று விழுங்கிக்கொண்டு, "தப்பா நினைக்க வேண்டாம். இந்தக் குழந்தைய எங்களுக்குத் தத்துக் கொடுக்கறீங்களா? உங்களுக்கு எவ்வளவு பணம் வேணும்னாலும் தர்றோம். நீங்க எப்ப வேணும்னாலும் குழந்தைய வந்து பாக்கலாம். அவனை ஒரு பெரிய ஆளா ஆக்க வேண்டியது என்னோட பொறுப்பு" என்றாள்.

வெண்ணிலா விக்கித்துப் போய் அவளைப் பார்த்தாள். என்ன சொல்வதென்று தெரியவில்லை. கண்ணீர் கடகடவெனக் கொட்டியது. அவள் அம்மாதான் குறுக்கிட்டு, "ஏமனுக்கு (எமன்) ஏழு பிள்ளைய கொடுத்தாலும் உத்தாருக்கு ஒரு பிள்ளைய கொடுப்பாளா ஒரு அம்மா?" என்றாள்.

அந்தப் பெண் எதுவும் பேசாமல் போய்விட்டாள்.

பின் எமனுக்குப் பிள்ளையைத் தருவதாய் தன் வாயிலிருந்து வார்த்தை வந்துவிட்டதேஎன அன்று முழுவதும் அழுதுகொண்டே இருந்தாள் அம்மா.

அவன் சிறு அடி எடுத்து வைத்து நடக்க ஆரம்பித்தபோது, அந்த வீதிக்கே அவன் செல்லப்பிள்ளையாக இருந்தான். '*கதிர் இன்னைக்கி எங்க வீட்லதான் சாப்பிடணும்*'. '*கச்சாயம் சுட்டேன் கதிருக்கு எடுத்து வந்தேன்.*' '*பணியாரம் சுட்டேன் பையனுக்குக் கொண்டு வந்தேன்*' எனப் பெண்கள் அவனை எப்போதும் மொய்த்துக்கொண்டிருந்தார்கள்.

திருவிழாவில் முருகன், கிருஷ்ணன், மோகினி வேஷம் போட்டுச் சென்றான் என்றால் சிறுவர்கள் பட்டாளம் முழுவதும்

அவன் பின்னால்தான் இருக்கும். அவன் அங்கவஸ்திரம் முழுவதும் ஒரு ரூபாய் இரண்டு ரூபாய் ஐந்து ரூபாய் என நோட்டுகளாய்க் குத்தியிருக்கும். எத்தனை பேர் சாமிக்குக் கரைத்து வைத்த மஞ்சள் தண்ணீரை அவன் காலில் ஊற்றி விழுந்து வணங்கியிருப்பார்கள்?

திருவிழாவுக்கு வந்த ஸ்ரீ வள்ளி நாடகம் நடத்துவதில் பட்டி தொட்டியெல்லாம் புகழ் பெற்றிருந்த கல்லாங்குத்து லட்சுமி நாடகக் கோஷ்டி, கதிர்வேலன் முருகன் அலங்காரத்தில் ஊரெல்லாம் வலம் வருவதைப் பார்த்துவிட்டு வெண்ணிலாவையும் காசிலிங்கத்தையும் தேடிக்கொண்டு வந்துவிட்டார்கள்.

"தாயி இப்படி சர்வ லட்சணமும் பொருந்திய சாட்சாத் முருகப் பெருமானே போல இருக்கிற இந்தப் பையனை பெற நீ எத்தனை ஜென்மத்தில எத்தனை தவம் செஞ்சிருப்ப தெரியுமா?" என வியந்துபோய்க் கேட்டாள் லட்சுமி. "உன் மகனை எங்க கூட அனுப்பு. அவனுக்குத் தேவாரம், திருப்புகழ், ராமாயணம், மகாபாரதம் எல்லாம் படிப்பிச்சி உலகமே மெச்சும்படி உன் முன்னாடி கொண்டுவந்து நிறுத்தறேன்" என்றாள். காசிலிங்கம் கைகூப்பி, "அதெல்லாம் வேண்டாம்மா. இவன் எங்க கூடயே இருக்கட்டும். பள்ளிக்கூடம் போகட்டும்" என்றான்.

லட்சுமி பெருமூச்சு விட்டுக்கொண்டு, "என்ன இருந்தாலும் விதி இருக்கே... அதுப்படித்தானே நடக்கும்" என்றுவிட்டுக் கிளம்பினாள்.

காசிலிங்கத்திடம் யாராவது ஒருத்தர், "நீங்க மட்டும் மெட்ராஸ்ல இருந்திருந்தா உன் மகனை ஏதாவது ஒரு சினிமாக் கம்பெனிக்காரன் கொத்திகிட்டுப் போயிருப்பான். இன்னேரம் அவன் நடிகனாயிருப்பான்" எனச் சொல்லாமல் ஒருநாள்கூடக் கழியவில்லை.

காசிலிங்கமும் அதை நம்பி ஒருமுறை கொஞ்சம் காசு சேர்த்துக்கொண்டு, பையனோடு சென்னைக்கு இரயிலேறி விட்டான். ஆனால் ஒவ்வொருவரும் அவனையும், கதிரையும் பார்த்த பார்வை அவனுக்கு வயிற்றைப் பிசைந்தது. எங்கே குழந்தையைக் கடத்திக்கொண்டு வந்துவிட்டதாகத் தன்னைப் பிடித்து ஜெயிலில் போட்டுவிட்டுப் பையனைப் பறித்துக்கொண்டு விடுவார்களோ எனப் பயந்துபோய் ஒரே நாளில் ஊருக்குத் திரும்பிவிட்டான்.

ஆனாலும் காசிலிங்கம் வெண்ணிலாவிடம் சொல்லிக்கொண்டேதான் இருந்தான். "என்னைக்கி இருந்தாலும் ஒருநாள் நம்ம பையன் பெரிய ஆளா வருவான். நாம அதப் பாக்கத்தான் போறோம்"

ஆனால், கதிர் ஆறாம் வகுப்புக்குப் போகும்போதே, காசி பக்கவாத்தில் விழுந்து ஒரு வருடம்வரை படுக்கையில் கிடந்துவிட்டுச் செத்துப் போய்விட்டான். அவன் கிடந்த கிடப்பை ஒவ்வொரு நாளும் பார்த்துக்கொண்டிருந்த கதிர் வாழ்க்கையைப் பற்றிப் பல கருத்துகளை அவனாகவே உருவாக்கிக்கொண்டான்.

வறுமை அவர்களைப் பேயாய் பிடித்து ஆட்டியது. அப்பாவுக்கு மருந்து வாங்க வேண்டும். தினமும் எதையாவது சாப்பிட வேண்டும். அப்புறம் சின்னச் சின்ன விஷயங்கள் என்றாலும் அதைச் செய்யக் கொஞ்சமாவது பணம் வேண்டும்.

காசிலிங்கம் நடமாட்டமாய் இருந்தவரை வெண்ணிலாவை வெளியே எங்கும் விட்டதில்லை. இப்போது வேலைக்குப் போக வேண்டும் என்றால்? கடவுள் ஏதாவது ஒரு வழியைக் காட்டுவார் என அவளும் பல நாட்களாகப் பொறுமையாக இருந்தாள். ஆனால், வாழ்க்கை சுற்றிலும் அடைத்துக்கொண்டு இருந்தது. அவள் ஓட்டல் கடையில் பாத்திரம் தேய்க்கும் வேலைக்குப் போக ஆரம்பித்தாள்.

அவர்கள் வீட்டுக்குக் கடன்காரர்களின் வருகை ஆண்டுக் கணக்காக நீண்டது. இன்று நல்ல சாப்பாடு சாப்பிட முடியுமா எனத் தெரியாது. அம்மா ஓட்டலில் இருந்து மீந்துபோன உணவை எடுத்துக்கொண்டு வருவாள். பிச்சைப் பாத்திரத்தில் இருப்பதுபோல அதில் எல்லாம் கலந்து இருக்கும். கதிரால் அதைச் சாப்பிடவே முடியாது.

நோட்டு வாங்கக் காசில்லாமல் போய் பிரம்மானந்தம் வாத்தியாரிடம் கைகள் பழுக்கப் பழுக்க அடிவாங்கியிருக்கிறான். எப்படியோ பத்தாவது வரை படித்துவிட்டான். அதுவே கடலில் தனியாக நீந்தி ஒரு தீவை அடைந்ததுபோல மலைப்பாய் இருந்தது.

அதற்குப் பின்தான் அவன் ஜவ்வரிசி மில்லுக்கு வேலைக்குப் போனான். வாழ்க்கையின் இந்தத் தொடர்ச்சியான தாக்குதலால், அவன் மனதுக்குள் ஒட்டிக்கொண்டிருந்த தான் அழகு என்ற எண்ணம் இருந்த இடம் தெரியாமல் போய்விட்டது.

“கதிர் ரெடியாயிட்டானா” எனக் கேட்டுக்கொண்டே வந்தான் தாமு. வெண்ணிலா குடத்தை எடுத்துக்கொண்டு வந்து, “குளிச்சிட்டு இருக்கான் உக்காரு” என்றுவிட்டு வெளியே போனாள். டிவியில் பாட்டு ஓடிக்கொண்டிருந்தது. வெண்ணிலா பரபரப்பாகக் குடத்தில் தண்ணீரைக் கொண்டுவந்து தொட்டியில் கொட்டிக்கொண்டிருந்தாள். இந்த வாய்ப்பைத் தவறவிட்டுவிடக் கூடாது என்பதுபோல ஓட்டமும் நடையுமாகப் போய்வந்து கொண்டிருந்தாள். கதிர் வெளியே இருந்த குளியலறையில் இருந்து துண்டைக் கட்டிக்கொண்டு உள்ளே வந்தான்.

தலையைத் துவட்டிக்கொண்டே, "அம்மா போதும்மா... தண்ணி எடுத்தது. எனக்குச் சாப்பாடு போடு" என்றான். "சோத்த போட்டு தின்னு... தண்ணி வர அப்புறம் பத்து நாளாவுமோ பதினஞ்சி நாளாவுமோ" எனக் குடத்தோடு ஓடிவிட்டாள் வெண்ணிலா.

கதிர் பேண்டை மாட்டிக்கொண்டு சட்டைக்குள் கையை நுழைத்தவாறே வந்து "தாமு நீ சாப்டியா" என்றான்.

"நான் சாப்டுதான் வந்தேன். இன்னும் பத்து நிமிசம்தான் இருக்குது. சட்டுனு கிளம்பு" என்றான். கதிர் ஈரத்தலையை வாரிக்கொண்டு தட்டில் சாப்பாட்டைப் போட்டு வாயில் திணித்துக்கொள்ள ஆரம்பித்தான். தாமு "டேய் கொஞ்சம் மெதுவா தின்றா" என்றான். அவன் எதுவும் பேசாமல் டிவியைப் பார்த்தபடி சாப்பாட்டை அள்ளி அள்ளி விழுங்கிக்கொண்டிருந்தான்.

இரண்டு நிமிடத்தில் தட்டைக் காலி செய்ததும், பேக்கை எடுத்துக்கொண்டு பஸ் நிறுத்தம் நோக்கி இருவரும் ஓடினார்கள். ஸ்கூல் போகும் பிள்ளைகள், கல்லூரிக்குச் செல்பவர்கள், வேலைக்குச் செல்பவர்கள் என நூறு பேருக்கும் மேல் சாலை நெடுக நின்றிருந்தார்கள்.

அதில் கண்ணுக்குப் புலப்படாத இரண்டு பிரிவுகளை அனுமானிக்க முடிந்தது. ஒன்று வேலைக்குப் போகும் இளைஞர்கள் கூட்டம். இன்னொன்று அரசுக் கல்லூரிக்குப் போகும் இளைஞர்கள் குழு. இரு பிரிவினரும் தங்களுக்கே உரிய உடல் மொழியில் தங்களுக்குள் பேசிக்கொள்வதும் சிரித்துக்கொள்வதுமாய் இருந்தார்கள். கல்லூரி மாணவர்களின் அமைதியான பேச்சு ஓரே அலட்டலாய் இருந்தது. வேலைக்குப் போகும் இளைஞர்களில் சிலர் பெரும் சத்தம் போட்டுப் பேசுவதும் சிரிப்பதுமாய் இருந்தார்கள்.

வரும் பஸ்சில் எல்லாம் கூட்டமாக இருந்தது. இவர்கள் பஸ் இன்னும் நான்கு நிமிடத்தில் வந்துவிடும். கதிர் அருகில் இருந்த டீக்கடைக்குப் போய் பீடி பற்றவைத்தான். தாமுவிடம், "உனக்கு வேணுமா" என்றான்.

"டேய் பஸ்ல கூட்ட நேரத்துல பீடி குடிச்சிக்கிட்டு இருக்கற ... எனக்கு வேண்டாம் வா" என்றான்.

மில்லில் ஒன்பது மணிக்கு சிப்ட் மாறும். அதற்குள் அங்கு இருக்க வேண்டும். கதிர் பீடியை வீசிவிட்டு வந்து மீண்டும் பஸ் ஸ்டாப்பில் நின்றான். "டேய் நூறு ரூபாய் இருந்தா குடுக்குறியா. அடுத்த வாரம் சம்பளம் வாங்கித் தந்துர்றேன்" என்றான் தாமு.

"எதுக்கு சாயந்திரம் கட்டிங் போடக் காசில்லையா?" என்றான் கதிர்.

தாமுவின் அப்பா சமையல் மாஸ்டர். அம்மா பூக் கட்டி வியாபாரம் பண்ணுகிறாள். இவர்கள் இருவருக்கும் இருபத்தெட்டு வயதாகிறது. வீட்டில் மும்முரமாகப் பெண் பார்த்துக்கொண்டிருக்கிறார்கள். ஆனால் எந்த இடமும் தகையவில்லை. கதிரின் ஜாதகத்தில் ஏதோ ஒரு குறை இருந்தது. அது என்னவென்று அவனுக்குத் தெரியாது. எத்தனையோ பெண் வீட்டார் அவனுக்குப் பெண் கொடுக்கத் தயாராய் இருந்தும், ஜாதகம் சரியில்லை எனப் பின்வாங்கிவிட்டார்கள். தாமுவுக்கும் அப்படித்தான். கல்யாண வாய்ப்பு நழுவி நழுவிப் போய்க்கொண்டிருந்தது. எப்படிக் கல்யாணம் முடிப்பது என்ற யோசனையோ வீடு கட்டலாமா? வேறு ஏதாவது தொழில் செய்யலாமா என்றெல்லாம் அவர்கள் மூளைக்குள் எந்த யோசனையும் வந்ததில்லை.

வருடத்தில் ஒருமுறை மாலை போட்டுக்கொண்டு ஐயப்பன் கோவிலுக்குப் போவார்கள். குற்றாலம், கன்னியாகுமரி, பழனி என ஒரு ஐந்து நாள் சுற்றிவிட்டு வருவார்கள். அதுவே அவர்களுக்கு உலகத்தைச் சுற்றிப் பார்த்துவிட்ட திருப்தியைத் தந்துவிடும். அதற்குமேல் உலகத்தில் இருக்கும் விஷயங்களைப் பற்றி அவர்கள் யோசித்துப் பார்த்ததும் இல்லை.

பஸ்கள் எல்லாம் வரிசையாக வந்துகொண்டே இருந்தன. பஸ்சில் ஏறிச் செல்பவர்களைப் போல இரண்டு பங்கு ஜனங்கள் வந்து குவிந்துகொண்டிருந்தார்கள். அதில்லாமல் பைக்கில் போகிறவர்கள். வேகவேகமாய் நடந்து போகிறவர்கள், ஆட்டோவில் போகிறவர்கள் என அந்த இடமே பெரும் பதற்றத்தின் பிடியில் இருந்தது.

மணி சரியாக எட்டரை. அவர்கள் போக வேண்டிய பஸ் இப்போது வரப்போகிறது. எவ்வளவு கூட்டமாக இருந்தாலும் அதில் எப்படியாவது ஏறிவிட வேண்டும் என இருவரும் தயாராக இருந்தார்கள். அப்போது, கல்லூரி இளைஞர்கள் இரண்டு பேர் அவர்களிடம் வந்து, "ஹலோ" என்றார்கள். அவர்கள் யார் என்று தெரியவில்லை. எதற்காக வந்து தங்களிடம் பேசுகிறார்கள் எனத் தெரியாமல் புருவத்தை உயர்த்திக்கொண்டு அவர்களைப் பார்த்தார்கள்

அதற்குமேல் அவர்களிடம் நடந்த உரையாடலின் சாராம்சம் என்னவென்றால் அவர்கள் தனியார் கல்லூரியில் விசுவல் கம்யுனிகேசன் படிக்கும் மாணவர்கள். அவர்கள்

புராஜெக்ட்டுக்காக ஒரு குறும்படம் இயக்கப்போகிறார்கள். அதில் நடிக்க முடியுமா எனக் கதிரைக் கேட்டார்கள் (நன்றாக நடித்தால் அவார்ட் எல்லாம் கிடைக்குமாம்.)

ஐந்து நிமிடத்தில் அந்த உரையாடல் முடிவதற்கும் அவர்கள் போக வேண்டிய பஸ் வந்து நிற்பதற்கும் சரியாய் இருந்தது. அன்று வெள்ளிக்கிழமை. "திங்கள் கிழமை இதே இடத்துக்கு இதே நேரம் வாங்க பேசிக்கலாம்" என்று ஓடிப்போய் பஸ்சில் ஏறிவிட்டார்கள்.

கூட்ட நெரிசலில் பிதுங்கிக்கொண்டு உள்ளே போனார்கள். இருவரும் எதுவும் பேசிக்கொள்ளவில்லை. மில் ஸ்டாப்பில் இறங்கியதும், "டேய் தாமு இத மில்லுல யாருகிட்டயும் சொல்லிக்கிட்டிருக்காத. எல்லாம் கிண்டல் பண்ண ஆரம்பிச்சிருவாங்க" என்றான் கதிர்.

இருவருக்கும் வேலையே ஓடவில்லை. எதிர் எதிரே நின்றுகொண்டு சாயந்திரம்வரை ஜவ்வரிசி வறுத்தார்கள். அவர்கள் மனதில் முடிவற்றுக் காட்சிகள் ஓடிக்கொண்டிருந்தன. அந்தக் காட்சிகள் தந்த இன்பத்தில் இருவரும் சிரித்துக்கொண்டே இருந்தார்கள்.

"டேய் நல்லா பண்ணுனா பெரிய நடிகனாய்டுவ இல்ல" என்றான் தாமு.

"டேய் ஓரேயடியா கற்பனை பண்ணாத. இது மாதிரி வருசம் ஆயிரக்கணக்கான பசங்க படம்னு எதையாவது எடுப்பாங்க. அதுல நடிச்சவங்க எல்லாம் பெரிய நடிகராயிடுவாங்களா" என்றான் கதிர். ஆனாலும் அவன் கண்களுக்குள் ஓடும் கனவைத் தாமுவால் பார்க்க முடிந்தது. மாலையில் வேலை முடிந்து திரும்பும்போது, கதிர் எப்போதும்போல் இல்லாமல் ஸ்பெஷலாய்த் தெரிந்தான். தாமு அவன் கண், காது, மூக்கு, தலைமுடி எல்லாவற்றையும் உற்று உற்றுப் பார்த்துக்கொண்டே இருந்தான். "டேய் உன்ன சினிமாவுல பாத்தா நல்லாத்தாண்டா இருக்கும்" என்றான். கதிர் வெட்கமாய்ச் சிரித்துக்கொண்டான்.

இருவரும் சிரித்துக்கொண்டு வருவதைப் பார்த்த வெண்ணிலா "என்னடா எதுவும் விசேசமா" என்றாள். பால் பாக்கெட்டை உடைத்துக் காபி வைக்க அடுப்பைப் பற்றவைத்தாள்.

"அம்மா உங்க பையன் சினிமாவுல நடிக்கப் போறான்" எனத் தாமு ஆரம்பித்தான். அதற்குப் பின் அன்று காலை பஸ் ஸ்டாப்பில் நடந்த சம்பவத்தை உரையாடலை விதம் விதமாகச் சொல்லிக்கொண்டிருந்தான் தாமு. வெண்ணிலாவுக்கு அலுக்கவே இல்லை. கதிருக்கும் தாமுவுக்கும்கூட அலுக்கவில்லை. இப்படி

ஒருநாள் அவர்கள் வாழ்க்கையில் வந்ததே இல்லையே. அதை அப்படியே போக விட்டுவிட முடியுமா என்பதுபோல எதை எதையோ பேசிக்கொண்டிருந்தார்கள்.

வெண்ணிலாவின் மனதில் காசிலிங்கம் வந்து 'எல்லாம் நான் பார்த்துக்கறேன்' என்றார். அவளுக்கு அவன் குழந்தையாய் இருந்தபோது நடந்த சம்பவங்கள் ஒவ்வொன்றாய் நினைவுக்கு வர ஆரம்பித்தன. கண்கள் கலங்கின. 'ஆயி மகமாயி... எல்லாம் உன் செயல்' என இரகசியமாய்க் கன்னத்தில் போட்டுக்கொண்டாள்.

"இப்போ இந்தப் படத்துல நல்லா நடிச்சா பெரிய சினிமாவுலயும் நடிக்கக் கூப்பிடுவாங்க இல்ல?" என்றாள். கதிர் சட்டென விழித்துக்கொண்டு கற்பனை எங்கெங்கோ தறிகெட்டு ஓடுவதைக் கட்டுப்படுத்த நினைத்தவனாய், "அதெல்லாம் ஒண்ணுமில்லம்மா. நீ போய் சாப்பாடு செய்யி. டேய் நீ வீட்டுக்குப் போ" என்றான். தாமு காபி குடித்துவிட்டுக் கிளம்பினான்.

இருவரும் அதற்குமேல் அதைப் பற்றிப் பேசவில்லை. இராத்திரி சாப்பாட்டைச் சாப்பிடும்போது வெண்ணிலா டிவியில் எப்போதும் பார்க்கும் நாடகத்தை அதீத ஈடுபாட்டோடு பார்த்தாள். சாப்பிட்டு முடித்ததும், "கதிர் எனக்குத் தூக்கம் வருது" எனப் படுத்துக்கொண்டான்.

எப்போதும் இல்லாத அதிசயமாய் நடு இரவில் எழுந்து தண்ணீர் குடித்தான். வெண்ணிலா எழுந்து உட்கார்ந்துகொண்டு, "என்னடா தூக்கம் வரலையா" என்றாள். எனக்கும் கொஞ்சம் தண்ணி கொடு. என்னமோ தெரியல தூக்கமே வரல" என்றபடி தண்ணீரைக் குடித்துவிட்டுப் படுத்துக்கொண்டாள்.

அன்று காலை வெண்ணிலா நெய், முந்திரியெல்லாம் நிறைய வாங்கிவந்து போட்டுக் கேசரி செய்து மகனுக்குக் கொடுத்தாள். தாமு வந்தபோது அவனுக்கும் கொடுத்தாள். இன்று அவர்கள் அதைப் பற்றி அதிகம் எதுவும் பேசிக்கொள்ளவில்லை. கேசரி எப்போதையும்விட ருசியாய் இருந்தது நல்லதன் அறிகுறி என வெண்ணிலாவுக்குப் பட்டது.

சனிக்கிழமை இரவு சம்பளம் வாங்கியதும் தாமு கதிரைத் தேடிக்கொண்டு வந்தான். "சீக்கிரம் வா டாஸ்மாக் மூடிருவான்" என்றான். "டேய் நாளைக்கு நைட்டுதாண்டா போவோம் இன்னைக்கே கூப்புடுற" என்றான் கதிர். "நீ சினிமாவுல நடிக்கப் போறியில்ல. நீதான் இன்னைக்கி சரக்கு வாங்கித் தரணும்" என்றான் தாமு. கதிர் "டேய் உனக்கு இன்னைக்கி குடிக்கணும். அதுக்கு இது ஒரு சாக்கு" என்றான்.

இருவரும் டாஸ்மாக் கடைக்குப் போனார்கள். தறி கொட்டாய், மில்கள் எல்லாவற்றிலும் அன்று சம்பள நாள் என்பதால் கடையில் கசகசவென்று கூட்டம் இருந்தது.

தாமு பாரில் போட்டிருந்த கடைப்பைக் கல் டைனிங் டேபிள் ஒன்றில் இடம்பிடித்தான். அவர்கள் வேலை செய்யும் மில்லில் உடன் வேலை செய்பவர்கள் பாதிப் பேர் இங்கேதான் இருந்தார்கள். மீதிப் பேர் ஊருக்கு வடக்கே இருக்கும் இன்னொரு கடையில் இருப்பார்கள் என தாமு நினைத்துக்கொண்டான். அவர்களோடு வேலை செய்யும் வீரன் அவர்களைப் பார்த்துவிட்டு, “டேய் நீங்க ரெண்டு பேரும் நாளைக்குத் தானே வருவீங்க... என்ன இன்னிக்கே வந்துட்டீங்க” என்றான். இருவரும் சிரித்துக்கொண்டே, “ஒண்ணுமில்லை” என்றார்கள்.

முதலில் எதுவும் பேசாமல் குடித்தார்கள். கதிர், “கிளம்பலாம்” என்றான். தாமு, “நில்ரா” என்றான். “உனக்குச் சினிமாவுல எப்படி நடிக்கணும் தெரியுமா? நான் சொல்றேன் கேளு” என்றான். கதிருக்கு அப்போது போதை ஏறவில்லை. “டேய் நீ ஒண்ணும் ஆரம்பிக்க வேண்டாம். போதும் கிளம்பலாம்” என்றான்.

தாமு அடுத்த டேபிளில் உட்கார்ந்திருந்த வீரனிடம், “வீரன்னே இவன் சினிமாவுல நடிக்கப்போறான் தெரியுமா” என்றான். ஆனால் அங்கே அவர்கள் பேச்சைக் கேட்கும் நிலையில் யாரும் இல்லை. தாமு ஒரு பீடியைப் பற்றவைத்துக்கொண்டு கதிரிடம் ஒன்றை நீட்டினான்.

அவர்களின் உளறல்களுக்கு இடையே கதிர் சினிமாவில் நடிக்கப் போகும் விசயம் மில் ஆட்களுக்குச் சென்று சேர்ந்துவிட்டது.

வெண்ணிலா தூங்காமல் டிவி பார்த்துக்கொண்டிருந்தாள். போதையில் தள்ளாடிக்கொண்டு வரும் கதிரை ஆச்சரியமாகப் பார்த்தாள். “என்னடா இது... எப்பயும் இல்லாத வழக்கமா இன்னிக்கி குடிச்சிட்டு வந்திருக்க. சம்பளப் பணம் எங்க” என்றாள்.

கதிர் எதுவும் பேசாமல் பணத்தை எடுத்து நீட்டினான். வழக்கத்தைவிட அதிகமாகக் குடித்திருந்தான். சம்பளத்தில் கணிசமான தொகை காலியாகியிருந்தது. வெண்ணிலா எதுவும் பேசவில்லை. மகனுக்குச் சாப்பாடு போட்டு வைத்தாள். அவன் உட்கார்ந்த வாக்கிலேயே தூங்கி விழுந்துகொண்டிருந்தான். பிறகு அப்படியே படுத்துத் தூங்கிவிட்டான்.

திங்கள்கிழமை காலை, பஸ் ஸ்டாப்பில் அந்தக் கல்லூரி இளைஞர்களைக் காணவில்லை. பஸ் ஸ்டாப் மூலை முடுக்கு எங்கும் அவர்கள் நிற்கவில்லை. ஒருவேளை தங்கள் கண்களுக்குத்தான்

அவர்கள் தென்படவில்லையோ என்ற சந்தேகத்தில் அவர்கள் இருவரும் அந்தப் பிரதேசத்தையே அணு அணுவாக அளந்தார்கள். உண்மைதான். அவர்களைக் காணவில்லை.

கதிருக்கு ஏமாற்றத்தை எப்படி ஜீரணிப்பது எனத் தெரியவில்லை. கண்களில் ஈரம் பூத்தது. இருவரும் கடைக்குப் போய் பீடி பற்றவைத்தார்கள். “விட்றா ... பசங்க இன்னைக்கி லீவு போட்டிருப்பாங்க” என்றான் தாமு.

பஸ் வந்ததும் பீடியை வீசிவிட்டு ஓடிப்போய்த் தொற்றிக்கொண்டார்கள். மில்லில் எல்லோரும் ‘கதிரு நீ சினிமாவுல நடிக்கப் போறியாமா’ என்றார்கள். கதிர் பொறுமையாக எல்லோரிடமும் ‘அதெல்லாம் ஒண்ணுமில்லண்ணே’ என்று சொல்லிக்கொண்டு இருந்தான்.

அவனுக்குள் இனம்தெரியாத கோபமும் ஆவேசமும் கொப்பளித்தது. யார்மீது என்று தெரியவில்லை. அந்தக் கோபத்தை எங்கே செலுத்துவது எனத் தெரியாமல் தத்தளித்தான்.

மாலையில் வெண்ணிலா எப்போதும் இல்லாத மலர்ச்சியோடு அவர்களை வரவேற்று, “என்ன ஆச்சி” என்றாள். “அட போங்கம்மா ... அந்தப் பசங்கள காணம்” என்றான் தாமு.

“அட எதாவது லீவு போட்டிருப்பாங்க. நாளைக்குத் தான் பாப்பமே” என்றாள். ஆனால் அவள் முகம் கொஞ்சம் இருண்டுவிட்டதை உணர முடிந்தது. இருவரும் உள்ளே போய் உட்கார்ந்துகொண்டு டிவி பார்த்தார்கள். எதிலும் மனம் ஒட்டவில்லை. எப்போதும் பாட்டு சேனல்தான் பார்ப்பார்கள். இன்று சினிமாப் பாட்டைப் பார்க்கும்போது அவ்வளவு ஆத்திரமாய் வந்தது. “டேய் வேற ஏதாவது மாத்துறா” எனச் சத்தம் போட்டான் கதிர்.

என்னதான் ஏமாற்றமாய் இருந்தாலும் மறுநாள் மனதில் வந்து சப்பணம் போட்டு உட்கார்ந்துகொண்ட நம்பிக்கையை உதற முடியவில்லை.

புதன்கிழமை அன்று அந்த மாணவர்கள் பஸ் ஸ்டாப்பில் தென்பட்டார்கள். ஆனால், அவர்கள் இவர்களை யார் என்றே கண்டுகொள்ளவில்லை. இவர்களுக்கு ஆச்சரியம் தாங்க முடியவில்லை. “நாமே போய் கேட்போமா” என்றான் தாமு. கதிர் அவன் கையைப் பிடித்துத் தடுத்துவிட்டான். “வேண்டாம் திரும்ப அவங்க வந்து கேட்டா பாத்துக்கலாம்” என்றான்.

இருவரும் அன்று முழுவதும் யோசித்தார்கள். அவர்கள் ஏன் அப்படி நடந்துகொள்ள வேண்டும்? ஒருவேளை வேறு யாராவது

கிடைத்திருப்பார்களோ? அப்படி என்றால் சொல்லலாமே? ஏன் முன்பின் பார்க்காதவர்கள் மாதிரி இருக்க வேண்டும்? என யோசித்தபோதுதான் அவர்கள் தன்னிடம் விளையாடி இருக்கிறார்கள் என கதிருக்குப் புரிந்தது.

வெண்ணிலா, "நான் வேணா வந்து அவங்களைக் கேக்கட்டா" என்றாள். கதிர் "உனக்கென்ன பைத்தியமா" எனப் பல்லைக் கடித்தான்.

"சரி போவுது வுடு. நீ படத்தில நடிச்சா சமயபுரம் வந்து மொட்டை போட்டுக்கறதா வேண்டிக்கிட்டேன். இப்ப அதச் செய்யணுமா வேண்டாமா" என்றாள். கதிர் மேலும் பல்லைக் கடித்துக்கொண்டு "இப்ப என்னத்துக்கு மொட்டை போட்டுக்கறதால்லாம் வேண்டிக்கிட்ட? எதுன்னா உடனே ஒரு வேண்டுதல்... உனக்கு வேற வேலையே இல்லையா" என்று கத்தினான்.

"இல்லடா ஒரு நல்ல விஷயம் நமக்கு நடக்கும்போது சாமிக்கு நாம ஏதாவது செய்ய வேண்டாமா?" என்றாள். தாமு, "சரி நான் வீட்டுக்குப் போறேன்" என்று கிளம்பிவிட்டான்.

கதிர் கொஞ்ச நேரம் டிவி பார்த்துக்கொண்டிருந்துவிட்டுப் படுத்துக்கொண்டான். கண்ணுக்குள் அகன்ற வெள்ளைத் திரையில் அவன் ஆடிக்கொண்டிருந்தான். டிவியை சுவிட்ச் ஆப் செய்வதுபோல இந்த மனதைச் செய்ய முடியாதா என ஆத்திரமாய் வந்தது.

மறுநாள் எழுந்தபோது அவனை நினைத்து அவனுக்கே வேடிக்கையாய் இருந்தது. அவர்கள் தங்கள் வழக்கமான நாளுக்குத் திரும்பிவிட்டார்கள். என்ன மில்லில்தான் கதிருக்கு ஆர்ட்டிஸ்ட் எனப் புதிய பட்டப் பெயர் வந்து விட்டது. ஞாயிற்றுக்கிழமை சினிமாவுக்குப் போகவே வெறுப்பாய் இருந்தது. கல்லூரிப் பசங்கள் யாரைப் பாரத்தாலும் உள்ளுக்குள் ஒரு வெறுப்பும் கோபமும் அவனை அறியாமல் வந்தது. இந்தக் குணத்தைக் கொஞ்சம் கொஞ்சமாக மாற்றிக்கொள்ள வேண்டும் என நினைத்தான்.

அடுத்த ஞாயிற்றுக்கிழமை டாஸ்மாக்கில் குடிக்கும்போது, "டேய் அந்தப் பசங்க எதுக்குடா அந்த மாதிரி பண்ணாங்க. அவங்கள நாமளும் முட்டாளாக்க வேணும்டா" என்றான் தாமு. கதிர் "நாம அவங்கள முட்டாளாக்கறது கஷ்டம்டா. அவங்க இனிமே நம்மகிட்ட உஷாராத்தான இருப்பாங்க" என்றான்.

"சரி அப்ப வேற எவனையாவது முட்டாளாக்கி வைக்கணும் என்ன சொல்ற" என்றான் தாமு. "லூசு மாதிரி பேசாத. அவன் செஞ்சதுக்கு வேற எவனையாவது எதுக்கு நாம ஏமாத்தணும்.

அதெல்லாம் ஒண்ணும் வேண்டாம். அதெல்லாம் ஐயப்பன் பாத்துக்குவான். அவனவன் கர்ம வினைய அவனவனே அனுபவிப்பான்” எனக் கதிர் முடித்துக்கொண்டான்.

அந்தச் சம்பவம் நடந்து முடிந்து சரியாய் ஒரு மாதம் கழித்து, வேறு இரண்டு பேர் அதேபோல அவர்களிடம் வந்து கேட்டார்கள். “அண்ணே எங்க காலேஜ்ல ஒரு குறும்படம் பண்றோம். நீங்க நடிக்கணும்” என்றார்கள். கதிரும் தாமுவும் ஒருவரை ஒருவர் பார்த்துக்கொண்டார்கள். கதிர் என்னவோ சொல்ல வாய் எடுத்தான். தாமு அவன் கையைப் பிடித்துக்கொண்டு, “சரிப்பா … நாங்க இப்ப மில்லுக்குப் போறோம். அப்புறம் பேசிக்கலாம்” என்றான்.

அதே நேரம் வந்த பஸ்சில் இருவரும் ஏறிவிட்டார்கள். கதிர், “அவனுங்களுக்கு நம்மள பாத்தா கேனையனுங்க மாதிரி தெரியுதுன்னு நினைக்கிறேன். செவுனியில ஒண்ணு விடாம நீ எதுக்குப் பாக்கலாம்னு சொன்ன” என்று கறுவினான்.

“விடுடா … ஒருவேளை இது நெஜமா இருந்துச்சுன்னா?” என்றான் தாமு. “ஆமாம் மயிறு … இவனுங்களும் அவனுங்க மாதிரியே பண்ணாங்கன்று வச்சுக்க. ரெண்டு பேர்த்து வாயையும் பேத்து கையில கொடுத்துருவேன்” என்றான் கதிர்.

அன்று சம்பளம் வாங்கிக்கொண்டு வந்து குடித்தார்கள். காலையில் நடந்த சம்பவத்தைப் பற்றி இருவரும் ஏதேதோ பேசிக்கொண்டார்கள். அவர்களைக் கண்டபடி திட்டுவதில் ஒரு சுகம் இருந்தது. போதை விறுவிறுவென ஏறியது. பிறகு அவர்களை என்று இல்லாமல் யார் யாரையோ திட்டினார்கள்.

மறுநாள் காலையில் கறி எடுக்கக் கதிர் விடியற்காலையிலேயே போய் நாட்டுச் சேவல் ஒன்றைப் பிடித்து வந்தான். வெண்ணிலா, “டேய் கோழி அறுக்க நல்ல கத்தி ஒண்ணும் இல்லயே” என்றாள். கதிர் கடைவீதிக்குப் போய் நல்ல கனமான கத்தி ஒன்றை வாங்கி வந்தான். அதை வாங்கும்போது ஏனோ அவனுக்கு அந்தக் கல்லூரி மாணவர்களின் நினைவு வந்தது.

திங்கள்கிழமை எதிர்பார்த்த மாதிரியே அவர்களைக் காணவில்லை. கதிர் பாத்தியா என்பதுபோல் தாமுவைப் பார்த்தான். தாமு யோசனையோடு டீக்கடைக்குப் போய் பீடி பற்றவைத்தான். திரும்பி வந்து, “சரி வுடு … பசங்க என்னமோ விளையாடுறாங்க” என்றான்.

கதிர் ஏதேதோ யோசித்தான். தெருப் பசங்களையெல்லாம் கூட்டிப்போய் அவனுங்கள புரட்டி எடுக்கலாமா எனத் தோன்றியது.

இரண்டு நாள் கழித்து அவர்களை மீண்டும் பஸ் ஸ்டாப்பில் பார்க்க முடிந்தது. எதுவும் நடக்காத மாதிரி நின்றிருந்தார்கள். கதிர் அவர்களிடம் போய், "தம்பி அன்னைக்கி சொன்னீங்களே என்ன ஆச்சி" என்றான். அவர்கள் "என்னைக்கி? என்ன?" என விழித்தார்கள். தாமு "டேய் எதுக்குடா எங்கக்கிட்ட விளையாடறீங்க" என்று கத்தினான்.

கதிர் பேக்கைத் திறந்தான். கோழிவெட்ட வாங்கிய கத்தி அதில் இருந்தது. அதற்குப் பின் தாம் என்ன செய்தோம் என்பது அவன் நினைவில் இல்லை.

கதிர் அந்தக் கத்தியை எடுத்து அந்தப் பையனின் கழுத்தில் ஒரு கோடு மாதிரி வைத்து இழுத்திருந்தான். ஒன்றும் நடந்த மாதிரியே தெரியவில்லை. அந்தப் பையன் காயத்தைத் தொட்டுப் பார்த்தான். பக்கத்தில் இருந்த பெண்கள் வீல் எனக் கத்தினார்கள். அவன் "ஒண்ணுமில்ல... லேசான காயம்தான்" எனக் காயத்தில் கையை வைத்துக்கொண்டு. "அண்ணே போய் பிளாஸ்திரி வாங்கிட்டு வாங்களேன்" என்றான் கதிரிடம். கதிர் தாமுவைப் பார்த்து "போய் பிளாஸ்திரி வாங்கிட்டு வாடா" என்றான். தாமு கடைப்பக்கம் ஓடினான்.

கதிர் கத்தியைத் தூர வீசிவிடலாமா எனப் பார்த்தான். அப்படி வீசிவிட்டால் சுற்றி இருப்பவர்கள் தன்னை அடித்துவிடுவார்கள் எனப் பயமாய் இருந்தது.

திடீரெனக் காயத்தில் இருந்து இரத்தம் பீய்ச்சியடிக்க ஆரம்பித்தது. அவன் உள்ளங்கையை நன்றாக அதில் வைத்து அழுத்திக்கொண்டான். கதிர் சட்டெனக் கத்தியைக் கீழே போட்டுவிட்டு, பாக்கெட்டில் இருந்த கர்ச்சீப்பை எடுத்து, "டேய் கையை எடு என்று துணியை அதில் வைத்து அழுத்தினான். கர்ச்சீப்பை வாகாகப் பிடித்துக்கொள்ள அவனுக்கு அருகில் நெருக்கமாக நின்று அவன் கழுத்தைத் தன் தோளில் சாய்த்துக்கொண்டான். இருவரைச் சுற்றியும் கூட்டம் கூடிக்கொண்டே இருந்தது. கதிர்தான் அதைச் செய்தவன் என்பதே அங்கிருந்தவர்களுக்கு மறந்துபோய்விட்டது. என்ன நடந்தது என்று யாருக்கும் புரியவில்லை. ஏதோ நண்பர்களுக்குள் தகராறு என்று நினைத்துக்கொண்டார்கள். அந்தப் பையன் திடீரென அழுதான். "அண்ணே சும்மா வெளையாட்டுக்குத் தாண்ணே" என்றான்.

ஆம்புலன்ஸ் வருவதற்குள் அவன் மயங்கிவிட்டிருந்தான். கடையிலிருந்து வந்திருந்த தாமு "டேய் நீ எதுக்குக் கத்தி கொண்டு வந்த" என்று கத்திக்கொண்டு அழுதான். கதிர் "சின்னக் காயம்

குமாரநந்தன்

தான். ஆம்புலன்ஸ் சீக்கிரம் வந்துச்சுன்னா கொண்டுபோய் தையல் போட்டா சரியாயிடும்" என்றான். ஆனாலும் அவனுக்குள் இனம் தெரியாத பீதியும் பதற்றமும் காட்டுத்தனமாய்ப் பெருக ஆரம்பித்தது. "தாமு டீக்கடையில போய் கொஞ்சம் தண்ணி வாங்கியா" என்றான் . . .

ஆம்புலன்ஸ் வந்து அவனைத் தூக்கிக்கொண்டு மருத்துவமனைக்குப் பறந்தது. செல்லும் வழியிலேயே அவன் இறந்துவிட்டிருந்தான்.

கனலி, ஜூலை 15, 2020